എന്റെ ദേശാടനങ്ങൾ

INSIGHT PUBLICA®

Nadakkavu, Kozhikode, Kerala, 673011
www.insightpublica.com
e-mail: insightpublica@gmail.com
Title: Ente Desadanangal
Author: V.K. Deepa
(Malayalam Travelogue)
First Edition: June 2022
Book Design: kjvj@insight

Printed and Published by
InsightinPublica Printers & Publishers Pvt. Ltd.
ISBN 978-93-5517-220-4
₹ 299

എന്റെ ദേശാടനങ്ങൾ

വി.കെ. ദീപ

INSIGHT PUBLICA®

അധ്യാപിക. മലപ്പുറം ജില്ലയിൽ മഞ്ചേരിയാണ് സ്വദേശം. പത്തു വർഷത്തിലേറെയായി മലയാളത്തിലെ മുഖ്യധാരാ പ്രസിദ്ധീകരണങ്ങളിൽ കഥകളും യാത്രാവിവരണങ്ങളും എഴുതുന്നു. ചെറുകഥയ്ക്കുള്ള നിരവധി പുരസ്കാരങ്ങൾ നേടിയിട്ടുണ്ട്. *ജന്മാന്തര സ്നേഹസഞ്ചാരികൾ, വുമൺ ഈറ്റേഴ്സ്* എന്നിങ്ങനെ രണ്ട് കഥാസമാഹാരങ്ങൾ പുറത്തിറങ്ങി.

വിലാസം: വി.കെ. ദീപ, നന്ദനം, അരുകിഴായ, മഞ്ചേരി. 676121.
deepavknandanam@gmail.com
9946557891

വി.കെ.ദീപ

ജന്മങ്ങളിൽ നിന്നും ജന്മങ്ങളിലേക്ക് ഒഴുകുകയാണ് ഒരേ മനസ്സിൽ, ഒറ്റയുടലിൽ, ഏകതാളത്തിൽ ഒരാത്മാവും അതിന്റെ പ്രാണനും.

ശബ്ദങ്ങളായും ഗന്ധങ്ങളായും അരൂപികളായും സ്വപ്നങ്ങൾ പോൽ പോയ ജന്മക്കാഴ്ചകൾ അവരിൽ വന്നും പോയും കൊണ്ടേയിരിക്കുന്നു.

അതീന്ദ്രിയമായി മാത്രം അനുഭവിക്കാനാവുന്ന ആനന്ദാനുഭൂതികൾ...

ഒപ്പം, ഈ ജന്മക്കാഴ്ചകൾ കണ്ടും കേട്ടുതൊട്ടുഘ്രാണിച്ചറിഞ്ഞുമുള്ള ഒഴുക്കുകൾ... അതിന്റെ നിർവൃതികൾ...

അവയിൽ ചിലത് പലപ്പോഴായി കുറിച്ചിട്ടത് ഇത്.

ചിലയിടങ്ങളിൽ എത്തുമ്പോൾ താനെ എഴുതിപ്പോവും

മറ്റു ചിലയിടങ്ങളാവട്ടെ, വാക്കുകൾക്ക് പിടിതരാതെ ഹൃദയത്തിലേക്ക് ഒഴുകി മറയും..

അക്ഷരങ്ങൾക്ക് വഴങ്ങി കുറിച്ചിടാൻ നിന്നുതന്ന കാഴ്ചകളുടെ പോയകാല നാൾവഴികളും ഐതിഹ്യങ്ങളും പുരാവൃത്തങ്ങളും കൂടി രേഖപ്പെടുത്താൻ ശ്രമിച്ചിട്ടുണ്ട്.

അത് കാഴ്ചകളോടുള്ള ഒരു യാത്രികയുടെ അനിവാര്യമായ നീതിയാണ്... ആദരവും.

പങ്കുവെക്കപ്പെട്ടുമ്പോൾ, ഇതുവരെ എന്റേത് മാത്രമായിരുന്ന സ്വകാര്യമായ എന്തോ ഒന്ന് ഇല്ലാതായിപ്പോവുന്ന സങ്കടമുണ്ടെങ്കിലും, അതിനി ആരുടെയൊക്കെയോ വായനക്കൊപ്പം സഞ്ചരിച്ചുകൊണ്ടേയിരിക്കുമെന്ന സന്തോഷത്തിൽ ഹൃദയം ആനന്ദഭരിതം.

ഇതൊരു എളിയ അടയാളപ്പെടുത്തൽ...

അനന്തമായി നീളുന്ന പാതകൾ തരുന്ന വാഗതീതാനന്ദങ്ങളുടെ...

യാത്രാഭ്രാന്ത് പൂത്ത കാലുകളുടെ...

തോന്നുന്നിടത്തേക്കൊക്കെ തോന്നുംപോലെ കാറ്റലയായി പറന്നൊഴുകിപ്പരന്ന ദിവസങ്ങളുടെ...

അക്ഷരങ്ങൾ ഉള്ള കാലത്തോളം നിലനിൽക്കട്ടെ എന്ന സ്വാർത്ഥതയോടെയുള്ള അടയാളപ്പെടുത്തൽ...

ഇതിലൂടെ കടന്നുപോകുന്നവരുടെ ഹൃദയത്തിൽ യാത്രകളോട് അടക്കാനാവാത്ത ആസക്തി നിറയട്ടെ...

ഈ പുസ്തകം, അക്ഷരങ്ങളിലൂടെ മാത്രം യാത്ര ചെയ്യുന്നവരെയും അല്ലാത്തവരെയും ഒരുപോലെ സന്തോഷിപ്പിക്കട്ടെ എന്നാഗ്രഹിക്കുന്നു.

എല്ലാവർക്കുമായി '*എന്റെ ദേശാടനങ്ങൾ*' സമർപ്പിക്കുന്നു.

വി.കെ. ദീപ

ഉള്ളടക്കം

ശ്രാവണബൽഗോളയും ദിഗംബരസ്മൃതികളും

ഒരു പൂർണ്ണകായ പുരുഷ നഗ്നത വിലക്കുകളില്ലാതെ ഒളിമറകളില്ലാതെ കണ്ടത് എട്ടാംതരത്തിലെ ചരിത്ര പുസ്തകത്തിലാണ്.

അനന്തതയിലേക്ക് മിഴികൾ നീട്ടി വള്ളി പടർപ്പുകൾ പടർന്നു കയറിയ കൈകൾ തളർത്തി തൂക്കിയിട്ട് അങ്ങേയറ്റം നിർമ്മമവും നിസ്സംഗവുമായി നിന്ന ബാഹുബലിയുടെ നഗ്നത ഒട്ടും അശ്ലീലമായല്ല മറിച്ച് ആദരണീയമായാണ് തോന്നിയത്. ജനിച്ച വീഴുമ്പോഴുള്ള സ്വാഭാവിക നഗ്നതയോടെ മരിച്ചുവീണവനോടുള്ള ബഹുമാനം. വലുതായാൽ ശ്രാവണ ബൽഗോള പോയി ബാഹുബലിയെ നേരിൽ കാണുമെന്ന് ഉറപ്പി ച്ചുവെങ്കിലും അതിനും മാത്രം. 'വലുതാവാൻ' കാലം ഈയടുത്ത കാലം വരെ എന്നെ കാത്തിരുത്തി.

സ്മൃതി പഥങ്ങളിൽ നിന്നെപ്പോഴോ വഴുതി മാറി പതിയെ മറവിയുടെ ഇരുട്ടിലകപ്പെട്ട ബാഹുബലിയെക്കുറിച്ച് എന്നെ ഓർമ്മിപ്പിച്ചത് ഒരു മാഗസിനിൽ വന്ന മോഹൻലാലിന്റെ കവർചിത്രമാണ്. മഴയിൽ കുതിർന്ന് വഴുക്കുന്ന വിന്ധ്യഗിരിയുടെ കരിങ്കൽ പടവുകളിലൂടെ മഴനൂലുകൾ വകഞ്ഞുമാറ്റി നഗ്നപാദനായി പടികയറുകയാണ് ലാൽ. അതു കണ്ടപാടെ ബാഹുബലിക്കാഴ്ച്ചയ്ക്കുള്ള എന്റെ കൊതി എന്റെ ഏതാഗ്രഹത്തിനും ഞാൻ വിചാരിക്കുന്നതിലുമേറെ പരിഗണന ലഭിക്കുന്ന ഒരിടത്താണ് അറിയിച്ചതെന്നതിനാൽ കാര്യത്തിന് ഉടനടി തീർപ്പായി.

പന്ത്രണ്ട് വർഷത്തിലൊരിക്കൽ നടക്കുന്ന മഹാമസ്തകാഭിഷേക സമയത്ത് ഗോമതേശ്വര പ്രതിമയിൽ അർപ്പിക്കുന്ന പാലും

നാണയങ്ങളുമൊക്കെ വിന്ധ്യഗിരിയ്ക്ക് താഴെയുള്ള ഗ്രാമഭവനങ്ങളിൽ തെറിച്ചെത്തുമെന്ന കാൽപ്പനിക ഭാവനയുടെ കഥകളിൽ നിറം പിടിച്ച മനസ്സുമായി തൊട്ടടുത്ത ദിവസം തന്നെ ശ്രാവണ ബൽഗോള തേടി യിറങ്ങി.

ഹൈവേകൾ ഒഴിവാക്കി സമാന്തരനാട്ടുപാതകളിലൂടെ സഞ്ചരി ക്കുന്ന ദേശത്തിന്റെ ഉള്ളു തൊട്ടെടുത്തുകൊണ്ടായിരുന്നു മൈസൂരിലെ ഹാസ്സൻ ജില്ലയിലെ ഗോമതേശ്വര പ്രതിമ തേടിയുള്ള യാത്ര. ശ്രാവണ ബൽഗോളയിലേക്കുള്ള യാത്രയിൽ ഞങ്ങൾ തെരഞ്ഞെടുത്ത വിജ നവഴികളും കന്നഡയിൽ മാത്രമെഴുതിയ ദിശാസൂചകങ്ങളും കന്നട മാത്രമറിയുന്ന ഗ്രാമീണരും പണി തന്നുകൊണ്ടേയിരിക്കുന്നുണ്ടെങ്കിലും അതൊക്കെത്തന്നെയാണ് ഇത്തരം യാത്രകളുടെയൊരു രസം! ഗൂഗിൾ പെണ്ണിനോട് വഴി ചോദിച്ചാൽ എങ്ങനെയെങ്കിലും ഹൈവേയിലേക്ക് കയറ്റി വിടാനാണ് അവളുടെ ശ്രമം.

എത്താൻ ഉദ്ദേശിച്ചാൽ എത്തേണ്ടിടത്ത് എത്തിയിരിക്കും എന്നുള്ള തിനാൽ എത്തപ്പെട്ട ശ്രാവണ ബെൽഗോളയോട് അടുക്കും തോറും കണ്ണുതിരയുന്നത് ഒരു യാത്രാവിവരണത്തിൽ വായിച്ച 5 കി മീ ദൂരെ നിന്നുപോലും കാണാനാവുന്ന ബാഹുബലിയുടെ ഭീമാകാരപ്രതിമയാണ്.

അത്രനേരവും ആ കാഴ്ചയെക്കുറിച്ച് എഴുതിയ വിവരണത്തെ പറ്റി വാചാലയായ എന്നോട് 'എഴുതിപൊലിപ്പിക്കുന്നതും നേരിട്ടുള്ള കാഴ്ചയും രണ്ടാണെടീ' എന്ന ഉപദേശകളിയാക്കലിന് ഒരു കിലോമീറ്റർ ചുറ്റള വിലായിട്ടു പോലും ബാഹുബലി കണ്ണിൽ പെടാത്തതിനാൽ ഞാൻ തികച്ചും അർഹതന്നെ!

വിന്ധ്യഗിരിയുടെ പിന്നാമ്പുറത്തെ ഇടുങ്ങിയ വഴിയിലൂടെയാണ് ശ്രാവണബൽഗോളയിലേക്ക് പ്രവേശിച്ചത്. വഴി നിറയെ പച്ചക്കറി കച്ചവടക്കാരാണ്. കുന്നിനുമുകളിലെ കൂറ്റൻ മതിൽക്കെട്ടിനു പുറമേ യ്ക്ക് ബാഹുബലിയുടെ തല ഇടയ്ക്ക് എപ്പോഴോ ചെറുങ്ങനെയൊന്ന് കണ്ടോ എന്നു സംശയം അത്രതന്നെ!

ആവറേജിനും താഴെയുള്ള ചെറിയ പട്ടണമാണ് ലോക ടൂറിസ്റ്റ്മാ പ്പിൽ ഇടം പിടിച്ച ശ്രാവണബൽ ഗോള. ഉയർന്ന നിലവാരമുള്ള താമസസൗകര്യമോ റസ്റ്റാറന്റുകളോ ഇല്ല. ഉച്ചയായതിനാൽ നെറ്റ് ഒന്നു പരതി ഹോട്ടൽ രഘുവിലെ ഭക്ഷണം കൊള്ളാം എന്ന റിവ്യൂവിൽ വിശ്വാസമർപ്പിച്ച് അവിടെ കയറി. സംഗതി കലക്കൻ. ഭക്ഷണം ആസ്വ ദിച്ച് ഉണ്ടാക്കുന്നവനാണ് പണ്ടാരിയെന്ന് ഭക്ഷണം പറയുന്നു. അമിത അളവില്ലാ ത്തതിനാൽ വയറു നിറഞ്ഞ് കഴിച്ച ഭക്ഷണത്തെ തള്ളി പറയാത്ത ആമാശയം തരുന്ന സുഖം വേറെയും!

ശ്രാവണബെൽഗോളയിൽ വിന്ധ്യഗിരിയെന്ന ഉയരം കൂടിയ കുന്നും ചന്ദ്രഗിരിയെന്ന അത്ര ചെറുതല്ലാത്ത കുന്നും ഉണ്ട്. ശ്രാവണബൽഗോള വിവരണങ്ങളിൽ പൊതുവേ ചന്ദ്രഗിരിയെക്കുറിച്ച് പറയാറില്ല. വിന്ധ്യഗിരിയ്ക്ക് മുകളിലാണ് ലോകത്തിലെ ഏറ്റവും വലിയ ഒറ്റക്കൽ ശിൽപമായ ബാഹുബലി 58 അടി ഉയരത്തിൽ തല ഉയർത്തി നിൽക്കുന്നത്.

ഹോട്ടൽ രഘുവിൽ നിന്നും നോക്കിയാൽ നട്ടുച്ചച്ചൂടിൽ ഒരു നുള്ളു തണൽ പോലുമില്ലാത്ത ചുട്ടുപഴുത്തു കിടക്കുന്ന വിന്ധ്യഗിരി കയറുന്ന ആൾക്കൂട്ടം കാണാം. ജൈനരും കേവലസഞ്ചാരികളുമൊക്കെയുണ്ടാക്കൂട്ടത്തിൽ ടൂറിസ്റ്റ് ബസ്സുകളിൽ വന്ന ചിലർ സമയപരിമിതിയെക്കാൾ ഉപരി കാലു ചുട്ടുപൊള്ളുന്നതു കൊണ്ടാവണം പടികൾ ഓടിക്കയറുന്നത്. ശാരീരികപീഢകൾ വ്രതമായി എടുക്കുന്ന ജൈനർക്ക് ഈ കയറ്റം ആനന്ദമെങ്കിലും സാധാരണക്കാർക്ക് ഈ നട്ടുച്ചക്കയറ്റം അത്ര സുഖകരമാവാനിടയില്ല.

അവിടെയുമിവിടെയുമൊക്കെയൊന്ന് ചുറ്റിയടിച്ച് വെയിൽ താണാണ് മലകയറാനെത്തിയത്. പാദരക്ഷകൾ അടിവാരത്തിൽ അഴിച്ചുവെച്ച് കാലുകഴുകി വേണം മലകയറാൻ. വിദേശികൾ സോക്സ് വാങ്ങി ധരിച്ചാണ് കയറുന്നത്. യാതൊരു കായികവ്യായമങ്ങളും ചെയ്യാതെ സുഖലോലുപജീവിതം ജീവിക്കുന്നതിന് ഞാൻ എന്നെത്തന്നെ തെറി വിളിക്കും വിധം കിതച്ചും, നിന്നും പിന്നെ വിശ്രമിച്ചും ആണ് എന്റെ പടികയറ്റം. നന്നേ വീതി കുറഞ്ഞ് ചെത്തിയെടുത്ത കരിങ്കൽ പടവുകൾ. കയറുന്നവർക്ക് വീഴാതിരിക്കാൻ ഒരു കൈത്താങ്ങിന് സ്ഥാപിച്ച ഹാൻഡ്റെയിലിൽ പലപ്പോഴും ശരീരം കുത്തിച്ചാരിനിർത്തി എനിക്ക് വിശ്രമം എടുക്കേണ്ടിവരുന്നുണ്ട്.

മുകളിലേക്ക് നോക്കുമ്പോഴൊക്കെയും ബാഹുബലി അദൃശ്യൻ തന്നെ. മതിൽക്കെട്ടിന്റെ പുറംഭാഗം മാത്രമാണ് ദൃശ്യം. കുന്നുകയറി ഏറെക്കുറെ നിരപ്പുള്ള ഒരിടത്തെത്തുമ്പോൾ ആദ്യം കാണുന്നത് ചെറിയൊരു ബസ്തിയാണ്. അതിന്റെ ഇരുൾതണുപ്പിൽ ഒളിഞ്ഞിരിക്കുന്ന തീർത്ഥങ്കര പ്രതിമ കണ്ട് ഇറങ്ങി ബസതിയുടെ വശം ചേർന്നു നടന്നു വേണം ബാഹുബലി നിൽക്കുന്ന വിശാലമായ കെട്ടിന്റെ പടിവാതിൽക്കൽ എത്താൻ. പാറ നിറയെ ശിലാലിഖിതങ്ങളാണ്. അവ ഫ്രെയിം ചെയ്ത് ചില്ലുമൂടി സംരക്ഷിക്കപ്പെട്ടിരുന്ന കാഴ്ചയുടെ സന്തോഷം ചില്ലറയല്ല. വൃത്തിയുള്ള ഉരുണ്ട കയ്യക്ഷരത്തിൽ ആരോ പാറപ്പുറത്ത് എഴുതിവെച്ചപോലെയുണ്ട് കല്ലിൽ കൊത്തിയെടുത്ത ലിഖിതങ്ങൾ.

മതിൽക്കെട്ടിന്റെ പ്രവേശനകവാടം കടന്നതുമതാ നിവർന്നു നിൽക്കുന്ന ബാഹുബലി. പ്രതിമയുടെ സംരക്ഷണാർത്ഥം എന്തോ

ലേപനങ്ങൾ പുരട്ടി അറ്റകുറ്റപണികൾ ചെയ്യുന്നതിനാൽ തലങ്ങും വിലങ്ങും കെട്ടിയ മുളകൾക്കുള്ളിലാണ് ബാഹുബലി.

കാത്തുസൂക്ഷിച്ച കസ്തൂരി മാമ്പഴം കാക്കച്ചി കൊത്തി നശിപ്പിച്ച പോലെ മനസ്സിൽ കാത്തുവെച്ച ബാഹുബലിയുടെ ദർശനഗാംഭീര്യവും വിശാലതയും മുളക്കെട്ട് നശിപ്പിച്ചു. വിശാലമായ കരിങ്കൽത്തളത്തിലാണ് ബാഹുബലിയുടെ നിൽപ്പ്. കരിങ്കൾത്തളത്തിന്റെ ചുറ്റുമതിലിനോടു ചേർന്നുള്ള ഇടനാഴിയിൽ കരിങ്കറുപ്പ് നിറമുള്ള മിനുസശിലയിൽ അനവധി തീർത്ഥങ്കരന്മാരുടെ പൂർണ്ണമായ പ്രതിമകൾ. ഓരോന്നിലും അവരുടെ പേരും ജീവിച്ചിരുന്ന കാലവും അടയാളപ്പെടുത്തിയിട്ടുണ്ട്. അനാവശ്യ ആർഭാടങ്ങൾ ഒഴിവാക്കിയതിന്റെയൊരു ലാളിത്യശാന്തത തരാൻ ജൈനബസ്തികൾക്കാവും.

ഇടനാഴിയിൽ വലിയ വലിയ ചെമ്പുകുടങ്ങളും കുട്ടകങ്ങളും അടുക്കിവെച്ചിരിക്കുന്നത് കുംഭാഭിഷേകത്തിന്റെ ഓർമ്മകളായിരിക്കണം. അഭിഷേകസമയത്ത് വലിയ കുംഭങ്ങളിൽ പാലും നെയ്യും ചന്ദനവും ധാന്യവും കരിമ്പുനീരും മഞ്ഞളുമൊക്കെ പ്രതിമയുടെ തലയ്ക്ക് മുകളിൽ വർഷിക്കുമ്പോഴതിൽ സ്വർണ്ണ വെള്ളി നാണയങ്ങളും ഉണ്ടാവുമെത്രെ! പന്ത്രണ്ട് വർഷത്തിലൊരിക്കൽ നടക്കുന്ന ആ ചടങ്ങ് അവസാനം നടന്നത് 2018 ൽ ആണ്.

പ്രതിമയുടേയും ബസ്തികളുടേയും മതിൽക്കെട്ടിന്റെയും വിന്ധ്യഗിരിയുടേയുമൊക്കെ മൊത്തത്തിലുള്ള സെറ്റപ്പ് വെച്ചു നോക്കിയാൽ ഗ്രാമങ്ങളിലേക്ക് തെറിച്ചെത്തുന്ന പാൽത്തുള്ളികളും വീടുകളിലേക്ക് ഉരുണ്ടുകയറിച്ചെല്ലുന്ന നാണയങ്ങളും ഭാവനാസൃഷ്ടിതന്നെ! അങ്ങ് ദൂരെ ചന്ദ്രഗിരിയേയും അവിടുത്തെ ബസ്തികളേയും കാണിച്ചുതരുന്നുണ്ട്. വിന്ധ്യഗിരി.

വന്നിട്ടിതുവരെ ഒരു മലയാളിമുഖമോ വാക്കോ കേൾപ്പിച്ചു തരാത്ത ശ്രാവണ ബൽഗോളയിലെ ബാഹുബലിക്കുന്നിൽ നിറയെ വിദേശികളാണ്. അമ്മയേത് മകളേത് എന്ന് തിരിച്ചറിയാനാവാത്ത രണ്ടു 'വിദേശിനികൾ കണ്ടിട്ടും കണ്ടിട്ടും മതിവരാതെ പറന്നു നടന്നു കാണുകയാണ് കാഴ്ചകൾ! അവർ അമ്മ യും മകളും ആണെന്നും, ആ ഗ്രൂപ്പ് മൊത്തം ഇസ്രായേലികൾ ആണെന്നും സൗഹൃദഭാഷണത്തിനിടെ മനസ്സിലായിരുന്നു. എല്ലാം വിശദമായി പഠിച്ചറിഞ്ഞ് വന്ന അവർ ഓരോന്നും ഗൈഡിനോട് ചോദിച്ചറിഞ്ഞ് കാണുമ്പോൾ കുറ കപ്പലുകാണും പോലുള്ള നമ്മുടെ സഞ്ചാരങ്ങൾ ഓർത്ത് ചിരിയും വന്നു. ഇന്ത്യയിൽ എത്തുന്ന വിദേശികൾ നേരിടുന്ന പ്രധാന പ്രശ്നം കാലാവസ്ഥയും ഭക്ഷണവും മറ്റുള്ളതുമല്ല. ഒരു വിദേശിയെ കണ്ടാൽ ഒപ്പം

നിന്ന് ഫോട്ടോ എടുക്കാനുള്ള നമ്മുടെ ആക്രാന്തമാണ്! കാഴ്ചകാണാൻ വരുന്നവർ കാഴ്ച്ചവസ്തു ആകുന്നതിലെ ദയനീയത അസഹനീയമാണ്.

എനിക്കപ്പുറമിരുന്ന ഇന്ത്യൻ പൗരുഷഗാംഭീര്യതയിലേക്ക് നമ്മുടെ ശൈലിയിൽ കള്ളനോട്ടമെറിയാതെ വ്യക്തമായിത്തന്നെ നോക്കി ആ ആൺവിരലിലെ മോതിരത്തിന്റെ വന്യഭംഗിയിൽ നടുക്കം പ്രകടിപ്പിക്കുന്ന ഇസ്രായേലി പെൺകുട്ടത്തിന്റെ കുസൃതികലർന്ന മുഖഭാവം ആസ്വദിച്ചിരിക്കുന്നതിനിടെ കാവൽക്കാരന്റെ ശബ്ദമുയർന്നു. സന്ദർശകരെ വിളിച്ചുകൂട്ടി പടിയിറക്കത്തിനുള്ള ഒരുക്കം കൂട്ടുകയാണയാൾ.

ആറു മണിവരെയാണ് സന്ദർശന സമയം. തളർന്നും കിതച്ചും പതിയെ പടികൾ കയറി ആറു മണിയ്ക്കടുത്ത് മലമുകളിൽ എത്തിയവരോട് ഏതായാലും മലകയറി വന്നതല്ലേ എന്ന അലിവിന്റെ പരിഗണനയൊന്നും അയാൾക്കില്ല. ഏതോ ദേശത്തുനിന്നും ദൂരങ്ങൾ താണ്ടി ചരിത്രസ്മാരകം കാണാനെ ത്തിയ സഞ്ചാരികൾ എന്ന ഉള്ളലിവില്ലാതെ കാർക്കശ്യം പ്രകടിപ്പിച്ച അയാൾക്ക് പ്രവേശനവാതിൽ ആറു മണിക്ക് തന്നെ താഴിട്ട് പൂട്ടിയിട്ടേ ആശ്വാസമായുള്ളൂ! ഒരു മിനിറ്റു തെറ്റിയാൽ ജോലി തെറിക്കുമെന്നമട്ടിലാണയാളുടെ പ്രകടനം. ഇത്തരം ഇടങ്ങളിൽ ചരിത്രാവബോധമോ മാനുഷിക മൂല്യങ്ങളോ ഇല്ലാത്തവരെ ജീവനക്കാരായി നിയമിക്കുന്നത് ഒരു തരത്തിൽ പാതകം തന്നെ. ഇതൊരു സമയബന്ധിത ജോലി മാത്രമായി കണ്ട അയാൾക്ക് എത്രയും പെട്ടന്ന് മലയിറങ്ങാനാണ് തിടുക്കം.

ദീപാലങ്കാരങ്ങളോ എണ്ണവിളക്കപ്രകാശമോ ഇല്ലാതെ സന്ധ്യയെ അതിന്റെ സ്വാഭാവികതയിൽ അതുപടി സ്വീകരിക്കുകയാണ് വിന്ധ്യഗിരി താഴെയുള്ള വലിയ തീർത്ഥക്കുളവും ചെറിയ പട്ടണവും കണ്ട് അൽപന്നേരം പടവുകളിലിരുന്നു. ജീവിതത്തിന്റെ വെമ്പലുകളെ നിരർത്ഥകമാക്കുന്ന ഒരിടം! മിക്കവാറും ജൈനബസ്തികളും അത്തരം ഇടങ്ങളിലാണ്.

ആൺനഗ്നതയിലേക്ക്ആദ്യസ്വതന്ത്രനോട്ടം തന്നെ ബാഹുബലിയെ മറച്ച മുളക്കെട്ടുകളെ പ്രാകി, യുഗ യുഗാന്തരങ്ങൾക്ക് അപ്പുറത്ത് നിന്ന് യുഗയുഗാന്തരങ്ങൾക്കപ്പുറത്തേക്ക് നോക്കി നിൽക്കുന്ന ആ ഏകശിലാ ശരീരത്തെ തനിച്ചാക്കി മലയിറങ്ങി.

മലയടിവാരത്തിൽ നിന്നും തെരുവിലേക്കിറങ്ങുമ്പോൾ ഒരാൾ 'നേമിനാഥ ജൈൻ ഭോജനാലയം' എന്ന ബോർഡ് ചൂണ്ടിക്കാട്ടിത്തന്ന് അവിടെ നല്ല ജൈൻ ഫുഡ് കിട്ടും എന്നു പറഞ്ഞു. ജൈനർ സസ്യാഹാരികൾ എന്നതിനപ്പുറം യാതൊരുവിധ മൃഗ ഉത്പന്നങ്ങളും ഉപയോഗിക്കാത്തവരാണ്. കാലടിയിൽ ഉറുമ്പുപോലും പെടാതിരിക്കാൻ

തലകുനിച്ചും, സൂക്ഷ്മ ജീവികൾ വായുവിലൂടെ വായിലകപ്പെടാതിരിക്കാൻ വാ മൂടിക്കെട്ടിയും നടക്കുന്ന വർഗ്ഗം ചെടികൾക്കും ജീവനുണ്ട് എന്ന വസ്തുത അത്ര കാര്യമായിട്ടെടുക്കാത്തത് ഭാഗ്യം!

ലോക പ്രശസ്തമായ ഒരിടത്ത് മികച്ച താമസസൗകര്യമോ ഭോജനാലയങ്ങളോ ഇല്ലാത്തതിനു കാരണം ആർഭാടരഹിതമായ ജൈന ജീവിതരീതികൾ തന്നെയായിരിക്കണം.

അയാൾ ചൂണ്ടിക്കാട്ടിയ നേമിനാഥ ഭോജനാലയം ഒഴിഞ്ഞ് കിടക്കുകയാണ് കയറിച്ചെന്നപ്പോൾ. ആവറേജിലും താഴെയുള്ള വീടിന്റെ സെറ്റപ്പ് ഉള്ളതിൽ വലിയ മുറിയിൽ മരബെഞ്ചും നീളൻ ഡസ്കും ഇട്ടിരിക്കുന്നു. അച്ഛനും മകനും എന്നു തോന്നിയ രണ്ടു പേരാണ് ഹോട്ടൽ നടത്തുന്നത്. ആളനക്കം കേട്ടപ്പോൾ മുറിയോട് ചേർന്ന ഇടനാഴിയിൽ ഇരുന്ന കൗമാരക്കാരനായ മകൻ എഴുന്നേറ്റു വന്ന് ഞങ്ങളെ മറ്റൊരു ഇരുട്ടു മുറിയിലേക്ക് കൊണ്ടുപോയി നിലത്തു കെട്ടിയിട്ട ഒരു ടാങ്കിൽ നിന്ന് അൽപ്പം വെള്ളം കപ്പുകൊണ്ട് ഒഴിച്ചുതന്നു. കാഴ്ച്ചയിൽ അന്ധത ബാധിച്ച അവൻ വെള്ളമൊഴിച്ചു തരുന്ന രീതിയും മുഖത്തെ സ്ഥായീഭാവമായ നിഷ്കളങ്കച്ചിരിയും കണ്ടപ്പോൾ അവന് പൂർണ്ണാന്ധതയില്ലെന്നും ബുദ്ധിയ്ക്ക് ശകലം കുറവുണ്ടെന്നും തോന്നി.

ഓർഡർ ചെയ്യാൻ ഓപ്ഷനില്ല. ഒരു ഭക്ഷണം അവർ ഉണ്ടാകും അതു തരും. ജൈൻഫുഡ് ഇതുവരെ കഴിക്കാത്തതിന്റെ കൗതുകമുണ്ടായിരുന്നു കാത്തിരിപ്പിന്. ഏറെനേരം കാത്തിരുത്തി രണ്ടു ഉണക്കച്ചപ്പാത്തിയും ശകലം കാബേജ് തോരനും നാരങ്ങ അച്ചാറും തന്നു. പാതി വെന്ത കാമ്പേജും കടിച്ചാൽ പൊട്ടുന്ന ഉണക്കച്ചപ്പാത്തിയും തിന്ന് കൈ കഴുകാൻ എഴുന്നേറ്റപ്പോൾ തപ്പിതടഞ്ഞ് കൂടെവന്ന് വെള്ളമൊഴിച്ച് തന്നെ അവൻ കാശു ചോദിച്ച് കൈനീട്ടി.

അവനോടുള്ള സഹതാപം ഭക്ഷണത്തിന്റെ ചാർജ്ജുകേട്ടപ്പോൾ വറ്റി. ഇരുന്നൂറ് രൂപ. ഉച്ചയ്ക്ക് ഹോട്ടൽ രഘുതന്ന ഗംഭീര താലിമീൽസിന് ഇതിന്റെ പകുതി വിലയില്ല.

അതിലും ഞെട്ടിയത് തെരുവിൽ നിന്നും കയറി വന്ന് ക്യാഷ് ബോക്സിൽ ഇരുന്ന ആളെ കണ്ടാണ്. നേമിനാഥ ഭോജനാലയ മഹിമ വർണ്ണിച്ച് ചൂണ്ടിക്കാട്ടിയവൻ! അവന്റേതാണ് ഹോട്ടൽ അച്ഛനും മകനും വെറും ജോലിക്കാർ. ചതിക്കപ്പെട്ടതിന്റെയും ചൂഷണം ചെയ്യപ്പെട്ടതിന്റെയും അമർഷം നിറഞ്ഞ ഓർമ്മയായി നേമിനാഥ ജൈൻ ഭോജനാലയം എന്ന പേര്.

നടന്നുനടന്ന് ചന്ദ്രഗിരിയുടെ താഴ്വാരത്ത് എത്തിയപ്പോൾ ചന്ദ്രഗിരിയുടെ പ്രവേശനകവാടം ആറു മണിക്ക് അടയ്ക്കും എന്ന് എഴുതിയിരിക്കുന്നു. അല്ലെങ്കിലും പുലർകാലത്തേക്കായിരുന്നു ചന്ദ്രഗിരിക്കാഴ്ച വെച്ചതും!

രാവിലെ എഴുന്നേറ്റ് ജനൽ തുറന്നു നോക്കുമ്പോൾ ഒന്നും ദൃശ്യമാവാത്തവിധം മഞ്ഞാടയണിഞ്ഞു. തലേന്നത്തെ അന്തരീക്ഷാവസ്ഥവെച്ച് നോക്കുമ്പോൾ ഇത്തരമൊരു മഞ്ഞുമൂടിയ അന്തരീക്ഷത്തിലേക്ക് കണ്ണു തുറക്കുന്നത് അചിന്തനീയം. മണി എട്ടുകഴിഞ്ഞിട്ടും തണുപ്പുവിടാത്ത മഞ്ഞ് കാഴ്ച്ചമൂടി അങ്ങനെതന്നെ നിൽക്കുന്നു.

ചന്ദ്രഗിരിയും നഗ്നപാദ സ്പർശമേ അനുവദിക്കൂ. വിന്ധ്യഗിരിയിലെ പോലെ ഒറ്റയടിക്കുള്ള കൽ പടവുകളല്ല ചന്ദ്രഗിരിയിൽ പടികളും പരന്ന നടപ്പാതയും വഴികളിൽ പൗരാണികകമാനങ്ങളുമായി പാറക്കെട്ട് കൂട്ടം.

കരിങ്കൽ പടവുകളിൽ അമരുന്ന കാലടികളിലൂടെ ദേഹമാകെ പടർന്നുകയറുന്നതും, കൂടെ പോരുന്നതും, ഇടംവലം നിൽക്കുന്നതും ചുറ്റിപിടിക്കുന്നതും മഞ്ഞ് തന്നെ, മഞ്ഞ് മാത്രം! എതിരെവരുന്ന മഞ്ഞിനെ വകഞ്ഞുമാറ്റി പടികയറിയെത്തുന്നവരെ ചന്ദ്രഗിരി തന്റെ പ്രൗഢമായ ഏകാന്ത നിശബ്ദതയിലേക്ക് സ്വാഗതം ചെയ്യുന്നു. വൃത്തിയോടെ നന്നായി പരിപാലിക്കപ്പെട്ടുന്നുണ്ട് എങ്ങും.

ചന്ദ്രഗിരിയുടെ പ്രശാന്തതയിൽ വീണുപോയ ചന്ദ്രഗുപ്തമൗര്യൻ സല്ലേഖനത്തിന് തിരഞ്ഞെടുത്തത് ഇവിടമാണ്. ഇതു പോലൊരിടത്ത് വെച്ച് മരണത്തെ അറിഞ്ഞ് സ്വീകരിച്ച മൗര്യ ചക്രവർത്തി അതികാൽപ്പനികൻ തന്നെ. ഭാഗ്യവാനും!

ആചാരാനുഷ്ഠാനങ്ങൾക്ക് വിധേയമായി ജൈനർ നടത്തുന്ന സല്ലേഖനമെന്ന ജീവത്യാഗം ഒന്നാലോചിച്ചാൽ മഹത്തരമാണ്. മരണമെന്ന സത്യത്തെ തിരിച്ചറിവുകൊണ്ടംഗീകരിച്ചാദരിച്ചും പിന്നെയതിനെ പ്രണയിച്ചും പിന്നെയാ പ്രണയത്തിൽ ലയിച്ചലിഞ്ഞില്ലാതെയാവുന്നതും എത്ര ഉദാത്തമാണ്!

പിറന്നു വീഴുമ്പോൾ പൊക്കിൾക്കൊടി ബന്ധമുപേക്ഷിച്ച് സ്വതന്ത്രനാവും പോലെ സകല ജീവിതാവസ്ഥകളേയും ബന്ധനങ്ങളേയും പൂർണ്ണതൃപ്തിയിൽ ഉപേക്ഷിച്ച് ജീവിതത്തിൽനിന്നും മരണത്തിലേക്ക് നേടുന്ന സ്വാതന്ത്ര്യമാണ് സല്ലേഖനം!

അത്രമേൽ പ്രിയതരമായൊരുരതിയിൽ, തളർന്നയയുന്ന ഞരമ്പുകളിൽ ഒളിഞ്ഞുകിടന്നിരുന്ന ഓരോ കുഞ്ഞു നക്ഷത്രവും തെളിഞ്ഞു കത്തി പ്രകാശമായി പടർന്നൊഴുകിയൊഴുകിയൊരു മഹാവിസ്ഫോടനത്തിൽ

ആത്മാവും ശരീരവും ജ്വലിച്ചുകത്തി ജീവൻ വെറുമൊരു പ്രകാശമായി മാറും പോലെയൊരനുഭവമാകും സല്ലേഖനം എന്നെനിക്ക് തോന്നാറുണ്ട്.

അത്രമേൽ പ്രിയതരമായ പ്രാണന്റെയോരോ കുഞ്ഞു നക്ഷത്രങ്ങളേയും വാത്സല്യത്തോടെ ഊതി ക്കെടുത്തി, അറ്റുപോവുന്ന പ്രാണന്റെ പിടച്ചിലുകളെ തഴുകിയൊതുക്കി ഇരുട്ടിലൂടെയൊഴുകിയൊഴുകി അതീന്ദ്രിയമായൊരു മഹാവിസ്ഫോടനത്തിൽ ജ്വലിച്ച കത്തി വെറും പ്രകാശമായി മാറുന്ന ജീവൻ!

പ്രവേശന കവാടം കടന്നാൽ നിറയെ ബസ്തികളാണ് ചന്ദ്രഗിരിയിൽ. ചന്ദ്രഗുപ്തന്റെ, ചൗണ്ഡരാ യന്റെ, ശാന്തിനാഥന്റെ, പ്രസന്നനാഥന്റെ അങ്ങനെയങ്ങനെ... ബി.സി മൂന്നാം നൂറ്റാണ്ടിൽ അശോക ചക്രവർത്തിയാണ് ചന്ദ്രഗുപ്തബസ്തി നിർമ്മിച്ചത്. ചന്ദ്രഗുപ്തന്റെയും അദ്ദേഹത്തിന്റെ ഗുരു ഭദ്രബാഹുവിന്റേതുമടക്കം നൂറ്റിയാറ് ജൈനകുടീരങ്ങളുണ്ട് ചന്ദ്രഗിരിയിലും വിന്ധ്യഗിരിയിലുമായി.

ബാഹുബലിയുടെ സഹോദരൻ ഭരതന്റെ പ്രതിമയും മറ്റെല്ലാ ജൈന പ്രതിമകളും പോലെ ദിഗംബരാവസ്ഥയിലാണ്. ഭരതന്റെ പ്രതിമ അപൂർവ്വമാണെന്ന് ആർക്കിയോളജിക്കൽ സർവേയുടെ വിവരണം പറഞ്ഞു തരുന്നു.

പൊതുവെ ജൈനബസ്തികൾക്കെല്ലാം ഒരേ ഘടനയാണ്. ആർഭാടവും ധാരാളിത്തവുമില്ലാത്ത ആഢ്യലാളിത്യത്തിന്റെ ഘനഗംഭീര എടുപ്പുകൾ, കൂറ്റൻ കരിങ്കൽ തൂണുകളാൽ നിറഞ്ഞ മണ്ഡപങ്ങൾ, തറയും ചുമരുമായൊക്കെ ഉപയോഗിക്കുന്ന കൂറ്റൻ കരിങ്കൽപാളികളെ സർവ്വേക്കല്ലുപോലുള്ള നീളൻ കരിങ്കല്ലുകൊണ്ട് താങ്ങ് കൊടുത്താണ് നിർത്തിയിരിക്കുന്നത്. ചെടികൾക്കൊക്കെ ചെരിയാതിരിക്കാൻ മുട്ടു കൊടുത്ത് നിർ ത്തും പോലെ! ശിലാലിഖിതങ്ങളാണെങ്ങും. അതെല്ലാം അതീവ പ്രധാന്യത്തോടെ സംരക്ഷിക്കപ്പെട്ടുകയും, എന്താണതിൽ എഴുതിയിരിക്കുന്നതെന്നതിന്റെ വിവരണം തൊട്ടടുത്ത വിവരണബോർഡിൽ കന്നടയിലും ഇംഗ്ലീഷിലും എഴുതിയിരിക്കുകയും ചെയ്തിട്ടുണ്ട്.

കൊത്തുവേലകളുടെ ആധിക്യമില്ലാതെ കൂറ്റൻ കരിങ്കൽ പാളികൾ ചേർത്തുവെച്ച് നിർമ്മിതികളെ ഇത്രമേൽ ആകർഷകവും പ്രൗഢവുമാക്കാൻ കഴിഞ്ഞ ജൈൻ ആർക്കിടെക്ടുകൾ വിസ്മയാദരം ആർഹിക്കുന്നു.

ബസ്തികളിലെ ഇരുൾ മുറികളിൽ കനത്തു കെട്ടിനിൽക്കുന്ന വായുവിൽ കരിങ്കൽത്തണുപ്പിലലിഞ്ഞിരിക്കുകയാണ് തീർത്ഥങ്കര പ്രതിമകൾ. പൂജാരികൾ എന്ന ഇടനില വർഗ്ഗമില്ലാത്തതിനാൽ

ശ്രീകോവിൽപോലുള്ള ഇരുളറയിൽ നമുക്കും പ്രവേശിക്കാം. നേരിട്ട് ആരാധന നടത്താം. അതൊരു വലിയ കാര്യം തന്നെ!

എത്രയോ നൂറ്റാണ്ടുകൾ പിന്നിട്ട പ്രാകൃതഘടനയിലുള്ള അതിപുരാതന കൽപടവോടുകൂടിയ പിരിയൻ ഗോവണി കയറി മട്ടുപാവിലെത്തി കാണണം ഒരു തീർത്ഥങ്കരനെ. വീതി നന്നേ കുറഞ്ഞ് അകലം കൂടിയ പിരിയൻ ഗോവണി പടികൾ ധൈര്യത്തെ പരീക്ഷിക്കുന്നുണ്ട് വല്ലാതെ. ഹാൻഡ്റെയിൽ ഇല്ലാത്തത് മറ്റൊരു പരീക്ഷണം. ഇറങ്ങുമ്പോഴാവട്ടെ പിന്തിരിഞ്ഞ് പടികളിൽ പിടിച്ച് പിടിച്ച് പുറംതിരിഞ്ഞ് ഉള്ളു കാളിച്ചയോടെ വേണം ഇറങ്ങാൻ. കാലു പരമാവധി താഴ്ത്തിയാലെ അടുത്ത പടിയുടെ കരിങ്കൽ തണുപ്പ് തൊടാനാകൂ. വല്ലാത്തൊരനുഭവം!

ചന്ദ്രഗിരിയിൽ അൽപ്പനേരം നിന്നാലറിയാനാകും ജീവിത ഭൗകികതകളോട് അകൽച്ച തോന്നി ആത്മീയതയിലേക്ക് നടന്നടുക്കുന്ന ആത്മാവിന് ഭയമേതുമില്ലാതെ മരണം സ്വീകാര്യമാവുന്നത്.

അനുഭവിച്ച് മതിയാവാത്ത ആഴമുള്ള നിശബ്ദതയിൽ നിന്നും മനസ്സ് അടർന്നു പോരാത്തതിനാൽ ആരോ അദൃശ്യമായി തള്ളിയിറക്കും പോലെയാണ് തിരിച്ചിറങ്ങിയത്.

മണി പത്തായിട്ടും അലിഞ്ഞു പോകാൻ മഞ്ഞിനും മടി അതുകൊണ്ടാക്കെതന്നെയായിരിക്കണം.

വഴിനടത്തത്തിനിടെ തെരുവുകച്ചവടക്കാരിയിൽ നിന്ന് ബാഹുബലിയുടെ അർദ്ധകായ ഗ്രാനൈറ്റ് ശിൽപ്പവും നന്ദി പ്രതിമയും വാങ്ങി. രണ്ടിനും കൂടെ നാന്നൂറ്റിഅമ്പത് രൂപ അധികമല്ലെന്നു മാത്രമല്ല കുറവാണ് താനും. അപരിചിതനെങ്കിലും സൗഹൃദഭാവത്തിൽ സംസാരിച്ചവനോട് നൊടിമാത്രയിലവൾ തെരുവ് കച്ചവടക്കാരിയിൽ നിന്നും പ്രാരാബ്ധക്കാരിയായ കന്നഡിഗ വീട്ടമ്മയായി സ്ഥിരപരിചിത നോടെന്നപോലെ സംസാരിക്കുന്നത് കണ്ടു. ദേശത്തിനും ഭാഷയ്ക്കും വർഗ്ഗത്തിനും അപ്പുറം രണ്ട് മനുഷ്യർക്കിടയിലെ അകൽച്ചയുടെ അതിര് അത്രയേ ഉള്ളൂ. അത്രയേ ഉണ്ടാവാൻ പാടൂ!

ഏറെക്കാലത്തെ ആഗ്രഹക്കാഴ്ച്ചയ്ക്ക് ശേഷം മടങ്ങുമ്പോൾ എന്തോ നേടിയെന്ന തോന്നലിനെക്കാൾ നേടിയതൊന്നും നേട്ടമല്ലെന്നും, ജീവിതം മരണത്തിലേക്കുള്ള വഴിയാത്രമാത്രമാണെന്നാണ് ശ്രാവണബൽ ഗോള ഓർമ്മിപ്പിക്കുന്നു.

—യാത്ര ഏതായാലും ഭാരരഹിതമായ ചുമടേന്തുന്നവനാണ് യഥാർത്ഥ യാത്രികൻ എന്നതും!

ഹൊയ്സാലന്റെ ആഭരണപ്പെട്ടി

ഹൊയ്സാല സാമ്രാജ്യത്തിന്റെ ആദ്യകാല തലസ്ഥാനമായ ബേലൂർ ആയിരം വർഷങ്ങൾക്ക് ശേഷവും കലാസ്വാദകരേയും ചരിത്രാന്വേഷികളേയും ത്രസിപ്പിക്കുന്നത് ചെന്നകേശവ ക്ഷേത്രശിൽപ്പങ്ങളുടെ എതിരില്ലാഭംഗിയാലും പ്രൗഢഗതകാലത്താലുമാണ്.

കർണ്ണാടകയിലെ ഹാസ്സൻ ജില്ലയിലാണ് അതിസുന്ദരനായ വിഷ്ണു എന്നർത്ഥമുള്ള ചെന്നകേശവന് മനുഷ്യർ തീർത്ത ഈ സൗന്ദര്യാലയം.

ഹൊയ്സാല രാജ്ഞി ശന്തളയുടെ കുറ്റമറ്റ ഉടലഴകളവുകളും കാൽപ്പനിക നൃത്തമുദ്രകളും ശിൽപ്പി കളുടെ ഉളിത്തുമ്പിലൂടെ നടത്തിയ പരകായ പ്രവേശം മിന്നിപ്പൊലിയുന്ന ചെന്നകേശവക്ഷേത്രശിൽ പ്പങ്ങളെക്കുറിച്ചറിയും മുൻപ് ഹൊയ്സാല സാമ്രാട്ട് വിഷ്ണുവർദ്ധനനെക്കുറിച്ചും അദ്ദേഹത്തിന്റെ അർദ്ധാംഗിനി ശന്തളയെക്കുറിച്ചും ചിലത് അറിയണം.

ഒരു യുദ്ധവീരന്റെ സന്തതസഹചാരിയായി മരണമുള്ളപ്പോൾ മറ്റൊരു പങ്കാളി വേണ്ട എന്ന കടുംപിടുത്തത്തിൽ വിഷ്ണുവർദ്ധനൻ വിവാഹത്തോട് മുഖംതിരിച്ചത് യുദ്ധത്തിൽ അകാലചരമമടഞ്ഞ സഹോദരഭാര്യമാരുടെ വൈധവ്യം നിരാശ പടർത്തിയ മുഖങ്ങളാണ് കൺമുന്നിലെന്നതിനാലായിരുന്നു.

മറ്റെല്ലാം മറന്ന് സ്വതന്ത്ര ഹൊയ്സാല നിർമ്മിതിയിൽ ശ്രദ്ധ കേന്ദ്രീകരിച്ച വിഷ്ണുവർദ്ധന്റെ അത്തരത്തിലുള്ള കടുംപിടുത്തങ്ങൾക്ക് ശന്തളയുമായുള്ള കൂടിക്കാഴ്ച വരെയേ ആയുസ്സുണ്ടായുള്ളൂ.

ആദ്യകാഴ്ച്ചയിൽതന്നെ ശന്തളയുമായി ജന്മാന്തരങ്ങൾക്കപ്പുറമൊരു ബന്ധം അനുഭവിച്ച വിഷ്ണുവർദ്ധന് ആ തോന്നൽ സത്യമെന്ന് ജീവിതത്തിൽ ഉടനീളം അനുഭവിപ്പിച്ച ശന്തള! നൃത്തത്തിൽ വെല്ലുവിളികൾക്കതീതയായ ശന്തള സർവ്വകലകളിലും അഗ്രഗണ്യയായിരുന്നു.

ജൈനാനുയായിയായ ബിട്ടിദേവ വൈഷ്ണവ മതം സ്വീകരിച്ച് വിഷ്ണുവർദ്ധനനായെങ്കിലും പത്നി ശന്തളയെ ജൈനമതത്തിൽ തുടരാനനുവദിച്ചു എന്നതിലും, ശന്തള ജൈനമതത്തിൽ ഉറച്ചു നിന്നു എന്നതിലും പ്രകടമാവുന്നത് പരസ്പര പൂരകങ്ങളായ രണ്ട് ഹൃദയങ്ങൾ വ്യക്തിത്വത്തെ തിരിച്ചറിയുന്നതും ബഹുമാനിക്കുന്നതും എങ്ങനെയാണെന്നാണ്. പതിനാലു വയസ്സിൽ വിഷ്ണുവർദ്ധന്റെ ആത്മാംഗനയായ ശന്തള തന്റെ ഇരുപതുകൾ അവസാനിക്കും മുൻപെ ശിവഗംഗാ പർവ്വതമുകളിൽ നിന്ന് ചാടി ജീവത്യാഗം ചെയ്തത് തന്നിൽ നിന്ന് ഹൊയ്സാല സാമ്രാജ്യത്തിന് ഒരു പിന്തുടർച്ചാവകാശി ലഭ്യമായില്ല എന്ന ഖേദത്താലും, തന്റെ നിർബന്ധത്തിന് വഴങ്ങി വിഷ്ണുവർദ്ധൻ വിവാഹം ചെയ്ത തന്റെ ബാല്യകാലസഖി ലക്ഷ്മിയിൽ വിഷ്ണുവർദ്ധനന് പിറന്ന പുത്രന് താൻ ഒന്നാം റാണിയായിരിക്കെ രാജ്യാവകാശം ലഭ്യമല്ലെന്ന തിരി ച്ചറിവിനാലുമാണ്.

തന്റെ പുത്രന് രാജ്യാധികാരം എന്നതിനായി ശന്തളയെ ഒന്നാംറാണിപദത്തിൽ നിന്ന് നീക്കുന്നത് വിഷ്ണുവർദ്ധനന് അചിന്ത്യമായിരുന്നു എന്ന അദ്ദേഹത്തിന്റെ മാനസികോന്നതി ഇന്ത്യൻ രാജവംശ പരമ്പരയിൽ അദ്ദേഹത്തിന്റെ സ്ഥാനം അങ്ങേയറ്റം ആദരണീയമാക്കുന്നു. തന്റെ വ്യക്തിത്വത്തോടുള്ള വിഷ്ണുവർദ്ധനന്റെ ആദരം ജീവത്യാഗത്തിലൂടെയാണ് ശന്തള മടക്കിയത്!

ചരിത്രത്തിന്റെ ദുരഭിമാന രേഖപ്പെടുത്തലുകളിൽ ശന്തളയുടെ ജീവത്യാഗം സല്ലേഖനത്തിന്റെ ചിട്ടവട്ടങ്ങളിലൂടെ ചേർക്കപ്പെട്ടിരിക്കുന്നു.

ഈ കുറഞ്ഞ ജീവിത കാലയളവിലും ശന്തള കലാകാരന്മാർക്കും കലകൾക്കും വൻ ഊർജ്ജസ്രോത സ്സായി. കലയെ ദൈവാർപ്പണമായി മാത്രം കണ്ട ശന്തള ചെന്ന കേശവനു മുന്നിൽ നടമാടുമ്പോൾ ആ ഉടലഴകും കരമുദ്രകളും മുഖശ്രീയും ശിൽപ്പികൾ ശിൽപ്പങ്ങളാക്കിയെടുത്തു.

—അതിരാവിലെ ക്ഷേത്രദർശനത്തിനിറങ്ങി. നാലുപുറവും വലിയ ചുറ്റമതിൽ ഉള്ള ക്ഷേത്രത്തി ലേക്ക് മെറ്റൽ ഡിറ്റക്ടറാണ് ആദ്യ പ്രവേശനാനുമതി തരുന്നത്. പ്രവേശന കവാടമായ ദ്രാവിഡ സ്റ്റൈൽറായ് ഗോപുര ചെന്നകേശവനെ കുലദൈവമായി ആരാധിച്ച വിജയനഗര രാജക്കന്മാർ പിൽക്കാലത്ത് നടത്തിയ കൂട്ടിച്ചേർക്കലാണ്

ക്ഷേത്രമുറ്റത്ത് സ്വദേശീയരെക്കാൾ വിദേശീയരാണധികവും എന്നത് എത്രമാത്രം ദയനീയമാണ്. വിദേശീയരുടെ കൂട്ടത്തിലെ ചിലർ ഞങ്ങളെ തലേദിവസം ഹളേബീഡുവിൽ കണ്ട പരിചയച്ചിരിയോടെ കുശലം പറഞ്ഞു. വെറും സഞ്ചാരികൾക്കിടയിൽ ദേശത്തിന്റെ അതിർ വരമ്പ് അപ്രസക്തം!

അതിവിശാല ക്ഷേത്രാങ്കണത്തിൽ റാണി ശന്തള നൃത്തമാടിയിരുന്ന വൃത്താകൃതിയിലുള്ള മേൽക്കൂരയോ തൂണോ ഇല്ലാത്ത ഗ്രാനൈറ്റിന്റെ വെറും തളം കറുപ്പുകൽത്തളികയായ് വെയിലേറ്റ് മിന്നുന്നു.

ക്ഷേത്രമുറ്റത്ത് ചെന്നകേശവയുടെ മാതൃകയിൽ പൂർണ്ണമായും സോപ്പ്സ്റ്റോൺ കൊണ്ട് ശന്തള പണികഴിപ്പിച്ച കാപ്പി ചന്നഗരായ ക്ഷേത്രം, സൗമ്യനായകി, രംഗനായകി ക്ഷേത്രങ്ങൾ എന്നിങ്ങനെ മൂന്ന് ചെറു ക്ഷേത്രങ്ങൾ പ്രധാനക്ഷേത്രത്തിന് ചുറ്റും നിൽക്കുന്നു.

പ്രധാന കവാടത്തെ അഭിമുഖീകരിക്കുന്ന കൊടിമരത്തിന് മുന്നിൽ ചിറകു വിടർത്തി തൊഴുകയ്യോടെ നിൽക്കുന്ന ഗരുഡന്റെ പൂർണ്ണകായ പ്രതിമ തുണിയിൽ നെയ്ത്തുകാരനെന്നപോലെ ശിൽപ്പി കല്ലിൽ ചെയ്ത ചിത്രവേലകളാൽ അലംകൃതമാണ്.

ക്ഷേത്രകവാടത്തിനു മുന്നിൽ 35 അടി ഉയരവും 15 ടൺ ഭാരവും വരുന്ന കൂറ്റൻ ഒറ്റക്കൽ വിജയ സ്തംഭം. ഈ സ്തംഭത്തിന്റെ പ്രത്യേകത അതിന്റെ മൂന്ന് മൂലകൾ ഭൂമിയിൽ ഉറച്ച് നിൽക്കുമ്പോൾ നാലാംമൂല ഭൂമി തൊടുന്നില്ല എന്നതാണ്. സെന്റർ ഓഫ് ഗ്രാവിറ്റി കൃത്യമായി ഇത്ര ഉയരമുള്ള പില്ലറിന്റെ ബേസിലേക്ക് കേന്ദ്രീകരിച്ച് എടുപ്പിച്ച ശിൽപ്പികളുടെ എൻജിനീയറിംഗ് വൈദഗ്ദ്ധ്യത്തെ എന്തു വിളി ക്കണം!! ഒരു കടലാസിനോ തുവാലയ്ക്കോ കടന്നുപോരാൻ കഴിയുന്ന വിടവ് നാലാം മൂലയ്ക്കും അടിത്തറയ്ക്കുമിടയിൽ നിൽക്കുന്നു

ക്ഷേത്രകവാടത്തിന് ഇടതുവശത്ത് പുലിയെ കൈക്കരുത്തുകൊണ്ട് ആക്രമിച്ച് കീഴടക്കുന്ന മനുഷ്യ ന്റെ ശിൽപ്പം. ഹൊയ്സാല രാജകീയ ചിഹ്നമായ ഇത് ഹൊയ്സാല ഗോത്രവർഗ്ഗത്തിന്റെ ആദ്യ തലവനായിരുന്ന 'സാല' ജൈനസന്യാസിയെ ആക്രമിക്കുന്ന പുലിയെ എതിരിട്ടപ്പോൾ 'പൊരുതുകസാല' എന്ന അർത്ഥത്തിൽ സന്യാസി 'ഹൊയ്സാല' എന്നലറിയതിന്റെ പ്രതീകമാണെന്നും, പുലിവംശ ചിഹ്നമായ ചോളന്മാരെ ഹൊയ്സാലന്മാർ കരുത്തുകൊണ്ട് തോൽപ്പിച്ചതിന്റെ അടയാളചിഹ്നമാണെന്നും ഭിന്നാഭിപ്രായമുണ്ട്.

1117 ൽ വിഷ്ണുവർദ്ധനൻ ആരംഭിച്ച ഈ ക്ഷേത്രനിർമ്മാണം നൂറ്റിമുപ്പത് വർഷങ്ങൾക്ക് ശേഷം അദ്ദേഹത്തിന്റെ ചെറുമകൻ വീരഭല്ലാല

പൂർത്തീകരിച്ചു. മൂന്നു തലമുറകളുടെ ഇടതടവില്ലാത്ത കഠിനാദ്ധ്വാനം പ്രതിബിംബിക്കുന്ന ക്ഷേത്രച്ചുമർ ഹളേബിഡുവിലെ പോലെത്തന്നെ അതിസൂക്ഷ്മ കൊത്തുകലയാൽ സംപുഷ്ടമാണ്. ഇവിടെയും ഒരടി വീതിയുള്ള ശിലാഖണ്ഡങ്ങളിൽ അടിയിൽ നിന്ന് മുകളിലോട്ടാണ് കൊത്തുപണികൾ. ആന, സിംഹം, കുതിര, തരുലതാദികൾ, സ്ത്രീകൾ എന്നിവ യഥാക്രമം കരുത്തിനേയും ധൈര്യത്തേയും വേഗത്തേയും സൗന്ദര്യത്തേയും പ്രതിനിധീകരിക്കുന്നു. 644 ആനകളുടെ, തികച്ചും വ്യത്യസ്തമായ ശിൽപ്പങ്ങളുണ്ടത്രെ ഈ ക്ഷേത്രച്ചുവരുകളിൽ. ചെറിയ കൊത്തുവേലകൾക്കൊപ്പം എടുത്തുപിടിച്ചുനിൽക്കുന്ന ഒറ്റ ശിൽപ്പങ്ങളും ധാരാളം. മേൽക്കൂരയ്ക്ക് തൊട്ടുതാഴെയായി അണിനിരന്നു നിൽക്കുന്നത് ദർപ്പണസുന്ദരിമുതൽ വ്യത്യസ്തനാമങ്ങളുള്ള മുപ്പത്തിനാല് ശിലാബാലികമാരാണ്. വിക്രമാദിത്യകഥകളിലെ അതിസുന്ദരികളായ സാലഭഞ്ജികകളെപ്പോലെ അവർ സർവ്വാഭരണവിഭൂഷിതകളായി വിവിധ പോസുകളിൽ കണ്ണിനെ തങ്ങളിൽ പിടിച്ചുവെക്കുന്നു.

ദർപ്പണ സുന്ദരിയെന്ന ലക്ഷണമൊത്ത സ്ത്രീശിൽപ്പമാണ് പ്രശസ്തം. ഒന്ന് വളഞ്ഞ് ചെരിഞ്ഞ് ഇടംകാൽ തെറ്റിച്ച് കയ്യിലെ ദർപ്പണത്തിന്റെ വൃത്താകൃതി പിടിക്കുള്ളിലൂടെ അവളുടെ മോതിരമിട്ട വിരലുകൾ കോർത്തുമടക്കിയാണ് ദർപ്പണം പിടിപ്പിച്ചിരിക്കുന്നത്. കരിങ്കല്ലിലാണിതൊക്കെ എന്നോർക്കണം. സുന്ദരി ജീവനിൽ കല്ലായ് ഉറഞ്ഞപോലെ കൃത്യമാണ് ശരീരശാസ്ത്രനിർമ്മിതി. ഒന്നും ഇടംതെറ്റി വെച്ച കാലിലെ പാദസരവും തണ്ടയുമെല്ലാം അന്നു നിലവിലുള്ള ആഭരണങ്ങളുടെ തനിപകർപ്പാണ്. ആഭരണങ്ങളിൽ യഥാർത്ഥത്തിലുള്ള ഒരു ചെറുപണിപോലും ശിൽപമാതൃകയിൽ വിട്ടുകളഞ്ഞിട്ടില്ലെന്നറിയുമ്പോൾ കൈ താനെ കൂപ്പിപ്പോവും. നമ്മളിലെ കലാസ്വാദക.

ഹൊയ്സാലരുടെ ഒരുവിധം ആഭരണങ്ങളെല്ലാം തന്നെ ഇവിടെ കല്ലിലേക്ക് പരിവർത്തനപ്പെട്ടിരിക്കുന്നു. അതുകൊണ്ടുതന്നെ 'ഹൊയ്സാലന്റെ ആഭരണപ്പെട്ടി' എന്ന അപരനാമധേയം ബേലൂരിനെ ഉറച്ചു വിളിക്കാം തികച്ചും അത്ഭുതത്തോടെ!

സ്ത്രീശിൽപ്പങ്ങൾ പലതും അംഗഛേദം ചെയ്യപ്പെട്ടിരിക്കുന്നു. ചരിത്രത്തിലെ അനിവാര്യപടയോട്ടങ്ങൾ മൂലമോ, ചരിത്രമോ ഇല്ലാത്ത പുതുതലമുറയുടെ കൈക്രിയകളാലോ അവ അപമാനിക്കപ്പെട്ടിരിക്കുന്നു.

നാശം വന്ന ചില ശിൽപ്പങ്ങൾ നന്നാക്കിയെടുത്തിരിക്കുന്നത് വേറിട്ടറിയാം എന്നതിനർത്ഥം. പഴയ കാലശിൽപ്പങ്ങളെ പൂർണ്ണതയിൽ കൈകാര്യം ചെയ്തുമിനുക്കിയെടുക്കാൻ ഈ സാങ്കേതിക വിദ്യത്തികവിന്റെ കാലത്തും നമുക്കായിട്ടില്ലെന്നതു തന്നെ! കഴുതത്തലയുള്ള

സ്ത്രീശിൽപ്പവുമായി പ്രേമചേഷ്ടയിൽ ഏർപ്പെട്ടുനിൽക്കുന്ന പുരുഷ ശിൽപ്പത്തിലൂടെ ഹാസ്യകലാകാരനായ ശിൽപ്പി പ്രേമത്തിന്റെ ഉള്ളു പൊള്ളകൾ എക്കാലത്തേക്കും തുറന്നിടുന്നു. പ്രേമിക്കുന്ന സമയത്ത് കാമുകിയുടെ കഴുത ബുദ്ധി പുരുഷന് പ്രശ്നമല്ലെന്നാണ് ശിൽപ്പി ഉദ്ദേശി ച്ചിരിക്കുന്നത്. മർക്കാറയെന്ന വിചിത്ര ജന്തുശിൽപ്പം ഇവിടെയും ഉണ്ട് യഥേഷ്ടം.

പതിനായിരത്തിൽപ്പരം പുരാണ സന്ദർഭങ്ങളും കഥാപാത്രങ്ങളും ക്ഷേത്രച്ചുവരിൽ കരിങ്കല്ലിൽ വിരിഞ്ഞിരിക്കുന്നു. ബ്രഹ്മാവിന്റെ ശിൽ പങ്ങളുടെ ദൗർബല്യം ചതുർമുഖനായ ബ്രഹ്മാവിനെ ശ്രദ്ധേയമാ ക്കുന്നു. താണ്ഡവ ശിവന്റെ കയ്യിലെ ഉടുക്ക് തൊങ്ങലുകളും തുക്കലുകളും ചമയങ്ങളുമായി ഒരു രാജകീയ ഉടുക്ക്. ഉടുക്കിന്റെയൊക്കെയാ കൊത്തു കലാഭംഗി ഏതു വാക്കുകൊണ്ടാണ് പൂർണ്ണതയിൽ വിവരിക്കാ നാവുക?!

ഏറ്റവും ചെറുത് മുതൽ വലുത് വരെയുള്ള ശിൽപ്പങ്ങളിലെ ഒരു അതിസൂക്ഷ്മ ഘടകവും വിട്ടുകളഞ്ഞിട്ടില്ലെന്നതും അവ തുല്യതയോടെ പരിഗണിക്കപ്പെട്ടു എന്നതും ശിൽപ്പികൾക്ക് ശിൽപ്പ നിർമ്മാണം ഒരു വേല മാത്രമായിരുന്നില്ലെന്നും മറിച്ച് പൂർണ്ണത തികഞ്ഞ ആത്മാവിഷ്കാ രമായിരുന്നു എന്നതും വ്യക്തമാക്കുന്നു.

മുപ്പത്തിരണ്ട് മൂലകളുള്ള ഈ ക്ഷേത്രവും ഹളേബിഡുപോലെ ആകാശക്കാഴ്ചയിൽ ഭൂമിയിലെ മറ്റൊരു മനുഷ്യനിർമ്മിത നക്ഷത്രം. ഹളേബിഡുവിൽ ചുവർശിൽപ്പങ്ങൾക്കാണ് പ്രാധാന്യമെങ്കിൽ ഇവിടെ ക്ഷേത്രത്തിന്റെ ഉൾത്തളമത്രെ ഗംഭീരം!

പുലിയെ ആക്രമിക്കുന്ന സാലയെ മറികടന്ന് ക്ഷേത്രത്തിനുള്ളി ലേക്ക് കടന്നു.

വ്യത്യസ്തമായ നാൽപ്പത്തിയെട്ട് തൂണുകളാണ് അകത്തളത്തെ ശ്രദ്ധേയമാക്കുന്നത്. കണ്ണാടിമിനുപ്പാർന്ന് അതിസങ്കീർണ്ണ കൊത്തു പണികളാൽ നിറഞ്ഞ തൂണുകൾക്ക് ഇന്നത്തെ കാലത്തെ യന്ത്രത്തിൽ കടഞ്ഞെടുത്ത തൂണുകളെക്കാൾ പൂർണ്ണതയുടെ മികവ്. നേർത്ത തണുപ്പ് കെട്ടികിടക്കുന്ന അകത്തള ഇരുളിൽ മേൽക്കൂരക്കാഴ്ച കാണണമെങ്കിൽ ഇവിടെയും ലൈറ്റ് അടിപ്പിക്കണം. ഹളേബീഡുവിന് സമാനമായ കൊത്തുവേലകൾ തന്നെയാണ് ഇവിടുത്തെ മേൽക്കൂരയിലും. വലുപ്പവും മാതൃകയും വ്യത്യാസപ്പെട്ടിരിക്കുന്നു എന്നു മാത്രം.

തൂണുകളുടെ ചക്രവർത്തി നരസിംഹപില്ലർ തന്നെ. ക്ഷേത്രാരംഭം മുതലുള്ള നിരവധി അതിസൂക്ഷ്മ സങ്കീർണ്ണ കൊത്തുപണികൾ നിറഞ്ഞ ഈ തൂണിൽ ഒരു കള്ളി ഒഴിച്ചിട്ടിരിക്കുന്നത് വരും തലമുറയ്ക്ക് തങ്ങളുടെ

കലാപ്രദർശനത്തിനു വേണ്ടിയത്രെ! ആ കള്ളി ഇപ്പോഴും ഒഴിഞ്ഞ് കിടക്കുന്നത് കാണുമ്പോൾ ബേലൂരിലെ ശിൽപ്പികളുടെ ആത്മാക്കൾ നിറഞ്ഞ സംതൃപ്തിയിൽ പുഞ്ചിരിക്കുന്നുണ്ടാവുമോ അതോ വേരറ്റ കയ്യടക്കമാർന്നൊരു ശിൽപകലാവൈദഗ്ദ്ധ്യത്തെയോർത്ത് കണ്ണീരു റ്റുന്നുണ്ടാകുമോ?!

കല്ലു കൊണ്ടുണ്ടാക്കിയ കൂറ്റൻ നരസിംഹപില്ലർ തിരിക്കാനാകുമെന്നറിയുമ്പോഴാണ് തലയിലൊരു അത്ഭുതസ്ഫോടനം നടക്കുക. കല്ലു കൊണ്ടുള്ള കറങ്ങുന്ന ബെയറിംഗുകളിൽ നിലനിൽക്കുന്ന ഈ തൂൺ സന്ദർശകരുടെ തിരിക്കൽ ഊക്കുകൊണ്ട് അനങ്ങാനാവാത്തവിധം പുരാവസ്തു വകുപ്പ് ബന്ധിതമാക്കിയിരിക്കുന്നു. ഇതൊന്നും കേടുപാടു തീർക്കലും പുനഃനിർമ്മിക്കലും അസാധ്യമെന്ന് പുരാവസ്തുവകുപ്പ് അനുഭവംകൊണ്ട് പഠിച്ചിരിക്കുന്നു. നരസിംഹപില്ലർ ഭക്തരുടെ സ്നേഹാർച്ചനാകുങ്കുമാഭിഷിക്തമാണ്.

ശ്രീകോവിലിന്റെ ഒരു വശത്ത് സാധാരണ മനുഷ്യശരീരത്തിന്റെ ഉയരത്തിലുള്ള മോഹിനിയെന്ന സ്ത്രീശിൽപ്പം ശിൽപ്പശാസ്ത്രപരമായും തച്ചുശാസ്ത്രപരമായും പൂർണ്ണതയുള്ള ഒന്നത്രെ. എന്നാലിന്ന് കൈകൾ നഷ്ടപ്പെട്ട നിലയിലാണ് ശിൽപ്പക്കണക്കൊത്ത ഈ മോഹിനി.

ശ്രീ കോവിലിനുള്ളിലെ വിഷ്ണു വിഗ്രഹം മനോഹരമായി അണിയിച്ചൊരുക്കിയിരിക്കുന്നു. ഒത്ത ദേഹപ്രകൃതിയുള്ള വൈഷ്ണവ വേഷവിധാനത്തോടു കൂടിയ മൂന്നോ നാലോ പൂജാരിമാരുണ്ട് ശ്രീ കോവിലിൽ. ഒന്നു വന്ദിച്ച് പുറത്തിറങ്ങി.

സോപ്പ് സ്റ്റോൺ എന്ന മൃദുല കരിങ്കല്ലു കൊണ്ടാണ് ക്ഷേത്ര ശിൽപ്പ നിർമ്മാണമത്രയും. നന്നായി പോളിഷ് ചെയ്താൽ മെറ്റൽ ഫിനിഷിൽ തിളങ്ങുന്ന ഈ കരിങ്കല്ല് ഇരുട്ടിലും മിന്നുമെത്രെ. മറ്റു കല്ലുകൾ പ്രകൃതിയുടെ ക്ഷതത്തിൽ കാലക്രമേണ ദ്രവിച്ചുപോവുമ്പോൾ ഭൂമിയുടെ ഉള്ളറയിൽ നിന്ന് ഖനനം ചെയ്തെടുക്കുന്ന സോപ്പ് സ്റ്റോൺ പ്രകൃതിയുമായി സമ്പർക്കത്തിൽ വരുമ്പോൾ കാലം ചെല്ലുംതോറും കൂടുതൽ കൂടുതൽ ദൃഢമായി വരുമെത്രെ!

അതുപോലെത്തന്നെ ഉയരം കൂടിയ പ്രകാരങ്ങളെക്കാൾ നിലനിൽപ്പ് ഉയരം കുറഞ്ഞ് പതിഞ്ഞ മട്ടിലുള്ള പ്രകാരങ്ങൾക്കാണെന്നും നിരവധി മൂലകളോടു കൂടിയ തറയിൽ പടുത്തുയർത്തുന്ന ചുവരുകൾ ഒറ്റച്ചുവരിനെക്കാൾ കാലത്തോട് മല്ലിട്ട് നിൽക്കുമെന്നും ഹൊയ്സാലർക്കറിയുമായിരുന്നിരിക്കണം.

തങ്ങളുടെ ഒരു മനുഷ്യായുസ്സ് മുഴുവൻ തീറെഴുതി ഇത്തരമൊരു കലാസൗധം പണിത ഹൊയ്സാല ശിൽപ്പികളുടെ കണ്ണ് കാലത്തിനപ്പുറത്തേക്കായിരുന്നു. അതുകൊണ്ടുതന്നെ അവരുടെയറിവിന്റെ പരമാവധി മുൻകരുതലുകൾ അവർ കൈക്കൊണ്ടു.

ബേലൂരിൽ നിന്നും സായിപ്പ് അടർത്തിക്കൊണ്ടുപോയ ഒരു ശിൽപ്പം ഇപ്പോഴും ന്യൂയോർക്കിലെ മെട്രോപൊളിറ്റൻ മ്യൂസിയത്തിൽ "ഇതു കരിങ്കല്ലുകൊണ്ടുണ്ടാക്കിയതോ" എന്നു സായിപ്പന്മാരെക്കൊണ്ട് വാപൊളിപ്പിച്ച് ഇന്ത്യക്കാരെ അഭിമാനഭരിതരാക്കി മെറ്റൽ ഫിനിഷിംഗിൽ ഇന്നും നിൽപ്പുണ്ട്.

സാധാരണഗതിയിൽ ഏത് മഹത്തായ ശിൽപ്പവും സൗധവും രാജകുലപതിയായ ശിൽപ്പിയുടെ നാമത്തിൽ മാത്രം ചരിത്രത്തിൽ രേഖപ്പെട്ടുമ്പോൾ ഇവിടെ ഓരോ ശിൽപ്പിക്കും അവർ നിർമ്മിച്ച ശിൽപ്പം ചെറുതോ വലുതോ എന്നു നോക്കാതെ തങ്ങളുടെ സൃഷ്ടിയിൽ സ്വന്തം പേരെഴുതാൻ അവകാശമുണ്ടായിരുന്നു എന്നറിയുമ്പോൾ യാഗ്ച്ചി നദിക്കരയിൽ നിർമ്മിച്ച ഈ ക്ഷേത്രത്തേയും ശിൽപ്പികളേയും ഒരു ഭരണാധികാരിയും ഭരണകൂടവും ജനങ്ങളുമൊക്കെ എപ്രകാരമായിരുന്നു ആദരിച്ചിരുന്നതെന്ന് മനസ്സിലാവും.

ആ സ്നേഹാദരവ് പൂർണ്ണമായും ശിൽപ്പികൾ ഉൾക്കൊണ്ടുവെന്നതിന്റെ തെളിവാണ് കാലത്തെവെല്ലുന്ന ഈ കലാസൃഷ്ടിയുടെ പരിപൂർണ്ണതയെന്ന് നമുക്ക് നിസംശയം പറയാമെങ്കിലും തദ്ദേശിയ വിശ്വാസങ്ങളിൽ റാണി ശന്തളയുടെ ആത്മാവിന്റെ സംരക്ഷണയിലാണീ ക്ഷേത്രം.

പ്രപഞ്ചദൃഷ്ടിക്ക് അതീതയായി ക്ഷേത്രമുറ്റത്തെ ഗ്രാനൈറ്റ് തളത്തിൽ ചെന്നകേശവനു മുന്നിൽ ആത്മരൂപിയായ നൃത്തമാടുന്ന ശന്തളയുടെ രാജകീയ തേജസ്സ് പ്രതിബിംബിക്കുന്ന ശിൽപ്പസുന്ദരികളോട് മൗനമായി യാത്ര പറഞ്ഞ് ക്ഷേത്രത്തിനു ചേർന്ന ക്ഷേത്രക്കുളത്തിലേക്ക് കണ്ണു പായിച്ച് ക്ഷേത്രകവാടമിറങ്ങുമ്പോൾ ചെവികളിൽ കേട്ട നേർത്ത സ്വർണ്ണ ചിലങ്കധ്വനികളുടെ പിൻവിളിയിലേക്കൊന്ന് പിന്തിരിഞ്ഞു നോക്കാതിരിക്കാനാവില്ല.

വെയിൽ തിളയ്ക്കുന്ന കൽത്തളികയിൽ അരൂപിയായൊരുവൾ നിറഞ്ഞാടുന്നത് ചെന്നകേശവൻ മാത്രം കാണുകയും അറിയുകയും ചെയ്യുന്നുവോ!

ഹളേബിഡുവിലെ സായാഹ്നം

ആയിരം വർഷങ്ങൾക്ക് മുൻപ് കർണാടക ഭരിച്ചിരുന്ന ഗംഗാ രാജവംശത്തെ മറികടന്നും യുദ്ധവീരന്മാരായ ചാലൂക്യരോട് പോരാടിയും ഹൊയ്സാല സാമ്രാജ്യം സ്ഥാപിച്ച ഹൊയ്സാലന്മാർക്ക് രാജകീയത ജന്മസിദ്ധമായി കിട്ടിയ ഒന്നല്ല. ഹൊയ്സാല എന്ന പദത്തിലെ 'ഹൊയ്' എന്ന വാക്കിന്റെ അർത്ഥമായ പോരാട്ടം തന്നെയാണ് ആ ഗോത്രവർഗ്ഗക്കാരെ രാജകീയതയുടെ ഔന്നത്യങ്ങളിലേക്ക് വഴി നടത്തിയത്.

പരമ്പരാഗത രാജവംശങ്ങളാൽ സമ്പന്നമായ ഇന്ത്യൻ രാജവംശ ചരിത്രത്തിൽ തങ്ങളുടെ സ്വയം നിർമ്മിത സാമ്രാജ്യവുമായി ഹൊയ്സാലന്മാർ മൂന്നൂറിലധികം വർഷം പിടിച്ചുനിന്നു എന്ന വിസ്മയ ത്തിലുപരി, ഇന്ത്യൻ ശിൽപ്പകലയിലെ അമൂല്യ രത്നങ്ങൾ എന്നു വിശേഷിപ്പിക്കുന്ന ബേലൂർ—ഹളേബീഡു ശിൽപ്പങ്ങളുമായി അവർ എണ്ണൂറു വർഷത്തിനിപ്പുറത്തും ഏത് അതിശക്തപരമ്പരാഗത രാജശിൽപ്പങ്ങളേയും വെല്ലുവിളിച്ച് കാലത്തിനെതിരെ തല ഉയർത്തി നിൽക്കുന്നുണ്ടിപ്പോഴും എന്നതാണ് അതി വിസ്മയകരം!

തമിഴ്നാട്ടും കർണാടക മുഴുവനായും, ആന്ധ്രയുടേയും കേരളത്തിന്റെയും ചില ഭാഗങ്ങളും ചേർത്ത് വിശാലസ്വതന്ത്ര ഹൊയ്സാല സാമ്രാജ്യം സ്ഥാപിച്ചത് ഹൊയ്സാല രാജപരമ്പരയെ പ്രശസ്തമാ ക്കിയ വിഷ്ണുവർദ്ധനനാണ്.

തികഞ്ഞ പോരാളിയായിരുന്ന വിഷ്ണുവർദ്ധന്റെ അസാധാരണ മെയ്ക്കരുത്തായിരുന്നു ഹൊയ്സാല സാമ്രാജ്യത്തിന്റെ ശക്തിയെങ്കിൽ

അദ്ദേഹത്തിന്റെ പത്നി ശന്തളയുടെ വെല്ലുവിളികൾക്കതീതമായ കലാ നിപുണതകളായിരുന്നു ഹൊയ്സാല കലയുടെ ശക്തി! വിഷ്ണു വർദ്ധനൻ എന്ന യുദ്ധ നിപുണനായ ചക്ര വർത്തിയും സൗന്ദര്യവും സുകുമാര കലകളും ഒന്നു ചേർന്ന് ഭൂമിയിൽ അവതാരമെടുത്ത ശന്തളാ ദേവിയെന്ന അദ്ദേഹത്തിന്റെ പത്നിയും കലാകാരന്മാർക്കും പ്രജകൾക്കും ദൈവതുല്യർ എന്നല്ല ദൈവരൂപികൾ തന്നെയായിരുന്നു.

ജൈനാനുയായിയായ ബിട്ടിദേവ വൈഷ്ണവാചാര്യനായ രാമാനുജന്റെ സ്വാധീനത്തിൽ വിഷ്ണു വർദ്ധനനായതിന്റെ അടയാളമാണ് ബേലൂർ ചെന്നകേശവക്ഷേത്രം എന്ന് ചില ചരിത്രകാരന്മാർ പറയുമ്പോൾ ചിലർക്കത് തലക്കാട് ചോളന്മാർക്കെതിരെയുള്ള ഹൊയ്സാല വിജയ സ്തംഭമാണ്.

നമുക്കാവട്ടെ അത് ലോകത്തിനു മുന്നിൽ നമ്മുടെ മഹത്തായ പൈതൃകത്തിന്റെ കലാസമർപ്പണവും! വേലാപുരി എന്നറിയപ്പെട്ടിരുന്ന ബേലൂരിൽ ഉച്ചയ്ക്ക് ആണ് എത്തിയത്. നാട്ടിലേക്ക് തിരിച്ചു മടക്കത്തിന് സൗകര്യം ബേലൂരിൽ നിന്നാണെന്നതിനാൽ ആദ്യം പതിനാറു കിലോമീറ്റർ അപ്പുറമുള്ള ഹളേബീഡു കണ്ടുവരാം കരുതിയിറങ്ങുമ്പോൾ ഹോട്ടൽ ജീവനക്കാരനായ രാജപ്പൻ ഹളേബീഡുവിന് 5 കി.മീ അപ്പുറമുള്ള ഹളിഗരെ കല്ല്യാണി കാണാതെ മടങ്ങരുതെന്ന് സ്നേഹപൂർവ്വം ഉപദേശിച്ചു. അത്രയ്ക്ക് ഗംഭീരമത്രെ റാണി ശന്തളയുടെ ആ നീരാട്ടുകുളം!

—ബേലൂരിൽ നിന്നും ഹളേബീഡുവിലേക്കുള്ള പതിനാറ് കിലോമീറ്റർ ഗ്രാമീണപാത വിജനമെങ്കിലും ഇടയ്ക്കിടെയുള്ള റോഡിന്റെ അറ്റകുറ്റ പണികൾ കാരണം യാത്രയ്ക്ക് വിചാരിച്ചതിലുമധികം സമയം എടുത്തു. വിഷ്ണു വർദ്ധനനാണ് ഹൊയ്സാല തലസ്ഥാനം ബേലൂരിൽ നിന്നും ഹളേബിഡുവിലേക്ക് മാറ്റിയത്. ദ്വാരസമുദ്ര എന്ന പ്രൗഢഗാംഭീര്യമാർന്ന പേരിൽ അറിയപ്പെട്ട ഇവിടം മാലിക് കഫൂറിന്റെയും മുഹമ്മദ് ബിൻ തുഗ്ലക്കിന്റെയുമൊക്കെ ആക്രമണങ്ങളിൽ കൊള്ളയടിക്കപ്പെട്ട് തകർന്നടിഞ്ഞാണ് പഴയവീട് അഥവാ നശിപ്പിക്കപ്പെട്ട നഗരം എന്നൊക്കെ അർത്ഥം വരുന്ന 'ഹളേബീഡു' ആയിമാറിയത്. നൂറ്റാണ്ടുകളെടുത്ത ഒരു കലാഅധ്വാനം തകർന്നുതരിപ്പണമാകാൻ ഒരു പടയോട്ടവും വാൾ മുന വീശുമൊക്കെ ധാരാളം!

ഇന്ത്യൻ ശിൽപ്പകലയുടെ അമൂല്യരത്നമായി ഹളേബീഡു ഇന്നും വാഴ്ത്തപ്പെടുന്നത് നിരവധി പടയോട്ടങ്ങളും കാലത്തിന്റെ ക്ഷോഭങ്ങളും അതിജീവിച്ച് നിലനിൽക്കുന്ന ഹൊയ്സാലേശ്വര ക്ഷേത്രം വഴിയാണ്. ഇപ്പോൾ ആർക്കിയോളജിക്കൽ സർവ്വേയുടെ കൈവശമുള്ള ഈ ക്ഷേത്രം ഇനിയൊരു പോറൽപോലും വീഴാതെ ലോകാവാസാനം

വരേക്കും കാത്തുസൂക്ഷിക്കേണ്ട പൗരാണിക സമ്പത്തുതന്നെയെന്ന് ഉറപ്പിച്ചു പറയാൻ ക്ഷേത്രത്തിന്റെ ഒറ്റക്കാഴ്ച ധാരാളം!

പുല്ലു പതിച്ച നീണ്ട നടപ്പാത കടന്നുവേണം ക്ഷേത്രാങ്കണത്തിലെത്താൻ നിറയെ സഞ്ചാരികളുണ്ട് ക്ഷേത്ര പരിസരത്ത്. ചന്ദ്രനിൽ പോലും കാണുമെന്ന് പറയുന്ന മലയാളി സാന്നിധ്യം ഹളേബിഡുവിൽ അനുഭവപ്പെട്ടില്ലെന്നത് മറ്റൊരു മഹാത്ഭുതം!

ഇന്ത്യയുടെ മുറ്റത്തെ മുല്ലയെകുറിച്ച് വായിച്ചറിഞ്ഞ് മണം പിടിച്ചെത്തിയ വിദേശിയരാണധികവും. പിന്നെ കർണാടകയുടെ തന്നെ ടൂറിസ്റ്റ് വാഹനങ്ങളും ക്ഷേത്രക്കാഴ്ചയിൽ തന്നെ ഒരു യാത്രികജന്മം സഫലമായ ആവേശത്തിലാണ് വിദേശികളും ഞങ്ങളും!

ഹോയ്സാല ചക്രവർത്തി വിഷ്ണുവർദ്ധന്റെ സാമന്തനായ ധനിക വ്യാപാരി കെട്ടാമല്ലയാണ് 1121ൽ ക്ഷേത്രനിർമ്മാണം തുടങ്ങിവെച്ചതെങ്കിലും നൂറ്റഞ്ചു വർഷങ്ങളെടുത്ത ക്ഷേത്രനിർമ്മാണം പൂർത്തീകരിച്ചത് വിഷ്ണുവർദ്ധനന്റെ പുത്രനായ നരസിംഹൻ ഒന്നാമന്റെ കുലശിൽപ്പിയായ കെദ്രോജയാണ്.

വിഷ്ണുവർദ്ധനനും ശന്തളാദേവിയും ഹൊയ്സാലേശ്വരനും ശാന്തളേശ്വരനും ആയി വാണരുളുന്ന ക്ഷേത്രത്തിന് 64 കോണുകളോടുകൂടിയ അടിത്തറയാണ്. അറുപത്തിനാലു മൂലകളുള്ള സർഫസ് ഏരിയ നിൽക്കുന്ന വിസ്തൃതിയിൽ പടുത്തുയർത്തുന്ന ക്ഷേത്രച്ചുവരുകൾക്ക് യഥേഷ്ടം ശിൽപ്പങ്ങളെ ഉൾക്കൊള്ളാനാവും എന്നവർക്കറിയാം. ബേലൂർ ചെന്നകേശവക്ഷേത്രത്തെക്കാൾ രണ്ടിരിട്ടി വലുതാണ് ഹൊയ്സാലേ ശ്വര ക്ഷേത്രം.

ചൂടിനെ ചെറുക്കാൻ റെഡ്കാർപ്പെറ്റ് വിരിച്ചിട്ട പുറന്തറയിലൂടെ ഗൈഡുകൾ നീണ്ട വടികൊണ്ട് ശിൽപ്പങ്ങളെ തൊട്ടുകാട്ടി മറ്റുള്ളവർക്ക് വിശദീകരിച്ചുകൊടുക്കുന്നതിന്റെ പൊട്ടും പൊടിയും കേട്ടാണ് ഞങ്ങളുടെ നടത്തം. കേട്ടും വായിച്ചുമറിഞ്ഞ പുരാണകഥകൾ മുഴുവൻ ശിൽപ്പങ്ങളായി ക്ഷേത്രച്ചുവരുകളിലുണ്ട്. യാഥാർത്ഥ്യത്തോട് ഇഴുകിച്ചേരും വിധം അതിസൂക്ഷ്മമായ എല്ലാ ഘടകങ്ങളും ഉൾക്കൊള്ളിച്ച കൊത്തുവേലകൾ ഇന്ത്യൻ ശിൽപ്പകലയിൽ ഇവിടെ മാത്രമാണുള്ളത്.

ക്ഷേത്രച്ചുവരുകളിലെ ഒരിഞ്ചുപോലും ഒഴിവില്ലാതെ ഇടതൂർന്നു നിൽക്കുന്ന ശിൽപ്പങ്ങൾ കണ്ടത്ഭുത തപ്പെട്ടും മുൻപ് അറിയണം. ഇവിടെ ഒരു ശിൽപ്പവും മറ്റൊന്നിനോട് സാമ്യപ്പെടാതെ സ്വന്തം വ്യക്തിത്വം രേഖപ്പെടുത്തുന്നു എന്ന മഹാത്ഭുതം!

ചിലയിടത്ത് കണ്ട ഒഴിവുകൾ ആർക്കിയോളജിക്കൽ സർവ്വേ ഏറ്റെടുക്കും മുൻപ് നാട്ടുകാർ അടർത്തിയെടുത്തതാണെന്ന് ഗൈഡ് പറയുന്നത് കേട്ടു. തുഗ്ലക്കിനും മാലിക് കഫൂറിനുമൊക്കെ മതപരവും രാഷ്ട്രീയവുമായ കാരണങ്ങൾ ഉണ്ടായിരിക്കാം അധിനിവേശ നശീകരണ പ്രവർത്തികൾക്ക്. എന്നാൽ ഇതൊന്നുമല്ലാതെ എണ്ണൂറു വർഷങ്ങൾ താണ്ടിയ ഒരു ചരിത്രാവശേഷിപ്പിനെ നശിപ്പിക്കുന്ന സാമൂഹ്യവിരുദ്ധതയെ നരഹത്യയ്ക്ക് തുല്യമായ പൈതൃകഹത്യയായി കാണണം.

ഒരടിവീതിയുള്ള ശിലാഖണ്ഡങ്ങളിൽ അടി മുതൽ മുകൾ ചുമർവരെ കൊത്തിയിരിക്കുക അല്ല കൊത്തിക്കൂട്ടിയിട്ടിരിക്കുകയാണ് ശിൽപ്പങ്ങൾ. അതും ഒന്നിൽപോലും അതിസൂക്ഷമായ ഒരു ഘടകവും കൈവിടാതെ!

ഏറ്റവും അടിത്തട്ടിൽ ശക്തിയുടെ പ്രതീകമായി നിരനിരയായി ഒന്നിനോടൊന്ന് ചേർന്ന ആനകൾ. അവയുടെ ഓരോ ചങ്ങലക്കണ്ണിയും വ്യക്തം. അവയണിഞ്ഞിരിക്കുന്ന ആഭരണങ്ങൾ ഓരോന്നിനും വ്യത്യസ്തം! പിന്നെ ധൈര്യത്തിന്റെ പ്രതീകമായ സിംഹരൂപങ്ങൾ വിവിധ ഭാവത്തിൽ. അതിനു മുകളിൽ വേഗതയുടെ പ്രതീകമായ കുതിരകൾ. സൗന്ദര്യ പ്രതീകങ്ങളായ വള്ളിപ്പടർപ്പുകൾ. ഏറ്റവും മുകളിൽ സുകുമാരകലാവാഹിനികളായ സ്ത്രീരൂപങ്ങൾ വാദ്യോപകരണസഹിതം. കൊത്തു പണികളാൽ സമൃദ്ധമായ ഇരുപതിനായിരം ശിൽപ്പങ്ങളാണ് ക്ഷേത്രച്ചുവരുകളിൽ.

വ്യത്യസ്തമായ വേഷഭാവത്തിലും രൂപത്തിലും ഒന്നിനൊന്ന് വ്യത്യസ്തമായ ഇരുന്നൂറ്റി നാൽപ്പത് ഗണപതി ശിൽപ്പങ്ങൾ പുറം ചുമരിൽ പേറുന്ന മറ്റൊരു ക്ഷേത്രവും ഇന്ത്യയിൽ എന്നല്ല ലോകത്തിൽ തന്നെ ഉണ്ടാവാനിടയില്ല. ഗണപതി ശിൽപ്പങ്ങളിൽ വലത്തോട്ട് തുമ്പിക്കൈ തിരിച്ച ഗണപതി ശിൽപ്പം ഏറെ ശ്രദ്ധേയമാണ്. വലത്തോട്ട് തുമ്പിക്കൈ തിരിച്ച ഗണപതിക്ഷിപ്രപ്രസാദിയെന്നപോലെ ക്ഷിപ്രകോപിയും ആണെന്നതിനാൽ ശിൽപ്പനിർമ്മാണത്തിലെ ചെറിയ പിഴവു മതി കുലം മുടിയാൻ എന്ന വിശ്വാസവും, ശിൽപ്പനിർമ്മാണത്തിനനുഷ്ഠിക്കേണ്ട കഠിനവ്രതങ്ങളും ശിൽപ്പികളെ പൊതുവെ വലതുവശ തുമ്പിക്കൈ ഗണപതിയിൽ നിന്നകറ്റുന്നു.

ഗോവർദ്ധനഗിരിയേന്തിയ ശ്രീകൃഷ്ണന്റെ ഗോവർദ്ധന പർവ്വതത്തിൽ ഇനിയൊന്നുമില്ലെന്ന മട്ടിൽ ശിൽപ്പിയുടെ സർഗാത്മകത തരുലതാദികളും പൂവള്ളി പടർപ്പുകളുമായി പൂത്തുലഞ്ഞു നിറഞ്ഞു കവിഞ്ഞു കിടക്കുകയാണ്. ഏറെനേരം നോക്കി നിന്നാലും കണ്ടുപിടിക്കാൻ ബാക്കിയാണ് അതിസൂക്ഷ്മകൊത്തുകലയിലെ ഭാവനാവൈവിധ്യം.

കേരളത്തിനപ്പുറത്ത് അത്രകണ്ട് പ്രചാരത്തിലില്ലാത്ത വാമനനും മഹാബലിയുംവരെ ഇവിടെ ശിൽപ്പങ്ങളാണ്. ശുക്രാചാര്യന്റെ കയ്യിലെ കിണ്ടി ത്രിഡി ഇഫക്റ്റിൽ ഉരുണ്ടിരിക്കുന്നു. ഇതുവരെ കണ്ട കൊത്തുപണികളിലെ സൂക്ഷ്മതവെച്ചുനോക്കിയാൽ കിണ്ടിയ്ക്കകത്ത് ചെറിയൊരു വണ്ടും കാണേണ്ടതാണ്!!

മഹാഭാരതയുദ്ധത്തിൽ ഭീമസേനൻ എടുത്തെറിഞ്ഞ ആനകൾ എടുത്തെറിഞ്ഞ അതേ പോസിൽ തലങ്ങും വിലങ്ങുമായി കുമ്പാരം കൂടിക്കിടക്കുന്നത് ഒരടി വീതിയുള്ള ശിലാഖണ്ഡത്തിലാണെന്നോർക്കണം. വന്യഭാവനയും കരവിരുതും അസാധ്യമായൊന്നിനെ സാധ്യമാക്കുന്നു.

രാവണൻ കൈലാസമെടുത്ത് അമ്മാനമാട്ടുന്ന ശിൽപ്പത്തിനു മുന്നിലാണ് ശരിക്കുപെട്ടത്. കൈലാസത്തിന്റെ ഭാരം കാരണം മുട്ടൽപ്പം വളച്ചുനിൽക്കുന്ന രാവണന്റെ പൗരുഷത്തികവുള്ള മുഖത്തെ ഗർവ്വിന്റെ ഗാംഭീര്യംവരെ ശിൽപ്പി കൊത്തി വിരിയിച്ചിരിക്കുന്നു. കൊത്തുവേലകളാൽ അലംകൃത കൈലാസം താങ്ങിയുള്ള രാവണന്റെ നിൽപ്പിനുമുണ്ടൊരു ത്രീഡി ഇഫക്റ്റ്!

മറ്റൊരു ശിലാഖണ്ഡത്തിൽ ചക്രവ്യൂഹത്തിലകപ്പെട്ട അഭിമന്യു. ചക്രവ്യൂഹമെന്ന സൈനികതന്ത്രം പഠിച്ചുതന്നെയാണ് ശിൽപ്പി കൊത്തുവേലയ്ക്ക് മുതിർന്നതെന്ന് വ്യക്തം.

ശിൽപ്പങ്ങൾ ഒന്നുപോലും നിർജ്ജീവമുഖഭാവത്തോടെയല്ലെന്നുള്ളതും അവ നിലനിൽക്കുന്ന അവ സ്ഥാവിശേഷഭാവങ്ങൾ കൃത്യമായി കാഴ്ച്ചക്കാരിലേക്ക് സംവദിപ്പിക്കാനാവുന്നു എന്നതും ഹൊയ്സാലേശ്വര ക്ഷേത്രശിൽപ്പങ്ങളെ അപൂർവ്വങ്ങളാക്കുന്നു.

ഇന്ത്യൻ ശിൽപ്പകലയിൽ ബ്രഹ്മാവിന്റെ ശിൽപ്പങ്ങൾ നന്നേ കുറവെന്നിരിക്കെ ഇവിടെ അതും നികത്തപ്പെടുന്നു. നിരനിരയായി ഒരിടത്ത് ബ്രഹ്മാവിഷ്ണു മഹേശ്വരന്മാർ! പാർവ്വതിയെ മടിയിൽ വെച്ച ശിവന്റെ ഇരിപ്പിടം ഭാരം കൊണ്ട് ഒരു വശംതാണ നിലയിലാണ്. എന്തുമാത്രമാണിവർ യാഥാർത്ഥ്യത്തെ അനുഭവിപ്പിക്കുന്നത്!

ശിൽപ്പികളിലും കുസൃതിക്കാരുണ്ടെന്നതിന്റെ തെളിവായി ശിൽപ്പങ്ങൾക്കിടയിലെ വിടവ് നികത്തുന്നത് മെർക്കാറ എന്ന വിചിത്രജീവി ശിൽപ്പമാണ്. ഏഴ് ജീവികളുടെ ശരീരഭാഗങ്ങൾ ചേർന്നതാണ് മെർക്കാറ. മയിലിന്റെ വാല്, പന്നിശരീരം, സിംഹമുഖം, ആനയുടെ തുമ്പി, കുരങ്ങന്റെ കണ്ണ്, മുതലായ, പശുച്ചെവി എന്നിങ്ങനെ.

തെക്കേവാതിൽ രാജകവാടം എന്നറിയപ്പെടുന്നു. സൂര്യദേവന്റെ ഭാര്യമാരായ ഉഷയും ഛായയും ദ്വാരപാലികമാരായി നിൽക്കുന്ന ഈ

വാതിലിൽനിന്ന് നോക്കിയാൽ കാണുന്ന ഹൊയ്സാലകൊട്ടാരമൊക്കെ പടയോട്ടങ്ങൾ മണ്ണോട്ടുമൺ ചേർത്തിരിക്കുന്നു. ഉഷയും ഛായയും കൈകൾ ഛേദിക്കപ്പെട്ട നിലയിലാണ്. ആ കൈകൾ തിരിച്ചുപിടിപ്പിക്കാനുള്ള പുരാവസ്തുവകുപ്പിന്റെ ശ്രമങ്ങൾ ഇതുവരെ വിജയം കണ്ടില്ല എന്നറിയുമ്പോഴാണ് നിലവിലെ നമ്മുടെ ശിൽപ്പകലാവൈദഗ്ധ്യത്തിന്റെ 'കനം' മനസ്സിലാവുക. സോപ്പ്സ്റ്റോൺ എന്നറിയപ്പെടുന്ന കരിങ്കല്ലുകൊണ്ടാണ് ക്ഷേത്രനിർമ്മിതിയും ശിൽപ്പങ്ങളും അധികം ഉയരത്തിലുള്ള ഗോപുരങ്ങളില്ലാതെ ഉയരം കുറഞ്ഞ് പരന്ന് വിശാലമായ കരിങ്കൽ പ്രകാരങ്ങളാണ് ഹൊയ്സാല നിർമ്മിതികൾ.

ഗജേന്ദ്രമോക്ഷമെന്ന ശിൽപ്പത്തെപ്പറ്റി ഗൈഡ് മറ്റാർക്കോ ഹിന്ദിയിൽ വിവരിച്ചുകൊടുക്കുന്നത് കേട്ടാണ് അതുഗജേന്ദ്രമോക്ഷമെന്ന് മനസ്സിലായത്. സർഗാത്മകതലത്തിൽ വിഭിന്നനായ ശിൽപ്പി വിഷ്ണു രൂപത്തിനു തൊട്ടുതാഴെ ജലരേഖയിൽ മറഞ്ഞിരിക്കുന്ന ആനയും ആനയിൽനിന്ന് മോക്ഷം തേടി ഉരുത്തി രിയുന്ന മനുഷ്യരൂപവും തികച്ചും അബ്സ്ട്രാക്റ്റ് ആയി നമ്മുടെ ബൗദ്ധികനിലവാരത്തെ അളക്കുംവിധമാണ് കൊത്തിയിരിക്കുന്നത്. നരസിംഹാവതാരത്തിലെ ഹിരണ്യകശ്യപുവിന്റെ കുടൽമാലയൊക്കെ അതി ഗംഭീരം.

ക്ഷേത്രത്തിന്റെ പുറംഭാഗത്ത് വിശാലമണ്ഡപത്തറയിൽ ഒൻപത് അടി ഉയരമുള്ള നന്ദിയും എട്ടടി ഉയരമുള്ള ഭൃംഗിയും കിഴക്കേവാതിലിലേക്ക് നോക്കിയിരിക്കുന്നു. നന്ദിമണ്ഡപത്തറയിൽ നിന്ന് നോക്കിയാൽ ഒറ്റയടിക്ക് ഹൊയ്സാലേശ്വരനേയും ശന്തളേശ്വരനേയും കാണാം. ഒറ്റനോട്ടത്തിൽ തന്നെ ശ്രദ്ധയാകർഷിക്കുന്ന നന്ദിയുടെ കറുപ്പു നിറമാർന്ന, പതുപതുപ്പ് തോന്നിപ്പിക്കുന്ന മൂക്ക്. ശരിക്കും ജീവനുള്ള പശുമൂക്ക്. അതു കരിങ്കല്ലെന്നറിഞ്ഞിട്ടും വിശ്വസിക്കാൻ നന്നേ പ്രയാസം. പിന്നെയാണറിഞ്ഞത് എഴുപത്തിയാറ് വർഷങ്ങൾ നിരന്തരമായി പോളിഷ് ചെയ്ത് മിനുക്കിയാണത്രെ നന്ദിമൂക്കിന് കാഴ്ചയിലെ ജീവൻവരുത്തിയെടുത്തത്!

മനുഷ്യനായി ഭാരതത്തിൽ തന്നെ ജന്മം കിട്ടിയിട്ടും ഇതൊന്നും കാണാനാവാതെ മരിച്ചുപോവുക എന്ന അവസ്ഥ എത്ര ദയനീയമാണ്!

നന്ദി മണ്ഡപത്തറയിൽ മൂർച്ചയുള്ള എന്തുകൊണ്ടൊക്കെയോ പലരും സ്വന്തം പേരും ചിത്രങ്ങളും കോറിയിരിക്കുന്നു. ഈ ഓരോരോ കോറലുകളും ശിൽപ്പികളുടെ ആത്മാവിൽ ആഴത്തിലുള്ള കീറലുകളായി ചോരവാർന്നൊഴുകിട്ടിരിക്കും. അവരേത് ജന്മത്തിലായിരുന്നാൽ പോലും!

ആ കത്തിവരകളിലേക്ക് നോക്കുമ്പോൾ മനുഷ്യജന്മമെന്ന ലജ്ജയിൽ തല കുനിയുന്നു.

നിറയെ ചിത്രാങ്കിതമായ ഒരു പട്ടുതുണിയെന്നപോലെയുള്ള ക്ഷേത്രച്ചുവരിലെ ശിൽപ്പങ്ങളുടെ ബാഹുല്യം കാരണം തലപെരുത്തപ്പോൾ അകത്തളത്തിലേക്ക് കയറി.

കരിങ്കൽത്തൂണുപ്പാർന്ന അകത്തളത്തിൽ കാത്തിരിക്കുന്നത് കൊത്തുപണികളാൽ വ്യത്യസ്തമായ 108 മെറ്റൽ ഫിനിഷ് കരിങ്കൽത്തൂണുകൾ. ഹൊയ്സാലേശ്വരനും ശന്തളേശ്വരനും പ്രത്യേകം ശ്രീകോവിലുകളിൽ ലിംഗരൂപികളായി ഇരിക്കുകയാണെങ്കിലും ശ്രീകോവിലുകളുടെ അകത്തളങ്ങൾ പരസ്പരം ബന്ധിതമാണ്. അത്രമേൽ പരസ്പരപൂരകങ്ങളായ രണ്ടു ജന്മങ്ങളെ പരസ്പരബന്ധിതമാക്കാതിരിക്കുന്നതെങ്ങനെ?

ശ്രീകോവിലിനു മുകളിലെ മേൽത്തട്ടിലെ അതിവിശിഷ്ടമായ കൊത്തുപണികൾ അകത്തുള്ള ഇരുട്ടിൽ വ്യക്തമല്ല. അൻപത് രൂപ കൊടുത്താൽ കാവൽക്കാരി അവിടെ സ്ഥാപിച്ച ലൈറ്റ് തെളിച്ച് അത് വ്യക്തമാക്കിത്തരും. അൻപതു രൂപയിലൊതുങ്ങുന്ന കാഴ്ചയല്ല മുകൾത്തട്ടിൽ. ഞങ്ങളുടെ അൻപതുരൂപ പ്രകാശത്തിന്റെ ചെലവിൽ പലരും അതു കണ്ടപോലെ മറ്റുള്ളവരുടെ അൽപതുരൂപ പ്രകാശത്തിൽ അത് വീണ്ടും വീണ്ടും കണ്ടാസ്വദിക്കുമ്പോൾ ഒറ്റശിലയിൽ കൊത്തിയെടുത്ത് താഴേക്ക് ഞാന്നു കിടക്കുന്ന വാഴക്കുമ്പുപോലെയുള്ള ഈ ശിൽപ്പവേലകളൊക്കെ മനുഷ്യസാധ്യമോ എന്ന് വാ പൊളിച്ചു പോകും!

ജൈനമതത്തിന്റെ അവശേഷിപ്പായ ബസ്തിയും അംഗവിഹീനനായ ദിഗംബരപ്രതിമയുമൊക്കെ ക്ഷേത്രമുറ്റത്തുണ്ട്. പൊട്ടിയതും അടർന്നതും അടർത്തിയതുമായ ശിൽപ്പങ്ങൾ സൂക്ഷിക്കുന്ന ആർക്കിയോളജിക്കൽ മ്യൂസിയവും ക്ഷേത്ര പരിസരത്തുണ്ട്.

ക്ഷേത്രം കണ്ടിറങ്ങിയ വിദേശീയരുടെ അദ്ഭുതസ്തബ്ധതയ്ക്ക് മുന്നിലൂടെ എന്റെ ദേശത്തിന്റെ പൗരാണിക സമ്പത്തിന്റെ ഗാംഭീര്യമുൾക്കൊണ്ട് അഭിമാനം ജ്വലിക്കുന്ന ഹൃദയവുമായി ഹളിഗരെകല്യാണിയിലേക്ക്.

ഹളേബീഡുവിൽ നിന്ന് ഹഗാരേ റോഡിൽ 5 കി മി സഞ്ചരിച്ചാൽ കൺമുന്നിൽ പെടാൻ ഒട്ടും എളുപ്പമില്ലാത്ത ഹളിഗരെ കല്യാണി എന്ന സൂചനാഫലകം ഞങ്ങൾക്കും പിടിതന്നില്ല.

വഴിവക്കിൽ കണ്ട കന്നഡിഗ യുവതിയോട് വഴി ചോദിച്ചറിഞ്ഞ് കയറിയ ഗ്രാമീണ പാത ഗോപാലകരുടെ ഗ്രാമത്തിലാണ് എത്തിച്ചതെന്ന് തോന്നി. വഴിനീളെ പൈക്കൾക്ക് കുളിക്കാനും കുടിക്കാനുമുള്ള വെള്ളം ശേഖരിച്ച കരിങ്കൽതൊട്ടികൾ. തീറ്റയ്ക്കുള്ള പച്ചപ്പുല്ല്

ക്കുമ്പാരം. ചെളിയിലും മണ്ണിലും മുങ്ങിയ കുട്ടികളെക്കാൾ വൃത്തിയുള്ള പൈക്കുട്ടികൾ. പാലു ശേഖരിക്കുന്ന നാടൻ ഡയറി ഫാമുകൾ. പാലും തൈരും പുല്ലും ചാണകവും മണക്കുന്ന ഈ ഇടുങ്ങിയ നാട്ടുഗ്രാമ പാതയിൽ എന്തു ചരിത്രസ്മാരകം എന്നു ചിന്തിച്ച് വഴി തെറ്റിയോ എന്നു ഖേദിച്ചു നിൽക്കുമ്പോൾ മുന്നിൽ വന്നുപെട്ട മധ്യവയസ്കയോട് ഹളിഗരെ കല്യാണിയെക്കുറിച്ച് ചോദിച്ചതും അവർ മടിക്കുത്തിൽ നിന്ന് ചാവിയെടുത്ത് അരമതിൽ കെട്ടിത്തിരിച്ച പറമ്പിന്റെ ഗെയ്റ്റ് തുറന്നു. അപ്പോൾ അവരാണ് ഹളിഗരെ കല്യാണിയുടെ സൂക്ഷിപ്പുകാരി! ഹളി എന്നാൽ കന്നഡയിൽ പുലി. നിറയെ പുലികൾ നിറഞ്ഞ ഈ പ്രദേശത്ത് നീരാടാനെത്തിയിരുന്ന റാണി ശന്തളയ്ക്ക് ഒരുക്കിയ കടുത്ത സുരക്ഷയെ സൂചിപ്പിച്ചാണ് ഒരു പുലിപോലും എത്താത്തിടം എന്നർത്ഥമുള്ള ഹളിഗരെ എന്ന പേര് വീണതെന്ന് പറയുന്നു.

എന്നാൽ നീരാടുന്ന അതിസുന്ദരിയായ ഹൊയ്സാലറാണിയെ കണ്ട് കുതിച്ചും ചാടാനൊരുങ്ങുന്ന പുലിപോലും നിശ്ചലനായി പതുങ്ങിയിരുന്നു പോവുന്ന കരയെന്ന രീതിയിൽ 'ഹളിഗരെ'യെ വ്യാഖ്യാനിക്കുന്നതാണ് കാവ്യാത്മകം.

ദൂരെ നിന്നും നോക്കുമ്പോൾ ഭൂനിരപ്പിൽ നിന്നും കാഴ്ച ലഭ്യമാക്കാത്ത റാണി ശന്തളയുടെ നീരാട്ടുകുളം അടുത്തുചെന്നുനോക്കുമ്പോൾ ശന്തളയെന്ന റാണിയെപ്പോലെ അതിസുന്ദരം, ആ ജീവചരിത്രംപോലെ പ്രൗഢം!

കുളത്തിൽ ഒറ്റത്തുള്ളി വെള്ളമില്ലാത്തതിനാൽ അടിത്തട്ടുവരെയുള്ള നിർമ്മാണരീതി സുവ്യക്തം. ഭൂനിരപ്പിൽ നിന്നും അൽപ്പം താഴ്ത്തി പന്ത്രണ്ട് രാശികളെ സൂചിപ്പിക്കുന്ന ഗോപുരങ്ങളോട് കൂടിയ മുഖ മണ്ഡപങ്ങളും ഇരുപത്തിയേഴ് നക്ഷത്രങ്ങളെ സൂചിപ്പിക്കുന്ന ഗോപുരമില്ലാ മണ്ഡപങ്ങളും കരിങ്കല്ലിൽ നിർമ്മിച്ചിരിക്കുന്നു. മണ്ഡപങ്ങളുടെ അടിത്തറയിൽ നിന്നാണ് കുളത്തിന്റെ ആദ്യപടവ് ആരംഭിക്കുന്നത്. വീതിയുള്ള വശങ്ങളോടെ തുടങ്ങുന്ന കരിങ്കൽ പടവുകൾ അടിത്തട്ടിലെ ആഴത്തിലേക്ക് ചുരുങ്ങി വരുന്ന രീതിയിലാണ് നിർമ്മാണം. ഇത്തരം രാജകീയ നിർമ്മിതികൾക്ക് സാധാരണ കാണുന്ന ഘനഗംഭീരൻ ചുറ്റുമതിൽ ഈ കുളത്തിനു ചുറ്റും ഇല്ല എന്നതും ശ്രദ്ധേയമാണ്. ഭൂനിരപ്പിൽ നിന്ന് ഉരുണ്ട വക്കോടെ തുടങ്ങുന്ന കുഴിക്കുള്ളിൽ മറ്റൊരു ഭൂനിരപ്പ് സൃഷ്ടിച്ചാണ് കുളം നിർമ്മിച്ചിരിക്കുന്നത്.

ഹളിഗരെ കല്യാണിയെക്കുറിച്ച് എത്രതന്നെ വിവരിച്ചാലും അതിന്റെ കാഴ്ച ലഭ്യമാക്കുന്ന വിസ്മയം പകരുക അസാധ്യമാണ്. ഇപ്പോൾ ആർക്കിയോളജിക്കൽ സർവ്വെ ഏറ്റെടുത്ത കല്യാണിക്ക് ഏറ്റെടുക്കു

ന്നതിന് മുൻപും വലിയ കേടുപാടുകൾ സംഭവിച്ചിട്ടില്ലെന്നത് സന്തോഷം പകരുന്നു. ചുറ്റുമതിലും പൂന്തോട്ടവും സൂക്ഷിപ്പുകാരിയുമൊക്കെയായി ഗതകാല ഗാംഭീര്യത്തിൽ തന്നെയാണ് ഹുളിഗരെ കല്യാണി.

റാണി ശന്തളയുടെ ജീവഗാഥയറിഞ്ഞാൽ അവരെപ്പോലൊരു റാണിക്ക് ഇതിൽ കുറഞ്ഞൊരു നീരാട്ടുകുളം ആലോചിക്കാനേ വയ്യ! അതിസുന്ദരിയായ ആ ഹൊയ്സാലറാണിയെ മനസ്സിൽ കണ്ടുകൊണ്ടു തന്നെയാവണം ശിൽപ്പി ഓരോരോ കല്ലും ചേർത്തുവെച്ച് ഈ രാജകീയ നീരാട്ടിടം ഒരുക്കിയതെന്ന് നിർമ്മാണസൗന്ദര്യ ഗാംഭീര്യം വിളിച്ചു പറയുന്നു.

തങ്ങളുടെ പ്രിയറാണിക്ക് ശിൽപ്പികൾ നൽകിയ അതിമനോഹര ജലച്ചെപ്പുപോലുള്ള ഹുളിഗരെ കല്യാണിയെ മനസ്സിന്റെ വിസ്മയച്ചെപ്പിലടച്ച് ബേലൂരിലേക്ക് തിരിച്ചു മടക്കം.

ജന്മാന്തരങ്ങൾക്കിടയിൽ ഒരു വൈത്തീശ്വരസന്ധ്യ

തഞ്ചാവൂരിൽ നിന്നുള്ള യാത്രാപഥം വ്യത്യസ്ഥമായിരുന്നു. തമിഴ് പാതകളിൽ സാധാരണകാണുന്ന വിശാല കൃഷിയിടങ്ങൾക്കും വിജന തുറസ്സുകൾക്കും പകരം ജനനിബിഢമാണ് പാതയോരങ്ങൾ. അടിച്ചുതളിച്ച് വൃത്തിയാക്കിയ ഗൃഹപരിസരം. ഐശ്വര്യ സൂചകമായി വരച്ചിട്ട കോലങ്ങളിലെ പുരോഗമനപരവും യഥാസ്ഥിതികവുമായ വിവിധ രൂപങ്ങളിലേക്ക് കൗതുകക്കണ്ണെറിഞ്ഞ് നടന്നുപോവുന്ന ചില പർദ്ദാധാരിണികൾ. കുളിപ്പിച്ചൊരുക്കിയ കുട്ടികളുടെ ചന്തത്തിൽ സിന്ദൂരവും ചന്ദനവും ചാർത്തിയ കന്നുകാലികൾ. ഒരു നാടിന്റെ സംസ്കാരം വ്യക്തമാക്കുന്ന പാതയോരത്തെ ജീവിതക്കാഴ്ചകൾ.

അപ്രതീക്ഷിതമായ ഒരിടത്തുവെച്ച് 'വൈത്തീശ്വരൻ കോവിൽ 45 കി.മീ. എന്ന ദിശാസൂചകം അതീന്ദ്രിയ ക്ഷണഗന്ധവുമായി തടുത്തു നിർത്തി. നമുക്കപ്പുറം കാലവും വിധിയും തീരുമാനമെടുക്കുന്ന ഇത്തരം സന്ദർഭങ്ങൾക്ക് വഴിപ്പെടുന്നതിലൊരു സുഖമുണ്ട്. 45 കി.മീ. താണ്ടി വൈത്തീശ്വര സന്നിധിയിലെത്തുമ്പോൾ മണി അഞ്ച്! ക്ഷേത്ര പരിസരത്തുള്ള ഓഡിറ്റോറിയത്തിൽ വിവാഹം നടക്കുന്നതിനാൽ താമസ സ്ഥലം തേടി ഇത്തിരി നടക്കേണ്ടിവന്നെങ്കിലും തരക്കേടില്ലാത്ത ഒന്ന് തരപ്പെട്ടു.

സന്ധ്യാനേരത്താണ് കോവിൽ ദർശനത്തിനിറങ്ങിയത്. പ്രവേശന കവാടമായി നിലകൊള്ളുന്ന വലിയ കരിങ്കൽ കമാനം കടന്ന് വിശാലമായതും പൗരാണിക ഭംഗി തുടിക്കുന്നതുമായ നീണ്ട ഇടനാഴി

യിലൂടെ, വർത്തമാനകാലത്തിൽ നിന്നും ഭൂതകാലത്തിലേക്കുള്ള പരിവർത്തന പാതയിലൂടെന്നോണം നടന്നുവേണം ക്ഷേത്രാങ്കണത്തിലേക്കെത്തുവാൻ!

ഓരായുസ്സു മുഴുവൻ വൈത്തീശ്വര സന്നിധിയിൽ ചിലവഴിക്കുന്ന പൂജാദ്രവ്യ വിൽപ്പനക്കാരികളാണ് ക്ഷേത്ര ഇടനാഴി നിറയെ. ചെരിപ്പ സൂക്ഷിക്കാം എന്ന വാഗ്ദാനവുമായി അവർ മാടിവിളിക്കുന്ന തിലൊരു കച്ചവടക്കണ്ണുണ്ട്. ചെരുപ്പ സൂക്ഷിക്കാൻ കാശു വേണ്ട. തിരിച്ചെടുക്കാൻ വരുമ്പോൾ നമ്മൾ അവരുടെ കടയ്ക്കു മുമ്പിൽ നിൽക്കുന്ന നൊടിനേരമാണവരുടെ കച്ചവട പ്രതീക്ഷ!

മുനിഞ്ഞ് കത്തുന്ന വൈദ്യുത വിളക്കുകളെ നിഷ്പ്രഭമാക്കി എണ്ണത്തുണിയിൽ മുങ്ങിയാളുന്ന ചെറു പന്തങ്ങൾ നിറയെ കുത്തിനിർത്തിയ ഇടനാഴി ഏതോ മൺമറഞ്ഞ രാജകാലഘട്ടത്തിലേക്ക് വഴികാട്ടിയാവുന്നു. ഐതിഹ്യങ്ങളും ചരിത്രവും മണക്കുന്ന ഒരിടത്തേക്ക് നമ്മെ വിളിക്കുന്നു. ദൈവങ്ങളുമായുള്ള ക്രയവിക്രയത്തിൽ ഞാനങ്ങേയറ്റം മോശക്കാരി ആയിരുന്നിട്ടും ക്ഷേത്രപ്രവേശന നിമിഷം മുതൽ ഒരു എനർജി വലയത്തിലകപ്പെട്ടപോലെ!

അതിപൗരാണികമായൊരിടത്തേക്ക് കാലൂന്നും പോലെയാണ് ക്ഷേത്രാങ്കണത്തിലേക്ക് പ്രവേശിച്ചത്. എണ്ണമയങ്ങി മിന്നുന്ന കരിങ്കൽ ചുവരുകളും കുറ്റൻ എടുപ്പുകളുടെ ഇരുൾ നിഴലുകളും പന്തങ്ങളുടെ രക്താഭയും സൃഷ്ടിക്കുന്ന നിഗൂഢത ജന്മാന്തരങ്ങളുടെ രഹസ്യം ഇവിടെത്തന്നെയാണെന്ന് വിശ്വസിപ്പിച്ചുകളയും.

ക്ഷേത്രത്തിനുള്ളിൽ ഭീമാകാരത്തിലുള്ള രഥങ്ങൾ നിർത്തിയിട്ടിരിക്കുന്നു. അതിൽ ഒരു രഥം അൽപ്പസമയത്തിനകം മൂർത്തിയുമായി ക്ഷേത്രത്തിന് വലംവയ്ക്കുമെന്ന് അവിടെ കണ്ട തമിഴ്ബ്രാഹ്മണ യുവാവ് പറഞ്ഞു.

സംസാരത്തിനിടെ ഞങ്ങൾ മലപ്പുറത്തുനിന്നാണെന്നു പറഞ്ഞപ്പോൾ തൊട്ടടുത്ത കോട്ടയ്ക്കലിൽ വന്നിട്ടുണ്ടെന്നദ്ദേഹം. നിഷ്കളങ്കത മനുഷ്യരൂപം പൂണ്ട ബ്രാഹ്മണയുവാവിന്റെ ചുണ്ടിലെ അകളങ്കിത മന്ദഹാസത്തിൽ കണ്ണുവീണു പോവും! കുട്ടിക്കാലം മുതൽ അനാഥനാണെന്നും ഇവിടെ അമ്മാവന്റെ കൂടെ പൂജാദികർമ്മസഹായിയായി കൂടുന്നുവെന്നും കോട്ടയ്ക്കലിൽ ഉള്ളത് ബാല്യകാലസുഹൃത്താണെന്നും ചുരുങ്ങിയ സമയം കൊണ്ട് അദ്ദേഹം പറഞ്ഞു. വൈത്തീശ്വൻകോവിലിനൊപ്പം ഈ യുവാവും ഓർമ്മകളിൽ മുദ്രണം ചെയ്യപ്പെടുന്നു.

രഥം ഉരുളാനിനിയും സമയമെടുക്കും. തയ്യാറെടുപ്പുകൾ ആയി വരുന്നതേയുള്ളൂ. അപ്പോഴേക്കും ക്ഷേത്രം കാണാം എന്നു കരുതി. നവഗ്രഹങ്ങളിൽപെട്ട ചൊവ്വ കുഷ്ഠരോഗപീഢയാൽ വലഞ്ഞ് ശിവനെ ഭജിക്കുകയും ശിവൻ പ്രത്യക്ഷപ്പെട്ട് ചൊവ്വയെ സുഖപ്പെടുത്തി എന്നും ഐതീഹ്യം! ചൊവ്വയ്ക്ക് അംഗാരകൻ എന്ന വിളിപ്പേരുള്ളതിനാൽ ഇവിടെ അംഗാരകക്ഷേത്രം എന്നും അറിയപ്പെടുന്നു.

4448 രോഗങ്ങളാണ് മനുഷ്യന്റെ നാഢീഞരമ്പുകളെ ബാധിക്കുക എന്നും അവയെല്ലാം വൈത്തീശ്വര ദർശനത്താൽ സുഖപ്പെടും എന്ന് വിശ്വാസികൾ അടിയുറച്ച് വിശ്വസിക്കുന്നു. മാനവകുലത്തിന്റെ മഹാ വ്യാധികൾക്ക് വിശ്വാസമെന്ന ചികിത്സകരാണിവിടെ മഹാരുദ്രനും പ്രിയപത്നി പാർവ്വതിയും.

കാവേരിയുടെ വടക്കേകരയിലാണ് പല്ലവകാലഘട്ടത്തിൽ കുലോത്തുംഗചോളൻ പണി കഴിപ്പിച്ചതെന്ന് വിശ്വസിക്കുന്ന ക്ഷേത്രം. ഈ പരിസരത്തുവെച്ച തന്നെയാണ് അസുരന്മാരുമായുള്ള യുദ്ധത്തിൽ പരിക്കേറ്റ സുബ്രഹ്മണ്യഗണങ്ങളെ ശിവൻ വൈദ്യനാഥനായി വന്ന് ചികിൽസിച്ചത്. രോഗീപരിചരണത്തിന് പാർവ്വതി. 'സജീവി' എന്ന ഔഷധവുമായി 'തയ്യിൽനായകി'യെന്ന പേരിലും പ്രത്യക്ഷയായി. ശിവപാർ വ്വതി സാന്നിദ്ധ്യമറിഞ്ഞ മഹർഷിമാർ നടത്തിയ ലിംഗ പ്രതിഷ്ഠയെ രാജാവ് ക്ഷേത്രം നിർമ്മിച്ച് പരിപാലിക്കുകയും ചെയ്തു. സാധാരണ നവഗ്രഹ പ്രതിഷ്ഠയിൽ കാണുന്ന വക്രഗതിയിലല്ലാതെ ഇവിടെ നവഗ്രഹങ്ങൾ നേർരേഖയിലിരിക്കുന്നത് കൗതുകമായി.

ഓട്ടു കൊണ്ടാണ് ചൊവ്വയുടെ പ്രതിഷ്ഠ. മുന്നിൽ കത്തിച്ചുവെച്ച ദീപങ്ങളുടെ ചെന്തീപ്രകാശം ചൊവ്വയുടെ ലോഹാവരണത്തിൽ തട്ടി പ്രതിബിംബിച്ച് ഇരുട്ടുമായി ഇഴകലർന്ന് പുറപ്പെടുന്ന അഭൗമ പ്രകാശത്തിന്റെ മാസ്മരിക വലയത്തിലകപ്പെട്ട് ഒരു നൊടിനിന്നു.

തൊട്ടടുത്ത് ധന്വന്തരീ സമാധി. പ്രാചീന വൈദ്യപ്രതിഭയും മഹാവിഷ്ണുവിന്റെ അവതാരവുമായി കരുതുന്ന ധന്വന്തരിയുടെ സമാധി സ്ഥാനമാണ് വൈത്തീശ്വരൻ കോവിൽ. പുകൾപെറ്റ മഹാസിദ്ധന്മാരുടെ മരണാനന്തരം അവരുടെ സമാധികളിൽ ലിംഗപ്രതിഷ്ഠ നടത്തുമായിരുന്നു പഴന്തലമുറ. അതതു കാലങ്ങളിലെ രാജവംശങ്ങൾ അത്തരം ലിംഗപ്രതിഷ്ഠകളുടെ സംരക്ഷണാർത്ഥം നിർമ്മിച്ച ക്ഷേത്രങ്ങളാണ് പിൽക്കാലത്ത് ഐതീഹ്യപ്പെരുമകളുടെ തൊങ്ങലുകളോടെ വിശ്വാസികളുടെ അഭയസ്ഥാനങ്ങളായി മാറിയത്.

ധന്വന്തരി സമാധിയിൽ ഉള്ളുരുകി പ്രാർത്ഥിക്കുകയാണ് ഒരു ഭക്തൻ. വിങ്ങിനിൽക്കുന്ന കൺതടങ്ങളിൽ നിന്ന് ഉള്ളുരുക്കത്തിന്റെയൊരു ഉറവ ഏതു നിമിഷവും അനുഗ്രഹം യാചിച്ച് കുത്തിയൊലിച്ചേക്കാം! സാധാരണക്ഷേത്രങ്ങളിൽ കാണുന്ന പ്രാർത്ഥനാമുഖങ്ങൾക്കപ്പുറം ഇവിടെയോരോ മുഖങ്ങളിലും ഏതോ കൊടുംരോഗാനുഭവത്തിന്റെ ആശ്വാസാനുഗ്രഹയാചന വിങ്ങുന്നു. രോഗാതുരർ അവസാന ആശ്രയമെന്ന നിലയ്ക്കും, ചികിൽസ ആരംഭിക്കും മുൻപുള്ള പ്രാർത്ഥനകൾക്കും എത്തുന്ന ദൈവസന്നിധിയാണിവിടം!

വൈദ്യനാഥഭാവത്തിലുള്ള ശിവനും, മഹാചികിൽസകൻ ധന്വന്തരിയുടെ സമാധിയും ചേർന്ന വൈത്തീശ്വരൻ കോവിലിനപ്പുറം മറ്റെന്താശ്വാസമാണ് രോഗിയായ വിശ്വാസിക്ക് വേണ്ടത്! ആ വിശ്വാ സവും ആശ്വാസവും ഉരുക്കുറപ്പോടെ തെളിയുന്നുണ്ട്. ഓരോ മുഖങ്ങളിലും!

ചിലർ തന്നെത്തന്നെയും, ചിലർ പ്രിയപ്പെട്ടവരേയും പ്രാർത്ഥനാപൂർവ്വം ഉഴിഞ്ഞെടുത്ത നാണയങ്ങൾ ധന്വന്തരീസമാധിയിൽ സമർപ്പിക്കുന്നു. ഇത്തരം വിശ്വാസങ്ങളിൽ ഞാനിത്തിരി എന്നല്ല, നല്ലവണ്ണം തന്നെ പിന്നിലായതിനാൽ ഞാനിതൊക്കെ ഒളിപ്പിച്ച പിടിച്ച നേർത്ത ചിരിയോടെ കണ്ടുനിൽക്കാറാണു പതിവ്. ഇത്തവണയതു തെറ്റി! ക്ഷേത്രാന്തരീക്ഷം പ്രസരിപ്പിക്കുന്ന അസാധ്യപോസിറ്റീവ് എനർജിയുടെ ഹാങ്ങ് ഓവറിൽ ഞാനുമെന്റെ ജീവിതത്തിലെ അമൂല്യമായതിനെയുഴിഞ്ഞൊരു നാണയം ധന്വന്തരിക്ക് മുന്നിലർപ്പിച്ചു. ആധികളും വ്യാധികളും അകന്ന് സ്വസ്ഥമായിരിക്കട്ടെ എന്നും എപ്പോഴും!

ക്ഷേത്രത്തിന്റെ വടക്കേ ഗോപുരം സൂര്യരശ്മികൾ നേരിട്ട് ശ്രീകോവിലിലെ ശിവലിംഗ പ്രതിഷ്ഠയിൽ വീഴാൻ പാകത്തിലാണത്രെ ക്രമീകരിച്ചിരിക്കുന്നത്. രാവണനാൽ ചിറകുകൾ ഛേദിക്കപ്പെട്ട ജഢായു സീതാപഹരണവിവരം രാമനു നൽകിയ ശേഷം അന്ത്യശ്വാസം വലിച്ചതും ഇവിടെ വെച്ച്! മരണാനന്തരക്രിയകൾ ചെയ്ത് രാമലക്ഷ്മണന്മാർ ജഢായുവിനെ അടക്കിയ ജഢായുകുണ്ഡിലെ ഭസ്മം ജഢായുവിന്റെ ചിതാഭസ്മമെന്ന സങ്കൽപ്പത്തിലാണ് ഭക്തർ സ്വീകരിക്കുന്നത്. ക്ഷേത്രാങ്കണത്തിലെ വേപ്പമരം കൃതായുഗം മുതൽ നിലവിലുള്ളതത്രെ! തയ്യിൽ നായകി സന്നിധിക്കരികിലെ തീർത്ഥക്കുളത്തിൽ നീർക്കോലി തവള തുടങ്ങിയ ജലജീവികൾ ഇല്ലെന്ന് എഴുതിവെച്ച് കണ്ടു. അതിനും കാരണമായിരിക്കും ഐതിഹ്യം!

ക്ഷേത്ര ദർശനശേഷം ഇടനാഴിയിലെ കരിങ്കൽ പടവുകളിൽ ഇരുന്നു. രഥം ഇനിയും ഒരുങ്ങിയിട്ടില്ല. ഞങ്ങളെ കണ്ടതും നേരത്തെ പരിചയപ്പെട്ട ബ്രാഹ്മണ യുവാവ് ഓടിവന്നു. കയ്യിൽ ഒരു കെട്ട്

ചന്ദനത്തിരി. രഥം ഉരുളുമ്പോൾ പ്രതിഷ്ഠയ്ക്കു മുന്നിൽ കുത്തിവെക്കാനുള്ള താണ്. എന്റെ ഒപ്പമുള്ള ആളുടെ ഹൃദയം തുറന്നുള്ള സംസാരത്തിലും സ്നേഹോഷ്മള പെരുമാറ്റത്തിലും ആകൃഷ്ടനായി അവൻ സ്നേഹനെയ്യിൽ വീണ് ചിറകൊട്ടിയ പ്രാണിയെപ്പോലെ നേർത്തുമെലിഞ്ഞ ശരീരം ഒതുക്കിപ്പിടിച്ച് കൈകൾ കാൽമുട്ടുകൾ ക്കിടയിൽ തിരുകി സംസാരിച്ചുകൊണ്ടേയിരുന്നു.

ആ രണ്ട് സ്നേഹരൂപരേയും കണ്ടുകൊണ്ട് ഞാനുമിരുന്നു.

രഥം ഉരുണ്ടു തുടങ്ങിയപ്പോൾ കൂടെ നടക്കാൻ അവൻ കണ്ണാഗ്യം കാട്ടി. രഥത്തിൽ തൊട്ടുവണങ്ങാൻ അനുമതിയും തന്നു. ചോദിച്ചില്ലെങ്കിലും! അവനെ സന്തോഷിപ്പിക്കാൻ അതുരണ്ടും ചെയ്തു. ചൊവ്വയ്ക്ക് രണ്ട് പ്രതിഷ്ഠ ഉണ്ടെന്നും ഒന്ന് മൂലവർ എന്ന സ്ഥിര പ്രതിഷ്ഠയും മറ്റേത് ഉത്സവർ എന്ന എഴുന്നള്ളത്ത് പ്രതിഷ്ഠയാണെന്നും അവൻ സംസാരത്തിനിടെ പറഞ്ഞിരുന്നു. എല്ലാ ചൊവ്വാഴ്ചയും എട്ട് ചെമ്മരിയാടുകൾ വലിക്കുന്ന തേരിലാണത്രെ ക്ഷേത്രപ്രദിക്ഷണം.

കണ്ണുകൾ കൊണ്ട് തന്നെ അവനോട് യാത്ര പറഞ്ഞു. ചെരിപ്പ സൂക്ഷിച്ച കടക്കാരിയിൽ നിന്ന് ആവശ്യമില്ലെങ്കിലും ഒരു പാക്കറ്റ് ചന്ദനം വാങ്ങി. പ്രതീക്ഷ തെറ്റിക്കുന്നതിലും നല്ലത് നിലനിർത്തുന്നത് തന്നെ!

നാഡീ ജ്യോതിഷത്തിന് പുകൾപെറ്റയിടമാണ് വൈത്തീശ്വരം. പലരും വൈത്തീശ്വരത്ത് വന്നിറങ്ങിയാലനുഭവപ്പെടുന്ന നാഡീജ്യോതിഷികളുടെ ബ്രോക്കർ ശല്യത്തെക്കുറിച്ച് പറഞ്ഞുകേട്ടിട്ടുണ്ട്. എന്നാൽ ഞങ്ങൾ വന്നിറങ്ങിയ പകൽ സമയം മുതൽ ഇതുവരേയും ഒരു ബ്രോക്കറും നാഡി നോക്കുന്നോ ചോദിച്ചു ഞങ്ങളെ സമീപിക്കുകയോ തുരുതുരാ കാണുന്ന ജ്യോതിഷാലയങ്ങളിലേക്ക് വിളിച്ചുകയറ്റുകയോ ചെയ്തില്ല!

—എന്തുപറ്റിയാവോ?!

നാഡീരഹസ്യം വായിച്ച് ഒരുപാടു ജന്മാന്തരങ്ങളുടെ അകംപൊരുൾ വെളിവാക്കിക്കൊടുത്ത കണ്ണുകൾക്ക് ഞങ്ങൾക്കതിന്റെ ആവശ്യമില്ലെന്ന തിരിച്ചറിവുണ്ടായതോ, അതോ ജന്മാന്തരങ്ങൾ ബോധ്യപ്പെട്ട ആത്മാക്കൾ എന്നറിഞ്ഞതോ, അതുമല്ലെങ്കിൽ ഞങ്ങൾക്ക് നാഡിയേ ഇല്ലെന്ന് കണ്ട് വെറുതെ വിട്ടതോ?!

അതീന്ദ്രിയ രഹസ്യങ്ങളുടെ പൊരുൾ പേറി ആധികൾക്കും വ്യാധികൾക്കും ആശ്വാസസ്ഥാനമായി നിലകൊള്ളുന്ന വൈത്തീശ്വരനോട് യാത്ര പറഞ്ഞിറങ്ങി.

രാവിലെ ഒന്നുകൂടെ വൈത്തീശ്വരൻ കോവിൽ സന്ദർശിക്കണോ എന്ന ചോദ്യത്തിന് വേണ്ടെന്നുതന്നെ ഉറപ്പിച്ച പറഞ്ഞു. സന്ധ്യയുടെ ചുവന്ന രാശിയിൽ ഇരുൾ നിശ്ശബ്ദതയിലലിഞ്ഞു ജന്മാന്തരങ്ങൾക്കൊരു ഓർമ്മപ്പെടുത്തലെന്നപോലെ ഹൃദയം സ്വീകരിച്ച വൈത്തീശ്വരന് പ്രഭാതത്തെളിമയിൽ മറ്റൊരു മുഖമായിരിക്കും, ഭാവമായിരിക്കും!

മനസ്സനുഭവിച്ചറിഞ്ഞ അതീന്ദ്രിയ ആനന്ദ നിശ്ശബ്ദതകളെ ഉത്തെറിഞ്ഞ് വൈത്തീശ്വരന്റെ മറ്റൊരു മുഖം എനിക്കോർമ്മകളിൽ വേണ്ട!!

മധുരൈറാണി മീനാക്ഷിയമ്മൻ

ദ്രാവിഡത്തമിഴ്മണ്ണ് എന്നതിനപ്പുറം പ്രത്യേകിച്ചൊരു ലക്ഷ്യവുമുണ്ടായിരുന്നില്ല ഇത്തവണ യാത്രയ്ക്കിറങ്ങുമ്പോൾ. വേനലവധിക്ക് സ്കൂൾ അടച്ചാൽ തറവാട്ടിലേക്ക് വിരുന്ന് പോയിരുന്ന ഉല്ലാസഭരിതമായ ആ മാനസികാവസ്ഥയിലെത്തും പാലക്കാട് മറികടന്ന് തമിഴകം തൊട്ടാൽ. അവിടെയാരോ വാത്സല്യത്തോടെ ചേർത്തുപിടിച്ച് ഒപ്പം നടന്ന് പലതും കാണിച്ചുതരാൻ കാത്തുനിൽപ്പുണ്ടെന്നൊരു തോന്നൽ. തോന്നും പടിയുള്ള ഇത്തരം സഞ്ചാരങ്ങൾക്കൊരു ലഹരിയുണ്ട്. ലക്ഷ്യമില്ലായ്മയുടെ സ്വാതന്ത്ര്യലഹരി!

പതിവ് മുഖങ്ങൾ, ഗന്ധങ്ങൾ, രുചികൾ എന്നുവേണ്ട കാറ്റും മഴയും വെയിലും വെളിച്ചവുംവരെ മറ്റൊരു രൂപത്തിൽ കാഴ്ചയിലേക്ക് കയറിവരുമ്പോൾ ഉള്ളിലൊരുവൾ ജനിച്ച് ഞാൻ മറ്റൊരുവളാകും. എനിക്കേറെ ഇഷ്ടമുള്ള ഒരുവൾ!

ദ്രാവിഡന്റെ കരിംകറുപ്പ് ദേഹവിയർപ്പിന്റെ ഉപ്പുനുണയുന്ന കൃഷിയിടങ്ങളും, അവയ്ക്ക് അതിരിട്ടുനിൽക്കുന്ന അതിവിശാല തുറസ്സുകളിലേക്കിറങ്ങിവന്ന് ഭൂമിപ്പച്ചയെ നിർലജ്ജം ചുറ്റി പിണയുന്ന ആകാശനീലിമയും കൊതിപ്പിച്ചു കൊല്ലുന്ന തമിഴ്നാടിന്റെ യാത്രാപഥങ്ങളിൽ ഇടയ്ക്കിടെ കാറ്റിലിളകും കൈനീട്ടി വിളിക്കും കാറ്റാടികൾ! ജീവിതത്തെ പൊതിഞ്ഞുകെട്ടി ഒളിപ്പിച്ചുവെക്കാതെ കാറ്റും വെളിച്ചവും തട്ടിച്ചാഘോഷിച്ച് കൊണ്ടാടുന്ന തമിഴന്റെ ശുദ്ധമനസ്സിന്റെ ദൃശ്യസുഖമുള്ള കാഴ്ചകളുമായ ങ്ങനെ തമിഴകം ഞങ്ങൾക്ക് മുമ്പിൽ നിവർന്നുവിരിഞ്ഞ് നിൽക്കുന്നു.

പുലർച്ചെ 4.30ന് ഇറങ്ങിയതിനാൽ മണി പത്താവും മുൻപ് തന്നെ മഞ്ചേരിയിൽ നിന്ന് പാലക്കാട് വഴി പൊള്ളാച്ചി താണ്ടി പഴനിയപ്പന്റെ നാട്ടിലെത്തി. പണ്ടെങ്ങോ കണ്ടിട്ടുണ്ടെന്ന ന്യായം പറഞ്ഞാണ് പഴനിമലയെ പലപ്പോഴും യാത്രകളിൽ വിട്ടുകളയുന്നത്. വിദൂരതയിൽ കാണുന്ന പഴനിമലയിൽ മരം കൊണ്ടുണ്ടാക്കിയ തീപ്പെട്ടിക്കൂട് ട്രാമുകൾ ആളുകളേയും നിറച്ച് മലമുകളിലേക്ക് ഉരുക്കുവടത്തിന്റെ ബലത്തിൽ അരിച്ചരിച്ച് കയറുന്നു. അതിനുള്ളിലുള്ള മലകയറ്റം വല്ലാത്തൊരനുഭവമാണ്. കുത്തനെയുള്ള ആ കയറ്റത്തിലും, പിന്തിരിഞ്ഞിരുന്നുള്ള ഇറക്കത്തിലും ട്രാമിനുള്ളിൽ നിന്നും പിന്നിലേക്കൊന്ന് തലതിരിച്ച് മലയുടെ അടിവാരത്തിലേക്ക് നോക്കിപ്പോയാൽ ഏതവനും ഭീതിയുടെ അടിവയർ കാളിച്ചയിൽ പഴനിയപ്പനെ വിളിച്ചുപോകും!

പഴനിമലയുടെ തൊട്ടടുത്തുള്ള മലയിലാണ് ഹിഡുംബന്റെ ക്ഷേത്രം!

പണ്ട് പഴനിയ്ക്ക് പോയി വന്നിരുന്ന പഴമക്കാർ പറഞ്ഞ് കേട്ടയാ 'ഹിഡുംബന്റെയമ്പലം' ഇതുവരെ ഞങ്ങൾ കണ്ടിട്ടില്ല. അതൊന്ന് കാണണം എന്ന് ഇത് വഴി പോവുമ്പോഴെല്ലാം ഉറപ്പിക്കാറുള്ളത് ഇത്തവണയും ഞങ്ങൾ ഉറപ്പിച്ചു.

അതിനിയെന്നാണെന്ന് കാലം തീരുമാനിക്കട്ടെ, അതാണതിന്റെ ശരി; കൊടൈക്കനാൽ മലനിരകളെ കണ്ട് ഡിണ്ടിഗല്ലിലൂടെ മധുരയിലേക്ക് പോവും വഴികളെല്ലാം പലവിധ കൃഷിവിളകളാൽ സമ്പന്നം. കരിവേനലിലും പച്ചപ്പുണ്ട് കൃഷിയിടങ്ങളിൽ. മധുരയെത്തും തോറും വാഹനത്തിരക്കേറിവന്നു.

ചെയ്തു പോയൊരു തെറ്റിനു പ്രായശ്ചിത്തമായി കണ്ണകിയുടെ കോപാഗ്നിയിൽ ഉരുകിയുരുകി ഉയിർ സ്വപ്നം ചെയ്തെടുത്തത് മതിയാവാത്തപോലെ തീച്ചൂടിൽ തിളച്ചുമറിഞ്ഞുരുകുകയാണ് മധുര.

ക്ഷേത്രത്തിന് സമീപം പാർക്കിംഗ് വൻ പ്രശ്നമാണ്. ഒരു മാതിരിപ്പെട്ടവർക്കൊക്കെ ഭ്രാന്തെടുക്കും. ഇമ്മാതിരി ഭ്രാന്തുകളെ അതിന്റെ മൂർദ്ധന്യത്തിൽ രസിച്ചനുഭവിക്കുന്നതാണ് ഞങ്ങളുടെ ഭ്രാന്ത്!

ക്ഷേത്രത്തിനു ചുറ്റുമുള്ള ചതുരാകൃതി നടപ്പാത ഗതാഗതം സുഗമമാക്കുക എന്ന ഉദ്ദേശത്തിൽ എങ്ങനെ ചുറ്റിയാലും ഏതെങ്കിലും ഗോപുരവാതിൽ കാണും വിധം നിർമ്മിക്കപ്പെട്ടിരിക്കുന്നു. ക്ഷേത്രം കേന്ദ്രമാക്കി താമരയിതളാകൃതിയിലാണ് നഗരനിർമ്മാണം. അനുനിമിഷം പെരുകുന്ന വാഹനങ്ങൾ നഗര ശിൽപ്പികളുടെ സർവ്വ കണക്കുകൂട്ടലുകളും തെറ്റിച്ചുകാണും.

സൈക്കിളിൽ ഒപ്പം കൂടിയ ഒരു മധുരക്കാരൻ പാർക്കിംഗ് കാണിച്ചുതരാം എന്നു പറഞ്ഞ് സമീപത്തുള്ള ഹോട്ടലിന്റെ പാർക്കിംഗ് ഗ്രൗണ്ടിലേക്ക് ഞങ്ങളെ ചാക്കിട്ടുകയറ്റി. അവിടം പഴുതില്ല കണ്ടപ്പോൾ 'ഫോളോമീ' ആക്ഷൻ കാട്ടി അയാൾ സൈക്കിളിൽ കയറി. സഹായം വേണ്ടെന്നറിയിച്ചപ്പോൾ കാശിന് കൈനീട്ടി. ആ രണ്ടുമിനുട്ടദ്ധ്വാനത്തിന് അയാളിട്ട വിലയും ഞങ്ങളിട്ടവിലയും ഒന്നാവാതെ കശപിശ പറച്ചിലിന്റെ മുഷിച്ചിലോടെ അടുത്ത പാർക്കിംഗ് തേടി വണ്ടിയുരുട്ടി.

ഒടുക്കം ഞങ്ങളാൽ കണ്ടെത്തപ്പെട്ട പാർക്കിംഗ് ഗ്രൗണ്ടിൽ വണ്ടിയിട്ട് പലവട്ടം ഇതിലൂടെ പോയപ്പോഴും കാണാൻ കൂട്ടാക്കാതിരുന്ന മധുരമീനാക്ഷിയെ തേടി ചെന്നു.

സമയം 12.25. ഒരു മണിക്ക് ക്ഷേത്രം അടയ്ക്കും എന്നു പറഞ്ഞ് കാണുന്നവർ മുഴുവൻ പൊരിവെയി ലിലൂടെയുള്ള ഞങ്ങളുടെ ഓട്ടത്തിന് ധൃതിവെപ്പിച്ചെങ്കിലും മീനാക്ഷിയെ അത്രയെളുപ്പം കാണാനൊക്കുമായിരുന്നില്ല. ചെരിപ്പൊരിടത്ത് സൂക്ഷിക്കണം, ബാഗ് മറ്റൊരിടത്ത്, ഫോൺ വേറൊരിടത്ത്! സാധനങ്ങൾ വാങ്ങുന്ന സൂക്ഷിപ്പുകാർക്കാവട്ടെ യാതൊരു ധൃതിയുമില്ല. വളരെ സാവധാനമാണ് ഇടപാടുകൾ. ദിവസവും മധുരമീനാക്ഷിയെ കണ്ടുകൊണ്ടിരിക്കുന്നവർക്ക് നേരം തെറ്റി പാഞ്ഞെത്തിയ അന്യനാട്ടുകാരന്റെ വേവലാതിയെങ്ങനെ മനസ്സിലാവാൻ?

ഇതൊക്കെ കഴിഞ്ഞ് ചെന്നാലോ മെറ്റൽ ഡിറ്റക്ടറും ദേഹ പരിശോധനയും കിടക്കുന്നു വേറെ! കിഴക്കേ ഗോപുരനടവഴി അകത്തുകയറി. വിശാലമായ സ്വർണ്ണത്താമരക്കുളമാണ് ആദ്യകാഴ്ച. വെള്ളം ഉൾവലിഞ്ഞിട്ടുണ്ടെങ്കിലും അടിതട്ടിയിട്ടില്ല. ഈ കുളക്കരയിൽ വെച്ച് കൊണ്ടുപിടിച്ച സാഹിത്യസംവാദങ്ങൾ നടന്നിരുന്ന കാലത്ത് കുളത്തിലെ വെള്ളത്തിൽ എറിഞ്ഞുനോക്കിയാണെത്രെ പണ്ട് സാഹിത്യകൃതികളുടെ മൂല്യം കണക്കാക്കിയിരുന്നത്. ഉൾക്കനമുള്ളത് വെള്ളത്തിൽ താഴാതെ താമരയ്ക്ക് മുകളിൽ നിൽക്കുമെത്രെ! വിശ്വാസം മാത്രം അടിസ്ഥാനമാക്കി എഴുത്തുകാരനെ കണ്ണീരിൽ ആഴ്ത്തുന്ന ഈ കണ്ണിൽച്ചോരയില്ലാത്ത സ്ക്രീനിംഗ് വായനക്കാരന്റെയും തമിഴ് സാഹിത്യത്തിന്റെയും ഭാഗ്യമായിരുന്നുവോ എന്തോ?!

കുളക്കടവിൽ കരിങ്കൽ കെട്ടിനകത്തിരിപ്പാണ് വിഭൂതിഗണപതി. കെട്ടിലുള്ള വിഭൂതിയെടുത്ത് ഗണപതിയെ തൊടിച്ചാൽ പാപങ്ങൾ തീരും എന്നും, നമ്മൾ തൊട്ടാൽ ജീവിതപ്രശ്നങ്ങൾ തീരുമെന്നും വിശ്വാസം! പാപികൾ മാത്രമേ ഉള്ളൂ എന്നതിനാൽ വിഭൂതിയിൽ

മുങ്ങിയിരിപ്പാണ് കക്ഷി, പ്രശ്നബാധിതരാവട്ടെ ദേഹത്ത് വിഭൂതി വാരി പ്പൂശുന്ന തിരക്കിലും.

പ്രശ്നങ്ങളില്ലെങ്കിൽ പിന്നെന്തു ജീവിതം എന്നു ചിന്തിച്ചാൽ തീരാവുന്ന പ്രശ്നമല്ലേയുള്ളൂ. ജീവിതത്തിന്?!

മധുരാപുരി വാണിരുന്ന മലയദ്ധ്വജനും ഭാര്യ കാഞ്ചനമാലയ്ക്കും യാഗാ ഗ്നിയിൽ നിന്നും ജനിച്ച മകളാണ് മീനാക്ഷി.

പിതാവിന്റെ മരണശേഷം പതിനഞ്ചാം വയസ്സിൽ മധുരയുടെ ഭരണം ഏറ്റെടുത്ത മീനാക്ഷിയെ മധുര യുടെ സമ്പത്തിലും ഐശ്വര്യത്തി ലും കണ്ണ് വെച്ച് പല യുവരാജാക്കന്മാരും വിവാഹത്തിന് സമീപിച്ചെ ങ്കിലും മീനാക്ഷി അടിയറവ് പറഞ്ഞത് വൈഗ കടന്നെത്തിയ സുന്ദര പാണ്ഡ്യനിൽ. മധുരകൊണ്ടാടിയ ആ വിവാഹത്തിന്റെ ഓർമ്മകളാണ് ക്ഷേത്രത്തിലെങ്ങും.

തങ്ങൾ അത്രമേൽ സ്നേഹിച്ച, തങ്ങളെ അത്രമേൽ കരുതലോടെ സംരക്ഷിച്ച റാണിയെ ദൈവതുല്യയായി മധുരവാസികൾ കണ്ടത് സ്വാഭാവികം. കാലം ചെന്നപ്പോൾ വാമൊഴികളിലൂടെ ശിവപാർവതി ജന്മങ്ങളായി മീനാക്ഷിയും സുന്ദരപാണ്ഡ്യനും! അവർക്കൊരു ക്ഷേത്രം നിർമ്മിച്ചത് പാണ്ഡ്യരാജാവായ കുലശേഖ പാണ്ഡ്യനും.

ശിവനെക്കാൾ പാർവതിക്ക് പ്രാധാന്യം നൽകുന്ന അപൂർവ്വം ക്ഷേത്രങ്ങളിൽ ഒന്നാണ് മധുരമീനാക്ഷി ക്ഷേത്രം. കിഴക്ക് ഗോപുരം തന്നെയൊരു തെളിവ്. ശിവനെക്കാൾ വലിയ ഗോപുരമാണ് പാർവ തിക്ക്. പേരിൽ മാത്രമല്ല സ്ത്രീപക്ഷം എന്നതിന് മറ്റൊരു തെളിവാണ് മീനാക്ഷി കല്യാണ വിഗ്രഹം. സുന്ദരേശന്റെ കൈപിടിച്ച് മീനാക്ഷി ക്കാണ് നൽകുന്നത്. പിൽക്കാലത്ത് മീനാക്ഷി കല്യാണം വരച്ച ചിത്രകാരന്മാർ സുന്ദരേശന്റെ കയ്യിൽ മീനാക്ഷിയെ പിടിച്ചു കൊടു ക്കുന്നത് വരച്ച് പുരുഷന്റെ 'അഹം' കാത്തു. നാട്യശാസ്ത്രവിരുദ്ധമായി നൃത്തം ചെയ്യുന്ന ശിവനും അതിനു ശിവനോട് പിണങ്ങിനിൽക്കുന്ന കാളിയുടേയും ശിൽപ്പങ്ങളെന്തുഭംഗി! ശിവന്റെ മുഖത്ത് കുസൃതിയും കാളിയുടെ മുഖത്ത് കുറുമ്പും വിരിയിച്ച ശിൽപ്പി തന്റെ ഇടം താനായി ത്തന്നെ അടയാളപ്പെടുത്തിയിരിക്കുന്നു. എവിടെയുമുണ്ടല്ലോ വേറിട്ട ജന്മങ്ങൾ!

വ്യാളിഗജമുഖാങ്കിതമാണ് തൂണുകളെല്ലാം 33,000ത്തിൽ ഏറെ ഘനഗംഭീരൻ ശിൽപ്പങ്ങളാണ് ക്ഷേത്രത്തിനുള്ളിൽ. വെറുതെയല്ല പുതിയ മുപ്പത് ലോകാത്ഭുതങ്ങളുടെ പട്ടികയിലേക്ക് മധുരമീനാക്ഷി ക്ഷേത്രം നാമനിർദ്ദേശനം ചെയ്യപ്പെട്ടത്.

ഇത്രയൊക്കെ സുരക്ഷാ ക്രമീകരണങ്ങൾ ഉണ്ടായിട്ടും കണ്ണകിയുടെ കോപകൺമുനനോട്ടമേൽക്കും പോലെ ഇടയ്ക്കിടെ തീ പിടിക്കും മധുര. ഈയിടെ ഉണ്ടായ തീപിടുത്തത്തിന്റെ കേട്പാട് തീർക്കാൻ അടച്ചിട്ടിരിക്കുകയാണ് ആയിരം കാൽമണ്ഡപവും നടനമണ്ഡപവും മറ്റും. മുൻപൊരിക്കൽ കണ്ട നടരാജ വിഗ്രഹവും സപ്തസ്വരം പൊഴിക്കുന്ന തൂണുകളും ഓർമ്മയിൽ നുണഞ്ഞു. ക്ഷേത്രമേൽക്കൂരയിൽ വരച്ചിട്ട 360 3ഡി ശിവലംഗം പുതിയ തലമുറയുടേതാണ്. ഏത് ആംഗിളിൽനിന്ന് നോക്കിയാലും ഭക്തനു നേരെ ദർശനം നൽകുന്ന 3 ഡി ശിവലിംഗം ആളുകളെ ആകർഷിക്കുന്നു. ചന്ദ്രനെ ഒപ്പം നടത്തിയിരുന്ന കുട്ടിക്കാലത്തെപ്പോലെ പലരും വിവിധ ആംഗിളുകളിൽ നിന്ന് 3ഡി ശിവലിംഗത്തിന്റെ ആധികാരികത പരിശോധിച്ച് തൃപ്തരായി വിസ്മയപ്പെടുന്നു.

വലതുകാൽ ഉയർത്തിനിൽക്കുന്ന ശിവന്റെ അതിഗംഭീര ശിൽപ്പത്തിനും ഒരു കഥ പറയാനുണ്ട്. പാണ്ഡ്യരാജാവ് രാജശേഖര പാണ്ഡ്യൻ ഒരിക്കൽ ദർശനത്തിനിടെ ഉള്ളുനൊന്ത് പറഞ്ഞത്രെ 'എത്ര കാലമായെന്റെ ഭഗവാനിങ്ങനെ ഇടംകാൽ ഉയർത്തിനിൽക്കുന്നു' ഭക്തൻ കണ്ണടച്ചു പ്രാർത്ഥിക്കുന്നതിനിടെ ശിവൻ ഇടംകാൽ നിലത്തുകുത്തി വലം കാൽ ഉയർത്തിയെത്രെ. സങ്കടഹരന്റെയോരോ കുസൃതികൾ! 'കാൽ മാറി ആടിയ ഇടം' എന്നു പേരുവീണ ഇവിടം ഭക്തനോടുള്ള വാത്സല്യത്തിന്റെ ഇടമാണ്.

നർത്തനഭാവത്തിലുള്ള പാർവ്വതിയുടെ ശിൽപ്പത്തിന്റെ വിരലിൽ കണ്ണടച്ച് തൊട്ടു നോക്കിയാൽ വിരലിലെ മാംസത്തിൽനിന്നും പുറത്തേക്ക് തള്ളി നിൽക്കുന്ന നഖമുനയെ സ്പർശനത്താലറിയാം. കാഴ്ചയിൽ അത്ര വ്യക്തമല്ലെങ്കിലും. ഉളിയൊന്നു പാളിയാൽ ശിൽപ്പം ലക്ഷണം കെട്ടതാകുമെന്നിരിക്കെ ഏകാഗ്രത എന്നത് എത്രമാത്രം തീവ്രമായിട്ടാവും ശിൽപ്പികൾ ശിൽപ്പനിർമ്മിതിക്കിടെ അനുഭവിച്ചിട്ടുണ്ടാവുക.

സുന്ദരേശസന്നിധി വളരെപ്പെട്ടന്ന് കാണാവുന്ന തുറസ്സായ ഇടത്താണെങ്കിൽ മീനാക്ഷി അത്രയെളുപ്പം പിടിതരില്ല.

അവൾ വാഴും ഇടത്തെ ശിൽപ്പഭംഗികളും ചമയാലങ്കാരങ്ങളും കണ്ട് കണ്ട് ഇതിന്റെയൊക്കെ ഉടയോളെയൊന്ന് കാണാൻ കൊതിച്ചുകൊതിച്ചുവേണം മീനാക്ഷി കുടിയിരിക്കും കോവിലിലെത്താൻ. വളഞ്ഞു പുളഞ്ഞു സ്റ്റീൽ റാഡുകൾ അതിരിടുന്ന ക്യൂവിലൂടെ ഓടി. സമയമിപ്പൊ തീരും എന്ന വേവലാതിയിൽ.

ശ്രീകോവിലിലേക്കുള്ള ഇടുങ്ങിയ വഴിയിൽ എ.സി. ഘടിപ്പിച്ചിട്ടുള്ളതിനാൽ ദേവിയെ കാണുമ്പോൾ മനസ്സു മാത്രമല്ല ശരീരവും ചുട്ടുപുകച്ചിലാറി ശാന്തമാകുന്നു.

തിരക്കുള്ള ദിവസങ്ങളിൽ അൻപതുമുതൽ 300രൂപവരെ കൈക്കൂലി കൊടുത്ത് ദർശനം തരപ്പെടുത്താം. ഈ പരിപാടി തമിഴ്നാട്ടിലെ മിക്ക ക്ഷേത്രങ്ങളിലും ഉണ്ട്. ദക്ഷിണവെക്കാൻ മടിയുള്ള ഞങ്ങളെപ്പോലുള്ള, അല്ല, എന്നെപ്പോലുള്ള 'കാശ്ശക്കാരി ഭക്തയ്ക്ക്' ഈ പൈസ ദർശനം ഉപകാരമായി തോന്നി.

പാണ്ഡ്യഭരണശേഷം മാലിക് കഫൂർ കൊള്ളയടിച്ച മധുര, വിജയ നഗരരാജാക്കന്മാരടക്കം പലർക്കും കീഴടങ്ങുന്നത് കണ്ണീരോടെയാവും മധുരമീനാക്ഷി കണ്ടിരിക്കുക. മധുരകീഴടക്കിയവരാവട്ടെ നേരിട്ട് ഭരണം നടത്താതെ ഗവർണ്ണർമാരെ നിയമിച്ചു. നായ്ക്കന്മാർ എന്നറിയപ്പെട്ടിരുന്ന അവർ പിൽക്കാലത്ത് സ്വതന്ത്രരായി മധുരനായ്ക്കവംശം സ്ഥാപിച്ച് മധുര ഭരിച്ചു. അവരിൽ പ്രമുഖൻ തിരുമലനായ്ക്കനാണ്. റോ ആയി കൊത്തിയിട്ടിരുന്ന കരിങ്കൽ ശിൽപ്പങ്ങളെ സൗന്ദര്യവൽക്കരിച്ച്, മധുരമീനാക്ഷിക്ഷേത്രത്തേയും മധുരയേയും സൗന്ദര്യത്തികവുറ്റതാക്കി മികച്ച ഭരണാധികാരി എന്നതിലേറെ കറയറ്റ സൗന്ദര്യാസ്വാദക നായിരുന്ന മധുരയുടെ ഈ ഷാജഹാൻ! ഗോപുരങ്ങളിലെ ശിൽപ്പങ്ങൾക്ക് ചായമടിക്കുന്ന ഏർപ്പാടും ഇദ്ദേഹമാണ് തുടങ്ങിവെച്ചത്. ഞങ്ങൾക്കീ ചായമടിക്കൽ പരിപാടിയോട് വല്യ എതിർപ്പുണ്ടെങ്കിലും ചായമടിച്ചതോടെ ഓരോരോ കുഞ്ഞു ശിൽപ്പവും ഒന്നിൽനിന്നൊന്നായി വേറിട്ട് നിൽക്കുന്നു. പോരാത്തതിന് പരസ്യത്തിൽ പറയും പോലെ കാറ്റിൽ നിന്നും മഴയിൽ നിന്നും മഞ്ഞിൽ നിന്നും ഈ ചായം പൂശൽ ശിൽപ്പങ്ങളെ സംരക്ഷിക്കുമല്ലോ!

മധുരക്ഷേത്രത്തിൽ നിന്നും അരകിലോമീറ്റർ ദൂരമേയുള്ളൂ തിരുമല നായ്ക്കരുടെ കൊട്ടാരത്തിലേക്ക്. സന്ദർശകൻ ചുവരിൽ എഴുതിയിട്ടും കോറിവരച്ചും വികൃതമാക്കിയിട്ടുണ്ട് ആ കൊട്ടാരമെന്ന് കേട്ടു. വെറുതെ രക്തം തിളപ്പിക്കേണ്ട എന്നു കരുതി പോയില്ല. ചിത്രപഠനത്തോടൊപ്പം ചരിത്ര സ്മാരകങ്ങളെ ആദരിക്കുന്നതും ബഹുമാനിക്കുന്നതും എങ്ങനെ യെന്നതും പഠിപ്പിക്കണം.

സന്ധ്യമയങ്ങിയപ്പോൾ 'തങ്കറീഗൽ സിനിമാശാല' താമസസ്ഥ ലത്തിന് അടയാളംവെച്ച് മധുര കാണാനിറങ്ങി. തെരുവുകളിലൂടെ നമ്മൾ കറങ്ങിയെന്നാണ് നമ്മുടെ ധാരണയെങ്കിലും നന്നായി ഇരുത്തിയൊന്നാലോചിച്ചാലറിയാം മധുരയതിന്റെ ഒഴുക്കിലേക്ക് തള്ളിയിട്ട് നമ്മളേം കൊണ്ട് കറങ്ങുകയായിരുന്നുവെന്ന്. വൺവേയിലൂടെ നിർത്താതെയൊഴുക്കിയൊഴുക്കി ഏതിലൂടെയൊക്കെയോ കറക്കി തുടങ്ങിയിടത്ത് തന്നെ പിന്നേം മധുര നമ്മളെ കൊണ്ടെത്തിക്കുമ്പോൾ പലരും പറയാറുള്ളത് ഓർത്തു. 'മധുരനഗര വീഥികളിൽ നിന്ന് പുറത്തേക്ക്

ചാടിക്കിട്ടാൻ വല്ല്യേപാടാണ്. അന്യനാട്ടിൽനിന്നും വരുന്നവരെ മധുരമഹാ നഗരവഴികളിൽ നിന്ന് പുറത്തേക്ക് കടത്തിക്കൊടുക്കുന്നതും വരുമാനമാർഗ്ഗമാക്കുന്ന മധുരക്കാർ!

ഒട്ടും പരിസരബോധമില്ലാതെ അലസമായി മധുരക്കാർ വേഗതയിൽ വണ്ടി ഓടിക്കുന്നത് കാണുമ്പോൾ ഭയം കൊണ്ട് ഇറുകിപ്പോവും. 'ഇമൈ തുങ്കാ ഇളവരസി'യായി ഒരു പോള കണ്ണടയ്ക്കാതെ തന്റെ പ്രജകളെ കാത്ത റാണി മീനാക്ഷി ഇപ്പോൾ മധുരമീനാക്ഷിയായി പൂർവ്വാധികം ശക്തിയിൽ പ്രജകളെ കാക്കുന്നതിനാലാവും ഇവരൊക്കെ വൈകീട്ട് ഉയിരോടെ വീട്ടിൽ തിരിച്ചെത്തുന്നത്!

കറക്കത്തിനിടെയൊരു ഈവനിംഗ് ഫിഷ് ഹോട്ടൽ കണ്ടു. മേൽക്കൂരയിട്ട് ടൈല് പാകിയ തുറന്ന ഹോട്ടൽ. പകൽ ഇവിടെ പലതരം പച്ചമീൻ വിൽക്കുന്ന ഇടമാണത്രെ. രാത്രി മറ്റൊരു ഭാവത്തിൽ മസാല പുരട്ടി കണ്ണാടിക്കൂടിൽ വെച്ച മീനുകളുടെ വിൽപനയും! വേണ്ടത് ചൂണ്ടി കാണിച്ചാൽ കണ്ണാടിക്കൂട്ടിൽ നിന്നെടുത്ത് പൊരിച്ചോ തന്തൂർ അടുപ്പിലിട്ട് തന്തൂർ ചെയ്തോ തരും. പാർസലാകുകയോ അവിടെ നിരത്തിയിട്ട മേശയിലും കസാരയിലും ഇരുന്ന് തിന്നുകയോ ആവാം. ബിസിനസ്സ് എന്നാൽ എന്തെന്ന് കട ഉടമസ്ഥനെ ആരും പഠിപ്പിക്കേണ്ടതില്ല!!

വിവിധ ഇനം മീനുകൾ വാങ്ങി പൊരിപ്പിച്ചും തന്തൂർ ചെയ്തും തിന്നു. കൊള്ളാം നല്ല രുചി. ഫിഷ് മാർക്കറ്റുകൾ സാധാരണ പ്രസരിപ്പിക്കുന്ന കുത്തുന്ന ചീഞ്ഞ മീൻ മണത്തിന് പകരം രുചിയൂറുന്ന മീൻ ഗന്ധമാണ് കടയ്ക്ക്. വൃത്തിയുടെ ഊക്ക് തന്നെ!

തിരിച്ച മടക്കത്തിൽ കാർ പാർക്കിംഗ് പ്ലേസിൽ ഇട്ട് അൽപ്പം നടന്നു. അന്തിക്കച്ചവടത്തിന്റെ മൂർദ്ധന്യത്തിലാണ് തെരുവ്. പലതരം മസാലക്കൂട്ട് ഗന്ധങ്ങൾ മൂക്കിനകത്തേക്ക് മണ്ടിപ്പാഞ്ഞുകയറുന്നു. കുടുംബനാഥന്റെ കച്ചവടത്തിന് സഹായികളായി ഭാര്യ, മക്കൾ എന്നു വേണ്ട എൺപതുകഴിഞ്ഞ മുത്തിയമ്മമാർ വരെ സജീവം! കുറച്ചുദൂരം അവരെയൊക്കെ കണ്ടുകണ്ടങ്ങനെ നടന്നു.

ദൂരെ, ദീപാലംകൃതമായി മധുരമീനാക്ഷിയുടെ ഏതോ കോവിൽ!

അല്ലലും അലട്ടലുമില്ലാതെ ശാന്തിയുടെ ആഴങ്ങളിലേക്ക് പടിയിറങ്ങിയിറങ്ങി തളർന്നുറക്കം.

ആനപ്പേടിയുടെ ടോപ്പ്സ്ലിപ്പ്

ഭയം കലർന്ന ഇഷ്ടമായിരുന്നു ആനകളോടെനിക്കെന്നും. അതുകൊണ്ടുതന്നെ ഉത്സവകാലത്ത് മാത്രം ഭക്ത ചമഞ്ഞ് ക്ഷേത്രങ്ങളിൽ പോയിരുന്നതൊക്കെയും ആനക്കാഴ്ച്ചയ്ക്ക് വേണ്ടിയായിരുന്നു താനും. അവയോടുള്ള ഉൾഭയം പാലിക്കുന്ന അകലത്തിൽ നിന്ന് അവയെ കണ്ണെടുക്കാതെയുള്ള എന്റെ നോട്ടം അവസാനിച്ചിരുന്നത് ഞങ്ങളിലൊരാൾ മടങ്ങുമ്പോൾ.

കുട്ടിക്കാല ഉറക്കങ്ങളുടെ ഇരുളഗാധതയിൽ അദൃശ്യരായി നിൽക്കുന്ന അവരുടെ ചിന്നംവിളികേട്ട് ഉറക്കം ഞെട്ടി, വെട്ടിവിയർത്തൊലിച്ചൊട്ടി മുറിക്കുള്ളിലെ ഇരുട്ടിലേക്ക് കണ്ണുതുറക്കുമ്പോൾ കറുപ്പിൽ മറഞ്ഞു നിൽക്കുന്ന ഒറ്റക്കൊമ്പന് പിടികൊടുക്കാതിരിക്കാൻ ഒരു ചെറുതരി അനക്കമില്ലാതെ ശ്വാസം പിടിച്ചിരുന്ന് രാ വെളിപ്പിച്ചിട്ടുണ്ട്.

കാലം മാറി വന്ന വന്യസ്വപ്നങ്ങളിൽ ഇടതൂറ്റിയ മുളങ്കൂട്ടങ്ങൾക്കിടയിൽ പതുങ്ങി നിന്ന്, ചോരഞരമ്പുകൾ ചുവന്ന് കുറുകികിടക്കുന്ന ചെറു കണ്ണുകൾ മാത്രം കാണിച്ച് അവ ഇറുക്കിയടച്ചും തുറന്നും എന്നെ എന്തിനെന്നറിയാത്ത നോട്ടമുനയിൽ കോർത്ത് അവൻ പനിച്ച് കിടത്തിയിട്ടുണ്ട്.

ഇത്തരം നിഗൂഢതകളൊന്നുമില്ലാക്കാലത്തെ ചില തെളിഞ്ഞ ഉറക്കങ്ങളിൽ അവൻ പച്ചയ്ക്ക് നേർക്കുന്നേർ വന്ന് ഒഴിഞ്ഞുമാറാനിടം തരാതെ തുമ്പിക്കൈകൊണ്ടെന്നെ അടിച്ച് നിലത്തിട്ട് കൊമ്പിൽ കോർത്തെടുത്തിട്ടുണ്ട്. പരുപരുത്ത ഉറച്ച പ്രതലത്തിലേക്ക് ചേർത്തു നിർത്തി മസ്തകം കൊണ്ട് ഞെരിച്ചമർത്തുമ്പോൾ ശ്വാസം തിങ്ങി പിടഞ്ഞുണർന്ന്

നിർത്താതെ ചുമയ്ക്കുകയും, ആകാശത്തേക്ക് ഉയർത്തിപ്പിടിച്ച അവന്റെ കൊമ്പുകളുടെ രാകിയ മൂർച്ചയിലേക്ക് അജ്ഞാതമായ ഏതോ ഉയരത്തിൽ നിന്നും പൊട്ടിവീണടർന്ന് കോർക്കപ്പെട്ട വേദനയിൽ അലറിവിളിക്കുകയും ചെയ്ത രാത്രികളെത്രെ!

ആന സ്വപ്നങ്ങൾക്കെതിരെ 'ചിറയ്ക്കലെ ഗണപതിയ്ക്ക്' കൊട്ടത്തേങ്ങ നേരലും, കിടക്കുമ്പോൾ അർജ്ജുനൻ ഫൽഗുനൻ ചൊല്ലലുമൊക്കെ അകാലങ്ങളിൽ തകൃതിയായി നടന്നു.

—എന്നിട്ടും എന്നിട്ടും എനിക്കിഷ്ടമായിരുന്നു ആനകളെ!

നിൽക്കപ്പൊറുതിയില്ലായ്മയുടെ ശരീര ചാഞ്ചാട്ടങ്ങളിലും ആന ചെവിക്ക് പിന്നിൽ ചേർത്തുവെച്ച തോട്ടി താഴെ വീഴാതെ കാക്കുന്നതിനു പിന്നിലെ കാരണമറിഞ്ഞപ്പോൾ രാസ്വപ്നങ്ങളിലെന്നെ ഭയപ്പെടുത്തുന്നവന്റെ ഭീതിയ്ക്ക് നേരെ എന്നിൽ ഗൂഢപരിഹാസമുതിർന്നില്ല.

ശരീരം കൊണ്ടും ശക്തികൊണ്ടും കരയിലെ ഒന്നാമനായവൻ തനിക്കു മുന്നിൽ തുലോം തുച്ഛനായവന്റെ അടയാളചിഹ്നത്തെപ്പോലും ഭയക്കുന്നുവെന്ന നോവ് അവനനുഭവിപ്പിച്ച സകല സ്വപ്നഭീതികൾക്കും മുകളിൽ അവനോടുള്ള അലിവായ് പരന്നു.

വനമേഖലാ പ്രദേശങ്ങൾക്കിടയിലൂടെയുള്ള എന്റെ യാത്രകൾക്കിടെ പിന്നീടെത്രയോ തവണ മനുഷ്യന്റെയല്ലാത്ത ആനകളെ കണ്ടു.

കാട്ടിൽ അലസം ചുള്ളിക്കൊമ്പ് ഒടിച്ചും. നാട്ടുപാതയിലേക്കിറങ്ങി ഇടഞ്ഞ് നിന്നും, ഉത്തരവാദിത്തബോധമുള്ള സംഘത്തലവനായും അവനെന്റെ കൺകാഴ്ചകളിൽ വന്നുപെട്ടു.

അങ്ങനെയിരിക്കെ ജീവിതത്തിലൊരിക്കലും കാണാത്തൊരു ആനക്കാഴ്ചയും കണ്ടു. പെറ്റുവീണധി കമാവാത്ത കുഞ്ഞിനെ മുലയൂട്ടുന്നൊരു ആനയമ്മയെ. ദാരിദ്ര്യം പിടിച്ച മുളങ്കൂട്ടത്തിലെ കിട്ടാവുന്ന പച്ചപ്പുകൾ ഒടിച്ചെടുക്കുകയാണ് പ്രസവാരിഷ്ടതയിൽ ശോഷിച്ച ശരീരമുള്ള ആനയമ്മ. മനുഷ്യസ്ത്രീകളുടേത് പോലെത്തന്നെയുള്ള ആന മുലകൾ ഞാനാദ്യം കാണുകയാണ്. അതവിടെത്തന്നെയല്ലേ എന്ന് ഇടയ്ക്കിടെ തുമ്പികൈ നീട്ടി തൊട്ടുനോക്കിയും, ഇടയ്ക്ക് വാ പൊളിച്ച് നൊട്ടി നുണഞ്ഞും അമ്മക്കാലുകൾക്കിടയിൽ വട്ടം ചുറ്റിക്കളിക്കുകയാണ് കുഞ്ഞാന ഒരുപാടുനേരം കാഴ്ച തന്ന് അവർ നടന്നുപോവുമ്പോൾ ആനയമ്മ കാഴ്ചകണ്ടു നടക്കുന്ന കുഞ്ഞാനയെ തന്റെ കാലുകൾക്കിടയിലേക്ക് തട്ടിയിട്ട് താൻ എന്ന സംരക്ഷണ കവചത്തിന്റെ ആത്മവിശ്വാസം പ്രകടിപ്പിക്കുന്നത് കണ്ടപ്പോൾ മരിച്ചുപോയ അമ്മമ്മയെ ഓർത്ത് കണ്ണൊന്നുനീറി. ഒരുമിച്ചുപുറത്തിറങ്ങുമ്പോഴൊക്കെയും

'അങ്ങട്ടും ഇങ്ങട്ടും നോക്കി നടക്കാതെ ഇങ്ങ്ട്ട് വാ' എന്നു പറഞ്ഞ് എന്നെ അമ്മമ്മയ്ക്ക് ഒപ്പം ചേർത്തു നിർത്തുന്ന ആ ശീലം കുട്ടിക്കാലത്ത് തുടങ്ങിയത് എന്റെ മധ്യപ്രായത്തിൽ അമ്മമ്മ കിടപ്പിലാവും വരെയും ചെയ്തുപോന്നു.

ജീവികളിൽ, മനുഷ്യന്റെ മാതൃഭാവത്തിൽ മാത്രം മക്കൾ എത്ര വലുതായാലും സ്വതന്ത്രരും പറക്കമുറ്റുന്നവരുമായി അംഗീകരിക്കപ്പെടുകയേ ഇല്ല!

ഒരിക്കൽ ആനമല വന്യജീവി സങ്കേതത്തിന്റെ ഭാഗമായ ടോപ്പ്സ്ലിപ്പിന്റെ പാതയിൽ അൽപ്പദൂരം പോയി മടങ്ങാം. എന്നു കരുതിയത് ചെക്ക് പോസ്റ്റിൽ പ്രവേശനഫീസായി മൂന്നൂറ്റമ്പത് രൂപ വാങ്ങിയ കലിപ്പിൽ ഇനിയതിന്റെ അങ്ങേയറ്റം കണ്ടേ മടങ്ങൂ എന്ന വാശിയായി.

കേരളത്തിന്റെയും കർണ്ണാടകയുടേയും ഇരുൾ പച്ചക്കാടുകളുടെ വന്യതകൾക്കിടയിലൂടെ എത്രയോ തവണ സഞ്ചരിച്ച ഞങ്ങളെ ഈ കാട് അത്രകണ്ട് കൊതിപ്പിച്ചതൊന്നുമില്ല. കാടരിക് ചേർന്ന് കാറിൽ പിച്ചാപിച്ചാ സഞ്ചരിച്ച് കാനനക്കാഴ്ച്ചകൾ കണ്ടും പറഞ്ഞും ആസ്വദിച്ചും കാടിനുള്ളിലൂടെയെന്നോണം യാത്ര ചെയ്യുന്ന ആ 'ഫീൽ' ഈ യാത്രയ്ക്കില്ല. ശ്രദ്ധ മുഴുവൻ കൊണ്ടു പോവുന്നത് ഒറ്റപാതയിലെ കുണ്ടും കുഴികളും പോരാത്തതിന് ഹെയർ പിൻവളവുകളും.

വേറിട്ടൊരു കിളിപോലും ചില്ലകളിൽ പറന്നിറങ്ങി കാട് തരുന്ന കാഴ്ചയാവാത്തിടത്ത് ഇത് വന്യ ജീവിസങ്കേതം തന്നെയെന്ന ഒറ്റയാൾ പ്രകടനവുമായി ഒരു ഉടുമ്പ് റോഡരുകിലൂടെ ഇഴഞ്ഞു നീങ്ങുന്നു. ടൈഗർ റിസർവ്വ് എന്ന ഒരു ബോർഡ് തുടക്കത്തിൽ കണ്ടുവെന്നല്ലാതെ പിന്നീട് ഈ ദൂരമത്രയും വനം വകുപ്പിന്റെ വനസംരക്ഷണ നിർദ്ദേശങ്ങളടങ്ങിയ ബോർഡോ മൃഗ ചിത്രങ്ങളോ ഇല്ല.

ഏതാണ്ട് പാതി ദൂരമെത്താറായപ്പോൾ ഒരു വളവ് തിരിഞ്ഞതും റോഡിൽ പച്ചപ്പ് കിടക്കുന്നു ആനപ്പിണ്ടം! വന പാതായാത്രകളിലൊക്കെയും കൃത്യമായി ആനത്താര എന്ന മുന്നറിയിപ്പും ആനച്ചിത്രവും കണ്ടു ശീലിച്ച ഞാൻ ആനയെന്തോ ഗുരുതര കുറ്റകൃത്യം ചെയ്തമട്ടിൽ 'ഇവിടെ സൂചനാബോർഡൊന്നുമില്ലല്ലോ പിന്നെന്താ ആനപ്പിണ്ടം' എന്നു ചോദിച്ചതിന് കിട്ടിയ ചിരിയുത്തരം ആസ്വദിക്കാനാവാതെ അടുത്ത വള വിലും കിടക്കുകയാണ് ചൂടാറാ ആനപ്പിണ്ടങ്ങൾ 'ആനമല'യെന്നതാണ് മൊത്തത്തിലുള്ള സൂചനയെന്നത് ഞാനോർത്തതുമില്ല.!

പൊട്ടിയടർന്ന റോഡും വണ്ടിയൊന്ന് തിരിച്ചെടുക്കാൻ പറ്റാത്ത വശങ്ങളും ഒറ്റയടിക്കെന്നെ കുട്ടിക്കാല ഉറക്കത്തിന്റെ ഇരുളഗാധതയിൽ

നിന്നുയരുന്ന ചിന്നംവിളി ഭീതിയിലേക്ക് എടുത്തെറിഞ്ഞു. അടുത്ത വളവ് തിരിഞ്ഞതും കാടിന്റെ ഛായയേ മാറി. എങ്ങും മുളങ്കാടുകൾ, ആനപ്പിണ്ടങ്ങൾ, ആനച്ചൂര്! അപ്പോൾ മാത്രം വലിച്ചു പൊട്ടിച്ചതിന്റെ ആട്ടം മാറാതെ റോഡിലേക്ക് ഒടിഞ്ഞുതൂങ്ങിയാടുന്ന മുളകൾ. താഴെ ചിതറിക്കിടക്കുന്ന അൽപ്പം മുൻപ് പൊഴിഞ്ഞമുളയിലകൾ.

-കാറ്റ് അവന്റെ ഗന്ധം എന്നിലേക്കെന്നപോലെ, എന്റെ ഗന്ധവും അവനിലേക്ക് എത്തിക്കുന്നുണ്ടാവും! അടുത്ത വളവിലെ മുളങ്കൂട്ടങ്ങൾക്കിടയിലൂടെ ചോരഞരമ്പ് തുടിക്കുന്ന ഒരു കണ്ണ് അതിശ്രദ്ധയോടെ ഞങ്ങളെ നോട്ടമുനയിൽ കോർക്കുന്നുവെന്ന തോന്നലിൽ ഉള്ളം കൈ വിയർത്തു നനഞ്ഞു.

—ഒറ്റയടിക്ക് നേരിട്ട് കാണുന്നതിലും ഭീതിജനകമാണ് 'എപ്പോൾ വേണമെങ്കിലും' എന്ന ഈ സൂചനാഭീതി.

ഞങ്ങൾക്ക് മുമ്പിൽ പോവുന്ന ഓമ്നിവാൻ പൊടുന്നനെ നിർത്തിയതും എതിരെ വന്ന വണ്ടിക്കാരൻ ഗ്ലാസ് താഴ്ത്തി വാനിലെ ഡ്രൈവറോട് പിറുപിറുക്കുന്നതും കണ്ടപ്പോൾ അടുത്ത വളവിൽ മേലോട്ടുയർത്തിയ കൊമ്പിന്റെ മൂർച്ചയിൽ എന്നെ കോർത്തെടുക്കാനുള്ളവനുണ്ടെന്ന ഭീതിയുടെ കമ്പന തീവ്രതയിൽ എന്റെ ഹൃദയം പുറത്തേക്ക് തെറിക്കാത്തത് നെഞ്ചെല്ലുകൾ ഉള്ളതു കൊണ്ടുമാത്രം!

വനം വകുപ്പിന്റെ ചിഹ്നമുള്ള വാഹനമാണതു രണ്ടും എന്നും അവരൊന്നു കുശലം പറഞ്ഞതുമാണെന്നും അറിയുന്നവൻ എന്റെ വെപ്രാളത്തിലേക്കൊരു ചോദ്യമെറിഞ്ഞു. 'ആനയെ കണ്ടാണവർ വണ്ടി നിർത്തിയതെന്ന് കരുതിയില്ലേ?' 'അതേ' എന്നുപോയിട്ട് 'ആ' എന്നു മൂളാനുള്ള ഉമിനീർ പോലും വേണ്ടേ തൊണ്ടയിലാനിമിഷം?!

ഉയരങ്ങളിൽ നിന്ന് അതിവേഗം ചന്തിവെച്ച് നിരങ്ങിയിറങ്ങി ആന സമനിരപ്പുള്ള പ്രതലത്തിലേക്ക് എത്തുമെന്ന് കേട്ടിട്ടുണ്ട്. നാട്ടാനകളുടെ ചങ്ങല ഓർമ്മയിൽ ഉള്ള നിയന്ത്രിത ചലനമായിരിക്കില്ല കാട്ടാനകൾക്ക്. ചലനവേഗവും ആക്രമണോത്സുകതയും ബുദ്ധികൂർമ്മതയും കൂടുതലായിരിക്കും.

റോഡിന്റെ ഒരു വശത്തേക്ക് കണ്ണുവീണപ്പോൾ ഉയരമുള്ള മൺതിട്ടയിൽ നിന്നും ആന ഊർന്നിറ ങ്ങിയ ആനപ്പാടിലൂടെ ഗതിവേഗം നിലക്കാത്തസമണ്ണ് പൊടിഞ്ഞൂർന്നിറങ്ങിക്കൊണ്ടിരിക്കുന്നു.

തൊട്ടുമുന്നിലെ നിമിഷം ആനയാൽ ഉപയോഗിക്കപ്പെട്ടതിന്റെ ചൂടാറാത്തെളിവായ മൺതരികളും മുളങ്കൂട്ടങ്ങളും പച്ചപ്പിണ്ടങ്ങളും കടുത്ത ആനച്ചൂരും എന്നെ എന്റെ രാസ്വപ്നങ്ങളുടെ പകൽവെട്ട നേർക്കാഴ്ചയായി വെല്ലുവിളിക്കുന്നു.

അടിവാരത്തുനിന്നും ടോപ്പ് സ്ലിപ്പ് മലമുകളിലേക്കുള്ള പതിനാലു കിലോമീറ്ററിലേറിയ പങ്കും ഞാൻ അന്നുവരെ കണ്ട ആന സ്വപ്നങ്ങളുടെ സർവ്വഭയവും ഒന്നിച്ചനുഭവിപ്പിച്ച് അവനിൽത്തന്നെ എന്നെ തളച്ച്, അവനെന്റെ തൊട്ടരികെ എന്ന ഭീതിയിൽ എന്നെ നീറ്റി, അവൻ, കാണാമറയത്ത് നിന്നു.

മലമുകളിലെ അതിമനോഹര പുൽത്തകിടിയും ട്രീഹട്ട്സും അടക്കമുള്ള കണ്ണിമ്പക്കാഴ്ച്ചകൾ, മടക്കത്തിൽ ഇതേ പാതയിലൂടെത്തന്നെയാണ് തിരിച്ചിറങ്ങേണ്ടതെന്നതിനാൽ കയറ്റത്തിൽ വെറുതെ വിട്ടവൻ കുസൃതിയോടെ മടക്കത്തിൽ കാത്തുനിൽക്കുന്നുണ്ടാവുമോ എന്ന ഉള്ളാന്തലിന്റെ പുകമറയ്ക്കുള്ളിലൂടെയാണ് കണ്ടത്. നമ്മുടെ ആനയൂട്ട് പോലെ ആനപ്പൊങ്കൽ ആഘോഷിക്കാറുണ്ടത്രെ ടോപ്പ്സ്ലിപ്പിൽ,

മടങ്ങാൻ വണ്ടി തിരിക്കുന്നത് കണ്ടപ്പോൾ ഒരു നാട്ടുകാരൻ എന്തിനാ വന്നവഴി മടങ്ങുന്നത് നേരെപ്പോയാൽ ആനപ്പാടി വഴി പറമ്പിക്കുളത്തേക്ക് കയറാലോ എന്ന കുശലം ചോദിച്ചപ്പോൾ 'ആനപ്പാടി' എന്ന വാക്കിൽ പിടിച്ച് എനിക്ക് നേരെ അടുത്ത കുസൃതി ചോദ്യം വന്നു. "ഇതൊന്നും ഒന്നുമല്ല. ആനപ്പാടി എന്ന പേര് കേട്ടില്ലേ ആനകളുടെ പാടി തന്നെ ആയിരിക്കും. അതുവഴി പോവണോ?"

ഓരോ നിമിഷവും കൺമുന്നിലെന്തെന്ന ഭീതിയിൽ കുതിർന്ന് ആനപ്പാടിയിലൂടെ പോവുന്നതിനു പകരം ഒറ്റയാത്രയുടെ അടുപ്പമുള്ള വന്ന പാതയിലൂടെത്തന്നെ തിരിച്ചിറങ്ങാം എന്ന ഉത്തരത്തിനെനിക്ക് നിമിഷാർദ്ധം പോലും വേണ്ടിവന്നില്ല.

ഇറക്കത്തിലവൻ കൺമുന്നിൽ വന്ന് ഭയപ്പെടുത്തിയതൊന്നുമില്ലെങ്കിലും അവന്റെ കടും ചൂരേറ്റ് വിറകൊണ്ടുകൊണ്ടേയിരുന്നു ഉടൽ.

രാത്രി കാരണമേതുമില്ലാതൊരു പനിക്കുളിർ കാൽവിരൽത്തുമ്പിൽ നിന്നും തലച്ചോറിലേക്ക് പാഞ്ഞുപോയതിന്റെ വെട്ടി വിറച്ചിലനുഭവിക്കുമ്പോൾ എനിക്കു തോന്നി. പേടി നിറഞ്ഞ സ്വപ്നങ്ങളുടെ നേരനുഭവക്കൊടുമുടിയിലേക്ക് ഞാനെത്തപ്പെട്ട ഭയാനക പിരിമുറുക്കത്തിന്റെ ഏതോ നിമിഷത്തിൽ സർവ്വവിധ ഞെരമ്പുകളും തളർന്നയഞ്ഞ് ഞാൻ അവനെന്നെ ഭീതിയിൽ നിന്ന് സ്വതന്ത്രയായിരിക്കുന്നു.

—എന്റെ ഉൾഭീതികൾ മാറ്റി നിർത്തിയാൽ, ഇടതൂറ്റ നിൽക്കുന്ന മുളങ്കൂട്ടങ്ങളും അവയ്ക്ക് ചുറ്റും പരന്ന് കിടക്കുന്ന വിശാല പുൽമേടുകളും തെളിഞ്ഞ നീർച്ചാലുകളുമൊക്കെയായി ആനകളുടെ സ്വർഗ്ഗഭൂമിയാണിവിടം.

ഈ സ്വർഗ്ഗ ഭൂമിയിൽ നിന്നൊക്കെ മനുഷ്യന്റെ കയ്യിൽപെടുന്ന ആനകൾ പോയ ജന്മം എന്തോ കൊടുംപാപം ചെയ്തിരിക്കണം. ഇവിടെ നിന്നൊക്കെ ആനകളെ അടർത്തിയെടുക്കുന്ന മനുഷ്യന്റെ അടുത്തജന്മം നരകതുല്യമായിരിക്കും.

കാട്ടിനു നടുവിലെ പാറയിൽ നിന്ന് കാൽതെന്നി തലകുത്തനെ താഴെവീണ് ചെരിഞ്ഞ ആനയുടെ ചിത്രം കണ്ടത് പെട്ടെന്നോർമ്മ വന്നു. വമ്പനാണെങ്കിലും അത്രയൊക്കെ മതി എന്നിരിക്കെ ആനമലയിൽ പ്രകൃതി കരുതലോടെ ആനകൾക്കുള്ള ഇടം ഒരുക്കിയിരിക്കുന്നു. ആനകൾക്ക് സഞ്ചരിക്കാവുന്നമട്ടിൽ തുറസ്സുള്ള കാട്. ഈ കുറിപ്പെഴുതിക്കൊണ്ടിരിക്കുമ്പോൾ പാലക്കാട് ഇറങ്ങിയ കാട്ടാനക്കൂട്ടം തിരുവില്ല്വാമല എത്തിയെന്ന് വാർത്തയിൽ പറയുന്നു. തീറ്റയുള്ള ഇടവും തുറസ്സായ പ്രദേശങ്ങളും ഇഷ്ടപ്പെടുന്നവരാണ് ആനകൾ. കാടുവെട്ടിത്തെളിച്ച് കാടിനോട് ചേർന്ന് കൃഷിയിറക്കുന്ന രീതിയാണ് ആനകളേയും മനുഷ്യരേയും ഒരുപോലെ അപകടത്തിലാക്കുന്നത്. കാട്ടിലകപ്പെടുന്ന മനുഷ്യരെക്കാൾ നിസ്സഹായരാണ് നാട്ടിലകപ്പെടുന്ന വനമൃഗങ്ങൾ!

ഇന്നലത്തെ വാർത്തയിൽ കേട്ടതും കണ്ടതും കാടിറങ്ങി വന്ന കൊമ്പൻ ജെ സി ബിയുടെ അടിയേറ്റ് മസ്തകം കലങ്ങി ചെരിഞ്ഞത്! അവന് കുസൃതിയും മനുഷ്യന് ഭീതിയുമായ അവന്റെ ചെയ്തികൾ പൊറുക്കാവുന്നതിന് അപ്പുറം ആയപ്പോഴാവണം അപ്പോഴത്തെ ബുദ്ധിയ്ക്ക് ജെസിബി ഉപയോഗിച്ചത്. കൊല്ലണമെന്നുണ്ടായിരുന്നില്ലെങ്കിലും ആ ബുദ്ധി അവന്റെ മരണമായി.

ഏതു കരുത്തിനെ തോൽപ്പിക്കാനും മനുഷ്യബുദ്ധിക്കാവും. ചതിയിൽ പിടിക്കപ്പെടുമ്പോൾ അവൻ അതു തിരിച്ചറിഞ്ഞ് നിസ്സാഹായതയോടെ മനുഷ്യന് അടിമപ്പെടും. അവനോടു കാണിക്കുന്ന ക്രൂരതകളെ അനുസരണകൊണ്ട് മയപ്പെടുത്താൻ നോക്കി നമുക്ക് വഴങ്ങുന്നു. എങ്കിലും കാട് തലയിൽ പൂക്കുന്ന നേരങ്ങളിൽ അവന് അസഹ്യമാവുന്ന മനുഷ്യഗന്ധത്തിനെതിരെ അക്രമാസക്തനായി കൺമുന്നിൽ കാണുന്ന തെല്ലാം കരുത്തിന്റെ പകയോടെ ചവിട്ടിയരച്ച് കലി തീർക്കുന്നു. അതിനവൻ കുറ്റക്കാരനല്ലെങ്കിലും ഇവിടെ തളയ്ക്കപ്പെടുന്നത് മനുഷ്യന്റെ ആർത്തി നിറഞ്ഞ അഹങ്കാര കടന്നു കയറ്റത്തെയല്ല. അവന്റെ വ്രണം വിങ്ങും പാദത്തെ! അതാണെളുപ്പം!

ടോപ്പ്സ്ലിപ്പിലെ കാർത്തിയെന്ന കുങ്കിയാന മദപ്പാടിനിടെ ചങ്ങലപൊട്ടിച്ച് പെൺഗന്ധം തേടി കാടുകയറിയപ്പോൾ കാട്ടാനകൾ സംഘം ചേർന്നവനെ കുത്തിമലർത്തി. മനുഷ്യന് അടിമപ്പെട്ടവന്റെ

ബീജം കാടിന്റെ സന്താനങ്ങളായി വളരേണ്ട എന്ന അതികഠിന പ്രകൃതിനിയമം അവിടെ നടപ്പാക്കപ്പെട്ടു.

മനുഷ്യനാൽ നിയന്ത്രിക്കപ്പെടുന്നവൻ കരയിലെ കരുത്തൻ എന്ന പദവി ഷണ്ഡീകരിക്കപ്പെട്ടവനാണ്. അവനെങ്ങനെ ആനയാവും, അവൻ ആനയല്ല. ആനയേ അല്ല! അതവന്റെ കുറ്റമല്ലെങ്കിലും! അതു തിരിച്ചറിഞ്ഞാണ് മടങ്ങിവന്നവന് കാട് അത്തരമൊരു രാജകീയമരണം സമ്മാനിച്ചതും! അത്രമേൽ വെറുക്കുന്നു കാട് മനുഷ്യനെ, അവന്റെ കടന്നു കയറ്റങ്ങളെ!

ഭൂതലജീവികളിൽ മനുഷ്യനു വംശനാശം സംഭവിച്ചാൽ പ്രകൃതിയ്ക്കൊരു ചുക്കും സംഭവിക്കില്ലെന്ന് മനുഷ്യനറിയില്ലെങ്കിലും പ്രകൃതിയ്ക്കറിയാം. അതുകൊണ്ടു തന്നെ മനുഷ്യനൊഴിച്ചെല്ലാ ജീവജാലങ്ങളേയും പ്രകൃതി തന്റെ നിയമങ്ങൾക്ക് വിധേയമാക്കി സംരക്ഷിക്കുന്നു. മനുഷ്യനൊഴിച്ചൊരു ജീവിയും പ്രകൃതിയെ നശിപ്പിക്കാറില്ല, അതിനാൽ മനുഷ്യനു മാത്രം പ്രകൃതി സംരക്ഷണത്തെക്കുറിച്ച് ഘോരഘോരം പ്രസംഗിച്ച് പ്രകൃതിയെ സംരക്ഷിക്കാൻ ഇറങ്ങേണ്ടിയും വരുന്നു.

ആനകൾ ഭയക്കാനുള്ളതാണ്. പിന്നെ കൗതുകത്തോടെ കാണാനും ആരാധിക്കാനും ഒടുവിൽ സ്നേഹിക്കാനുമുള്ളതാണ്. അത്രയേ കാടും പ്രകൃതിയും മനുഷ്യനിൽ നിന്ന് ആനകൾക്ക് നേരെ പ്രതീക്ഷിക്കുന്നുള്ളൂ. അതിനപ്പുറമുള്ള നമ്മുടെ കടന്നുകയറ്റങ്ങൾക്ക് വാരിക്കുഴി ചതിയിൽ വീണും തിരിച്ചറിവില്ലാ പ്രായത്തിലകപ്പെട്ടും, കൂട്ടം തെറ്റിയുമൊക്കെ നിസ്സാഹായതയിൽ അടിമപ്പെടുന്നവന്റെ കാലിൽ ചങ്ങലയുരഞ്ഞുള്ള വ്രണം നീറ്റുന്നതവന്റെ ഹൃദയത്തിലെ പകയെ ആണ്.

നാട് കാട്ടിലേക്ക് കയറിച്ചെല്ലുമ്പോഴുള്ള ടൂറസ്റ്റ് സഞ്ചാരസ്വാതന്ത്ര്യമുള്ള വിശാലതകൾ ഇഷ്ടപ്പെടുന്ന ആനകളെ നാട്ടിലേക്ക് വഴി തെറ്റിക്കുന്നതിനൊപ്പം കാട്ടിലെ തീറ്റ ദൗർലഭ്യവും നാട്ടിലെ കൃഷിയിടങ്ങളിലെ തീറ്റസുലഭതയും കാടിറക്കുന്നു.

കാടിറങ്ങിയ കാട്ടാനക്കൂട്ടം കാട്ടുകരുത്തിന്റെ അനിയന്ത്രിത ചലനങ്ങളോടെ മനുഷ്യഭീതിയാൽ കുതികുത്തി പായുമ്പോഴും കനത്ത നാശനഷ്ടങ്ങളോ ജീവഹാനിയോ വരുത്തിയിട്ടില്ലെന്നത്, അവന്റെ കുലത്തോട് മനുഷ്യർ മനപ്പൂർവ്വം ചെയ്യുന്ന ക്രൂരതകൾ വെച്ചുനോക്കുമ്പോൾ എത്രയെത്ര മഹത്തരമായ മാന്യതയാണ്.

മനുഷ്യൻ അവനിൽ നിന്നുള്ളതിനെക്കാളേറെ, അവൻ മനുഷ്യനിൽ നിന്നും രക്ഷതേടി പരക്കം പായുമ്പോൾ പരക്കം പാച്ചിലുകൾക്കിടയിലൊരിടത്തുവെച്ച് കാടവനെ വാത്സല്യത്തോടെ

തിരിച്ചുപിടിച്ചുചേർത്തണയ്ക്കുമ്പോൾ നാമറിയണം പ്രകൃതിദത്ത അഭയ സ്ഥാനമില്ലാത്ത ഒരേ ഒരു അനാഥ ജീവിവർഗ്ഗമാണ് മനുഷ്യകുലം!

കാടിറങ്ങിയ കാട്ടാനക്കൂട്ടം സ്വയം തിരിച്ച് കാടുകയറും വരെ എന്തു ചെയ്യണമെന്നറിയാതെ നമ്മളും അവനും പിന്നിൽ പാച്ചിലായിരുന്നു അതും ആ ആധുനികസാങ്കേതിക വിദ്യത്തികവിന്റെ കാലത്തും!

—അത്രയേ ഉള്ളൂ മനുഷ്യാ നീ ചില നേരങ്ങളിൽ, അത്രമാത്രം! പാപ ങ്ങളുടെ ആനച്ചമടേന്തി നിൽക്കു മ്പോഴും പഠിക്കരുത് ഒന്നും ഒരിക്കലും!!

മുരുകന്റെ വിവാഹമന്ദിരം

മധുരയോട് ഇനി തിരിച്ചു മടക്കത്തിൽ കാണാം എന്നു പറഞ്ഞിറങ്ങി നഗരപാതകളിൽ നിന്നകന്ന് പോരുമ്പോഴാണ് തിരുപ്പറൻകുണ്ട്രം എന്ന ബോർഡ് കാഴ്ചയിലേക്ക് വന്നത്.

മധുരാനഗരിയിൽ നിന്നും 8 കിമീ അകലെ കിടക്കുന്ന തിരുപ്പ റൻകുണ്ട്രം ഹൈന്ദവവിശ്വാസപ്രകാരം വേൽമുരുകന്റെ ആറുപടൈ വീടുകളിൽ ഒന്നാം സ്ഥാനത്താണ്.

ശൂരപത്മവധത്തിനു ശേഷം മോചിപ്പിച്ചെടുത്ത ദേവന്മാരെയുംകൊ ണ്ട് യുദ്ധക്ഷീണമകറ്റാൻ മുരുകൻ ചെന്നിരുന്നത് തിരുപ്പറൻകുണ്ട്രം മലകളിലാണ്. മുരുകവിജയത്തിൽ സംപ്രീതനായ ദേവേന്ദ്രൻ തന്റെ പുത്രി ദൈവാനയെ ഇവിടെവെച്ച് ദേവസാന്നിദ്ധ്യത്തിൽ മുരുകന് വിവാഹം ചെയ്തു കൊടുത്തു.

പാണ്ഡ്യരുടെ കയ്യിൽ നിന്ന് എട്ടാം നൂറ്റാണ്ടിൽ ജൈനർ കയ്യേറിയ ഈ ഗുഹാക്ഷേത്രം പാണ്ഡ്യൻ തിരിച്ചുപിടിച്ചതാണെന്നും, അതല്ല ഇതാദ്യമേ ജൈനരുടേതായിരുന്നുവെന്നും പാണ്ഡ്യർ കൈവശപ്പെടു ത്തുകയായിരുന്നു എന്നുമൊക്കെ വാദങ്ങളുണ്ട്. കണ്ടാൽ ആർക്കും കയ്യടക്കാൻ തോന്നും ഈ സുന്ദര ഗുഹാക്ഷേത്രം! ഇരുകൂട്ടരെയും പറഞ്ഞിട്ട് കാര്യമില്ല!

കയ്യടക്കുക എന്നതിനപ്പുറം മറ്റു കാൽപ്പനികതകൾ ഇല്ലാതിരുന്ന അവരിൽ നിന്നും തിരുമലൈ നായ്ക്കന്റെ കയ്യിലെത്തിയതോടെയാണ് ക്ഷേത്രത്തിന്റെ രാജയോഗം തെളിഞ്ഞത്. ആദി പുരാതനകാലത്ത് അങ്ങനെയങ്ങ് രൂപം മാത്രമായി കൊത്തിയിട്ട ശിൽപങ്ങളെ

പണിക്കുറ്റം തീർത്ത് കൊത്തിമിനുക്കി ശിൽപകലയുടെ അസാധ്യ ചന്തം പേറിച്ചത് തിരുമലൈ നായ്ക്കനാണ്.

തുറന്നു കിടക്കുന്ന നടപ്പാതയ്ക്ക് ഇരുവശവും കച്ചവടങ്ങൾ ഉണർന്ന് വരുന്നതേയുള്ളൂ. ഗുഹ തുരന്നുണ്ടാക്കിയ ക്ഷേത്രത്തിന് ഗോപുരമാണ് കവാടം. കവാടമൊഴിച്ചൊന്നും പുറത്തേക്ക് കാണില്ല. ക്ഷേത്രത്തിനുള്ളിൽ അതിപുരാതനമായ ഒരു ഗുഹാഗന്ധം. ഇരുള് നിറഞ്ഞ അകത്തളത്തിലെ ചവിട്ടുപടികളും ഗോവണികളും കയറി വേണം ശ്രീകോവിലിലെത്താൻ. ഗുഹാക്ഷേത്രമായതിനാൽ അത് വിപുലീകരിക്കുന്നതിനുള്ള പരിമിതികാരണം ക്ഷേത്രത്തിനകത്ത് അതിപുരാതനത്വം നിലനിൽക്കുന്നു. ദർശനത്തിനായുള്ള നീണ്ട കമ്പിയഴിപ്പാത ഇവിടുത്തെ തിരക്കിനെ സൂചിപ്പിക്കുന്നു. വിഷ്ണുവും ശിവനും ഇവിടെ മുഖാമുഖം നോക്കി നിൽക്കുന്നു. ഭക്തർ തമ്മിൽ ഒട്ടും ചേരില്ലെങ്കിലും!

ശിൽപ്പങ്ങൾ പണ്ടെങ്ങനെയായിരുന്നു എന്ന് വ്യക്തമാക്കുന്ന ശിൽപ്പങ്ങളും തിരുമലൈനായ്ക്കന്റെ ശിൽപ്പികൾ ചന്തം കൂട്ടിയ ശിൽപ്പങ്ങളും ഇടകലർന്നു നിൽക്കുന്നു. ചില ശിൽപ്പങ്ങളുടെ മിനുമിനുപ്പ് കണ്ട് അവ ലോഹം കൊണ്ടുള്ളതോ ഒന്ന് ശങ്കിച്ചു. ഗണപതിയുടെ കുറ്റൻ വിഗ്രഹം ആരേയും ആകർഷിക്കും. സുബ്രഹ്മണ്യ വിവാഹത്തിന് പുഷ്പവൃഷ്ടി നടത്തുന്ന ആകാശദേവതകളെ കൊത്തിവെച്ചത് കാണുകതന്നെ വേണം. അരയ്ക്ക് മുകളിലോട്ടേ രൂപമുള്ളൂ. ബാക്കിയെല്ലാം മേഘമാലകൾ മൂടിയിരിക്കുന്നു. നരസിംഹാവതാരത്തിന്റെ ചുവർ ശിൽപ്പമാണ് ശ്രദ്ധപിടിച്ചു പറ്റുന്ന മറ്റൊന്ന്. ദ്രംഷ്ട്രങ്ങൾ പുറത്തുകാട്ടി പൈശാചികമായി ഇളിച്ചു കൊണ്ടാണ് നരസിംഹമിരിക്കുന്നത്. പല്ലൊക്കെ എണ്ണം പറഞ്ഞ് വേറിട്ട് കൊത്തിയിരി ക്കുന്നു. സാധാരണ നരസിംഹത്തിന്റെ മടിയിൽ കിടക്കുന്ന ഹിരണ്യകശ്യപുവിന്റെ മുഖത്ത് ഭീതിയുടെയും വേദനയുടെയും ഭാവമാണ് ശിൽപികൾ കൊത്താറ്. ഇവിടെ വയർകീറിപ്പൊളിഞ്ഞിട്ടും മോക്ഷത്തിന്റെ അലൗകികശാന്തിയാൽ തൃപ്തമാണ് ഹിരണ്യകശ്യപുവിന്റെ മുഖഭാവം.

മുരുകന്റെ വിവാഹം നടന്നയിടം വിവാഹതടസ്സം മാറാനുള്ള പ്രാർത്ഥനയ്ക്കും വിവാഹം നടത്താനുള്ള ഇടവും ഒക്കെയാണ് വിശ്വാസികൾക്ക്! പൈങ്കുനി ഉത്രമാണ് ക്ഷേത്രോത്സവനാള്.

കരിങ്കൽ തണുപ്പിനെ മറികടക്കുന്ന ചൂടുണ്ട് ഗുഹയ്ക്കുള്ളിൽ. വായുസഞ്ചാരവും നന്നേ കുറവെന്നതിന്റെ വീർപ്പുമുട്ടലും. നിറയെ ഫാനുകൾ ഉണ്ട്. ഭക്തർക്ക് ആശ്വാസമായി.

കുഞ്ഞു സ്റ്റീൽ ഗ്ലാസിൽ പാലുമായി പിന്നാലെ കൂടുന്നു കച്ചവടക്കാരികൾ. മുരുകന് പാലഭിഷേകം നല്ലതാന്നും പറഞ്ഞ്.

ക്ഷേത്രത്തിനുള്ളിലുള്ള പ്രസാദകൗണ്ടറിൽ പുളിയോഗ്രയും ലഡ്ഡുവും വെച്ചിരിക്കുന്നു. പിന്നെ നെയ് പൊങ്കലും മുറുക്കും. പുളിയോഗ്രയും ലഡ്ഡുവും നല്ല കോമ്പിനേഷനാണെന്നതിനാൽ ഒഴിവാക്കിയില്ല.

തിരിച്ചു മടക്കത്തിൽ ക്ഷേത്രവഴിയുടെ തുടക്കത്തിൽ കണ്ട ഒരു ഹോട്ടലിൽ നിന്ന് ഭക്ഷണം കഴിച്ചു. അങ്ങോട്ട് പോവുമ്പോഴുള്ളതിനേക്കാൾ സജീവമാണ് ഇപ്പോൾ കച്ചവടങ്ങൾ. ആളുകളും കൂടുതൽ കൂടുതൽ എത്തിക്കൊണ്ടിരിക്കുന്നു. തലമുടി കുടുമ കെട്ടി മഞ്ഞ വസ്ത്രമുടുത്ത കുട്ടികൾ കൂട്ടമായി ക്ഷേത്രത്തിലേക്കു പോവുന്നു.

ദുരന്തനായകൻ രാജരാജചോളൻ

കാഴ്ചകൾക്ക് പലപ്പോഴും 3600 വിശാലത തന്ന് തുറന്നു കിടന്ന തമിഴ്നാടൻ പാതകളിലൂടെ ദ്രാവിഡന്റെ തഴച്ച നിൽക്കുന്ന കൃഷിയിടങ്ങളും കാറ്റാടിപാടങ്ങളും കണ്ട് കണ്ട് ബൃഹദീശ്വരസന്നിധിയിൽ എത്തുമ്പോൾ മഞ്ചേരിയിൽ നിന്നും മുന്നൂറ്റമ്പത് കിലോമീറ്റർ താണ്ടിയിരിക്കുന്നു. ഏഴുമണിക്കൂർ എടുത്ത യാത്ര. ഇനി ചെറിയൊരു വിശ്രമം അത്യാവശ്യം. മനസ്സിനിണങ്ങിയ ഒരു വിശ്രമസ്ഥലം തരപ്പെട്ട കിട്ടിയത് യാത്രാക്ഷീണം അപ്പാടെ കഴുകിക്കളഞ്ഞു.

വെയിലൊന്നു മങ്ങിയാണ് പുറത്തിറങ്ങിയത്. പകൽസൂര്യൻ അവസാന പാദത്തിലേക്കടുക്കുന്നതിന്റെ ധൃതിപിടിച്ച സജീവതകളിലാണ് തെരുവ്. ആ തിരക്കിൽ അലിഞ്ഞ് ക്ഷേത്രാങ്കണത്തിലേക്ക് നടന്നു. ക്ഷേത്രത്തിനകത്ത് നൃത്തോത്സവം നടക്കുന്ന കൂറ്റൻ അറിയിപ്പ ബോർഡ് ക്ഷേത്രപരിസരത്ത് സ്ഥാപിച്ചിരിക്കുന്നു. അതിൽ പങ്കെടുക്കുന്ന പ്രശസ്ത നാട്യസംഘങ്ങളെക്കുറിച്ചും കലാകാരന്മാരെക്കുറിച്ചും വിവരണവും ഉണ്ട്. എന്നിട്ടും ക്ഷേത്രപരിസരത്ത് അതിന്റേതായ ആൾക്കൂട്ടമൊന്നുമില്ല.

പൂർണ്ണമായും ഗ്രാനൈറ്റ് ശിലയിൽ പണിതെടുത്ത ഇന്ത്യയിലെ ഏക ക്ഷേത്രമായ ബൃഹദീശ്വര ത്തിന്റെ ക്ഷേത്രഗോപുരം ഏറ്റവും ഉത്തുംഗക്ഷേത്രഗോപുരമെന്ന നിലയിൽ യുനെസ്കോ പൈതൃക പട്ടികയിന്റ ഇടം പിടിച്ചിരിക്കുന്നു.

നിർമ്മാണത്തിൽ അനേകം വിചിത്ര വൈദഗ്ധ്യങ്ങൾ ഒളിപ്പിച്ച വെച്ച് കാലത്തേയും ശാസ്ത്രത്തേയും വെല്ലുവിളിക്കുന്നതാണ് ക്ഷേത്ര നിർമ്മിതി. തഞ്ചുടയോർ എന്ന സന്യാസിവര്യന്റെ സമാധിയായിരുന്ന

തഞ്ചുടയോർ പെരിയ കോവിൽ എന്നറിയപ്പെടുന്ന ബൃഹദീശ്വരക്ഷേത്ര ത്തിലേക്ക് പ്രവേശിക്കും മുമ്പ് ഇത്തരമൊരു മഹാത്ഭുതം തലമുറകളുടെ വിസ്മയ കണ്ണുകൾക്ക് മുൻപിൽ സമർപ്പിച്ച ആ രാജശിൽപ്പി 'കുഞ്ചിരമല്ല പെരുന്തച്ചനെ' മനസ്സിലൊന്നു സങ്കൽപ്പിച്ചുനോക്കി. ശിൽപ്പരൂപമായി ഉള്ളിൽ തെളിയുന്നത് പെരുന്തച്ചനിലെ തിലകനും രാജശിൽപ്പി യിലെ മോഹൻലാലുമൊക്കെയാണ്.

പ്രവേശനകവാടത്തിനു മുന്നിലുള്ള ചെരുപ്പുകൾ സൂക്ഷിക്കുന്ന ഇടം ഉപയോഗിക്കാതെ ചെരുപ്പുകൾ ആശ്രദ്ധമായി അഴിച്ചുവെച്ച സന്ദർശ കരെ യാതൊരു ദാക്ഷിണ്യവുമില്ലാതെ ശകാരവാക്കുകൾ ഉപയോഗിച്ച് ചീത്ത വിളിച്ച് ക്ഷേത്രനടത്തിപ്പുകാരിയെന്ന് തോന്നിച്ച കർക്കശക്കാരി വൃദ്ധ. ചെരുപ്പുകൾ എല്ലാം പെറുക്കി കുട്ടയിലിട്ട് ദൂരെ എവിടെയോ കൊണ്ടു പോയി തട്ടി. ക്ഷേത്രദർശനം കഴിഞ്ഞെത്തുന്നവർ ഇനിയത് തിരി ച്ചെടുക്കാൻ ബുദ്ധിമുട്ടും!

ലോകമഹാത്ഭുതങ്ങൾ എല്ലാം തന്നെ ഭരണവർഗ്ഗത്തിന്റെ ഇച്ഛാശ ക്തിയുടേയും ശിൽപ്പികളുടെ അസാധാരണ സർഗാത്മക വൈഭവത്തി ന്റെയും എന്നതിൽ ഉപരിസാധാരണക്കാരന്റെ കരൾ പിളരും കഠിന യാതനകളുടേയും സംഗമസ്ഥാനമാണ്.

സാധാരണ ക്ഷേത്ര പരിസരത്തു കാണുന്ന പൂജാദ്രവ്യ വിൽപ്പന ഇവിടെയില്ല. പുഷ്പധൂപഗന്ധങ്ങളുമില്ല. കല്ലുകളും രുദ്രാക്ഷവും കോർത്തി ണക്കിയ മാലകൾ വിൽക്കുന്ന ഒന്നുരണ്ടു പേരെ കണ്ടു.

രണ്ടു കവാടങ്ങൾ കടന്നുവേണം എ.ഡി പത്താം നൂറ്റാണ്ടിൽ ജീവിച്ചിരുന്ന രാജരാജചോളൻ പണികഴിപ്പിച്ച ബൃഹദീശ്വരക്ഷേത്രാങ്ക ണത്തിലെത്താൻ. ആദ്യമുള്ളത് വെട്ടുകല്ലാൽ നിർമ്മിതമായ മറാത്താ കവാടം. പിന്നെ കേരളാന്തകൻ തിരുവയൽ എന്നു രേഖപ്പെടുത്തിയ രണ്ടാം കവാടം. കേരള നാട്ടുരാജാവായ ഭാസ്കരവർമ്മനെ പരാജയപ്പെ ടുത്തിയതിന്റെ ഓർമ്മയാണ് കേരളാന്തകൻ കവാടം. ചിത്രങ്ങളാലും ലിഖിതങ്ങളാലും നിറഞ്ഞ് രണ്ട് കവാടങ്ങളും ചരിത്രാന്വേഷികളെ സന്തോഷിപ്പിക്കുന്നു.

ക്ഷേത്രങ്ങൾക്ക് ചുറ്റുമുള്ള വൻ കിടങ്ങ് വെള്ളം വറ്റിക്കിടക്കുന്നു. അന്യമതസ്ഥരിൽ നിന്നും തങ്ങളുടെ ആരാധനാമൂർത്തിയെ സംരക്ഷി ക്കാനുള്ള തന്ത്രപ്പാടോ, സമ്പത്തിലൊരു ഭാഗം ക്ഷേത്രനിലവറ കളിൽ സൂക്ഷിക്കുന്ന രാജതന്ത്രത്തിന്റെ സംരക്ഷണ കവചമോ ആയിരുന്നിരി ക്കണം കിടങ്ങുകൾ.

രണ്ടു കവാടങ്ങൾ കടന്നാൽ അതിവിശാലമായ ക്ഷേത്രാങ്കണത്തിൽ എത്താം. എനിക്കു മുന്നിലതാ തലയുയർത്തി ലോകത്തിലെ ഏറ്റവും ഉത്തുംഗക്ഷേത്രഗോപുരം! ക്ഷേത്രാങ്കണത്തിലെ കരിങ്കൽ പാത യിലൂടെ നഗ്നപാദയായി നടക്കാൻ നല്ല സുഖം. നട്ടുച്ചയ്ക്ക് ഇതേ നടത്തത്തിന്റെ അവസ്ഥയും ഓർത്തുപോയി. അതോടൊപ്പം തണ്ടപ്പം ച്ചൂട്ടും വകവെക്കാനനുവാദമില്ലാതെ തങ്ങളുടെ ജന്മം ഒരു സാമ്രാട്ടിന്റെ അധികാരശക്തിക്ക് തീറെഴുതിയ പണിയാളരേയും ഓർത്തു.

സൂര്യൻ ജ്വലിച്ചു നിൽക്കുന്ന മധ്യാഹ്നത്തിൽപ്പോലും ഒരു തുണ്ട് നിഴൽ ഭൂമിയിൽ വീഴാതെ ക്ഷേത്രച്ചുവരുകളിൽത്തന്നെ പതിയും വിധമാണ് ക്ഷേത്ര നിർമ്മിതി. ആറു ഭൂമികുലുക്കങ്ങളിൽ ക്ഷേത്രച്ചുവരുകളിലെ ഒരു കല്ലുപോലും അടരാതെ കാത്ത അതിശക്ത അടിത്തറയാണ് ക്ഷേത്രത്തിനുള്ളത്.

തഞ്ചാവൂരിനു നൂറു കിലോമീറ്റർ ചുറ്റളവിൽ ഗ്രാനൈറ്റ് ക്വാറികൾ ഇല്ലെന്നിരിക്കെ പത്താം നൂറ്റാണ്ടിൽ ഇത്രയും ഭാരമുള്ള ഗ്രാനൈറ്റ് ശിലകൾ വൻതോതിൽ ഇവിടെ എത്തിക്കപ്പെട്ടതെങ്ങനെയെന്ന് അമ്പരന്നു പോകും. ആധുനിക സൗകര്യങ്ങൾ ഒന്നും തന്നെയില്ലാതിരുന്ന കാലത്ത് ഇത്രയും വലിയ ശിലകൾ കൃത്യമായി മുറിച്ച് പാകപ്പെടുത്തിയ പൗരാണിക എൻജിനീയറിംഗ് വൈദഗ്ധ്യത്തിനു മുന്നിൽ കൈകൂപ്പു കയല്ലാതെന്തു ചെയ്യും!

ക്ഷേത്രാങ്കണത്തിലേക്ക് കടന്നാൽ ആദ്യം കണ്ണിൽപ്പെടുക ലോകത്തിലെ രണ്ടാമത്തെ ഉയരം കൂടിയ നന്ദി പ്രതിമയാണ്. വിശാലമായ മണ്ഡപത്തറയിൽ നന്ദിയങ്ങനെ കാലത്തെ കൂസാതെ തന്റെ സ്വതസിദ്ധമായ ശൈലിയിലിരിക്കുന്നു. പ്രധാനഗോപുരത്തിന് പത്തുനില കെട്ടിടത്തിന്റെ ഉയരം ഉണ്ട്. ഗോപുരം നിറയെ ശിൽപ്പികളുടെ സർഗാത്മകതയ്ക്ക് മുന്നിൽ ആനന്ദത്തോടെ വെണ്ണനെയ്യായ് വഴങ്ങിയ കൃഷ്ണശിലയിൽ തീർത്തെടുത്ത ശിൽപ്പങ്ങൾ. ചോളകാലഘട്ടത്തെക്കുറിച്ചുള്ള മികച്ച പഠനോപാധിയാണ് അക്കാലത്തെ ജീവിതരീതിയും സംസ്കാരവും വിളിച്ചു പറയുന്ന ശിൽപ്പങ്ങളും ലിഖിതങ്ങളും.

ക്ഷേത്രഗോപുര മുകളിൽ തൊണ്ണൂറു ടണ്ണിലേറെ വരുന്ന ഒരു ഒറ്റക്കൽ മകുടം ഉണ്ട്. ഗോപുരത്തോളം ഉയരത്തിൽ മണ്ണുപാത ഉണ്ടാക്കി ജ്യോതിശാസ്ത്രപ്രകാരം ഗുരുത്വാകർഷണം കുറയുന്ന നേരം കണക്കാക്കി ആനകൾ കാലങ്ങൾ എടുത്ത് നിരക്കി നീക്കിയാണെത്രെ അതവിടെ എത്തിച്ചത്. ക്ഷേത്രത്തിലെ 'വിമാനങ്ങൾ' എന്നറിയപ്പെടുന്ന എടുപ്പുകൾ ചോളവാസ്തുവിദ്യയുടെ അതിപ്രൗഢതെളിവുകളാണ്. ചുവരിൽ ജീവൻ തുളുമ്പുന്ന ദ്വാരപാലകശിൽപ്പങ്ങൾ.

കമനീയമായതും സപ്തസ്വരങ്ങൾ പൊഴിക്കുന്നതുമായ സ്തൂപങ്ങൾ നിറഞ്ഞ ഹാളിലെ ഇരുളിലൂടെ കടന്നുവേണം ഗർഭഗൃഹത്തിലേക്ക് എത്തിനോക്കാൻ. ഗർഭഗൃഹത്തിനുള്ളിൽ മറ്റൊരു വിസ്മയമായി ഒറ്റ ക്കല്ലിൽ തീർത്ത പന്ത്രണ്ടടി ഉയരമുള്ള ഭീമാകാര ലിംഗപ്രതിഷ്ഠ. ഗർഭ ഗൃഹത്തിന്റെ അകം മുകളിലെ ഒറ്റക്കൽ സ്തൂപം വരെ പൊള്ളയാണ്. അസാധാരണമായ പോസിറ്റീവ് എനർജിക്ക് സുഗമസഞ്ചാരത്തിനുള്ള പാതയൊരുക്കിയതാവാം.

ചുവരുകളിൽ വൃത്തിയായി സംരക്ഷിക്കപ്പെട്ട പൗരാണികമായ പെയിന്റിങ്ങുകൾ കാലത്തെ ജയിച്ച ചിത്രകാരന്റെ ഹൃദയസ്പന്ദനമായി ഓജസ്സിൽ തുടിക്കുന്നു.

ക്ഷേത്രത്തിന്റെ ഇടനാഴിയിൽ ആയിരത്തെട്ട് ശിവലിംഗങ്ങൾ സ്ഥാ പിച്ചത് കൗതുകമുണർത്തും. അതിക്രൂരമായ പീഢനമുറകൾ ഉപയോ ഗിച്ച് പ്രജകളെ നിർബന്ധിതമായി കഠിനവേലയെടുപ്പിച്ചാണത്രെ ക്ഷേത്രം നിർമ്മിച്ചത്. തങ്ങൾക്ക് ആവശ്യമില്ലാത്ത ഒന്നിനു വേണ്ടി ഒരു ജന്മം മുഴുവൻ നരകയാതന കൊണ്ട് തീർത്തെടുത്ത് രക്തം ചിന്തിമരിച്ച പണിയാളരുടെ ആത്മാക്കൾക്ക് തന്നോടുള്ള പകയുടെ ദോഷമകറ്റാൻ രാജരാജചോളൻ തന്നെ സ്ഥാപിച്ചതാണ് ആയിരത്തെട്ട് ശിവലിംഗ ങ്ങൾ! ചെയ്ത തെറ്റിന്റെ തിരിച്ചറിവെന്നതിലുപരി കൊട്ടംപകയും പ്രാ ണഭീതിയുമായാണ് സാമ്രാട്ടിനെ ഇത്തരമൊരു പ്രവൃത്തിക്ക് പ്രേരിപ്പി ച്ചതെന്ന് വ്യക്തം. തെന്നിന്ത്യയിലെ ആദ്യസാമ്രാട്ടിന്റെ ഇരുമ്പുപിളരും ആജ്ഞ അസാധ്യമായതിനെയെല്ലാം സാധ്യമാക്കിയപ്പോൾ ഉടഞ്ഞു വീണ മനുഷ്യജന്മങ്ങളുടെ തീരാപക യുഗയുഗാന്തരങ്ങൾക്കു ശേഷവും ശമിച്ചിട്ടില്ലെന്ന വിശ്വാസത്താൽ തമിഴ്നാട്ടിലെ ഭരണവർഗ്ഗത്തിന് ഇപ്പോഴും ബൃഹദീശ്വര ക്ഷേത്രപരിസരത്ത് വരാൻ മടിയാണത്രെ!

ആത്മാക്കളുടെ പകമുറ്റിയ പ്രാക്കുകൊണ്ട് ക്ഷേത്രപൂജകൾക്ക് ഫലസിദ്ധിയില്ലെന്ന വിശ്വാസമായിരിക്കണം ക്ഷേത്രമുറ്റത്തെ ഭക്തജ നത്തിരക്കില്ലായ്മയ്ക്ക് പിന്നിൽ! സന്ദർശകരാണേറെയും.

ഇത്രയും വലിയൊരു വിസ്മയം മാനവികരാശിക്ക് സമർപ്പിച്ച തെന്നി ന്ത്യയിലെ ആദ്യ സാമ്രാട്ടിന് മരണശേഷം ഉചിതമായ ആദരവോടെ ഒരു സ്മാരകം എന്തുകൊണ്ടില്ലെന്നത് ചോദ്യചിഹ്നമാകുന്നു!

ക്ഷേത്രം ചുറ്റിക്കണ്ടതിനു ശേഷം നന്ദിമണ്ഡപത്തറയ്ക്കു താഴെ ക്ഷേ ത്രാങ്കണത്തിലെ കൽബഞ്ചിൽ നർത്തകിമാരുടെ നടനവും കണ്ട് അൽപനേരമിരുന്നു. സന്ധ്യയുടെ സിന്ദൂരഛവിപടർന്ന ആകാശവും പശ്ചാത്തലത്തിലെ ഒറ്റക്കൽ ഗോപുരവും നർത്തകിമാരും ചേർന്ന് അതികാൽപ്പനികവും മാസ്മരികവു മായൊരു അന്തരീക്ഷം സൃഷ്ടിക്കുന്നു.

എനിക്ക് മാത്രം കാണാനാവുന്ന നടന മണ്ഡപത്തറയ്ക്കു മുകളിലെ അതിഗംഭീര എടുപ്പിൽ തന്റെ പ്രൗഢസിംഹാസനത്തിൽ ദ്രാവിഡന്റെ പൗരുഷം മദം പൊട്ടിയ കറുപ്പുദൃഢപേശികളുമായി കരുത്തിന്റെയും ആജ്ഞാശക്തിയുടേയും അവസാനവാക്കായ രാജരാജചോളനിരിക്കുന്നത്! നർത്തകിമാരുടെ നടനാസ്വാദനം തിളങ്ങുന്ന കലാമന്നന്റെ മുഖത്ത്!

മറ്റെല്ലാം അപ്രസക്തമാക്കുന്ന ഇത്തരം ഉൾക്കാഴ്ചകളിൽ അന്തം വിട്ടിരിക്കുന്ന ഞാൻ ചിലപ്പോഴൊക്കെ അതേക്കുറിച്ചറിയാത്തവനിൽ അരിശം സൃഷ്ടിച്ചിരുന്നു. പിന്നീട് അവന് അതേക്കുറിച്ച് ബോധവാനായപ്പോൾ ഇത്തരം അവസരങ്ങളിലെ എന്നെ ക്ഷമിച്ച് തനിച്ചാക്കാറുണ്ട്.

കണ്ണുകൾ ഉടക്കിനിൽക്കുന്നത് നടനമണ്ഡപത്തിലെ നർത്തകിമാരിലാണെങ്കിലും ചെവികളിൽ ഭാരം വലിച്ചുനീക്കി ചത്തൊടുങ്ങിയ കൊലക്കൊമ്പനാനകളുടെ പ്രാണനറ്റുന്ന ദയനീയ ചിഹ്നം വിളികൾ. വേച്ചു പോവുന്ന ദുർബല ശരീരങ്ങളിൽ ആഞ്ഞുപതിയുന്ന ചാട്ടവാർ സീൽക്കാരശബ്ദം.

തങ്ങളുടെ പേര് ചരിത്രത്തിൽ തികച്ചും അപ്രസക്തമെന്നറിഞ്ഞിട്ടും, സാമ്രാട്ടിന്റെ അനിഷേധ്യമായ ആജ്ഞാശക്തിയ്ക്കടിമപ്പെട്ട് ചിലരെങ്കിലും ദൈവത്തെ ചിലപ്പോഴെങ്കിലും അറിഞ്ഞ് പ്രാകിയിട്ടുണ്ടാവും തീർച്ച!!

ഞാനിരുന്ന കൽബഞ്ചിനോട് ചേർന്ന് പടർന്ന് പന്തലിച്ച നിന്ന ആര്യവേപ്പിൽ തമിഴിൽ എഴുതിവെച്ചിരുന്നത് ആര്യവേപ്പിൽ ഭീമാകാരനായ ഒരു പല്ലി ഉണ്ടെന്നും ആ പല്ലിദർശനം ഭാഗ്യം വരുത്തുമെന്നും! വന്നു ചേരുന്നതിനെ അനുഭവിക്കുക എന്നല്ലാതെ ഒരിക്കലും 'ഭാഗ്യം' ആഗ്രഹിച്ചിട്ടില്ലാത്തതിനാൽ ആ സാഹസത്തിനു മുതിർന്നില്ല.

രാജരാജേശ്വരക്ഷേത്രമെന്നു കൂടെ വിളിപ്പേരുള്ള രാജരാജചോളന്റെ ബൃഹദീശ്വരത്തിൽ പിൽകാല രാജവംശങ്ങളും തങ്ങളുടേതായ കൂട്ടിച്ചേർക്കലുകൾ നടത്തിയിട്ടുണ്ട്.

തിരുത്താൻ കഴിയാത്തതും കഴിഞ്ഞുപോയതുമായ ഒന്നിനെക്കുറിച്ചും വേവലാതിപ്പെടാതെ ചരിത്രം ഓർമ്മപ്പെടുത്തലായി നമുക്ക് കാത്തുവെച്ചത് കണ്ടുമടങ്ങലാണ് സഞ്ചാരി ധർമ്മം.

രാജരാജചോളന്റെ രഥം ഗാംഭീര്യ പ്രൗഢിയിൽ ഉരുണ്ടിരുന്ന തെരുവുകളിലൂടെ താമസസ്ഥലത്തേക്ക് മടക്കം.

നീലാകാശക്കുടയിൽ ത്തുത്തുക്കുടി

തിരുപ്പറൻകുണ്ട്രം കണ്ടിറങ്ങിക്കയറിയത് ത്തുത്തുക്കുടി റോഡിനാണ്. ഈ പാതയിലൂടെയുള്ള യാത്ര വല്ലാത്തൊരു അനുഭവമാണ്. അതിലപ്പുറം അനുഭൂതിയാണ്. പാതയ്ക്കിരുവശവുമുള്ള അവിശ്വസനീയ തുറസ്സുകളെക്കാൾ അവിശ്വസനീയം, തലമുകളിൽ കാണുന്ന വെൺതുറസ്സാണ്. ഒരു തരി കറുപ്പു പുരളാത്ത വെൺമേഘങ്ങൾ സ്ഫടികനീലപരപ്പിൽ പാറി നടക്കുന്നു. ആകാശത്തിന് ഇത്ര മേലൊക്കെ തെളിഞ്ഞു നിൽക്കാനാവുമോ എന്നന്തംവിട്ടും മട്ടിൽ ഭൂമിയും ആകാശവും കൊതിപ്പിക്കുന്ന ലാന്റ്സ്കേപ്പുകൾ

കാറ്റത്ത് പാറും പോലെയങ്ങനെ ഡ്രൈവ് ചെയ്ത് പോവുമ്പോൾ ഒരിടത്തൊരു നെൽവയലിൽ ഒരാജാനബാഹുപുരുഷൻ മൃതശരീരമായങ്ങനെ മലർന്ന് കിടക്കുന്നു. പോലീസുകാരും നാട്ടുകാരും ചുറ്റുമുണ്ട്. ഓൺദസ്പോട്ടിൽ നിന്ന് ഇത്തരമൊരു കാഴ്ച ആദ്യമായാണ്. ജീവിതം മരണത്തിലേക്കുള്ള വഴിയാത്രമാത്രമെന്ന് ജീവിതാനുഭവങ്ങൾ അതിശക്തമായി തലച്ചോറിൽ രേഖപ്പെടുത്തിയിട്ടതിനാൽ മരണം കാണുമ്പോൾ ഇപ്പോൾ ഉള്ളുലച്ചിലില്ല. ആ നിമിഷം നിർഭയവും ഭാരശൂന്യവുമായ മനസ്സ് പിറുപിറുക്കും യാത്രയാണ്... എല്ലാം ഒരു യാത്ര!

ഈ യാത്രയുടെ ഹരം, ആകാശത്തെ പകുത്തുപോവും മട്ടിൽ മണ്ണു തൊട്ടുള്ള ഈ ഡ്രൈവിംഗ് ആണ്. ക്യാമറഫ്രെയിമിൽ പെടുന്ന ഭൂമിയുടെ വശീകരണ സൗന്ദര്യം ഭ്രമിപ്പിച്ചുകളയും. ഉച്ചവെയിൽ നിലാവിലെ കരിമ്പനക്കാടുകളും നീർത്തടങ്ങളും ഭൂമിയിൽ മുഖം നോക്കുന്ന തെളിനീലാകാശവും ഈ 'മനോഹര ഭൂമിൽ തരുമോ ഇനിയൊരു ജന്മമെന്ന്' മൂളിപ്പിച്ചു കളയും. പോയിപ്പോയി ഒരിടത്തെത്തിയപ്പോൾ റോഡ്

രണ്ടായിതിരിഞ്ഞു. ഒന്ന് തൂത്തുക്കുടി ടൗണിലേക്കും മറ്റൊന്ന് പോർട്ട് റോഡിലേക്കും.

ഇന്ത്യൻ വ്യവസായിക ചരിത്രത്തിൽ വൻ പ്രാധാന്യമുള്ള തൂത്തുക്കുടി പോർട്ട് റോഡിലേക്ക് കയറി. പോർട്ട് റോഡ് നിറയെ കണ്ടെയ്നർ ലോറികളാണ്. ഉച്ചഭക്ഷണ സമയമാണ്. പോർട്ട് റോഡിലാവട്ടെ ഉച്ചഭക്ഷണശാലകളേയില്ല. ലോറിക്കാരൊക്കെ എന്താണാവോ ഭക്ഷണം കഴിക്കാൻ ചെയ്യുന്നത്. സ്ഥിരം വരവുകാരായ അവർക്ക് അവരുടേതായ സ്ഥിരം ഇടങ്ങൾ കാണുമായിരിക്കും. പോർട്ടിന്റെ പ്രവേശനകവാടത്തിൽ അതിഗംഭീരമായൊരു ചെക്ക്പോസ്റ്റും കാവൽ ക്കാരും ഉണ്ട്. നൂറുരൂപ പ്രവേശന ചാർജ്ജും ആധാറിന്റെ കോപ്പിയും വേണം പോർട്ട് സന്ദർശിക്കാനെന്ന് കാവൽക്കാരൻ പറഞ്ഞുതന്നു. പാഞ്ഞു ചെന്ന് കേറികണ്ടുപോരാൻ പറ്റില്ലെന്നർത്ഥം. ദൂരെ നിന്നും ഈ കഥയൊന്നും അറിയാതെ പോർട്ട് കാണാൻ വന്നവരോടുള്ള സ്നേഹ ചലനങ്ങളും മുഖഭാവങ്ങളുമായി അയാൾ പോർട്ട് അഡ്മിനിസ്ട്രേറ്റീവ് ഓഫീസ് ചൂണ്ടിക്കാട്ടി 'ആ കൊടിവെച്ച ഓഫീസിൽ പോയാൽ എല്ലാം കിട്ടും' എന്നും പറഞ്ഞുതന്നു. അയാൾ കാണിച്ച തന്ന കൊടിവെച്ച ഓഫീസിൽ പോയി പാസും രേഖകളുമായി വരണോ എന്ന് ഞങ്ങൾ ആലോചിക്കുന്നതിനിടെ കണ്ടെയ്നർ ലോറികൾ സെക്യൂരിറ്റി ചെക്ക് കഴിഞ്ഞ് പോർട്ടിനകത്തേക്കങ്ങനെ പോവുന്നു.

തമിഴ് മനസ്സിൽ തൂത്തുക്കുടി തുറമുഖമെന്ന് കേൾക്കുമ്പോൾ ഉയർന്നു വരുന്ന സ്വാതന്ത്ര്യ സമരസേനാനി വി.ഓ.സി യുടെ നാമത്തിലാണ് തൂത്തുക്കുടി പോർട്ട്. തമിഴ് സ്വാതന്ത്ര്യസമര ചരിത്രത്തിൽ ബ്രിട്ടീഷു കാരെ വെല്ലുവിളിച്ച് അവർക്ക് മുന്നിലൂടെ 'കപ്പലോട്ടിയ തമിഴൻ'!

ബ്രിട്ടീഷ് ഇന്ത്യയിലെ തന്ത്രപ്രധാന തുറമുഖമായിരുന്നു തൂത്തുക്കുടി. ബ്രിട്ടീഷ് കപ്പൽ സർവ്വീസിന്റെ കൊള്ളലാഭത്തെ ചോദ്യം ചെയ്ത് സ്വദേശി കപ്പൽ കമ്പനിയാരംഭിച്ച ധീരനായ തമിഴൻ 'വള്ളിനായകം ഉലകനാഥൻ ചിദംബരം പള്ളിയുടേതാണ് തൂത്തുക്കുടി നാട്. അവർക്ക ദ്ദേഹം വി.ഒ.സിയും!

സ്വദേശി പ്രസ്ഥാനത്തിൽ ആവേശം കയറി കപ്പലോട്ടുന്ന തമിഴന്റെ ഭ്രാന്തിനെ പുച്ഛിച്ച് തള്ളിയ ബ്രിട്ടീഷുകാർ തമിഴന്റെ സ്റ്റീം നാവിഗേഷൻ കമ്പനി ബ്രിട്ടന്റെ കപ്പൽ സർവ്വീസിനോട് കട്ടയ്ക്ക് മുട്ടി പടികയറി പ്പോവു ന്നത് കണ്ട് അന്തംവിട്ടു. പിന്നെ ചിദംബരം പിള്ളയെ കള്ളക്കേസിൽ കുടുക്കി പിന്നിൽ നിന്ന് കുത്തി സാമ്പത്തികാടിവാരം തോണ്ടിയെറിഞ്ഞ് തെണ്ടിച്ചേ കമ്പനിയടങ്ങിയുള്ളൂ. ബ്രിട്ടീഷ് അധീനതയിലായിരുന്ന മധുര കോട്ട്സിൽ തൊഴിലാളികളുടെ സമരനായകനായി വന്ന് തന്നെ

മുട്ടുകുത്തിച്ച വി.ഒ.സി.യോടുള്ള കൊടും പക തൂത്തുക്കുടി പോർട്ട് ഡയറക്ടറായിരുന്ന ആഷെയെന്ന ബ്രിട്ടീഷുകാരൻ തീർത്തതങ്ങനെയാണ്. ജീവിതാവസാന കാലത്ത് തന്റെ നിയമപുസ്തകങ്ങൾ വിറ്റാണ് വി.ഒ.സി അന്നത്തിനുള്ള വഴി തേടിയത്.

വി.ഒ.സിയെ ചതിയിൽപ്പെടുത്തി തകർത്ത ആഷെയെ തീവ്ര ചിന്താഗതിക്കാരായ സ്വാതന്ത്ര്യസമര പോരാളികൾ നോട്ടമിട്ടുവെച്ചു. പിൽക്കാലത്ത് തിരുനെൽവേലി കലക്ടറായ ആഷെകുറ്റാലം വെള്ളച്ചാട്ടത്തിൽ സ്വദേശികൾ കുളിക്കുന്നത് വിലക്കുക കൂടെ ചെയ്തപ്പോൾ പോരാളികളുടെ ഒളിഗ്രൂപ്പ് ആഷെയ്ക്ക് മരണം വിധിച്ചു.

തിരുവിതാംകൂറിൽ വേരുകളുള്ള ഇരുപത്തിഒൻപതുകാരനായ വാഞ്ചിനാഥൻ എന്ന ചെങ്കോട്ടക്കാരനാണ് ആ ദൗത്യം ഏറ്റെടുത്തത്. തോക്കുപയോഗിക്കുന്നതിലുള്ള തന്റെ പ്രാവീണ്യം ചൂണ്ടിക്കാട്ടിയാണ് അദ്ദേഹം ആഷെയെ വധിക്കാനുള്ള അനുമതി സ്വന്തമാക്കിയത് അത് സ്വയംഹത്യയാണെന്നറിഞ്ഞിട്ടു കൂടി! ഒരു ട്രെയിൻ യാത്രയ്ക്കിടെ ആഷെയുടെ തോക്ക് ആഷെയിൽ നിന്ന് തട്ടിപ്പറിച്ച് ആഷെയെ വധിച്ച വാഞ്ചി നാഥൻ അതേ തോക്ക് ഉപയോഗിച്ച് ആത്മഹത്യ ചെയ്യുകയും ചെയ്തു. ബ്രിട്ടീഷ് വിചാരണയ്ക്ക് ജീവനോടെ തന്നെ ഇട്ടു കൊടുക്കില്ലെന്ന ആത്മാഭിമാന സംരക്ഷണാർത്ഥം!

വി.ഒ.സിയെ തകർത്തവന്റെ തല തകർത്ത പ്രതികാരം ദ്രാവിഡന്റെ ദേശാഭിമാനച്ചൂട് എന്താണെന്ന് ഒന്നൂടെ ബ്രിട്ടീഷുകാർക്ക് വ്യക്തമാക്കിക്കൊടുത്തു. വി.ഒ.സിയുടെ പേരല്ലാതെ മറ്റെന്തു പേരിടാൻ തൂത്തുക്കുടി തുറമുഖത്തിന്?!

കത്തുന്ന നട്ടുച്ചവെയിലിറങ്ങി നടന്ന് രേഖകളൊക്കെ ഉണ്ടാക്കിടിക്കറ്റെടുത്ത് പോർട്ട് കാണാൻ മടിച്ച് അതിലൂടെയൊക്കെയെന്ന് വെറുതെ കറങ്ങി. അഡ്മിനിസ്ട്രേറ്റീവ് ഓഫീസിലേക്ക് തിരിയുന്ന പാതയിലെത്തിയപ്പോഴതാ ഒരിടത്ത് ഒളിച്ചുനിൽക്കുന്നു കടൽ. അതും ഇതുവരെ ഉടുത്തുകാണാത്ത മരതക ജലപ്പച്ച ചേലയുടുത്ത് ആകാശ നീലബോഡർ അതിനെന്തൊരു ചേർച്ച!

എന്റമ്മേ ഹെന്തൊരു ഭംഗി! കൊതി സഹിക്കാൻ വയ്യാണ്ട് ഒന്നടുത്തു പോയി കണ്ടോട്ടെന്ന് ചോദിച്ചപ്പോൾ അവിടെയുള്ള സെക്യൂരിറ്റി ആധാറിന്റെ കോപ്പിയുമായി വരാൻ ആവശ്യപ്പെട്ടു. കൊടിവെച്ച ഓഫീസിലേക്ക് അയാളുടെ കൈചൂണ്ടി.

'ഇതിനായിപ്പൊ ഇനി ആധാർ കോപ്പിയൊന്നും എടുക്കാൻ വയ്യ. ഒന്ന് വെറുതെ കണ്ടോട്ടെ എന്ന് കെഞ്ചിയപ്പോൾ 'വേഗം തിരിച്ചു വരണം' എന്ന നിബന്ധനയോടെ മൂപ്പര് അനുമതി തന്നു.

അയാളുടെ മനസ്സിലിവിനോട് സ്നേഹവും ബഹുമാനവും ഒക്കെ തോന്നിയെങ്കിലും ഒരു സെക്യൂരിറ്റി ക്കാരന് ഇത്തരം മനസ്സലിവ് ഒട്ടും ഒന്നല്ല എന്ന് മനസ്സ് ഉറപ്പിച്ചുതന്നെ പറയുന്നു. 'ഡ്യൂട്ടി ഈസ് ഡ്യൂട്ടി'. പ്രത്യേകിച്ചും ദേശവിരുദ്ധശക്തികൾ നുഴഞ്ഞു കയറുന്ന പോർട്ടുകളിലും വിമാനത്താവളങ്ങളിലും ജോലി ചെയ്യുന്നവർക്ക്. തുറമുഖത്തിനോട് ചേർന്ന് കിലോമീറ്ററുകൾ വിസ്തൃതിയിൽ തെർമൽ പവർപ്ലാന്റും കിടക്കുന്നു.

തിരകൾ അടിച്ചു കയറാതെ ശാന്തമായ നിരപ്പുള്ള തീരം. വൃത്തിയായി പരിപാലിക്കുന്ന കടൽതീരത്തെ ഇരുപ്പിടങ്ങളും തറകെട്ടിയ മരങ്ങളും പച്ചക്കടലിന്റെ വിസ്തൃതിയും ചില സിനിമകളിൽ കാണുന്ന യൂറോപ്യൻ രാജ്യങ്ങളുടെ കടൽക്കരയെ അനുസ്മരിപ്പിക്കുന്നു. തൊട്ട് ചേർന്നുകിടക്കുന്ന പോർട്ട് ഓഫീസുകളെ നോക്കി ഇവിടെയൊക്കെ ജോലി ചെയ്യുന്നവരുടെ ഭാഗ്യം എന്ന് മനസ്സ് കുശുമ്പ് പറഞ്ഞത് ശരീരത്തിൽ വന്നൊട്ടിയ കടൽകാറ്റിനെ കൈവിരൽകൊണ്ട് തൊട്ട് നാവിൽ വെച്ച് ഉപ്പ് രുചിച്ചപ്പം തീർന്നു!

സെക്യൂരിറ്റിക്കാരൻ കാണിച്ച ദയവിനെ ചൂഷണം ചെയ്യേണ്ടെന്ന് കരുതിമാത്രം വേഗം മടങ്ങി.

രാമേശ്വരം യാത്രയിൽ യാത്രാപാതയ്ക്ക് സമാന്തരമായി പലയിടത്തും വന്ന് കടൽ കടും നീലചേലയും ഇളം നീലചേലയും ഇട്ട് നമ്മളെ പ്രലോഭിപ്പിക്കുമെങ്കിലും തൂത്തുക്കുടിയാത്രയിലൊരിടത്തും കടൽ യാത്രാപാതക്ക് സമാന്തരമായി വഴിവക്കിൽ വന്നെത്തി നോക്കിയില്ല. തന്നെ ഒളിപ്പിച്ചുവെച്ചിരിക്കുന്ന ആകാശ തുറസ്സുകാട്ടി ഇതിന്റെ അറ്റത്തിവിടെയോ ഞാനുണ്ടെന്ന് സൂചന തരുന്നുവെന്നല്ലാണ്ട്. സഞ്ചാര പഥങ്ങളിൽ കരിമ്പനകളും കടൽമണലും മണവും ഇടയ്ക്കിടെ ചിതറിക്കിടന്നിരുന്നു. കടലിന്റെ കുസൃതിക്കണ്ണിറുക്കി ചിരി പോലെയെന്നു മാത്രം!

ദേശസ്നേഹത്തിനു മുന്നിൽ ജീവിതവും സമ്പത്തും ജീവനും വരെ നിസ്സാരമായി വലിച്ചെറിഞ്ഞ് അടരാടിയ ധീരരായ സ്വാതന്ത്ര്യ സമര പോരാളികളുടെ ചോരയും അഭിമാനവിയർപ്പും കലർന്ന മണ്ണ് ഭാരതത്തിലെവിടെയും ഉണ്ട്. സൂര്യനസ്തമിക്കാസാമ്രാജ്യാധിപന്മാരുടെ അന്യായകപ്പലോട്ടത്തെ വെല്ലുവിളിച്ച് കപ്പലോട്ടാൻ ധൈര്യം കാട്ടിയ തമിഴകത്തിന്റെ 'കപ്പലോട്ടിയ തമിഴന്റെ' നാട്ടിൽനിന്നും ആ ധന്യസ്മരണകളിലേക്ക് മനസ്സുകൊണ്ടാദരവിന്റെ അർച്ചനാപുഷ്പങ്ങൾ അർപ്പിച്ച് തൂത്തുക്കുടി തുറമുഖപരിസരത്തു നിന്നും മടങ്ങി.

വീരപാണ്ഡ്യകട്ടബൊമ്മൻ. പാഞ്ചാലംകുറിച്ചി പി ഓ

ത്തുക്കുടിയെന്ന് ഗൂഗിൾ ചെയ്തു നോക്കുമ്പോഴെല്ലാം ത്തുത്തുക്കുടിക്കാഴ്ചകൾക്കിടയിൽ വന്നുപെടാറുള്ള കട്ടബൊമ്മൻ കോട്ട കാണണമെന്ന് ആവേശത്തോടെ ഉറപ്പിക്കാറുണ്ടെങ്കിലും ത്തുത്തുക്കുടിയാത്രക്കിടെ എന്തുകൊണ്ടോ വീരപാണ്ഡ്യകട്ടബൊമ്മൻ ഓർമ്മയിലേക്കു വന്നതേയില്ല.

അതുകൊണ്ടാവണം 'അത്രമേൽ ആഗ്രഹിച്ചിട്ട് നീയിപ്പൊ എന്നെ കാണാതെയങ്ങനെ പോവണ്ട' എന്ന മട്ടിൽ ദേശീയപാതയോരത്ത് കട്ടബൊമ്മൻ കോട്ടയിലേക്ക് ക്ഷണമോതുന്ന കമാനംകാഴ്ചയിലേക്ക് സ്വമേധയാ കടന്ന് വന്നത്. കമാനത്തിന് 8കി.മീ അപ്പുറമാണ് വീരപാണ്ഡ്യന്റെ വീരഭൂമി.

ഭാരതത്തിന്റെ സ്വാതന്ത്ര്യസമരചരിത്രത്തിൽ കട്ടബൊമ്മനാൽ അഭിമാനഭരിതയാക്കപ്പെട്ട പാഞ്ചാലം കുറിച്ചിയെന്ന പുരാതനഗ്രാമത്തിലേക്കുള്ള പ്രാചീനത ചിതറിക്കിടക്കുന്ന വഴിനിറയെ കമാനങ്ങളാണ്. ഇവിടെയാണാധീരന്റെ ഭൂമി എന്നു പറഞ്ഞവർ നമ്മളെ വരവേൽക്കുന്നു.

പതിനെട്ടാം നൂറ്റാണ്ടിൽ തമിഴ്മക്കൾ നെഞ്ചിൽ ആൺവീര്യത്തിന്റെ അവസാനവാക്കായി കൊത്തിയിട്ട പേരാണ് 'വീമരാജ ജഗവീര സുബ്രഹ്മണ്യകട്ട ബൊമ്മൻ'

ജഗവീരകട്ടബൊമ്മന്റെയും അറമുഖത്തമ്മാളുടേയും മകനായി ജനിച്ച വീരപാണ്ഡ്യൻ മുപ്പതാമത്തെ വയസ്സിലാണ് പാഞ്ചാംലംകുറിച്ചിയുടെ ഉടയോനായത്.

സ്വദേശീയനായ മധുര ആർക്കോട് നവാബിന്റെ അധീശത്വം പോലും അംഗീകരിച്ച് കപ്പം കൊടുക്കാത്ത കട്ടബൊമ്മനോടാണ് ബ്രിട്ടീഷുകാർ കപ്പം പിരിക്കാനിറങ്ങിയത്. യഥാർത്ഥ ധീരന്മാരോട് നേർക്കുനേർ യുദ്ധം ചെയ്താൽ കമ്പനിപട്ടാളം വിവരമറിയും എന്നറിയുന്ന ബ്രിട്ടീഷുകാർ ആദ്യം പയറ്റിയത് ചതിതന്നെ. സമവായ ചർച്ചയ്ക്ക് എന്നും പറഞ്ഞ് വിളിച്ച് കട്ടബൊമ്മനെ തടവിലാക്കാൻ നോക്കിയ കമ്പനി കമാണ്ടന്റിന്റെ തല ചോരയിൽ കുളിച്ച് നിലത്തു വീഴ്ത്തി കട്ട ബൊമ്മന്റെ ഉശിരുള്ള വാൾമൂർച്ച!

എണ്ണത്തിൽ കുറവായ കമ്പനി പട്ടാളത്തിന് കട്ടബൊമ്മനെ നേരിടാൻ സഹായം തേടേണ്ടിവന്നു.

ബ്രിട്ടീഷ് പട്ടാളം പീരങ്കിയും കാത്തുനിന്നനേരം കൊണ്ട് കോട്ടയിൽ നിന്നും രക്ഷപ്പെട്ട കട്ടബൊമ്മൻ പിന്നെ ഒളിയുദ്ധം കൊണ്ടായി യുദ്ധം! ജന്മദേശത്തിന്റെ അഭിമാനം കാക്കാൻ മറ്റൊന്നുമോർക്കാതെ സ്വജീവന് പുല്ലുവിലയിട്ട് പോരാടിയ ആ ധീരനെ ബ്രിട്ടീഷുകാർക്ക് ഒറ്റിയത് പുതുക്കോട്ടെ രാജാവായ വിജയ രഘുനാഥ തൊണ്ടൈമാനാണെന്നതറിയുമ്പോൾ നെഞ്ചു പൊടിയും. ഭാരതത്തിന്റെ ദേശീയ ധീര ചരിത്രം നാണവും മാനവും വ്യക്തിത്വവും ഇല്ലാത്ത ഇത്തരം സ്വദേശീയ പുഴുക്കുത്തുകളാലും സമ്പന്നമാണ്.

മുപ്പതുവയസ്സിൽ പാഞ്ചാലംകുറിച്ചിയുടെ ഭരണമേറ്റ് മുപ്പത്തിയൊൻപതാമത്തെ വയസ്സിൽ 1799 ഒക്ടോബർ 16 ന് കായത്താറിൽ വെച്ച് തൂക്കിലേറ്റും മുൻപ് തന്നെ പിടിക്കാനാഞ്ഞ സ്വദേശീയനായ കമ്പനി പോരാളിയോട് 'ദേശക്കൂറില്ലാത്തവൻ എന്റെ ദേഹം തൊട്ടശുദ്ധമാക്കരുത് എന്നാക്രോശിച്ച് തൂക്കുകയറിനെ ചുംബിച്ച് വിരിഞ്ഞ നെഞ്ചോടെ, ഉയർത്തിയ ശിരസ്സോടെ, പുഞ്ചിരിമായാത്ത മുഖത്തോടെ മരണം വരിച്ച ആ ധീരന്റെയാത്മാവ്, ഈ കരൾവേവും കാഴ്ച കണ്ട് ആർത്തലച്ചു കരയുന്ന തമിഴ്മക്കളുടെ ഹൃദയത്തി ലേക്ക് ചിതറിത്തെറിച്ച് വീണ് പുനർജ്ജനിച്ചിരിക്കാം. സ്വാതന്ത്ര്യപോരാട്ടത്തിന് അരണികടയുന്ന അവരുടെ അഭിമാനബോധത്തിൽ നിന്ന് വീണ്ടും വരും കാലത്തിലേക്ക് ജ്വലിച്ചുയരാൻ.

-ഒരു ദേശസ്നേഹിയുടെ ആത്മാവിന് അതിനേ കഴിയൂ.

അധികം ജനവാസമില്ലാത്ത ഒരിടത്ത് വിശാലമായ പറമ്പിൽ ചുറ്റുമതിൽക്കെട്ടിനുള്ളിലാണ് കോട്ട. നന്നായി പരിപാലിക്കപ്പെടുന്ന ഇവിടെ സൂക്ഷിപ്പുകാരന്മാരും സൂക്ഷിപ്പുകാരികളും ടിക്കറ്റ് കൗണ്ടറും എല്ലാം ഉണ്ട്. ഇത്ര ചെറിയ നിർമ്മിതിയാണോ കോട്ട എന്ന് ശങ്കിച്ച് അടുത്തുചെല്ലുമ്പോഴാണ് അറിയുക അത് കട്ടബൊമ്മൻ നീതിയും

ഭരണവും നിർവ്വഹിച്ചിരുന്ന ന്യായമണ്ഡപമായിരുന്നു. എന്ന്. തീരെ ചെറിയ കിളി വാതിൽ ജനലുകളും, മരവാതിലും ആണ് ഇപ്പോൾ അവിടെ ഉള്ളത്. സിംഹാസനാരൂഢനായ രാജാവ് മുകൾഭാഗത്തെ ബാൽക്കണിയുടെ വരാന്തയിലും ഭരണസഹായികളായ പ്രമുഖന്മാർ താഴെയും ഇരുന്നിരിക്കണം. രാജാവിന് എല്ലാവരേയും ഒറ്റയടിക്ക് കാണാൻ പാകത്തിലാണ് നിർമ്മാണം. നാലുപാടും ഉള്ള ചുവരിൽ കട്ടബൊമ്മന്റെ വലിയ ഛായാചിത്രമടക്കം വിവിധ ചിത്രങ്ങൾ ആണ്. തിരിച്ചെന്തൂർ ക്ഷേത്രത്തിലെ മണിനാദം കേട്ട് ദിവസം ആരംഭിക്കുന്ന പാഞ്ചാലം കുറിച്ചിയുടെ ദൈവത്തിന്റെ ദിവസാരംഭം മുതൽ, ജീവിത ത്തിലെ ഓരോഘട്ടവും ഭരണനേട്ടങ്ങളും ഭരണപ്രതിസന്ധികളും യുദ്ധവി ജയങ്ങളും ധീരപരാജയങ്ങളും ചുവരിൽ ഉണ്ട്. മരണവും മരണരംഗവും ഒഴികെ!

കോട്ടയുടെ സൂക്ഷിപ്പുകാരൻ ഒരിടത്ത് സൂക്ഷിച്ചുവെച്ച പീരങ്കി ഉണ്ട കാണിച്ചുതന്നു. കോട്ടയ്ക്ക് നേരെ ബ്രിട്ടീഷുകാർ പ്രയോഗിച്ചത്. ഒരു ചെറിയ നാട്ടുരാജ്യത്തെ തോൽപ്പിക്കാൻ പീരങ്കിയുണ്ട വേണ്ടിവന്നു ശത്രുക്കൾക്ക് എന്ന ഓർമ്മപ്പെടുത്തലോടെ അതവിടെ കിടക്കുന്നു. ഇത് കട്ടബൊമ്മന്റെ നാടെന്ന അഭിമാന ഹുങ്കാരച്ചൂടോടെയൊരു ഉച്ചച്ചൂട് കാറ്റ് വന്നു തൊട്ടു. തലയെടുപ്പുള്ള ധീരന്മാരെയെല്ലാം ചതിയിൽപെടു ത്തി ശാരീരികമായി പീഡിപ്പിച്ച് തൂക്കിലേറ്റി അവരുടെ സ്ഥാവര ജംഗമങ്ങൾ കണ്ടുകെട്ടി പാർപ്പിടങ്ങൾ മണ്ണോടുമണ്ണാക്കിയാണല്ലോ ബ്രിട്ടീഷുകാർ പകയുടെ അണപ്പല്ലു ഞെരുക്കം തീർക്കാറ്.

കോട്ടയുടെ ഇടിഞ്ഞുപൊളിഞ്ഞ അസ്ഥിവാരത്തറയ്ക്കരികെ ഒരു ക്ഷേത്രം അബ്രാഹ്മണനാണ് പൂജ. ക്ഷേത്രത്തിൽ ഏതോ കാലത്തെ തുകൽ പെരുമ്പറ. ഒട്ടും മടിക്കാതെ ദക്ഷിണയിട്ടു. വലിയ ക്ഷേത്രങ്ങ ളിലെ പൂജാരികളെക്കാൾ ദക്ഷിണയർഹിക്കുന്നത് ഇത്തരം ഇടത്ത രക്കാരനാണ്.

ശിവാജിഗണേശൻ എന്ന നടനപ്രതിഭ അഭ്രപാളികളിൽ വീര പാണ്ഡ്യകട്ടബൊമ്മന് ജീവൻ പകർന്നാടിയപ്പോൾ കട്ടബൊമ്മന്റെ വീരത്വം പാഞ്ചാലം കുറിച്ചി മാത്രമല്ല ഭാരതം മുഴുവനും നെഞ്ചേറ്റി. തൂക്കിലേറ്റും മുൻപ് ശിവാജിയുടെ വീരപാണ്ഡ്യകട്ടബൊമ്മൻ ജാക്സൺ സായിപ്പിനോട് പായുന്ന നെടുനീളൻ വികാര വിഭ്രംജിത ഡയലോഗുകൾ രോമമെഴുന്നേൽക്കാതെ കേൾക്കാനാവില്ല. ചരിത്രത്താളിൽ അക്ഷ രങ്ങളായി ചത്തുകിടക്കുന്ന ഓരോ ധീരന്റെയും ചരിത്രം അഭ്രപാളികളി ലൂടെ പുനർജ്ജനിക്കുകതന്നെ വേണം പുതുതലമുറയുടെ ഉള്ളാഴങ്ങളിൽ അവർ പതിയാൻ!

കട്ടബൊമ്മന്റെ മണ്ണിനോട് മനസ്സുകൊണ്ടാദരമർപ്പിച്ച് കോട്ടയുടെ ഗെയ്റ്റ് തുറന്നിറങ്ങുമ്പോൾ വിങ്ങലോടെ മനസ്സറിയുന്നു നാം ഇന്നർമ്മാദിക്കുന്ന ഈ സ്വാതന്ത്ര്യം എത്ര വീരന്മാരുടെ ജീവന്റെ പിടച്ചിലും ചോരമണവും നിറഞ്ഞതാണ്!! ഇന്ത്യക്കാർ കമ്പനിപ്പട്ടാളത്തിനു നേരെ ആഞ്ഞ് തുപ്പിയിരുന്നുവെങ്കിൽ ഒലിച്ചു പോകുമായിരുന്ന കമ്പനിപ്പട്ടാളത്തിന് ഇന്ത്യയിൽ വേരുറപ്പിക്കാൻ കഴിഞ്ഞ ആ യോജിപ്പില്ലായ്മ മാത്രം കാലാതീതമായങ്ങനെ നമ്മൾ തലമുറകളിലേക്ക് പലരീതിയിൽ മതമായും ദേശമായും സംസ്കാരമായും പകർന്നു കൊടുക്കുന്നതോർക്കുമ്പോൾ ലജ്ജകൊണ്ട് തല താഴും.

നാട്ടുപാതയിൽ നിന്ന് തൂത്തുക്കുടി ഹൈവേയിലേക്കുള്ള റോഡ് ഒരു ഗ്രാമീണ സ്ത്രീയോട് അന്വേഷിച്ചപ്പോൾ റോഡ് പറഞ്ഞുതരുന്നതിനൊപ്പം അവർ അൽപം അകലേക്ക് കൈചൂണ്ടി സങ്കടത്തോടെ പറഞ്ഞു. 'വളവിൽ ഒരുത്തനെ ലോറി അടിച്ചിട്ടാച്ച്. ലോറി തട്ടിയെന്നേ കരുതിയുള്ളൂ. വളവിൽ ചെറിയൊരാൾക്കൂട്ടവും പോലീസും. റോഡിൽ ചതഞ്ഞരഞ്ഞ ബൈക്ക്. ചോരയിൽ മുങ്ങിയ ശവം സ്ത്രീകൾ കൂട്ടം കൂടിയിരുന്ന് കരയുന്നു. കണ്ണടച്ചിരുന്നു. പിന്നെ കണ്ണുതുറന്ന് മനസ്സിനെ കാഴ്ചകളിലേക്ക് പറിച്ചുനട്ടു. യാത്രയാണെല്ലാം... യാത്രമാത്രം.

നെല്ലൈയപ്പറുടെ തിരുനെൽവേലി

തലേന്ന് ചെന്നപ്പോൾ പിടിതരാതെ ഉച്ചമയങ്ങിയ നെല്ലൈയപ്പറെ കാണാൻ രാവിലെത്തന്നെ ഇറങ്ങി. തെങ്കാശിയിൽനിന്ന് തിരുനെൽവേലിയിലേക്കുള്ള യാത്രാപഥങ്ങൾക്കിരുവശവും വയലേലകളാണ്. പ്രഭാത വെയിലിനുപോലും വേനൽച്ചൂട്. കത്തിരിവെയിൽ എന്നാണ് തമിഴർ കൊടുംവേനൽവെയിലിനെ വിളി ക്കാറ്.

വിശാലമായ വയലേലകൾ നെൽക്കതിർ ഭാരമേറ്റിയും കൊയ്ത്തു കഴിഞ്ഞ ആലസ്യം പേറിയും ഇടകലർന്നുകിടക്കുന്നു. വിസ്തൃതമായ വയലേലകളിലെങ്ങും ഒന്നോ രണ്ടോ ആളുണ്ട് പണികൾക്ക്. കൊയ്യുന്നതും മെതിക്കുന്നതും കറ്റ കെട്ടുന്നതും യന്ത്രങ്ങൾ. കൊയ്ത്തുപാട്ടുകൂടെ അതിന് പാടാനായിരുന്നുവെങ്കിൽ സർവ്വം ശുഭമംഗളം. വൃത്തിയിൽ വരിയും നിരയും ഒപ്പിച്ച് ഒരു യന്ത്രം കൊയ്ത് പോവുന്നു. മറ്റൊന്ന് കറ്റകൾ മെതിച്ച് വൈക്കോലുണ്ടകളാക്കി പുറംതള്ളുന്നു. ഒറ്റയടിക്ക് എല്ലാം എളുപ്പത്തിൽ കഴിയുന്നു. റോഡു മുഴുവൻ കൊയ്ത്തു യന്ത്രങ്ങളുടെ നഖമുനപ്പാടുകളാണ്. പുതിയ പുതിയ യന്ത്രങ്ങൾ ഇടയ്ക്കിടെ റോഡിലൂടെ ഉടമസ്ഥന്റെ കൃഷിയിടം തേടി ഉത്സാഹത്തോടെ പോവുന്നു.

നെല്ലിന്റെ നാടാണ് തിരുനെൽവേലി. തമിഴ്നാടിന്റെ നെല്ലറ! എത്രയോപേർക്ക് അന്നം നൽകാൻ ആഹോരാത്രം പ്രയത്നപ്പെടുന്ന

തിരുനെൽവേലിക്കാർക്ക് നെൽകൃഷി അവരുടെ ജീവിതത്തിന്റെ മുഴുവൻ പ്രതീക്ഷയുമാണ്. അതുകൊണ്ടുതന്നെ തിരുനെൽവേലിയിലെ സാധാരണ ജനം തങ്ങളുടെ പ്രതീക്ഷകളെ കാക്കുന്നവൻ എന്നർത്ഥ ത്തിൽ ശിവസങ്കൽപ്പത്തെ ഇവിടെ നെല്ലയപ്പർ ആക്കിയിരിക്കുന്നു. നെല്ലിനെ കാക്കുന്നയപ്പൻ... കേൾക്കാനെന്തു രസം! അതിസാധാര ണക്കാരന്റെ അതിസാധാരണക്കാരനായ ദൈവം പേരുകൊണ്ട് അവരോട് ചേർന്ന് നിൽക്കുന്നു! തങ്ങളുടെ ജീവിത പ്രതീക്ഷയായ നെൽകൃഷിയെ കാക്കുന്നവന് അതിലും വലിയ പേരിടാൻ തിരുനെൽ വേലിയിലെ സാധാരണക്കാരനറിയില്ലായിരുന്നു!

പണ്ട് ഇവിടം മുളങ്കാടായിരുന്നു. ആ മുളങ്കാടിനെ ചുറ്റി താമ്രപർണി യുമൊഴുകി. ആ മുളങ്കാടി നുള്ളിൽ അഗസ്ത്യമുനി ആരാധിച്ച ശിവലിംഗം പിന്നീടെപ്പോഴോ ഒരു ദേശത്തെ കാക്കുന്ന, ഒരു ദേശത്തിന്റെ സർവ്വ ഭീതിയും അകറ്റുന്ന നെല്ലൈയപ്പർ ആയി.

പിന്നെ തിരുനെൽവേലി നെല്ലൈയപ്പറുടേതുമായി!

അമ്പലത്തിനു ചുറ്റുമുള്ള റോഡിൽ രാവിലെതന്നെ കുത്തിത്തിരക്ക് തോന്നും പടിയാണ് പാർക്കിംഗ്. ഒന്ന് രണ്ട് റൗണ്ട് ചുറ്റിവന്ന് കിട്ടിയ ഒരിടത്ത് വല്യമര്യാദ കേടില്ലാതെയൊരു തോന്നുംപടി പാർക്കിംഗ് ഞങ്ങളും ചെയ്തു. കട അടച്ചിട്ടും വിധം പാർക്ക് ചെയ്തിട്ടും കടക്കാരൻ നിസ്സംഗമായി നോക്കി നിൽക്കുന്നു. ഇവിടെ ഇതു പതിവാണ്. ഞങ്ങള ല്ലെങ്കിൽ മറ്റൊരാൾ. കടയ്ക്ക് മുന്നിൽ വാഹനം കിടന്നാലും അത് കാര്യ മാക്കാതെ കുത്തിത്തിരക്കിക്കയറുന്നവരാണ് ഇവിടുത്തെ ജനങ്ങൾ.

ക്ഷേത്രകവാടമാണ് ആദ്യ വിസ്മയം. കൂറ്റൻ മരവാതിൽ നിറയെ കൊത്തുവേലകൾ. പതിനാലര ഏക്കറിലായാണ് നെല്ലയപ്പർ ക്ഷേത്രം കിടക്കുന്നത്. അതി പുരാതന ശിൽപകലകളോട് പ്രിയമുള്ളവർ നിർ ബന്ധമായും കണ്ടിരിക്കേണ്ട ഒരിടം.

ആദ്യം കയറിയത് നന്ദിമണ്ഡപത്തിലാണ്. ബൃഹദീശ്വരത്തെ നന്ദി യെപ്പോലൊരു കൂറ്റൻ നന്ദിയാണ് ഇവിടെയും ശിവനെ നോക്കിയിരി ക്കുന്നത്. നന്ദിമണ്ഡപത്തിൽ ഏഴ് രാഗങ്ങൾ പൊഴിക്കുന്ന കൽത്തു ണുകൾ. മധുരനായ്ക്കനാണ് 1654ൽ നന്ദിമണ്ഡപം പണികഴിപ്പിച്ചത്. ചോള, ചേര, ഹൊയ്സാല വിജയങ്ങൾ ക്ഷേത്രത്തിനകത്ത് ശിൽപ ഭംഗികളായും സ്തൂപങ്ങളായും കൽമണ്ഡപങ്ങളായും നിറഞ്ഞു.

ശിവന്റെ അഞ്ചു നടന സഭകളിൽ ഒന്നാണ് തിരുനെൽവേലി. ശിവന്റെ താമ്രസഭയാണ് ഇവിടെ. ശിവൻ ഇവിടെ നെല്ലൈയപ്പർ ആണെങ്കിൽ അതിനു ചേരുംവിധം പാർവ്വതി കാന്തിമതിയമ്മാളും.

സ്വതന്ത്ര ക്ഷേത്രങ്ങളായി നിന്നിരുന്ന നെല്ലൈയപ്പർ കാന്തിമതി കോവിലുകളെ പ്രശസ്ത ശൈവഭക്തനായ വടമല്ലൈയപ്പർ ഒരു ചങ്ങലമണ്ഡപം നിർമ്മിച്ച് ഇടനാഴിവഴി കൂട്ടിച്ചേർത്തു.

നന്ദിമണ്ഡപത്തിൽ വീരഭദ്രനും കാളിയും നടനരാജനും ഹൊയ്സാല ശിൽപകലാചന്തം പ്രസരിപ്പിച്ച് നിൽക്കുന്നു. കാളിയുടെ കയ്യിലെ ആയുധമൊക്കെ യഥാർത്ഥത്തിൽ എവിടുന്നോ എടുത്ത് കയ്യിൽ വെച്ച കൊടുത്തപോലെ. എങ്ങനെയാണിവർ കരിങ്കല്ലിനെ ഇങ്ങനെ ശിൽപ്പരൂപത്തിലേക്ക് മെരുക്കുന്നത്.?!

ശ്രീകോവിലിനുള്ളിൽ കൂറ്റൻ ലിംഗപ്രതിഷ്ഠ. തൊട്ടടുത്ത കോവിലിൽ അനന്തശായിയായി വിഷ്ണു. കണ്ണടച്ച് കിടക്കുന്ന കൂറ്റൻ കരിങ്കൽ ശിൽപ്പം തിരുവനന്തപുരത്തെ അനന്തശയന വിഗ്രഹത്തെ ഓർമ്മിപ്പിച്ചു. ഇവിടെ നമുക്ക് കോവിലിനകത്ത് കയറി അനന്തശയനം നടത്തുന്ന വിഷ്ണുവിനെ തൊട്ട് വണങ്ങാം. ഞാനാദ്യമായാണ് ഇത്രതൊട്ടരികെ നിന്ന് ഒരു മൂല വിഗ്രഹം കാണുന്നത്, തൊടുന്നത്!!

കണ്ണടച്ച് കൊട്ടും കൈകുത്തി തല ഉയർത്തികിടക്കുന്ന വിഷ്ണുവിന്റെ അടഞ്ഞ കൺപോളകളിലെ പീലിവരെ കൊത്തിയിരിക്കുന്നു. ശിവപാർവ്വതി വിവാഹത്തിന് എത്തിയതാണത്രെ വിഷ്ണു. ഇവിടെ വിഷ്ണുദേവൻ നെല്ലൈഗോവിന്ദനാണ്!

നിറയെ പുഷ്പങ്ങൾ ഉള്ള ഉദ്യാനവും അതിനുനടുവിലെ വസന്തമണ്ഡപവും ആണ് മറ്റൊരു വിസ്മ യക്കാഴ്ച നൂറ് കരിങ്കൽത്തൂണുകളിലാണ് വസന്ത മണ്ഡപം.

ക്ഷേത്രച്ചുവരുകളിൽ ചേരചോള രാജവംശങ്ങളുടെ ലിഖിതങ്ങളും വീരഗാഥകളും നെല്ലൈയപ്പറേയും കാന്തിമതിയമ്മാളിനേയും സ്തുതിയും ഗീതങ്ങളും നൂറ്റാണ്ടുകൾ കടന്ന് വന്ന് നൂറ്റാണ്ടുകളിലേക്ക് പടരാൻ പാകത്തിൽ തെളിഞ്ഞ് നിൽക്കുന്നു. മാരവർമ്മൻ സുന്ദരപാണ്ഡ്യൻ തന്റെ കാലഘട്ടത്തിലെ ലിഖിതത്തിൽ ശിവനേയും പാർവതിയേയും ഒന്ന് പരിഷ്കരിച്ച് വൊഡയാറും നാച്ചിയാറുമാക്കി. സുന്ദര പാണ്ഡ്യന്റെ കാലശേഷം തിരുനെൽവേലിക്കാർ പിന്നെയും നെല്ലൈയപ്പറെ കാത്തോളണേ എന്നു തന്നെ വിളിക്കാൻ തുടങ്ങി. നെല്ലും ദൈവവുമായിരുന്നു അവർക്കെല്ലാം!

ഓരോരോ രാജവംശവും തനതു കാലങ്ങളിൽ അവരുടേതായ സംഭാവനകളാൽ ക്ഷേത്രത്തെ സമ്പന്നമാക്കി. ഓരോ നൂറ്റാണ്ടിലൂടെ കടന്നു പോരുമ്പോഴും മണ്ഡപങ്ങളും ശിൽപങ്ങളും അധികരിച്ചു. പതിമൂന്നാം നൂറ്റാണ്ടിൽ പാണ്ഡ്യർ സ്ഥാപിച്ച ഈ ക്ഷേത്രം

പതിനേഴ്, പതിനെട്ട് നൂറ്റാണ്ടുകളിൽ ചേരചോള ഹൊയ്സാലന്മാർ വഴി വിപുലീകരിക്കപ്പെട്ടു. കാന്തിമതിയമ്മാളുടെ കല്ല്യാണം നടന്നത് ആയിരം കാൽ മണ്ഡപത്തിൽ. സാധാരണ ആയിരം കാൽമണ്ഡപം എന്നൊക്കെ പറഞ്ഞ് കാണുമ്പോൾ ഇത് ആയിരം കൽത്തൂണുകൾ ഒക്കെ ഉണ്ടാവുമോ എന്നാണ് മനസ്സ് ശങ്കിക്കാറെങ്കിൽ, ഇവിടെ ഇത് ആയിരം കൽത്തൂണിലൊക്കെ അധികമാണല്ലോ എന്നാവും!!

ശിവന്റെ നർത്തനസഭയായ താമ്രസഭയിലെ കൽത്തൂണുകളും മണ്ഡപവും കൊത്തു പണിയലംകൃതം. ചില കൊത്തുവേലകൾ ഹൊയ്സാല ഹലേബിഡു ക്ഷേത്രശിൽപങ്ങളോട് ചേർന്ന നിൽക്കുന്ന സൂക്ഷ്മതയിൽ. ഉത്സവദിവസം നടരാജന്റെ താണ്ഡവനൃത്തം കാണാനും ആ ദിവ്യാനുഭവത്തിന് സാക്ഷികളായി സ്വയം മറക്കാനും ഭക്തരും ഒപ്പം നെല്ലയപ്പരുടേയും കാന്തിമതിയമ്മാളിന്റെയും വിഗ്രഹങ്ങളും നടനസഭയിലെത്തും. ദൃഷ്ടിഗോചരമല്ലാത്തയാനടനം മനോമുകരത്തിൽ ഭക്തർ ആസ്വദിക്കും.

പണ്ടു കാലത്ത് ക്ഷേത്രം നിന്നിടം വേണുവനമായിരുന്നതിനാൽ വേണുവനനാദർ എന്നൊരു അപൂർവ്വ വിളിപ്പേരുകൂടെയുണ്ട് ശിവനിവിടെ. വിനായക, മുരുക, ശാന്തികേശ്വര ശ്രീകോവിലുകളുള്ള അകം വഴികളിലൂടെ നടക്കുമ്പോൾ നടവഴിയിലൊരിടത്ത് മുളങ്കൂട്ടം മതിൽകെട്ടി സംരക്ഷിച്ചിരിക്കുന്നു. ആഗസ്ത്യർ പ്രാർത്ഥിച്ച ശിവലിംഗമിരുന്ന മുളങ്കൂട്ടമാണത്രെ!

ഒരിടത്ത് പരസ്യത്തിൽ നമ്മളെ ആകർഷിച്ച് വലയ്ക്കുന്ന കുബേര ലിംഗവും കണ്ടു. പാപങ്ങൾ തീർക്കലും രോഗശാന്തിയും ധനസമ്പാദനവും ആണ് മനുഷ്യർ ദൈവത്തിന് മുന്നിൽവെക്കുന്ന ആഗ്രഹങ്ങൾ എന്നതിനാൽ കുബേര ലിംഗത്തിനു മുന്നിൽ ദീർഘനേരം നിന്ന് പ്രാർത്ഥിക്കുന്ന ചിലർ.

മുരുകന്റെ കോവിലിൽ ഒറ്റക്കല്ലിൽ മുരുകനേയും വള്ളിയേയും ദൈവയാനയേയും മയിലിനേയും കൊത്തിയിരിക്കുന്ന ശിൽപ്പത്തിന് ചേരചോള ശിൽപകലയോടാണ് സാമ്യം. മുപ്പത്തിരണ്ട് തീർത്ഥക്കുളമുള്ള ക്ഷേത്രത്തിൽ നാലെണ്ണം ക്ഷേത്രത്തിനകത്തും ബാക്കിയുള്ളവ പുറത്തുമാണ്.

എത്ര നടന്നു കണ്ടാലും തീരുന്നില്ല ക്ഷേത്രം. കൽത്തൂണുകളും കൂറ്റൻ കൽമണ്ഡപങ്ങളും വീതിയേറിയ വിശാല ഇടനാഴികളും ഒന്ന് മറ്റൊന്നിലേക്ക് നയിക്കുന്ന വഴികളായങ്ങനെ നിൽക്കുകയാണ്. ഒരിക്കൽ അകപ്പെട്ടാൽ പുറത്തുകടക്കാൻ പ്രയാസം എന്ന പോലെ! ഒരു ദിവസം മുഴുവൻ നടന്ന് കാണാനുണ്ട് ക്ഷേത്രക്കാഴ്ചകൾ! ദ്രാവിഡ

ശിൽപകലാരീതിയിലുള്ള ക്ഷേത്ര നിർമ്മാണം ഇപ്പോഴും തുടർന്നുകൊണ്ടും ഇരിക്കുന്നു. വിദേശികളുണ്ട് ക്ഷേത്രത്തിൽ. അവരെ നമിക്കണം ഇതൊക്കെ കണ്ടുപിടിച്ച് ഇവിടെയത്തിയതിന്! ഇതൊന്നുമറിയാത്ത നമ്മളെ കുറിച്ച് നമുക്ക് ലജ്ജിക്കാം. ഭാരതീയരായിട്ടും...!! തൊട്ടടുത്ത ദിവസം നടക്കാനിരിക്കുന്ന കുംഭാഭിഷേകത്തിന്റെ ഒരുക്കങ്ങളും തിരക്കുകളുമാണ് ക്ഷേത്രത്തിൽ. വിശാലമായ ക്ഷേത്രാങ്കണത്തിൽ കുംഭം നിരത്താനുള്ള ചെറിയ കരിങ്കൽക്കെട്ടുകൾ ചിത്രവേല ചെയ്തും ചായമടിച്ചും ഭംഗിയാക്കുന്നു. വിശാലമായ പന്തലും മണ്ഡപവും ഒക്കെയായി വൻ ഒരുക്കമാണ്.

ക്ഷേത്രത്തിനുള്ളിലെ ആനക്കൊട്ടിലിൽ ചെറിയ 'വലിയൊരാനക്കുട്ടി' മുഴുവൻ രോമവും കൊഴിഞ്ഞിട്ടില്ല. നല്ല വൃത്തിയുള്ള ആനക്കൊട്ടിൽ. അവനെ കുളിപ്പിക്കാൻ ഉപയോഗിക്കുന്ന ബക്കറ്റ്, ബ്രഷ്, പാട്ട, ചകിരിത്തുപ്പ് എല്ലാത്തിനും കുട്ടിച്ചന്തം. ഞങ്ങൾ കാണുമ്പോൾ കുളികഴിഞ്ഞ് ഈറൻ ദേഹവുമായി നിൽക്കുകയാണ്. കുട്ടിവാലാട്ടി പാപ്പാന്റെ ദേഹത്തേക്ക് വെള്ളം തെറിപ്പിക്കുന്ന അവന്റെ വികൃതി കണ്ട് ഞങ്ങൾ ചിരിക്കുന്നതിനിടെ ഒളിപ്പിച്ച ചിരിയോടെ, ഇപ്പ ശര്യാക്കിത്തരാം നിന്റെ വികൃതിയെന്ന വാത്സല്യഭാവത്തിൽ പാപ്പാൻ ഒരു ചെറിയ ചൂടിക്കയർ എടുത്ത് വാലിൽ കൊരുത്ത് അതിന്റെ ഒരറ്റം കാൽചങ്ങലയിൽ ഇട്ടു കെട്ടി. അതോടെ ആ യന്ത്രത്തിന്റെ പണി നിന്നു. 'ന്നാലെന്താ എനിക്ക് തുമ്പിക്കൈ ഉണ്ടല്ലോ' എന്ന മട്ടിൽ പിന്നെ തുമ്പിക്കൈ ആട്ടിയും നീട്ടിയുമായി വികൃതി. അതിനിടയിൽ കയറിവന്ന് തുമ്പിക്കൈയ്യിൽ കാശുവെച്ച് അനുഗ്രഹം ചോദിക്കുന്ന ഭക്തരോട് "എന്തുവാടേയ് നിന്റെയൊക്കെ കഥ' എന്ന മട്ടിലൊരു തലകുലുക്കലും 'ന്നാ പിടിച്ചോ, നിന്റെയൊരു പൂതിയല്ലേ' എന്ന മട്ടിലൊരു അനുഗ്രഹവും. തുമ്പിക്കൈയ്യിലെ കാശ് നേരെ പാപ്പാന്റെ കയ്യിലേക്ക് "ഇത് കിട്ടിയിട്ടെനിക്കെന്താ' എന്ന പോലെ! നന്നായി പരിപാലിക്കപ്പെടുന്നതിൽ ആരോഗ്യവും ചന്തവും ഉള്ള കൊഴുത്തുരുണ്ട മേനിയും കുട്ടികുസൃതി തിളങ്ങുന്ന കണ്ണുമായി അവൻ ആളുകളെ രസിപ്പിക്കുന്നു. അതോ സ്വയം രസിക്കുകയാണോ!

ക്ഷേത്രത്തിന്റെ പുറംകവാടം തപ്പിപ്പിടിച്ച് ഇറങ്ങാനായുമ്പോൾ മുഴുവൻ കണ്ടു കഴിഞ്ഞാണിറങ്ങുന്നതെന്ന സംതൃപ്തിയില്ല. ഇനിയും എന്തൊക്കെയോ കാണാനുണ്ടെന്ന അതിശക്തമായ തോന്നൽ ശരിവെച്ച് ഒരിടത്ത് ഒരിടത്ത് ഇത്രയും നേരം കാണാത്ത വിശാലമായ താമരക്കുളം. പണികൾ നടന്നു കൊണ്ടിരിക്കുന്നതിനാൽ കുളപ്പടവുകളിലേക്ക് ഇറങ്ങാൻ വയ്യ.

പുറം പാതിയിലൊരു ശിവലിംഗം. അനവരതാർലിംഗപ്രതിഷ്ഠ. ആർക്കോട് നവാബിന്റെ ഭാര്യ വയറുവേദനകൊണ്ട് വലഞ്ഞപ്പോൾ നെല്ലൈയപ്പറെയാണ് ആശ്രയിച്ചത്. വയറുവേദന മാറുകയും ദീർഘകാലമായി സന്തതി പരമ്പരയില്ലാതെ വിഷമിച്ചിരുന്ന നവാബിന്റെ ഭാര്യഗർഭിണിയാവുകയും ചെയ്തു. ഇന്നും ക്ഷേത്രപുറം പാതയിലെ ഈ ശിവലിംഗത്തിൽ നവാബിന്റെ പിൻതലമുറ പ്രാർത്ഥനയർപ്പിക്കുന്നു. കുഞ്ഞു ങ്ങൾ ഇല്ലാത്തവർ തൂക്കിയിട്ട തൊട്ടിലുകൾ നിറയെ ഉണ്ടവിടെ!

ക്ഷേത്രത്തിന് പുറത്തേക്കിറങ്ങിയപ്പോൾ ഏതോ നൂറ്റാണ്ടിൽനിന്നും പുറത്തേക്ക് ചാടിയപോലെ. വെയിൽ തട്ടുമ്പോൾ കണ്ണു പുളിക്കുന്നു.

സൂര്യന് അത്രകണ്ട് പ്രവേശനമില്ലാത്ത ക്ഷേത്രത്തിൽ നിൽക്കുമ്പോൾ ദേവലോകത്തെന്നപോലെയായിരുന്നു. പുറത്തേക്കിറങ്ങുമ്പോഴാണ് ക്ഷേത്രത്തിനുള്ളിലായിരുന്നു എന്നറിയുന്നത്. എന്നാ മുഴുവൻ ആക്കം പോലെ നടന്ന് സൂക്ഷ്മമായി കണ്ടോ അതുമില്ല. വിദേശികൾ കാൽഭാഗം കണ്ടുതീർത്തപ്പോഴേക്ക് ഞങ്ങൾ മുഴുവൻ കണ്ട് മിടുക്കന്മാരാവുകയും ചെയ്തു!

നമ്മൾ എത്രതന്നെ ദൂരം താണ്ടി വന്നാലും ആ താണ്ടിയ ദൂരമൊന്നും ഈ കാഴ്ചയ്ക്ക് മുന്നിൽ ഒന്നുമില്ല എന്നങ്ങ് നിസ്സാരമാക്കിത്തരും തിരുനെൽവേലിയുടെ 'ഒളിഞ്ഞിരിക്കുന്ന രത്നം' എന്ന മറുനാമമുള്ള ഈ ക്ഷേത്രം.

ക്ഷേത്രത്തിനു മുന്നിലുള്ള നെല്ലൈശരവണഭവൻ എന്ന ഹോട്ടലിലാണ് പ്രഭാതഭക്ഷണത്തിന് കയറിയത്. വലിയ മെച്ചമുണ്ടാകാനിടയില്ല എന്നു മുൻ അനുഭവത്തെ ആണിയടിച്ച് ഒന്നൂടെ ഉറപ്പിക്കും പോലെയായി പ്രഭാതഭക്ഷണം കെട്ടിലും മട്ടിലുമുള്ള കേമം ഭക്ഷണത്തിൽ ഒട്ടുമില്ല.

ഭക്ഷണത്തിന്റെ മുഷിവ് മാറിയത് തൊട്ടടുത്തിരിക്കുന്ന ടേബിളിൽ ഒറ്റക്കിരുന്ന് ചായ കുടിക്കുന്ന മുത്തശ്ശിയെ കണ്ടുകൊണ്ടിരുന്നപ്പോഴാണ്. എഴുപത് കടന്ന മുത്തശ്ശി വെഞ്ചാമര മുടി ഉച്ചിയിൽ വാരിക്കെട്ടി കടുംനിറ ചുരിദാറിലാണ്. ഫോണിൽ നിർത്താതെ സംസാരിക്കുന്നതിനിടെ ഒരു സെറ്റ് ഇഡ്ഢലിയും പൊങ്കലും പിന്നെ ഉപ്പുമാവും തിന്നുതീർത്തു. പെൻസിൽ പോലുള്ള മുത്തശ്ശി. പിന്നെ ഒരു ബ്രൂ കോഫി. കഴിഞ്ഞെന്ന് കരുതി ഇരിക്കുന്നതിനിടെ മുത്തശ്ശി ഐസ്ക്രീമിനും പറഞ്ഞുകളഞ്ഞു രാവിലെത്തന്നെ! ഇതെല്ലാം തിന്നു തീർക്കുമ്പോഴും ചെവിയിൽ ചേർത്തു വെച്ച ഫോണിലൂടെ ചറുപിറാ പറയുന്നുമുണ്ട്. ഫോൺ ചെവിയിൽ നിന്ന് മാറ്റാതെ തന്നെ കൈ കഴുകി കാശുകൊടുത്ത് മുത്തശ്ശി ഇറങ്ങിപ്പോയി.

ഒന്ന് പാളിനോക്കിയപ്പോൾ ഞാൻ കരുതിയപോലെ കൈനറ്റിക്കിൽ തന്നെയാണ് മുത്തശ്ശിയുടെ പോക്ക്. അറുപത് വയസ്സ് കഴിഞ്ഞാൽ സ്വയം പ്രഖ്യാപിത വാർദ്ധ്യക്യവുമായി വീടിനകത്ത് ഒതുങ്ങുന്ന നമ്മുടെ മുത്തശ്ശിമാരെ ഓർത്തു. അവർ ഒതുങ്ങിയില്ലെങ്കിൽ പ്രായമായില്ലേ എന്ന ചോദ്യം കൊണ്ട് നമ്മളവരെ ഒതുക്കും. എനിക്കുറപ്പുണ്ട് എഴുപത് കടന്ന ഒരെണ്ണം പോലും ഇതുപോലെ റോഡിലൂടെ വണ്ടിയോടിച്ച് പോവുന്നില്ല എന്റെ നാട്ടിൽ!

ജീവിതം തളർത്തിക്കിടത്തും അവസാനത്തുമ്പ് വരെ ഇങ്ങനെ സ്വയമാഘോഷിച്ച് വീണുപോവാതെ പിടിച്ചുനിൽക്കുന്നത് എത്ര അഭിനന്ദനീയമാണ്. മുത്തശ്ശിക്കാഴ്ച തന്ന പോസിറ്റീവ് എനർജിയിൽ ഭക്ഷണം മോശമായ മുഷിപ്പിനെ മറികടന്നെഴുന്നേറ്റു. ചിലരുടെ കാഴ്ച സാന്നിദ്ധ്യം പോലും അപാര എനർജി തന്നുകളയും !

ശങ്കരനൈനാർ വസതി

തിരിച്ചു മടക്കത്തിന്റെ ദിനങ്ങളാണിനിയെന്നതിനാൽ പാതയും തിരിച്ചുമടക്കദിശയിലാണ്. തിരുനെൽവേലിയിലെ ശങ്കരൻ കോവിൽ വഴിയായിരുന്നു മടക്കം. താലൂക്കിന്റെയും മുൻസിപ്പാലിറ്റിയു ടേയും ക്ഷേത്രത്തിന്റെ പേര് ഒന്നായ ശങ്കരൻ കോവിൽ പൂപ്പാടങ്ങൾക്ക് പ്രശസ്തമാണ്. മുല്ലയും മല്ലിയും ജമന്തിയും റോസും ആമ്പലും താമരയു മൊക്കെ കോവിലാവശ്യങ്ങൾക്ക് ശേഷം കേരള വിപണിയിലെത്തുന്നു.

കോവിലിനു മുന്നിലെ തെരുവിൽ ഒരാൾ പാർക്കിംഗ് സ്ഥലം കണ്ടെത്തി തന്നത് സ്നേഹം കൊണ്ടെന്ന് കരുതിയത് അമ്പതുരൂപ പാർക്കിംഗ് ഫീ ചോദിച്ചപ്പം തീർന്നു. തെരുവിന്റെ ഇടയിലുള്ള ഊടു പാതയിലൂടെ ക്ഷേത്രത്തിലേക്ക് കയറി. ആ ഇടുങ്ങിയ വഴി നിറയെ തെരുവു കച്ചവടക്കാർ, അവരുടെ കയ്യിലെ പ്രസാദത്തട്ടിൽ നാഗരൂ പമുള്ള നാകത്തകിടുകൾ, പൂക്കൾ, ധൂപങ്ങൾ.

ഒരു സാധാരണ ദിവസമായിട്ടും ജനനിബിഢമാണ് ക്ഷേത്രം. കച്ചവ ടക്കാരിൽ നിന്നും രക്ഷപ്പെടാൻ ഓടുന്നതിനിടെ ആഘോഷദിവസങ്ങൾ എന്തായിരിക്കും ഇവിടുത്തെ തിരക്കെന്നോർത്തു.

ഗോപുര വാതിലിലേക്കുള്ള പ്രവേശനപാത കച്ചവടങ്ങളും കച്ചവട ക്കാരും തിങ്ങിനിറഞ്ഞിരിക്കുന്നു. വിശാലമായ അകത്തളത്തിൽ നിന്ന് കട്ടുംകൂട്ട് ധൂപഗന്ധം പുറത്തേക്ക് പ്രവഹിക്കുന്നു.

വിഷ്ണുവും ശിവനും ഒന്നുചേർന്ന് ലയിച്ചു നിൽക്കുന്നതാണിവിടു ത്തെ പ്രതിഷ്ഠ. ഹരിയോ ഹരനോ വലുതെന്ന തർക്കം ശൈവ വിഷ്ണു സങ്കൽപ്പകാലം തൊട്ടേയുള്ളത്. തങ്ങൾ ഒന്നാണെന്ന് തെളിയിച്ച

ദൈവങ്ങൾക്കും മട്ടുത്തുകാണാം. വൈഷ്ണവർക്ക് ഈ ആശയം അത്ര പിടിക്കാത്തതിനാൽ അവർ ശങ്കരൻ കോവിലിനേയും അവിടുത്തെ പ്രതിഷ്ഠയേയും അത്രകണ്ട് വില മതിക്കുന്നില്ല. മനസ്സിൽ വരുന്നത് കമൽഹാസന്റെ ദശാവതാരം സിനിമയിലെ ശൈവവിഷ്ണ ഭക്തരുടെ സംഘർഷമാണ്.

രണ്ടു നാഗങ്ങൾ ഒരിക്കൽ ശിവശക്തിയേയും വിഷ്ണു ശക്തിയേയും പറ്റി തർക്കിച്ചപ്പോൾ തങ്ങൾ ഒന്നാണെന്ന് കാണിക്കാൻ ശിവനും വിഷ്ണുവും ഒരു പ്രതിഷ്ഠയിൽ ഒന്നു ചേർന്നു എന്നാണൊരു ഐതിഹ്യ മെങ്കിൽ മറ്റൊന്ന് പ്രകാരം പാർവതിയുടെ ശാപമേറ്റ് ഭൂമിയിൽ ജനി ക്കേണ്ടിവന്ന മണിക്കിരുവൻ എന്ന ദേവൻ ഉഗ്രപാണ്ഡ്യരാജാവിന്റെ തോട്ടക്കാരനായി ജോലി ചെയ്യുന്നതിനിടെ ഒരു ചിതൽപുറ്റിൽ ദൈവ സാന്നിദ്ധ്യം അറിയുകയും രാജാവിനെ അതറിയിക്കുകയും ചെയ്തു. ദേവൻ പറഞ്ഞതു പ്രകാരം ചിതൽ പുറ്റ് പൊളിച്ച രാജാവിന് അതിൽ ഒരു ലിംഗപ്രതിഷ്ഠ കാണാനാവുകയും ചെയ്തു. പുറ്റ് വൃത്തിയാക്കുന്ന തിനിടെ അതിൽ കാണപ്പെട്ട പാമ്പിന്റെ വാൽ മുറിയുകയും പുറ്റിലെ മണ്ണ് മുറിവായിൽ തൊട്ടപ്പോൾ മുറി കൂടുകയും ചെയ്തെത്ര! പൊളിച്ചിട്ട ചിതൽ പുറ്റുകൾ അതിവേഗം വളർന്നപ്പോൾ ആ മണ്ണ് രോഗശാന്തിക്ക് ഉപയോഗിച്ച് തുടങ്ങി. മൂന്നുതരം പ്രസാദത്തിൽ ഒന്നാണ് മണ്ണ് ഇപ്പോഴും ഈ ക്ഷേത്രത്തിൽ.

ചില ഭക്തർ ക്ഷേത്രക്കുളത്തിൽ ഉപ്പും പഞ്ചസാരയും എറിയുന്നു. അവ വെള്ളത്തിലലിയും പോലെ രോഗങ്ങൾ അലിഞ്ഞില്ലാതാകുമെ ന്നാണ് വിശ്വാസം. മനസ്സിന്റെ ഇത്തരത്തിലുള്ള തോന്നലുകൾക്കും വിശ്വാ സങ്ങൾക്കും രോഗശാന്തിയിൽ വലിയ പങ്കുണ്ട്. നെല്ലൈയപ്പർ ക്ഷേത്രക്കാഴ്ചകൾ ഉള്ളു നിറഞ്ഞ് കവിഞ്ഞ് നിൽക്കുന്നതിനാൽ ശങ്കരൻ കോവിൽ കാഴ്ചകൾ ഉള്ളിലേക്ക് തിക്കിതിരക്കിയാണ് കയറുന്നത്. മൃഷ്ടാന ഭോജനം കഴിച്ചെഴുന്നേറ്റവനെ വീണ്ടും മറ്റൊരു മൃഷ്ടാന ഭോജ നത്തിന് മുന്നിൽ പിടിച്ചിരുത്തിയ പോലെ!

പാർവ്വതി ഇവിടെ ഗോമതിയമ്മനാണ്.

കൃഷി ഉപജീവനമാർഗ്ഗമായ സാധാരണക്കാരായ ജനങ്ങളാണ് ശങ്കരൻ കോവിലിന് ചുറ്റും താമസിക്കുന്നത്. അവർ അവർക്ക് ഏറ്റവും പ്രിയതരമായത് കാണിക്കയർപ്പിക്കുന്നതിനാൽ പച്ചക്കറികളും കായ്ക്കറികളുമാണ് പ്രധാന ക്ഷേത്രവഴിപാടുകൾ.

ചിതൽപുറ്റിൽ നിന്നും വന്നവൻ എന്നർത്ഥത്തിൽ ശിവനെ ഇവർ വാത്മീകനാഥൻ എന്നും വിളിക്കുന്നു. പൂജാകർമ്മങ്ങളിൽ ശൈവ വിഷ്ണു മന്ത്രങ്ങൾ ഒരുപോലെ ചൊല്ലുന്നു.

വർഷത്തിൽ ആറു തവണ സൂര്യൻ ശിവലിംഗത്തിൽ തന്റെ കിരണങ്ങളാൽ വണങ്ങി നമസ്കരിക്കുന്ന ഇടംകൂടിയാണീക്ഷേത്രം! മാർച്ച് സെപ്റ്റംബർ മാസങ്ങളിൽ 21,22,23 തീയ്യതികളിൽ ക്ഷേത്രദീപങ്ങൾ മുഴുവൻ അണയ്ക്കും. പ്രവേശനകവാടത്തിലൂടെ സൂര്യരശ്മികൾ നേർരേഖയിൽ സഞ്ചരിച്ച് ശിവലിംഗ ത്തിന്റെ കാൽക്കൽ വീണ് നമസ്കരിക്കും.

ക്ഷേത്രശിൽപ്പി സൂര്യപ്രകാശത്തെ ഇവിടെ അതിമനോഹരകാൽപ്പനികഭാവന കലർത്തി ഉപയോഗിച്ചിരിക്കുന്നു എന്നർത്ഥം. സൂര്യപ്രകാശം കൊണ്ടുള്ള ഇത്തരം കളികൾ ക്ഷേത്ര പെരുന്തച്ചന്മാർക്ക് ഏറെയിഷ്ടമാണ്.

പാർവതിനടയിൽ സ്ത്രീകൾ ശ്രീചക്രത്തിന് മുകളിൽ ഇരുന്നാണ് പ്രാർത്ഥിക്കുന്നത്. പ്രത്യേക വ്രതം നോൽക്കുന്ന ഇവർ ക്ഷേത്ര പ്രസാദം മാത്രം കഴിച്ച് ക്ഷേത്രത്തിന് പുറത്തിറങ്ങാതെയാണ് ഈ വ്രതം ആചരി ക്കുന്നത്. ഇടതുകയ്യിൽ സർപ്പവാഹകനായ ഗണപതിയാണ് ഇവിടുത്തെ മറ്റൊരു പ്രതിഷ്ഠ.

പാമ്പ്പുറ്റിലെ മണ്ണും ഈന്തപ്പഴവും മുന്തിരിയും കലർന്ന ലഡുവും ഭസ്മകുങ്കുമവും ആണ് ഇവിടെ പ്രസാദം.

ഏറെ കൗതുകം തോന്നിയ ഒരു കാര്യം ക്ഷേത്രത്തിലെ അന്നദാനത്തെക്കുറിച്ചാണ്. ദിവസവും നൂറ് പേർക്ക് ആണ് അന്നദാനം. ആ ദിവസം അന്നേരത്ത് ഭക്ഷണം കഴിക്കാൻ ഒരു വഴിയുമില്ലാത്ത നൂറ് പേർക്ക്. കീശയിൽ ഒരു ചില്ലിപൈസയില്ലാതെ വിശന്ന് ഉഴലുന്നവർക്ക് മാത്രം. അതും ഒരു മണിക്കൂർ മാത്രമാണ് അന്നദാന സമയം.

മഹാരുദ്രനോടാണ് കളി എന്നതിനാൽ ആളുകൾ കള്ളത്തരം കാട്ടാറില്ലത്രെ. തട്ടിപ്പിൽ അന്നദാനത്തിന് വന്നവരെ ശിവഭഗവാൻ ശരിക്കും ശിക്ഷിച്ചിട്ടുമുണ്ടെന്ന് കഥകൾ.

ചില സ്ത്രീകൾ ഗോതമ്പ്മാവ് പോലെ ഒരു മാവുരുള ഇലയിൽ വെച്ച് പൂജിക്കുന്നു. അതാണത്രെ മാവുവിളക്കെന്ന വഴിപാട്. ഏതെങ്കിലും ധാന്യമാവ് മധുരം ചേർത്ത് കുഴച്ചശേഷം അതിൽ ഒരു കുഴിയുണ്ടാക്കി നെയ്യ് ഒഴിച്ച് തിരിയിട്ട് കത്തിക്കുന്നു. തിരികത്തിതീരുമ്പോഴേക്കും മാവ് വെന്ത് പലഹാരമാകും.

എല്ലാം കണ്ടുമടങ്ങുമ്പോൾ ഒരിടത്ത് കമ്പിയഴിക്കൂടിനുള്ളിൽ ആദരപൂർവ്വം ആ ലേഖനം ചെയ്ത ഒരു വിടുതലൈ പോരാളിയുടെ (സ്വാതന്ത്ര്യസമരസേനാനി) ചിത്രവും കണ്ടു. ജന്മദേശം കാക്കാൻ ചോര ചിന്തി മരിച്ചുവീണവന് ക്ഷേത്രത്തിൽ തന്നെയല്ലേ ഇടം കൊടുക്കേണ്ടത്?! ദൈവത്തിന്റെ പ്രതിരൂപമായിത്തന്നെയല്ലേ കാണേണ്ടതും!

ക്ഷേത്രത്തിനുള്ളിൽ ഇത്തരമൊരു കാഴ്ച ഏറെ സന്തോഷം തരുന്നു.

പതിയെ ഇറങ്ങി. കച്ചവടക്കാർ ഈച്ചപോലെ പൊതിയുന്നു. അവരെ പറഞ്ഞിട്ടു കാര്യമില്ല ഉദരം നിമിത്തമല്ലേ എല്ലാം.

ശങ്കരൻ കോവിലിൽ നിന്നിറങ്ങി രാജപാളയം വഴി മടക്കം. രാജപാളയം പഥങ്ങളിൽ വഴിവക്കിൽ കാണുന്ന ഓരോ നായയിലും കണ്ണു പരതുന്നത് രാജപാളയം നായയുടെ ശാരീരിക മുദ്രയാണ്. നീളം കൂടിയ ശരീരവും ഉള്ളിലേക്കമർന്ന് വലിഞ്ഞ ദൃഢമായ വയറും ഒട്ടും മേദസ്സില്ലാത്ത ദേഹവും ഒട്ടും കുറവില്ലാത്തശൗര്യവുമാണവരുടെ പ്രത്യേകത. ഇനി എന്നെ കണ്ടില്ലെന്ന പരാതി വേണ്ട എന്നമട്ടിൽ വഴിവക്കിലൊരിടത്തതാ ഫ്ലക്സിൽ രാജപാളയത്തിന്റെ ചിത്രവും വിൽപനയ്ക്ക് എന്ന പരസ്യവും. അതിലേയും ഇതിലേയുമൊക്കെ കറങ്ങിത്തിരിഞ്ഞ് ശ്രീവില്ലിപുത്തൂരിൽ എത്തുമ്പോൾ ഇവിടുത്തെ പ്രധാന ആകർഷണമായ ശ്രീവില്ലിപുത്തൂർ ആണ്ടാൾ കോവിൽ അടച്ചിട്ടിരിക്കുന്നു. ഈ നട്ടുച്ചയ്ക്ക് മനുഷ്യനും ദൈവങ്ങളുമൊക്കെ മയങ്ങുന്നതിൽ കുറ്റം പറയാനാവില്ല.

കാപ്പിപ്പൂക്കളും ലാമമാരും

ഈയടുത്തകാലത്ത് തുടങ്ങുമ്പോൾ എങ്ങോട്ടെന്ന് യാതൊരു ഊഹവുമില്ലാതിരുന്നൊരു യാത്ര കുടകിലെ കുശാൽ നഗറിലാണവസാനിച്ചത്. പുലർച്ച 5.30ന് ഇറങ്ങുമ്പോൾ എങ്ങോട്ടാ എന്ന എന്റെ ചോദ്യത്തിന് കിട്ടിയ മറുപടി 'മുന്നിൽ കാണുന്നത് റോഡല്ലേ എങ്ങോട്ടു വേണമെങ്കിലും പോവാല്ലോ' എന്നതായിരുന്നു. തോന്നുന്ന വഴികൾ കാണുന്ന കാഴ്ചകൾ എത്തുന്നയിടം എന്ന മട്ടിലുള്ള ഞങ്ങളുടെ യാത്രാരീതിക്ക് പറ്റിയ തികച്ചും സത്യസന്ധമായ മറുപടി തന്നെയത്!

-യാത്രകൾ സംഭവിക്കേണ്ടതാണ് സംഭവിപ്പിക്കേണ്ടതല്ല എന്ന തിരിച്ചറിവ്.

നേരം പുലർന്നപ്പോഴേക്കും വയനാട് ചുരം കയറിമറിഞ്ഞു. കൽപ്പറ്റ മാനന്തവാടി പിന്നിട്ട് തിരുനെല്ലിയിലെ തെറ്റ് റോഡിലെത്തി. ഇടത്തോട് തിരിഞ്ഞാൽ ആത്മാക്കളോട് സംസാരിക്കാം. വലത്തോട്ട് തിരിഞ്ഞാൽ തോൽപ്പെട്ടി കുട്ട വഴി കർണാടകയിലേക്ക് കയറാം. വലത്തോട്ട് തിരിഞ്ഞു. തിരുനെല്ലി തെറ്റ് റോഡിലെ പൗരാണികമായ ചായപ്പീടികയിലെ കുട്ടേട്ടനും ഉണ്ണിയപ്പവും പ്രസിദ്ധമാണെന്ന് പിന്നീട് നഷ്ടബോധത്തോടെയറിഞ്ഞു.

ഏത് നിമിഷം വേണമെങ്കിലും ഒരു വന്യമൃഗം വഴി വിലങ്ങിയേക്കാമെന്ന പ്രതീക്ഷതരുന്ന വിജനവഴിത്താര. ഇരുവശത്തും തുറന്നകാട്. പച്ചപ്പിനു പ്രായപൂർത്തി ആയിട്ടില്ല. റോഡിൽ ഇറങ്ങി നിൽക്കുന്നത് വന്യജീവികൾക്ക് ശല്യവും പ്രകോപനപരവും ആണെന്ന വനംവകുപ്പിന്റെ മുന്നറിയിപ്പ ബോർഡു ഗംഭീരമായി. കാട് നിങ്ങളുടേതല്ലെന്നും അതിനു നടുവിലൂടെ സഞ്ചരിക്കുന്ന നിങ്ങൾ വനജീവികൾക്ക് ശല്യവും

അപകടകാരികളുമാണെന്ന വനം വകുപ്പിന്റെ മുന്നറിയിപ്പിൽ തൊഴിലിനോടൊരു സത്യസന്ധതയുണ്ട്.

കുട്ട കഴിഞ്ഞതോടെ റോഡ് മോശമായിത്തുടങ്ങി. പതിയെപ്പതിയെ റോഡിനിരുവശത്തും ഇലക്ട്രിക് വേലികളുടെ സംരക്ഷണത്തിൽ പൂത്തുലഞ്ഞു നിൽക്കുന്ന കാപ്പിത്തോട്ടങ്ങൾ കണ്ണിലുടക്കി. കുടകിന്റെ ഓരം തൊട്ടപ്പോഴേക്കും ഹൃദയത്തിൽ കാപ്പിപ്പൂഗന്ധം നിറയുന്നു. പ്രധാന പാതകൾ ഒഴിവാക്കി സമാന്തരനാട്ടു പാതകളാണ് സഞ്ചാരരീതി. യാത്ര വളരെ സാവധാനത്തിലായതിനാലും തിരക്കൊട്ടുമില്ല എന്നതിനാലും മാത്രമാണ് റോഡുകളുടെ ശോചനീയാവസ്ഥ പ്രശ്നമാവാത്തത്. GPRS നിർദ്ദേശമനുസരിച്ചല്ലാതെ നാക്കുകൊണ്ടുള്ള വഴി ചോദിച്ചു ചോദിച്ചു പോകലിനൊരു സുഖമുണ്ട്. മിണ്ടിപ്പറയുന്ന ഓരോ അപരിചിത മുഖത്തിനും നമ്മുടെ ജീവിതത്തിലൊന്നു മിന്നിപ്പൊലിഞ്ഞു പോകേണ്ടതുണ്ടെന്ന തോന്നൽ. വഴി പറഞ്ഞുതരാൻ ഓരോരുത്തരും ഉപയോഗിക്കുന്ന ഭാഷയും ശാരീരിക ചലനങ്ങളും അവരവരുടെ വ്യക്തിത്വത്തിന്റെ രസകര സൂചനകളാണ്.

യവനസ്ത്രീകളുടെ പിൻഗാമികൾ, മധുരാപുരി കടലെടുക്കും മുൻപ് സ്ത്രീകൾ സുരക്ഷിതമായി പാർപ്പിക്കപ്പെട്ടയിടം എന്നൊക്കെ തങ്ങളെ പറ്റിയുള്ള സ്ഥിരീകരിക്കപ്പെടാത്ത കഥകൾ ശരിവെക്കും വിധം പതിവ് തെക്കേ ഇന്ത്യൻ ശൈലിയിലല്ലാത്ത കുടക് സ്ത്രീകൾ. ശരീര വടിവുകൾ എടുത്തുകാട്ടും വിധം വ്യത്യസ്തമായി മുറുക്കിച്ചുറ്റി സാരിതലപ്പ് മുൻപോട്ട് ഇട്ട കുടക് സ്ത്രീകൾക്ക് വല്ലാത്തൊരാകർഷണീയതയുണ്ടെന്ന് ഇടയ്ക്കിടെ ഒപ്പമുള്ള ആളുടെ കണ്ണിൽ മിന്നുന്ന നക്ഷത്രത്തിളക്കവും ചുണ്ടിലെ നനുത്ത ചിരിയും പറയാതെ പറയുന്നു.

അറബി നാടുകളായിരുന്നു കൂർഗിലെ കാർഷിക വിഭവങ്ങളുടെ പ്രധാനവിപണി എന്നതു കൊണ്ടാണാവോ പുരുഷന്മാരുടെ നീണ്ട കോട്ടു പോലുള്ള വസ്ത്രത്തിന് അറബികളുടെ കുഫിയ എന്ന കോട്ടിനോട് സാമ്യം.

ദുബാരേ ആനപ്പന്തി എന്ന സൂചനാബോർഡിനെ അവഗണിച്ചു. കാടിന്റെ സന്തതികളെ മെരുക്കുന്ന കാഴ്ച ഹൃദ്യമല്ല. നേരെ ബൈലകുപ്പയിലെ തിബത്തൻ സെറ്റിൽമെന്റ് ലക്ഷ്യംവെച്ചു. കാൽനടയായും സൈക്കിളിലും ബുള്ളറ്റിലും സഞ്ചരിക്കുന്ന ലാമമാരെ വഴിനീളെ കണ്ടുകൊണ്ടായിരുന്നു സെറ്റിൽമെന്റിലേക്കുള്ള യാത്ര. കാഴ്ചയിൽ എല്ലാവർക്കും ഒരു ഛായ! ചുവപ്പുകലർന്ന കാപ്പി നിറത്തിലും കത്തുന്ന മഞ്ഞയിലും വസ്ത്രമണിഞ്ഞ ലാമമാരുടെ ദേഹകാന്തിക്ക് പൊൻ വെയിലിൽ പവൻമാറ്റ്!

ടിബറ്റൻ സെറ്റിൽമെന്റിന്റെ വിശാലതയറിയണമെങ്കിൽ ബൈലക്കുപ്പ മുഴുവൻ കറങ്ങണം. നമ്പറിട്ട തിരിച്ച കോളണികളിലൂടെ, പ്രത്യേകം പ്രത്യേകം ബോർഡു വെച്ച മൊണാസ്ട്രികളിലൂടെ നടന്ന് അവരുടെ ജീവിതം കാണണം. എന്നാൽ കൃത്യമായ പ്ലാനിംഗിൽ വരുന്ന ടൂറിസ്റ്റ് വാഹനങ്ങൾ മുഖച്ചട്ട കൊണ്ട് കാഴ്ച്ച മറച്ച കുതിരയെപ്പോലെ നേരെ പ്രധാന മൊണാസ്ട്രിയായ സുവർണ്ണക്ഷേത്രത്തിലേക്ക് വരുന്നു മടങ്ങുന്നു! കൃത്യമായ പ്ലാനിംഗ് പ്രകാരമുള്ള എല്ലാ യാത്രകളിലും സംഭവിക്കുന്ന ദയനീയത.

പൊതുവെ ആരോഗദൃഢഗാത്രരാണ് തിബത്തൻ ജനത. കൊഴുപ്പടിഞ്ഞ് വികൃതമാകാത്ത ദേഹ പ്രകൃതിയാണ് ഭൂരിഭാഗം സ്ത്രീകൾക്കും പുരുഷന്മാർക്കും. അംഗവസ്ത്രം കഴിയുന്നത്ര ഫാഷനബിൾ ആയാണ് ലാമൻ യുവത്വം ധരിച്ചിരിക്കുന്നത്.

നട്ടുച്ച കത്തുന്നു. ആഗോളതാപനം തണുത്തുറഞ്ഞ കുടകിനേയും മാറ്റി മറിച്ചിരിക്കുന്നു.

ഒന്നു വിശ്രമിച്ച് വെയിൽ താണപ്പോൾ വീണ്ടും കാഴ്ചകളിലേക്കിറങ്ങി. മൂന്നു കിലോമീറ്റർ അകലെയുള്ള നിസർഗധാമ ആയിരുന്നു ലക്ഷ്യം. വളഞ്ഞു പുളഞ്ഞൊഴുകുന്ന കാവേരി തീരത്തെ ദ്വീപാണ് നിസർ ഗധാമ. വനം വകുപ്പ് പിടിപ്പിച്ച കൃത്രിമ മുളങ്കൂട്ടങ്ങളും പ്രകൃതിജന്യവന്മരങ്ങളുമായി മുപ്പത്തിയഞ്ചേക്കറിൽ പരന്നുകിടക്കുന്നു പശ്ചിമഘട്ടത്തിൽ മാത്രം കാണുന്ന മത്സ്യങ്ങളെ സംരക്ഷിക്കാൻ തുടക്കം കുറിച്ച നിസർഗധാമ. പ്രവേശനത്തിന് ചെറിയ ഫീസുണ്ട്. സന്ദർശക വാഹനങ്ങളുടെ എണ്ണക്കൂടുതൽ നിരാശപ്പെടുത്തി പ്രകൃതിയുമായി നിശബ്ദതയിൽ അലിഞ്ഞു ചേരേണ്ട ഒരിടം ശബ്ദമുഖരിതമാകുമെന്ന ദുഃസൂചന. കാവേരിക്ക് കുറുകെ കെട്ടിയ തൂക്കുപാലത്തിലൂടെ വേണം ദ്വീപിലെത്താൻ. സന്ദർശകർ തീറ്റവാങ്ങി പാലത്തിൽ നിന്നും താഴേക്ക് ഇടുന്നത് വെള്ളം തൊടുമ്പോഴേക്ക് അപ്രത്യക്ഷമാകുന്നു. കയ്യിലൊന്നുമില്ലാതിരു ന്നൊരു കുട്ടി മത്സ്യക്കൂട്ടത്തിന്റെ പുളച്ചിൽ കാണാൻ താഴേക്ക് തുപ്പുന്നത് കണ്ടു. തുപ്പിതുപ്പി തൊണ്ട വറ്റിയപ്പോഴാണ് അവൻ സ്ഥലം വിട്ടത്. ആകെ ബഹളമായ അന്തരീക്ഷം. പെട്ടെന്നു തന്നെ തിരിച്ചിറങ്ങി. മികച്ചൊരു ഷൂട്ടിംഗ് ലൊക്കേഷൻ കൂടിയാണ് നിസർഗധാമ. ഇനി വീണ്ടും ബൈലകുപ്പ.

വഴിവക്കിൽ കണ്ട പേരറിയാത്ത തിയേറ്ററിൽ കയറി. തിയേറ്റർ നിറയെ സാധാരണ ജനങ്ങളെക്കാൾ ലാമമാരാണ്. അത്ര വലിയ പഞ്ചില്ലാത്ത ഡയലോഗുകൾക്കും ഉശിരില്ലാത്ത തമാശകൾക്കും അമാനുഷിക ചേസിംഗ് രംഗങ്ങൾക്കും അകമഴിഞ്ഞ പിന്തുണ നൽകുന്ന ലാമമാർ കണ്ണിനു കൗതുകകാഴ്ച. കത്തുന്ന നിറമുള്ള അംഗവസ്ത്രം

പോലെ ജീവിതാനന്ദവും അവർക്ക് ആത്മീയം തന്നെ!

വെറുതെ തെരുവുകളിലൂടെയൊക്കെയൊന്നലഞ്ഞു. തമിഴ് തെരുവുകളിലെ ജീവിത സജീവതയില്ല ഇവിടെ. പതിഞ്ഞ മട്ടിലുള്ള വ്യാപാര രീതി. നിരത്തുകളിൽ സ്ത്രീ. സാന്നിദ്ധ്യവും കുറവ്.

ഭൂരിഭാഗവും പശ്ചിമഘട്ടത്തിൽ സ്ഥിതിചെയ്യുന്ന കുടകിന്റെ ആസ്ഥാനം മടിക്കേരിയാണ്. ഹാലേരി രാജവംശമായിരുന്നു കുടകിന്റെ അധിപർ. സ്കോട്ട്ലന്റ് ഭൂപ്രകൃതിയുമായുള്ള സാദൃശ്യം മൂലം കുടക് 'ഇന്ത്യൻ സ്കോർട്ട്ലന്റ്' ആയി ദുബാരേ ആനപ്പന്തി, രാജാസീറ്റ് ഹാരങ്കിഡാം, മടിക്കേരി കൊട്ടാ ഓംകാരേശ്വര ക്ഷേത്രം അങ്ങനെ കാഴ്ച്ചകൾ അനവധിയുണ്ട് പ്രകൃതിമനോഹരിയായ കുടകിൽ.

പ്രഭാതത്തിന്റെ മഞ്ഞാടയിലായിരുന്നു സുവർണ്ണക്ഷേത്ര ദർശനം. ധർമ്മശാല കഴിഞ്ഞാൽ ഇന്ത്യയിലെ രണ്ടാമത്തെ വലിയ ടിബറ്റൻ സെറ്റിൽമെന്റാണ്. ബൈലകുപ്പ. 1961ൽ ഇന്ത്യയിൽ എത്തിയ ടിബറ്റൻ അഭയാർത്ഥികൾ ലുഗ്സം സാം ഡുപ്രിംഗ്, ഡിക്കിയിലാർസോ എന്ന പേരിൽ സ്ഥാപിച്ച കോളനികളിലെ മുളകൊണ്ടുള്ള വിഹാരങ്ങൾ വളരെപെട്ടെന്ന് വളർന്ന് ഇന്നത്തെ നിലയിൽ എത്തിയതിന് പിന്നിൽ ലാമമാരുടെ ചിട്ടയാർന്ന ജീവിതവും കഠിനാദ്ധ്വാനവും മാത്രമാണ്.

ബുദ്ധസന്യാസി ആയിരുന്ന പെനോർറിംപോച്ചെ സ്ഥാപിച്ച മൊണാസ്ട്രിയുടെ നീണ്ട പേര് ചുരുക്കി നം ഡ്രോളിംഗ് മൊണാസ്ട്രി അഥവാ സുവർണ്ണ ക്ഷേത്രമെന്നാക്കിയത് സാക്ഷാൽ ദലൈലാമ തന്നെ! ഇന്ത്യയിലെ മികിച്ച ബുദ്ധമത പഠന കേന്ദ്രമായ ബൈലകുപ്പയിലെ മതപഠനം കെ.ജി. തലം മുതൽ ആരംഭിക്കുന്നു. കോളേജ് തലമടക്കമുള്ള പഠനം വിജയകരമായി പൂർത്തിയാക്കിയാലേ ലാമപദവി ലഭ്യമാകൂ. ജന്മസിദ്ധമായ കുട്ടിത്തവും കുസൃതിയും കുച്ചുവിലങ്ങിട്ട് നിസ്സംഗമായിരിക്കാൻ ശ്രമിക്കുന്ന കുട്ടിലാമകൾ ഉള്ളിൽ നീറ്റൽ പൊടിക്കും.

ഭീമാകാരത്തിലുള്ള പ്രയർഡ്രമ്മുകളും പ്രയർ വീൽസും കടുംവർണ്ണാലങ്കാരങ്ങളും സ്വർണാഭയമായ കൊത്തുപണികളും നിറഞ്ഞയിടമാണ് സുവർണ്ണക്ഷേത്രം. കൊത്തുപണികളിലെ ചില വിചിത്രരൂപികൾ നെഗറ്റീവ് എനർജിയെ അകറ്റുമെന്നാണ് ലാമൻ വിശ്വാസം. അറുപതടിയോളം ഉയരമുള്ള ബുദ്ധന്റെ ചെമ്പു പ്രതിമ സ്വർണ്ണം പൂശിയിരിക്കുന്നു. പ്രതിമയ്ക്ക് ഇരുവശത്തുമായി ബുദ്ധ അമിതായുസ്സും ഗുരു പത്മസംഭ വയുടേയും പ്രതിമകൾ. പത്മസംഭവ ബുദ്ധന്റെ പുനർജന്മവും അമിതായുസ്സ് ജ്ഞാനോദയം ലഭിച്ച ബുദ്ധനുമാണ്. അമിതായുസ്സിന്റെ നാമോച്ചാരണത്താൽ ആയുസ്സ് നീളുമെന്നത് മറ്റൊരു വിശ്വാസം.

സർവ്വസംഗപരിത്യാഗിയായ ബുദ്ധൻ കടുംനിറ അലങ്കാരങ്ങൾക്കിടെ സ്വർണ്ണാഭിഷക്തനായിരിക്കുന്നത് രസകരം തന്നെ. ആരാധന തത്വങ്ങളിൽനിന്നും ഏറെ അകലം പാലിക്കും പലപ്പോഴും.

സ്വന്തം മണ്ണ് നഷ്ടമായ ജനത പറിച്ചുനടപ്പെട്ടിടത്ത് എത്രതന്നെ ആഴ്ത്തിയിട്ടും, പിടിക്കാത്ത വേരുകളുമായി ധ്യാനത്തിലിരിക്കുകയാണ് പ്രയർഹാളിൽ. സ്വന്തം ഷീറ്റിൽ സ്വന്തമായ പ്രയർവീലുകളും ജപമാലകളും പ്രാർത്ഥനാ പുസ്തകങ്ങളുമായാണ് ഓരോരുത്തരുടേയും ഇരുപ്പ്.

തങ്ങൾക്കുവേണ്ടി മാത്രമല്ല ലോകനന്മയ്ക്ക് കൂടിയാണ് ലാമൻ പ്രാർത്ഥനകൾ.

അസ്തിത്വദുഃഖം വേട്ടയാടുന്നവർ കണ്ണടച്ച് ഉള്ളുരുകി പ്രാർത്ഥനയിലാഴുമ്പോൾ അതിന്റെ ഗൗരവമറിയാത്ത ഇന്ത്യയിൽ ജനിച്ചു വളർന്ന ലാമക്കുട്ടികളുടെ കണ്ണ് സന്ദർശകരിലാണ്.

ഇന്ത്യൻ ഗവർമെന്റ് തിബത്തൻ ജനതയ്ക്കായി സ്ഥാപിച്ച ആശുപത്രികൾ, സ്കൂളുകൾ, മറ്റു വ്യവസായസ്ഥാപനങ്ങൾ എല്ലാം ബൈലകുപ്പയ്ക്കുള്ളിൽ തിബത്തിനെ പുനർസൃഷ്ടിക്കാൻ ലാമമാരെ പ്രാപ്തരാക്കുന്നു. ആരോഗ്യവും ശുചിത്വവും നിറഞ്ഞ അന്തരീക്ഷം തിബത്തൻ ജനതയുടെ മാനസിക ഉന്നതിയെയും സംസ്കാരത്തെയും വ്യക്തമാക്കുന്നു.

തങ്ങളുടെ സംസ്കാരവും മറ്റുള്ളവർക്കൊരു കാഴ്ചവസ്തു ആകുന്നതിൽ ദേശമില്ലായ്മയുടെ ആകുലതയിലിരിക്കുന്ന തിബത്തൻ ജനതയുടെ മനോവികാരമെന്തായിരിക്കുമെന്ന് ഓർത്തുകൊണ്ട് പടിയിറങ്ങി. പഴന്തലമുറ തങ്ങളുടെ രാജ്യം സ്വപ്നം കണ്ടുകൊണ്ടേ ഇരിക്കുമ്പോൾ പുതുതലമുറ ഇന്ത്യയിൽ അലിഞ്ഞുവെന്നും മുഖഭാവത്തിൽ വ്യക്തമാക്കുന്നു ഓരോ ലാമയും.

ഒരു തിബത്തൻ പരമ്പരാഗതഭക്ഷണം കഴിച്ചുകളയാമെന്ന് കരുതി സുവർണ്ണക്ഷേത്രത്തിനടുത്ത ഭക്ഷണശാലയിൽ കയറിയപ്പോൾ കുശിനിക്ക് "മ്മടെ മലപ്പുറം കാക്ക" ദോശയും ചട്ണിയും മതിയെന്ന് തീരുമാനിക്കാൻ ഒട്ടും സമയം വേണ്ടിവന്നില്ല.

കാപ്പിത്തോട്ടങ്ങളിലൂടെ അലസമായൊഴുകിതിരിച്ചുമടക്കം. ഉച്ചയോടെ വയനാട് തൊട്ടു. വെയിലൊന്ന് താഴും വരെ തൃശ്ശിലേരി ശിവക്ഷേത്രമുറ്റത്ത് അരയാൽ കാറ്റേറ്റ് വിശ്രമം.

മയക്കത്തിലേക്ക് വീഴുമ്പോഴേക്കും കണ്ണിമകൾക്കുള്ളിൽ തീക്ഷ്ണമഞ്ഞയുടേയും കത്തുന്ന കാപ്പി ച്ചുവപ്പിന്റെയും ഇടയിലൂടെ വെട്ടിത്തിളങ്ങുന്ന ലാമമാരുടെ പവൻ നിറം. മൂക്കിൽ കാപ്പിപ്പൂഗന്ധം.

ഇപ്പോൾ കുടക് എന്റേതുമാണ്.

പഴമുതിർചോലൈയിൻ ഇനിപ്പ്

മുരുകന്റെ ആറുംപടൈ വീടുകളിലൊന്നാണ് പഴമുതിർച്ചോലൈ. പ്രഭാതസമയമായതുകൊണ്ട് ചെറുതായി വിശക്കുന്നു. പക്ഷേ വഴിയിലൊരിടത്തും അതിനു പറ്റിയൊരു ഭക്ഷണശാല കാണുന്നുമില്ല. മലയടിവാരത്തുള്ള വിഷ്ണുക്ഷേത്രമായ കല്ലഴഗർ കോവിലിലേക്ക് കയറും മുമ്പെ ഒരു ചെറിയ തട്ടുകട കണ്ടു. ചില്ലുകൂട്ടിൽ തമിഴ്നാടിന്റെ നാടൻ പൂരി. വൃത്തി ഒട്ടും ഇല്ലെങ്കിലും വിശപ്പ് അവിടെ കയറ്റി. ഒരു കച്ചവടം കിട്ടിയ ഉഷാറൊന്നും അയാൾക്കില്ല. സ്വസ്ഥമായി ബെഞ്ചിൽ കിടന്ന് ഉറങ്ങിയിടത്തുനിന്നും എഴുന്നേറ്റ് ഷർട്ട് എടുത്തിട്ട് ഞങ്ങൾക്കടുത്ത് വന്ന് എന്താ വേണ്ടതെന്ന് ചോദിക്കേണ്ടിവന്ന ഗതികേടാണ് മുഖത്ത്. 'പൂരി' എന്നല്ലാതെ മറ്റൊന്നും ചോദിക്കാനും പറയാനും ഓപ്ഷനുമില്ല. എപ്പോഴോ ചുട്ടുവെച്ചിട്ടും വീർത്തിരിക്കുന്ന പൂരി സാധാരണ മാവ് കൂട്ടുകൊണ്ടല്ല. അരികിൽ ശകലം കറിയും വിളമ്പി അയാൾ ബെഞ്ചിൽ പോയിരുന്നു. ഇരിക്കും മുമ്പേ ചൂടായിക്കിടക്കുന്ന വലിയ ദേശകല്ലിൽ ശകലം വെള്ളം പാറ്റിയതിന്റെ ചൂടൊന്ന് ക്രമീകരിച്ചു. ഏതായാലും എഴുന്നേറ്റു പോയതല്ലെ എന്ന നിലയ്ക്ക്! നിങ്ങൾ ഒന്ന് പോയിട്ട് വേണം എനിക്ക് കിടക്കാൻ എന്നാണയാളുടെ മുഖഭാവം അതുകൊണ്ടുതന്നെ ചായ ചോദിച്ചതുമില്ല അയാളും ഞങ്ങളും!

കല്ലഴഗർ കോവിലിൽ വലിയ തിരക്കില്ല. വിശാലമാണ് മലഞ്ചെരുവിലെ ക്ഷേത്രാങ്കണം. പ്രധാന കോവിലിന്റെ ഒരു വശത്ത് ഇടിഞ്ഞുപൊളിഞ്ഞ ഒരു പുരാതനകരിങ്കൽ ക്ഷേത്രം. നന്നായി പരിപാലിക്കുന്ന കല്ലഴഗൻകോവിലിനോളം ആകർഷീയത ആ പൊളിഞ്ഞടർന്ന സൗധത്തിനും തോന്നി. പടിദർശനമാണ് ഇവിടെ. ഗോപുരത്തിന്റെ

കിളിവാതിലിൽ പോയി എത്തിനോക്കി പ്രാർത്ഥിക്കാൻ പത്തുരൂപ ക്യൂവും പൊതുവായ ക്യൂവും ഉണ്ട്. കിളിവാതിലിലൂടെ നോക്കിയാൽ ക്കുറ്റൻ കരിങ്കൽപടവുകൾ. തൊട്ടുപിന്നിലേക്ക് നടന്നാൽ വിശാല ക്ഷേത്രാങ്കണത്തിൽ വിഷ്ണുക്ഷേത്രവും മണ്ഡപത്തറയും. അത്ര വിപുലമായിട്ടില്ലെങ്കിലും കൊത്തുപണിയ്ക്ക് കുറവൊന്നുമില്ല.

ക്ഷേത്ര പരിസരത്തു നിന്നും മലമുകളിലെ ചോലൈമുരുക ക്ഷേത്രത്തിലേക്ക് ബസ്സുണ്ട്. സ്വന്തം വാഹനത്തിലും പോവാം. മനസ്സിൽ ഒരു കാര്യം ആഗ്രഹിച്ച് മലമുകളിലേക്ക് നടന്നു കയറി ഇറങ്ങിയാൽ ആഗ്രഹം നടക്കുമെന്നതിനാൽ പല പ്രായത്തിലുള്ളവരും കൂട്ടം കൂടി മല നടന്നു കയറുന്നു.

വരണ്ടുണങ്ങിയ കാടും മെലിഞ്ഞൊട്ടിയ വാനരന്മാരുമാണ് വഴിയിൽ. ചോലൈമുരുകന്റെ ക്ഷേത്രം ചെറുതാണ്. ഓടിചെന്ന് ഒഴിഞ്ഞ ക്യൂവിൽ കയറി വിശദമായി തൊഴുതപ്പോൾ പൂജാരി ശീട്ടിന് കൈനീട്ടി. എന്ത്? എന്ന് ചോദിച്ചപ്പോൾ ഇത് നൂറു രൂപക്യൂവാണെന്നും കാശു കൊടുത്ത് ശീട്ടുമായി വരണമെന്നും അയാൾ. ദൈവത്തെ വിശദമായി കണ്ടത് മായ്ച്ചിടാൻ അയാൾക്ക് കഴിയില്ലെന്നതിനാൽ അയാൾക്ക് നഷ്ടവും, ഞങ്ങൾക്ക് ലാഭവുമായി ചോലൈമുരുകന്റെ കാഴ്ച്ച. ടൂറിസ്റ്റ് വാഹനങ്ങളും ക്കുറ്റൻ ബസ്സുകളും മലമുകളിൽ പാർക്കിംഗ് ഒപ്പിക്കുന്ന ഗതികേടിൽ അങ്ങോട്ടുമിങ്ങോട്ടും ഉരുട്ടുന്നു. പഴമുതിർചോലൈമുരുകന്റെ തൊട്ടുമുകളിലാണ് രാക്കായമ്മന്റെ ക്ഷേത്രം. മലകളിൽ നിന്ന് ഒഴുകിവരുന്ന ശുദ്ധജലവാഹിനിയിൽ കുളിക്കാൻ ആളുകൾ 60പടി കയറി പോവുന്നു. വിശ്വാസപ്രകാരം ഗംഗയാണിവിടെ.

പ്രധാന മൂർത്തിയായ മുരുകന്റെ കോവിലായിരുന്നു അഴഗൻ കോവിലെങ്കിലും മുരുകനെ മല കയറ്റി കോവിലുണ്ടാക്കി പാർപ്പിച്ചത് തിരുമലൈനായ്ക്കനാണ്. അസ്സൽ കാൽപ്പനികനായിരുന്ന കക്ഷിക്ക് മലവാസിയായ മുരുകൻ മലയടിവാരത്തിലിരുന്നത് ദഹിച്ചിട്ടുണ്ടാവില്ല.

തമിഴ്കവയിത്രി അവ്വയാറുമായി ചേർന്നു കിടക്കുന്നു പഴമുതിർച്ചോലൈയുടെ കഥകൾ. മലയടിവാരത്തിൽ ക്ഷീണിച്ച തളർന്നിരുന്ന അവ്വെയാറിനോട് ഒരു ഫലവൃക്ഷത്തിനുമുകളിലിരുന്ന ബാലൻ പഴം വേണോ എന്ന് വിളിച്ച ചോദിച്ചത്രെ. വിശപ്പും ദാഹവും കൊണ്ട് വലഞ്ഞിരുന്ന അവ്വയാർ പഴം മരമുകളിൽ നിന്ന് താഴേക്കിടാൻ ആവശ്യപ്പെട്ടപ്പോൾ ചൂടുള്ളത് വേണോ ചൂടാറിയതു വേണോ എന്നായി ബാലന്റെ കുസൃതി ചോദ്യം. ആ ചോദ്യത്തിലെ അറിവില്ലായ്മയെ ബാലൻ എന്ന പരിഗണന നൽകി ചോദ്യം ചെയ്യാതിരുന്ന അവ്വെയാർ തണുത്തപഴം മതിയെന്നറിയിച്ചു. താഴെ വീണ പഴത്തിലെ പൊടികളയാൻ പഴത്തിനുമീതെ

അവ്വയാർ ഊതിയപ്പോൾ 'ചൂടുള്ള പഴമാണോ കിട്ടിയത് എന്തേ ഊതിയാറ്റുന്നത് എന്നായി ബാലൻ?'

അസാധ്യബുദ്ധിയുടെ ഈ കുസൃതി ഒപ്പിച്ചവൻ സാധാരണക്കാരനല്ലെന്ന് ഒറ്റയടിക്ക് തിരിച്ചറിഞ്ഞ് കൈക്കൂപ്പിയ അവ്വൈയാറിന് മുന്നിൽ മുരുകൻ ബാലരൂപം വെടിഞ്ഞ് പ്രത്യക്ഷപ്പെട്ടത്രെ. മുരുകന്റെ പഴം ഉതിർത്തിട്ട ചോലൈയായി പിന്നീടിവിടം.

തിരിച്ച് മടങ്ങുമ്പോഴോർത്തു, ഓരോ സ്ഥലത്തിനുമൊപ്പം ചേരും വിധം എത്ര ഭംഗിയായാണ് പഴം തലമുറകഥകളും ഐതീഹ്യങ്ങളും അവർ നിർമ്മിച്ച സുന്ദരൻ നിർമ്മിതികളെ പോലെ തന്നെ നിർമ്മിച്ചിരിക്കുന്നത്.

പഴമുതിർച്ചോലൈയിൽ നിന്നുമുള്ള മടക്കം നാഷണൻ ഹൈവേ വിട്ട് ഏതൊക്കെയോ നാട്ടു പാതകളിലൂടെ! ഒളിഞ്ഞിരിക്കുന്ന, ഗ്രാമീണ ജീവിതങ്ങളെ, അവരുടെ കൃഷിയിടങ്ങളെ വാസഗൃഹങ്ങളെ കണ്ടും ആസ്വദിച്ചും, നേർത്ത് സ്നേഹച്ചിരികൾ വാങ്ങിയും കൈമാറിയുമുള്ള യാത്ര. അലങ്കാരനെല്ലൂരില്ലെത്തിയപ്പോൾ കാണുന്ന പരസ്യബോർഡുകളിലെല്ലാം കാളക്കൂറ്റൻമാർ. ജല്ലിക്കെട്ടിന്റെ നാടാണു അലങ്കാര നെല്ലൂർ. ഡിണ്ടിഗൽ പട്ടണത്തിലൂടെ പോന്നിട്ടും ഒരു തലപ്പാക്കട്ടി ബിരിയാണി കഴിക്കാത്തതിന്റെ സങ്കടം തീർത്തുതരാൻ വഴിവക്കിലൊരിടത്ത് തലപ്പാവുവെച്ച നായിഡുവിന്റെ ചിത്രം വെച്ച് ഡിണ്ടിഗൽ തലപ്പാക്കട്ടി ബിരിയാണി ഹോട്ടൽ. നല്ല തിരക്ക്. ക്വാളിറ്റി കൂടുതലും ക്വാണ്ടിറ്റി കുറവുള്ളതുമായ രസികൻ വിഭവങ്ങൾ കഴിച്ച് ഒട്ടും മോശമല്ലാത്ത ബില്ലും നൽകി പഴനി വഴിക്ക് വിട്ടു.

അഴഗർ കോവിലിൽ നിന്ന് പഴനിയിലേക്ക് മടങ്ങും വഴിയൊരിടത്ത് കണ്ട ഫ്ലക്സ് ബോർഡിനെ കുറിച്ച് എഴുതാതെ വയ്യ. തമിഴ്നാട്ടിൽ എവിടെയും കാണാം ഇത്തരം ഫ്ലക്സ് ബോർഡുകൾ. കൗതുകവും ആശ്ചര്യവും ചിരിയും വരും കാണുമ്പോൾ.

പെൺകുട്ടി ഋതുമതിയായതിന്റെ തിരുവിഴയാഘോഷമാണ് ഫ്ലക്സിന്റെ ഉള്ളടക്കം. പെൺകുട്ടിയുടെ ചിത്രത്തേക്കാൾ പ്രാധാന്യം കസിൻസ് എന്ന പേരിൽ നിരന്നുനിൽക്കുന്ന എട്ടുപത്ത് യുവാക്കളുടേയും പ്രതാപശാലികളായ ബന്ധുക്കളുടേയും ചിത്രങ്ങൾക്കും പേരുകൾക്കുമാണ്. പെൺകുട്ടി ഋതുമിയായ വിവരം കാട്ടി നമ്മുടെ നാട്ടിലൊരു ഫ്ലക്സ് വെക്കുന്നത് ഓർത്തപ്പോൾ ചിരിപൊട്ടി. അൽപം മുന്നോട്ട് ചെന്നപ്പോൾ ഭംഗിയായി അണിയിച്ചൊരുക്കിയ ഓഡിറ്റോറിയത്തിലേക്ക് ഋതുമതി പെൺകുട്ടിയെ മഞ്ഞളിൽ കുളിപ്പിച്ച് കയ്യിൽ വച്ചുകൊടുത്ത

നിറകുംഭമടക്കം കൊണ്ടുപോവുകയാണ് ബന്ധു ജനങ്ങൾ. ബാന്റ് മേളവും പാട്ടുമൊക്കെയുണ്ട്.

തമിഴ് യാത്രകളിലൊക്കെ ഇത്തരം ബോർഡുകൾ കാണാം. ഒരു വഴിയിൽ ഗൃഹപ്രവേശത്തിന്റെ ഫ്ലക്സ് ബോർഡ് കണ്ടിരുന്നു. ഗൃഹനാഥനും നാഥയും കുട്ടികളും വീടും ഫ്ലക്സ് ബോർഡിൽ ഗംഭീരമായി നിറഞ്ഞു നിൽക്കുന്നു. ചെറുതൊന്നുമല്ല ഇത്തരം ഫ്ലക്സ് ബോർഡുകൾ. സിനിമാതാരങ്ങൾക്ക് പിറന്നാളാശംസിച്ചും ആരാധനയർപ്പിച്ചുമുള്ള ബോർഡുകൾ ഒരു കൗതുകമേ അല്ല, മുട്ടിനു മുട്ടിന് കാണാം. കല്ല്യാണത്തിന്റെ ഫ്ലക്സ് ബോർഡിൽ ഏറ്റവും ചെറിയ സ്ഥാനം കല്ല്യാണപെണ്ണിനും ചെറുക്കനുമായിരിക്കും. പത്രത്തിലൊന്ന് പടം വന്ന് കാണാൻ എന്തും ചെയ്യുന്ന ചിലരെപ്പോലെ ഫ്ലക്സിലൊന്ന് തലകാട്ടാൻ കാരണം കാത്തു നിൽക്കുകയാണ് തമിഴുക്കൾ. എല്ലാം തിരുവിളൈകളായി ആഘോഷിക്കുമ്പോഴല്ലേ ജീവിതവും ഏതു ദുഃഖത്തിലും തിരുവിഴയായി ആഘോഷിക്കാനാവൂ!

സാറൽ തിരുവിഴൈനാട്

മലയാള സിനിമകളുടെ ഇഷ്ടലൊക്കേഷൻ ആയതെന്തുകൊണ്ടെന്ന് കണ്ണിറുക്കി കാട്ടി ഉലർന്നു മലർന്നു കിടക്കുന്ന തെങ്കാശിയുടെ ഹരിതദേഹം നിറയെ തണ്ണീർത്തടങ്ങൾ ഉള്ളതിനാൽ ഇത് പക്ഷി നിരീക്ഷകരുടേയും, പ്രിയഭൂമി. മാനംനിറയെ പക്ഷിപ്പൊട്ടുകൾ!

കേരളത്തിന്റെ മഴനിഴൽ പ്രദേശമായ തെങ്കാശി ചാറ്റൽ മഴയുടെ ഉന്മാദഭൂമിയാണ്. ദിവസം മുഴുവൻ പൊടിഞ്ഞു വീഴുന്ന ചാറൽമഴക്കാലം തെങ്കാശിക്കാർ അതുകാണാനെത്തുന്ന സന്ദർശകർക്കൊപ്പം 'സാറൽ തിരുവിഴൈ' ആയി ആഘോഷിച്ചുകളയും.

ഇത്തരമൊരു മനോഹരഭൂവിൽ ദിവസം മുഴുവൻ പെയ്യുന്ന ചാറൽ മഴ അനുഭവിച്ചലഞ്ഞ് അതിലലിയുന്നത് ഓർത്തിട്ടുതന്നെ സിരകളിൽ ഉന്മാദത്തിന്റെ ചാറൽ.

തിങ്ങി നിൽക്കുന്ന ആര്യവേപ്പിൻ കാടുകളെ തഴുകിയെത്തുന്ന കാറ്റിന് ഔഷധഗന്ധം ഇടുങ്ങിയ തെരുവിലൂടെ അധികം ചുറ്റിക്കറക്കാതെ തെങ്കാശി, ഞങ്ങളെ വിശ്വനാഥക്ഷേത്രത്തിന് മുൻപിൽ എത്തിക്കുമ്പോൾ സമയം നാലുമണി. 180 അടി ഉയരമുള്ള പ്രൗഢഗോപുരവുമായി സ്വാഗതം പറയുന്ന തെങ്കാശി വിശ്വനാഥ ക്ഷേത്രഗോപുര വാതിൽ പരിസരം സാധാരണ ക്ഷേത്രങ്ങളിൽ കാണുന്ന പ്രവേശന ഇടനാഴി ഇല്ലാതെ അതി വിശാലമായി തുറന്നു പരന്നു കിടക്കുന്നു.

താമസ സൗകര്യം ശരിയാക്കി കാശിവിശ്വനാഥനെ കാണാമെന്നു കരുതിയപ്പോൾ തമിഴ് മന്ത്രിസഭയിലെ പ്രമുഖന്റെ മകളുടെ കല്ല്യാണ നിശ്ചയം ക്ഷേത്രത്തിൽവെച്ച് വൈകീട്ട് നടക്കുന്നതിനാൽ ഹോട്ടലുകൾ

എല്ലാം നിറഞ്ഞുകവിഞ്ഞിരിക്കുന്നു. സഞ്ചാരികളായ യാത്രികർ എന്ന പരിഗണന വെച്ച് ഹോട്ടൽ ജീവന ക്കാർ തൽക്കാലം ഒരു മുറിയൊപ്പിച്ചുതന്നു. എല്ലാത്തിനും അതീതമായി മനുഷ്യൻ മനുഷ്യനെ ചില നേരങ്ങളിൽ മനസ്സിലാക്കുന്ന സ്നേഹത്തിന്റെ സുഖം ചെറുതല്ല.

വൈകീട്ടാണ് വിവാഹചടങ്ങുകൾ. വിവാഹമാമാങ്കബഹളത്തിൽ പെട്ടല്ല കാശിനാഥനെ കാണേണ്ടത് എന്നതിനാൽ വേഗം തന്നെ ഫ്രഷായി പുറത്തിറങ്ങി.

അധികം കച്ചവട ബഹളങ്ങളില്ലാതെ നിരപ്പായ ഭൂവിതാനത്തിൽ തലയെടുപ്പോടെ നിവർന്ന് പരന്ന് ശാന്തമായി നിൽക്കുകയാണ് ക്ഷേത്രം.

തമിഴ് ക്ഷേത്ര ഗോപുരങ്ങളിൽ രണ്ടാംസ്ഥാനത്താണ് കാശിവിശ്വനാഥക്ഷേത്ര ഗോപുരം. ഉലഗമ്മൻ ക്ഷേത്രം എന്ന ആദി നാമമുള്ള ക്ഷേത്രത്തിലെ പ്രവേശന ഗോപുരം 1508 ലാണ് ദ്രാവിഡശിൽപകലാ രീതിയിൽ പണിതത്. ഇടിമിന്നലിൽ വിള്ളലേറ്റ ഈ ക്ഷേത്രഗേപുരം ഇന്നു കാണുന്ന രീതിയിൽ പുതുക്കി പണിതത് 1990ലാണ്.

ഗോപുര മുകളിൽ മനുഷ്യനിർമ്മിത മിന്നൽ രക്ഷാചാലകം ദൈവ വസതിക്ക് സംരക്ഷണം നൽകുന്നത് രസകരം തന്നെ!

കാറ്റും മിന്നലും മഴയും കൂടുതലുള്ള ഇത്തരം പ്രദേശങ്ങളിൽ പലപ്പോഴും ക്ഷേത്രഗോപുരങ്ങൾ മിന്നലിന്റെ തീവ്രതയെ ഏറ്റുവാങ്ങി ഒരു പ്രദേശത്തെയാകെ രക്ഷിച്ചുകളയും. ദൈവം മാത്രമല്ല ദൈവ വസതിയും രക്ഷയാവും നേരങ്ങൾ.

വീതിയേറിയ വിശാലമായ പ്രവേശനകവാടത്തിൽ കാറ്റിനൊരു കളിയുണ്ടെന്ന് പറയപ്പെടുന്നു, വിശ്വസിക്കപ്പെടുന്നു, ചിലപ്പോൾ അനുഭവിച്ചും അറിയാനാവുന്നു! പ്രവേശനകവാടത്തിൽ ചുറ്റിത്തിരിഞ്ഞ് നിൽക്കുന്ന കാറ്റ് നമ്മൾ ക്ഷേത്രത്തിനകത്തേക്കാണെങ്കിൽ ഉള്ളിലേക്ക് പിടിച്ചു വലിക്കുമെന്നും പുറത്തേക്കാണെങ്കിൽ പിന്നിൽനിന്ന് തള്ളി പുറത്താക്കുമെന്നും പറയുന്നു. കാറ്റിന്റെ മർദ്ദവ്യതിയാനത്തെ കുസൃതിക്കാരനായ ശിൽപ്പി ഉപയോഗപ്പെടുത്തിരിക്കുന്നു. എന്നർത്ഥം. ചില പൗരാണിക ശിൽപ്പികൾ സൂര്യപ്രകാശം കൊണ്ട് സർഗാത്മകമായ കുസൃതികൾ ഒപ്പിക്കും പോലെ.

പ്രവേശനകവാടത്തിൽ നിൽക്കുമ്പോൾ ചുറ്റിപ്പിടിക്കുന്ന കാറ്റ് നമ്മളെ തള്ളുന്നത് അകത്തേക്കോ പുറത്തേക്കോ എന്നറിയുന്നില്ല. പക്ഷേ കാറ്റിനെ അനുഭവിക്കാനാവുന്നുണ്ട്. ഗോപുരപെരുന്തച്ചന്റെ കുസൃതിയറിയാവുന്നുണ്ട്.

പരാക്രമ പാണ്ഡ്യൻ 700 വർഷം മുൻപ് നിർമ്മിച്ചതാണ് ഉലഗമ്മൻ കോവിൽ എന്ന കാശി വിശ്വനാഥക്ഷേത്രം. കടുത്ത ശിവഭക്തനായ പരാക്രമപാണ്ഡ്യന് രോഗം മൂലം ഒരിക്കൽ കാശിയാത്ര നടത്താനായില്ല. പാണ്ഡ്യന്റെ മനസ്സ് ഉരുകുന്നതറിഞ്ഞ ശിവൻ സ്വപ്നദർശനം നൽകി. പിന്നെ കൊട്ടാരത്തിൽ തനിക്ക് ക്ഷേത്രം പണിയാനും ആവശ്യപ്പെട്ടു. കട്ടിൽകാലിന്റെ ചുവട്ടിൽ നിന്ന് പുറപ്പെട്ട ഉറുമ്പ് നിരയെ പിന്തുടർന്ന രാജാവിന് ഉറുമ്പ് പുറ്റിനുള്ളിലെ സ്വയംഭൂശിവലിംഗം കിട്ടി. തുടർന്ന് അദ്ദേഹം തെങ്കാശി ക്ഷേത്രം നിർമ്മിച്ചുവത്രെ.

വാരണാസിയിൽ മരണമാണ് മോക്ഷദായകമെങ്കിൽ തെങ്കാശിയിൽ ജനിക്കുന്നതും മരിക്കുന്നതും ജീവിക്കുന്നതും എന്തിന് തെങ്കാശി സന്ദർശിക്കുന്നത് വരെ ഹൈന്ദവവിശ്വാസപ്രകാരം മോക്ഷദായകമാണ്!

ഏറ്റവും രസകരമായി തോന്നിയ മറ്റൊരു കാര്യം ക്ഷേത്രോത്സവത്തിനും പൂജാകർമ്മങ്ങൾക്കും ഇവിടെ കോവിൽ മൂർത്തിയെക്കാൾ മുൻപേ പൂജിക്കുന്നത് പരാക്രമപാണ്ഡ്യപ്രതിമയെയാണ്. പ്രതിഷ്ഠയെക്കാൾ ആദ്യം സ്ഥാപകൻ ആരാധിക്കപ്പെടുന്ന ഒരേ ഒരിടമായിരിക്കണം ഇത്!!

ചന്ദനം പൂശി പൂജാപുഷ്പങ്ങൾ ചാർത്തി പരാക്രമ പാണ്ഡ്യപ്രതിമയെ തൃപ്തമാക്കിയ ശേഷമേ ശിവലിംഗത്തെ ആരാധിക്കൂ.

പ്രധാന കോവിലിനുമുന്നിൽ കൂറ്റൻ കൽത്തൂണിൽ ഒരാൾ പൊക്കത്തിൽ താണ്ഡവമൂർത്തി, രതിമൻ മഥന്മാർ, പാർവ്വതി ദുർഗ്ഗമാർ എന്നിവരുടെ ശിൽപ്പങ്ങൾ. ശിൽപഭംഗിയേയും കൃത്യതയേയും പറയാൻ പെർഫക്റ്റ് എന്നതിനപ്പുറമൊരു പദം കണ്ടുപിടിക്കണം. ഇടംകാൽ തലയ്ക്ക് മുകളിലേക്ക് ഉയർത്തി താണ്ഡവമാടുന്ന നടനരാജ പ്രതിമ നമ്മളെ ദൃശ്യഭംഗികൊണ്ട് അതിനരുകിൽ തന്നെ കെട്ടിയിട്ടു കളയും. ഉഗ്രരൂപിണിയായ ദുർഗ്ഗയുടെ കയ്യിലെ ആയുധമൂർച്ചയുടെ അരിക് വെട്ടി തിളങ്ങുന്നു. എത്ര നൂറ്റാണ്ടുകൾ കടന്നുവന്നതാണീ തിളക്കം എന്നുമോർക്കണം. രതിമൻമഥന്മാരുടെ ദേഹതാരള്യം ശിൽപശരീരത്തിൽ നിന്നും ആസ്വാദകന് അനുഭവിക്കാനാവുന്നു, ഭദ്രകാളിയുടേയും ദുർഗ്ഗയുടേയും ശിൽപശരീരങ്ങളിലെ കാഠിന്യം പോലെതന്നെ!

ഇരുട്ടും തണുപ്പും കൊത്തുവേലകളും ഇടകലർന്ന ക്ഷേത്ര ഉൾവഴികളിൽ ശിവ, അമ്മൻ, മുരുക, കോവിലുകൾ ഭക്തർക്ക് സായൂജ്യമേകുന്നു.

ഏത് നേരത്തും മുടിനിൽക്കുന്ന ഇരുട്ടും നിശ്ശബ്ദമായ തണുപ്പ് നിറഞ്ഞ ക്ഷേത്രാന്തരീക്ഷവും അകപ്പെട്ടുത്തുന്ന മായികതയിൽ പെട്ട് നൂറ്റാണ്ടുകൾ പിന്നിലേക്ക് വഴുതി വീണവർക്ക് വഴികാട്ടുന്ന എണ്ണ കടിച്ച്

മയങ്ങിയ കൽവിളക്കുകളുടെ ചെംചുവപ്പ് തീനാളം! അതീന്ദ്രീയമായ തും നമുക്ക് നിർവ്വചിക്കാനാവാത്തതും വിശദീകരണമില്ലാത്തതുമായ എന്തോ ഒന്ന് ഇവിടെയുണ്ടെന്ന് നിശബ്ദമായി പറയുന്ന പ്രകാശം പതിയാത്ത ഇടനാഴികൾ! ചന്ദനകുങ്കുമവും ധൂപഗന്ധവും ശ്വാസകോശത്തിൽ പരക്കുമ്പോൾ കാശിവിശ്വനാഥന്റെ ഈ വാസസ്ഥലം അഹംബോധത്തെ മായിച്ചിട്ട് നമ്മളെ ആത്മീയ നിസ്സംഗതയിലേക്ക് വഴി നടത്തുന്നു.

പ്രദക്ഷിണ വഴിയിലൊരിടത്ത് നൂറ്റാണ്ടുകൾ കണ്ട തുകൽ പെരുമ്പറ ക്ഷേത്രമേൽക്കൂരയോട് ചേർത്ത് കെട്ടിവെച്ചിരിക്കുന്നു. ക്ഷേത്രത്തെ തൊട്ടൊഴുകുന്ന ചിറ്റാർ ഇവിടെ ഗംഗതന്നെ!

ഒരു സെൽഫിയെടുക്കാൻ സമ്മതിക്കാതെ വസ്ത്രത്തിൽ പിടിച്ചുവലിച്ച് കളിക്കുന്ന കാറ്റ്. പടികളിറങ്ങി തുറസ്സിൽ നിന്ന് വിശ്വനാഥനെ കണ്ണുകൾ ചേർത്തടച്ച് വന്ദിച്ചപ്പോൾ ചെവിയിൽ ഓകാരം മുരളുന്ന കാറ്റ്. ഇത് അതീന്ദ്രിയതകൾക്ക് ഭൂമിയുടെ പ്രണാമം.

പാലക്കാടൻ നാട്ടുവഴികൾ

ശ്വാസമെടുക്കാൻ ഏറെ ആയാസപ്പെടുന്ന ജീവിതത്തിന് ഓക്സിജൻ മാസ്ക് അനിവാര്യമായപ്പോഴാണ് മലപ്പുറത്തു നിന്നും ഏറെ അകലെയല്ലാതെ പ്രകൃതിയിലേക്ക് തുറന്നിട്ട കിളിവാതിലുമായി പാലക്കാടുണ്ടല്ലോ എന്നോർത്തത്. പുലർന്നു വരുന്ന പാലക്കാടിലേക്കലിയാൻ അതിരാവിലെ ഇറങ്ങി. സമയ ലക്ഷ്യ നിബന്ധനകളില്ലാത്തതിനാൽ പ്രധാനപാതയിൽ നിന്നും കണ്ണിൽ കണ്ട നാട്ടുവഴികളിലേക്കൊക്കെ തെറ്റിത്തെറിച്ചും, നാട്ടുപാതകൾ കുസൃതിയോടെ വീണ്ടും പ്രധാനപാതയിലേക്ക് തട്ടിത്തെറിപ്പിച്ചും ഒരു വലിയ ജലച്ഛായ ചിത്രത്തിലൂടെ തെന്നി നീങ്ങിയെന്നോണം പാലക്കാടൻ ഞരമ്പുകളിലൂടെയൊരു അലസയാത്ര!

ആലഭാരങ്ങൾ കൊയ്തൊഴിഞ്ഞ ആലസ്യത്തിൽ മലർന്നു കിടക്കുകയാണ് വയലേലകൾ. താണു പറന്ന് കൊഞ്ചിക്കളിക്കുന്ന പരുന്തുകൾക്കിടയിൽ ധ്യാന നിസ്സംഗതയിലിരിക്കുന്ന കൊറ്റികൾ, ഇല്ലിമുള വേലികളുടെ അടക്കിപ്പിടിച്ചിൽ വകവെയ്ക്കാതെ നാട്ടുപാതയിലേക്ക് തലയേന്തിച്ചുനോക്കുന്ന അടക്കമില്ലാ ചെമ്പരത്തിക്കാടുകൾ, ചപ്രചിപ്രാ പടർന്ന ബോഗേയ്ൻ വില്ലകൾ, ചാണകം മെഴുകിയ ഇളന്തിണ്ണയിലിരുന്ന് മുടി ചിക്കുന്ന വൃദ്ധകൾ. ഇനിയെന്ത് നോക്കാനെന്നമട്ടിൽ ബീഡിപ്പുകയിൽ മുങ്ങി ജീവിതത്തിന്റെ അവസാന പാദവും ആഘോഷിക്കുന്ന വൃദ്ധർ, വീടുകളുടെ ഇറയമ്പ്രത്ത് തൂങ്ങിയാടുന്ന ഭസ്മക്കൊട്ടകൾ, നീളൻ പാവാട കയറ്റിക്കുത്തി ഇരുവശത്തുമായി വീണുകിടക്കുന്ന പിന്നിയിട്ട നീളൻ മുടിയുമാട്ടി മുറ്റമടിക്കുന്ന ഗ്രാമപെൺ കൊടികൾ, അവരെ ചുറ്റി വട്ടുമുരുട്ടി നടക്കുന്ന ട്രൗസർധാരികളായ കുഞ്ഞിചെറുക്കൻമാർ (ഞാൻ

പഠിപ്പിക്കുന്ന കെ.ജി മുതൽ നാലാംതരം വരെയുള്ള വിദ്യാലയത്തിൽ അടുത്ത കാലത്തൊന്നും ട്രൗസർ ധാരിയായ ആൺകുട്ടിയെ കണ്ടിട്ടില്ല! ഒരു സ്റ്റേജ് പ്രോഗ്രാമിൽ അണിയാനുള്ള വേഷം ട്രൗസർ ആണെന്നു കണ്ട് പരിപാടിയിൽ പങ്കെടുക്കാതെ തടിയൂരിയ വിരുതന്മാരുണ്ട് കെ.ജി ക്ലാസുകളിൽ) കണ്ണും മനസ്സും ആഗ്രഹിക്കുന്ന കാഴ്ച്ചകളാൽ നൊസ്റ്റാൾജിയമാനിയാക്കുകളുടെ നെഞ്ചകം നിറയ്ക്കും പാലക്കാടൻ ഗ്രാമങ്ങൾ!

മലപ്പുറത്തിന്റെയും പാലക്കാടിന്റേതുമല്ലാത്തൊരു ഭക്ഷണം തന്ന് പറ്റിച്ച ഹോട്ടലുടമയോട് ചിരിച്ചുകൊണ്ടു തന്നെ യാത്ര പറഞ്ഞു. പിന്നെയും പാലക്കാടൻ വഴികളിലൂടെ തോന്നും പോലെയൊക്കെയങ്ങനെ ഉലവൽ സഞ്ചാരം! അതിന്റെ ഹരം അനുഭവിച്ചുതന്നെയറിയണം.

ഇപ്പോൾ നിങ്ങൾ ചിറ്റൂരേക്കെന്ന് സൈൻ ബോർഡുകൾ. നിങ്ങളെപ്പോലുള്ളവരെ കാത്താണ് ഞാൻ കാലത്തോട് മല്ലിടുന്നതെന്ന മട്ടിൽ നിൽക്കുന്ന ഏതോ ക്ഷേത്രമുറ്റത്ത് കാർ നിർത്തിയതും പരദേശികൾ. ഇത്രദൂരം മെനക്കെട്ടുവന്നത് ഈ ക്ഷേത്രം കാണാനാവില്ലെന്ന് ഉറപ്പുള്ള ഒരു പരിസരവാസി ആൽത്തറ മേലിരുന്നു വിളിച്ചു പറഞ്ഞു. “അതല്ലട്ടോ ക്ഷേത്രം” പിന്നെ എതിർവശത്തേക്ക് വിരൽ ചൂണ്ടി “ദാ ആ വഴിക്കാണ് തിരുവാലത്തൂർ രണ്ടു മൂർത്തിക്ഷേത്രം”. ചിലരങ്ങനെയാണ് നമുക്ക് വേണ്ടതെന്താണെന്ന് അവരങ്ങ് തീരുമാനിച്ചു കളയും! ആ വിളിച്ചു പറച്ചിൽ കേട്ടിട്ടോ എന്തോ ശ്രീകോവിലിനുള്ളിൽ ‘ദൈവങ്ങൾ ക്കുമുണ്ട് കഷ്ടകാലം’ എന്ന ചമ്മലിൽ ഏതോ മൂർത്തി. ആരെ എന്താ ഏതാ എന്നൊന്നും അന്വേഷിക്കാൻ മെനക്കെടാതെ കൈകൂപ്പി വന്ദിച്ചു. ആല്ലെങ്കിലും അത്തരം അന്വേഷണങ്ങൾക്ക് എന്ത് പ്രസക്തി? ജലം അതു നിലകൊള്ളുന്ന പാത്രത്തിൽ ആകൃതി സ്വീകരിക്കുന്നു എന്ന പോലെ പ്രപഞ്ചാതീതശക്തിയും മനുഷ്യ ഭാവനയ്ക്ക് വഴങ്ങി രൂപവും ഭാവവും ആകൃതിയും സ്വീകരിക്കുന്നു എന്നല്ലാണ്ട്.!

കാറ്റു മനസ്സുവെച്ചൊന്ന് വിളിച്ചാൽ ഞാൻ കൂടെപ്പോവും എന്ന മട്ടിൽ തലതാഴ്ത്തി നിൽക്കുന്ന ക്ഷേത്രത്തിനു കാലപ്പഴക്കമാണ് തിലകക്കുറി ചന്തം. കോൺക്രീറ്റ് കറപുരളാത്ത വിശുദ്ധി. ശാന്തമെന്ന വാക്കിന്റെ പൂർണ്ണാർത്ഥമാണ് പരിസരം. ക്ഷേത്രത്തിനു ചുറ്റും പാകിയ കരിങ്കൽ പാതകളിലൂടെ ഒന്ന് വലംവെച്ചപ്പോൾ കാലിൽ പാലക്കാടൻ ചൂട് അരുമയോടെ കൊത്തി. ക്ഷേത്രനടയ്ക്ക് അഭിമുഖമായൊഴുകുന്ന കണ്ണാടിപ്പുഴയിലേക്കുള്ള ഇടിഞ്ഞു പൊളിഞ്ഞ കരിങ്കൽപ്പടവുകളിൽ ഇരുവശത്തും കനത്തു കത്തിനിൽക്കുന്ന പച്ചപ്പു മേലാപ്പിനടിയിൽ വെയിലിനെ പറ്റിച്ചൊളിച്ചിരിക്കുമ്പോൾ ഉള്ളിലെ കനലുകളിൽ ശീത

ജലം ഇറ്റുന്നു. അമ്പേ ചാർജൊഴിഞ്ഞൊരു ബാറ്ററിയിൽ ചാർജ്ജരിച്ച കയറുന്നതറിയുന്നു.

നാട്ടിൻ പുറച്ചേട്ടൻ പരദേശികളെ ശരിയായ ട്രാക്കിൽ കയറ്റി വിട്ടേ ഞാനടങ്ങൂ എന്ന മട്ടിൽ പിന്നേം വിളിച്ച് പറഞ്ഞു. "ദേ അവിട്യാ തിരുവാലത്തൂർ ക്ഷേത്രം."

—എങ്കിലിനി തിരുവാലത്തൂർ രണ്ടുമൂർത്തി ക്ഷേത്രം. കരിങ്കൽ പാളികൾ അട്ടിവെച്ച് പണിതെടുന്ന ക്ഷേത്രമതിൽക്കാഴ്ച്ച കൊള്ളാം. കരിങ്കൽ നെഞ്ചിൽ പ്രണയാർദ്രമായ് പൂത്തുലഞ്ഞു കിടക്കുന്ന മഞ്ഞ അരളികൾ! ക്ഷേത്രമുറ്റത്ത് പന്തുകളിയിലാണ് കഴകക്കാരായ രണ്ട് പൂണൂൽ ധാരികളും കുട്ടികളും. ക്ഷേത്രദർശന സമയം തെറ്റി കയറിവന്ന വരുടെ ഉദ്ദേശം തൊഴുകൽ മാത്രമല്ല എന്നറിഞ്ഞ കൗതുകം അവരുടെ കണ്ണുകളിൽ മിന്നിയെങ്കിലും കളിയെന്ന പ്രലോഭനം വളരെപ്പെട്ടന്ന് ഞങ്ങളെ അവരുടെ ശ്രദ്ധയിൽ നിന്ന് തട്ടിയകറ്റി.

അന്നപൂർണ്ണേശ്വരിയും മഹിഷാസുരമർദ്ധിനിയും രണ്ടുമൂർത്തികളായി വാഴുന്ന ശ്രീകോവിൽ അടഞ്ഞുകിടക്കുന്നു. ദേവിമാരുടെ ഉച്ചമയക്കം കഴിഞ്ഞ് വെയിൽ താണേ ഇനി നടതുറക്കൂ. കൂത്തമ്പലവും ഭോജന ശാലയുമെല്ലാം പഴമയിൽ തന്നെ നിലനിർത്തിയാൽ ഏതോ സാമൂതിരിക്കാലം തുടച്ചുമിനുക്കി വെച്ചപോലുണ്ട്. പരശുരാമനാൽ വിഗ്രഹ പ്രതിഷ്ഠനടന്നുവെന്ന് കരുതുന്ന ക്ഷേത്രത്തിൽ നാല് കവാടങ്ങൾ ഉണ്ട്. രണ്ടെണ്ണം പ്രവേശനകവാടങ്ങളായി നിലകൊള്ളുന്നു. ഞെരുങ്ങിയ നീലജലാശയത്തിന് കാൽപ്പനിക ഭംഗിപകരുന്ന പായലും ആമ്പലും താമരയും. ഉച്ചനിലാവിൽ ക്ഷേത്രത്തിനതിരായി നോക്കെത്താദൂരത്തോളം പരന്നുകിടക്കുന്ന വയലുകൾ ക്ഷേത്രങ്ങളും കാർഷികവൃത്തിയും തമ്മിലുള്ള ബന്ധത്തിന് അടിവരയിടുന്നു. പാടത്ത് അങ്ങിങ്ങ് ഒറ്റക്കരിമ്പനകൾ യക്ഷി ഗൃഹങ്ങൾ പോലെ!

നാലാമത്തെ പടിപ്പുരവാതിൽ തുറക്കുന്നത് കണ്ണാടിപുഴയിലേക്ക്. വശങ്ങളിലെ വൃക്ഷലതാദി കളുടെ സമൃദ്ധിയിൽ ചൂടും തണുപ്പും ഇടകലർന്ന കരിങ്കൽ പടവുകളിലൂടെ പുഴ തേടിയിറങ്ങുമ്പോൾ ഒരു നൊടി മനസ്സ് ജന്മങ്ങളിൽ നിന്ന് ജന്മങ്ങളിലേക്ക് അതീന്ദ്രിയമായി ഒഴുകിയിറങ്ങി.

'നട്ടുച്ച തലയ്ക്ക് പിടിച്ചോ എന്തോ!!'

കൽപ്പടവുകൾക്കിരുവശത്തും കണ്ട അമ്പലവാസീഗൃഹങ്ങളിലൊന്നിന്റെ കുത്തഴികൾക്കിടയിലൂടെ കണ്ട മുത്തശ്ശി മുഖത്തോട് ശകലം വെള്ളം തരുവോ. ചോദിച്ചപ്പോൾ കിട്ടിയത് മറുചോദ്യം "കാപ്പിയാ മോരോ വേണ്ടത്?" പച്ചവെള്ളം മതിയെന്ന് നിർബന്ധിക്കേണ്ടിവന്നു.

എവിട്ടന്നാ എന്ന അമ്പേഷണത്തിന് മലപ്പറത്തുനിന്ന് എന്ന് ഉത്തരം വീണപ്പോൾ മുത്തശ്ശി മുഖം തെളിഞ്ഞ് കത്തി. "അവിട്യാ എന്റെ മകളുടെ ഭർത്താവ് ദാമോദരൻ. അറിയില്ല്യേ?" അറിയുമോ എന്നുടെയല്ല അറിയില്ല്യേ എന്നാ ചോദ്യം. ഇത്രയും വിവരങ്ങൾ തന്നെ ധാരാളം എല്ലാ മലപ്പറത്തുകാർക്കും ദാമോദരനെ അറിയാൻ എന്നമട്ടിൽ നിൽക്കുന്ന ആ നിറവാത്സല്യത്തിന്റെ കവിളിൽ പതിയാനൊരുമ്മ എന്റെ ചുണ്ടത്ത് കതികുത്തി. എത്ര നിഷ്കളങ്കമാണിവരുടെ ലോകം! കൊതിപ്പിക്കും വിധം ചെറുത്! മനുഷ്യസഹജമായ കുശുമ്പ് കുന്നായ്മകൾ ഇവർക്കും കാണുമായിരിക്കും. എങ്കിലും അതിന്റെ ആഴം മേൽപ്പരപ്പിൽ നിന്നേ ദൃശ്യമാവുമെന്നുറപ്പാണ്. കണ്ടാൽ അറിയുമായിരിക്കും എന്നു പറഞ്ഞൊഴിയുമ്പോൾ മുത്തശ്ശി ശങ്കയേതുമില്ലാതെ തറപ്പിച്ചു പറഞ്ഞു. "അറിയാണ്ടിരിക്കില്ല്യ. ഒരു സാധുവാണേയ്!" അറിയാനുള്ള അടയാളം പൂർണ്ണം

യാത്ര കഴിഞ്ഞാൽ മനസ്സിന് പൂർണ്ണമായി വീട്ടിൽ തിരിച്ചെത്താനാവാത്തിന്റെ ഒരു കാരണം ഇവരെപ്പോലുള്ളവർ ഹൃദയത്തിൽ നിന്നൊരു ഭാഗം നുള്ളിപ്പറിച്ചെടുക്കുന്നതു കൊണ്ടാണ്.

യാത്രപറയുമ്പോൾ പ്രതീക്ഷിച്ചപോലെ മുത്തശ്ശി പറഞ്ഞു. "ഇനി വരുമ്പൊ വരണംട്ടൊ"

വീണ്ടും ഗ്രാമപാതകൾ. ഓരോ കാഴ്ച്ചയും ഓരോ സ്ഥലവും ഇവിടെ നിന്നാണ് നിങ്ങൾ മറ്റെവിടേയ്ക്കോ പോയതെന്ന് ഓർമ്മിപ്പിക്കുന്നു. പാലത്തുള്ളി പാപനാശിനി എന്ന് ചൂണ്ടുപലക വഴികാട്ടിയിട ത്തേക്ക് വണ്ടിതിരിഞ്ഞു. ചെമ്മൺപാത നിറയെ ബലികർമ്മങ്ങൾക്കുള്ള നിർദ്ദേശമടങ്ങിയ ബോർഡുകൾ. അൽപ്പദൂരം ചെന്നപ്പോൾ മതിൽക്കെട്ടുകളുടെ ഞെരിച്ചിലില്ലാതെ ആർഭാടവും ആരവങ്ങളും ഇല്ലാതെ അതിപൗരാണികമായ ആദിമനിർമ്മിതിയിൽ മാറ്റം വരുത്താതെയൊരു ക്ഷേത്രം നിബിഢ വൃക്ഷത്തണലിൽ കുമ്മായചാന്തും പൂശിനിൽക്കുന്നു. ആത്മാക്കളുടെ പോക്കുവരവിന് വഴികാട്ടുന്ന അഭൗമശക്തിയ്ക്കിരി ക്കാൻ പ്രകൃതിയൊരുക്കിയ അത്യന്തം നിഗൂഢമായൊരിടം പോലെ!

ഇന്നേ ദിവസം നമ്മളുതമ്മിൽ പലതവണ കണ്ടൂട്ടൊ എന്ന പരിചയച്ചിരിയുമായി കൽപ്പാത്തിപ്പുഴക്കാറ്റ് തണുത്ത വിരൽകൊണ്ട് തൊട്ടുവിളിച്ചപ്പോഴാണ് കൽപ്പടവുകൾക്കിടയിൽ ഉച്ചമയങ്ങുന്ന പുഴയെ കണ്ടത്.

മടങ്ങാനൊരുങ്ങുമ്പോഴാണ് ക്ഷേത്രമുറ്റത്തെ അതിഗംഭീരമായ ആൽത്തറ കണ്ണിലുടക്കിയത്. കാലം ഇടിച്ചുതകർത്തിട്ടും വീര്യം ചോരാത്ത കരിങ്കൽത്തറയിൽ ഒരു അതിപുരാതന ശിവലിംഗ പ്രതിഷ്ഠ. ഏതോ ഭക്തൻ ചാർത്തിയ കൂവളമാല അർച്ചനാപുഷ്പങ്ങൾ.

ദൈവത്തിനു മനുഷ്യനിർമ്മിത സംരക്ഷണ കവചങ്ങളുടെ ആവശ്യമില്ലെന്ന മട്ടിൽ ഗർഭഗൃഹവാസി യല്ലാതെ ആകാശമേൽക്കൂരയും ഇലപ്പച്ച ചുവരുമായി നീയും ഞാനും പ്രകൃതിയും ഒന്നെന്ന നിതാന്തസത്യം വിളംബരം ചെയ്യുന്ന ആ കാഴ്ച്ചയുടെ പോസിറ്റീവ് എനർജിയിൽ ചില്ലറയല്ല.

കൈ ക്യാമറയിലേക്ക് തിരിഞ്ഞപ്പോൾ സഹയാത്രികൻ ശകാരിച്ചു. "എല്ലാം ക്യാമറയുടെ ഫ്രെയിമിൽ ഒതുക്കരുത്. ചിലത് നേർക്കാഴ്ച്ചയിൽ ഹൃദയത്തിലും മനസ്സിലുമലിയാനുള്ളതാണ്."

അതാണു ശരിയെന്ന് ഈ കുറിപ്പെഴുതുമ്പോൾ ഞാനറിയുന്നു. ഒരു പക്ഷേ അതു ക്യാമറയുടെ ചതുരക്കള്ളിയിൽ കുടുങ്ങിപ്പോയിരുന്നുവെങ്കിൽ ആവർത്തന കാഴ്ചയിൽ നിറം മങ്ങി ഓർമ്മകൾ അപ്രസക്തമായെനേ!

കാറിൽ കയറും മുൻപൊന്ന് തിരിഞ്ഞു നോക്കിപ്പോയി. മണിച്ചിത്രത്താഴ് സിനിമയിൽ ഗംഗയ്ക്ക് മാത്രം ദൃശ്യമായ രാജസദസ്സുപോലെ എന്റെ കണ്ണുകൾക്ക് ദൃശ്യനായി ആൽത്തറമേൽ നിവർന്നുനിൽക്കുകയാണ് ജന്മജന്മാന്തരങ്ങളുടെ അകം പൊരുളറിയുന്ന നിസ്സംഗതയിൽ വൈരാഗിയായ കാലകേയൻ! തുടിയുടെ ആസുരതാളമുയരുന്നു.

ഒരു കാറ്റുവന്നുരുമ്മി. കാറ്റോ, അതോ ഈ വഴി വന്നും പോയുമിരിക്കുന്ന പരശതം ആത്മാക്കളുടെ ശ്വാസനിശ്വാസമോ?!

അതുമല്ലെങ്കിൽ 'ഇത്രയൊക്കെയേ ഉള്ളൂ ജീവിതമെന്നറിയുക' യെന്ന് കാലകേയൻ തന്ന മന്ത്രദീക്ഷയോ?!

ഒരുപാടു നാളേയ്ക്കുള്ള പോസിറ്റീവ് എനർജിയായി എന്നു പറഞ്ഞപ്പോൾ തിരുത്തി. 'ഒരുപാടു നാളേയ്ക്കല്ല, എന്നേയ്ക്കുമായുള്ള പോസിറ്റീവ് എനർജി' — ആ ഉയരത്തിലേക്ക് ഇനിയുമുണ്ട് എനിക്ക് ദൂരം! ക്ഷമിക്കുക. സന്ധ്യമയങ്ങിയപ്പോൾ പതിയെ പാലക്കാടൻ ശാന്ത നിരത്തുകളിൽ നിന്ന് നഗരത്തിന്റെ മരണപ്പാച്ചിലോട്ട നിരത്തുകളിലേക്ക് കയറി. അതിന്റെ അസ്വസ്ഥതയിലും ജീവിതവും മരണവും പപ്പാതി പങ്കിട്ട മനസ്സ് സമതുലിതം ഭാരരഹിതം. ഈ അവസ്ഥ എന്നോ കൈവരിച്ചവൻ ജീവിതം കൈകാര്യം ചെയ്യുന്ന അതേ അനായാസതയിൽ ഡ്രൈവ് ചെയ്യുന്നു.

യാത്രകളിൽ ശരീരമല്ല മനസ്സാണ് കാലത്തിനപ്പുറവുമിപ്പുറവും സഞ്ചരിക്കേണ്ടത് അപ്പോഴേ കാഴ്ച്ചകൾ 3600യിൽ നിറഞ്ഞാടൂ. ഉള്ളുലയൂ. നമ്മളെ നമ്മളാക്കുന്ന, അല്ലെങ്കിൽ നമ്മളെ നമ്മളില്ലാതാക്കുന്ന ചില മിന്നൽപിണർ തിരിച്ചറിവുകളോടെ ഓരോ യാത്രയും മറ്റൊരു യാത്രയിലേക്ക് യാത്ര തുടങ്ങുന്നു.

മയിൽചിറകുകളിൽ കടൽ

തൂത്തുക്കുടി ജില്ലയിലൂടെയുള്ള കറങ്ങിത്തിരിച്ചിലുകൾ സായംകാലത്തിന്റെ ആദ്യപാദത്തിൽ അവസാനിപ്പിച്ചത് ശ്രീ മുരുകന്റെ കടലോരവസതിയായ തിരുച്ചെന്തൂരിലാണ്. പൊതുവെ മലമുകളിൽ വാഴും ദേവനായ മുരുകന്റെ ആറുപടൈ വീടുകളിൽ രണ്ടാം സ്ഥാനമാണ് തിരിച്ചെന്തൂർ ക്ഷേത്രത്തിന്.

സമയം നാലുമണി. കടൽ മണക്കുന്ന ഒരിടം. ദൂരെ നിന്നേ കടൽ തെളിയിച്ചിട്ട നീലാകാശത്തിലേക്ക് തല ഉയർത്തിനിൽക്കുന്ന ക്ഷേത്ര ഗോപുരം കാണാം. ക്ഷേത്രത്തിലേക്കുള്ള ഇടുങ്ങിയതും അല്ലാത്തതുമായ മണൽ വഴികൾ നിറയെ ചെറുതും വലുതമായ കെട്ടിടങ്ങൾ ഭക്തർക്ക് താമസസൗകര്യം ഉറപ്പാക്കുന്നു. അവയുടെ ബാഹുല്യം തിരുച്ചെന്തൂരിന്റെ ഭക്തജനപെരുപ്പത്തെ വ്യക്തമാക്കുന്നു. താമസമൊപ്പിച്ച് ഒന്ന് ക്ഷീണം മാറ്റിയാണ് തിരുച്ചെന്തൂർ മുരുകനെ കാണാനിറങ്ങിയത്.

കാലത്തിനനുസരിച്ച് മുഖം മിനുക്കാതെ അതിജീവനശേഷികൊണ്ട് മാത്രം കടന്നുപോന്ന്, നൂറ്റാണ്ടുകളുടെ പരാക്രമങ്ങളെ അതിജീവിച്ച പൊട്ടിപ്പൊളിഞ്ഞടർന്നതെങ്കിലും പഴമയുടെ ഗാംഭീര്യം ഓർമ്മിപ്പിക്കുന്ന ക്ഷേത്രാങ്കണത്തിലേക്കുള്ള നടപ്പാത നിറയെ കച്ചവടക്കാർ പൂക്കാരികൾ, യാചകർ അവരുടേതായ ബഹളങ്ങൾ...

ക്ഷേത്രത്തിന് കിഴക്ക് പ്രത്യേകിച്ച് പ്രവേശന ഗോപുരമൊന്നുമില്ല. വിശാലമായങ്ങനെ പരന്നു കിടക്കുകയാണ് ക്ഷേത്രാങ്കണം. അനുപമസൗന്ദര്യം തിരയടിക്കുന്ന കടലോ, സന്ധ്യാസൂര്യന്റെ അരുണിമയേറ്റ് തിളങ്ങുന്ന ക്ഷേത്രമോ ഏതാണ് പരസ്പരം സൗന്ദര്യം പകർന്നു

കൊടുക്കാൻ മത്സരിക്കുന്നത്?!

ക്ഷേത്രത്തോട് ഉരുമ്മി നിൽക്കുന്ന കടൽ, കാറ്റിന്റെ കൈനീട്ടി നമുക്ക് നൽകുന്ന തുടർ ആലിംഗനങ്ങളാണ് ക്ഷേത്രത്തിലേക്കുള്ള ആദ്യസ്വീകരണം.

കപടപുരം എന്ന പ്രാചീന നാമമാണ് തിരുച്ചെണ്ടലൂരും പിന്നീട് തിരുച്ചെന്തൂരുമായി മാറിയത്. മുരുകൻ അസുരയുദ്ധത്തിൽ ഏർപ്പെട്ട ഇടമായതിനാൽ മുരുകവിജയസ്മൃതിയിൽ 'വിജയത്തിന്റെ പുണ്യ നഗരം' എന്ന അർത്ഥം കൂടെയുണ്ട്. തിരുച്ചെന്തൂരിന്. പഴയ തിരുവിതാം കൂറിനോട് ചേർന്ന് കിടക്കുന്ന ഈ ക്ഷേത്രത്തിലെ പൂജാകർമ്മങ്ങൾ ചിട്ടപ്പെടുത്തിയത് തിരുവിതാംകൂർ രാജവംശത്തിന്റെ രത്നമായിരുന്ന മാർത്താണ്ഡവർമ്മയാണെന്ന് പറയപ്പെടുന്നു.

ക്ഷേത്രാങ്കണത്തിലെ മണൽപരപ്പ് താണ്ടി ക്ഷേത്രത്തിനു മുന്നിൽ എത്തുമ്പോൾ മുഖമണ്ഡപത്തിലെ കൂറ്റൻ കരിങ്കൽ എടുപ്പിന് മുകളിൽ ഇണമയിലുകൾ. കടലും ക്ഷേത്രവും മയിലും സായംസന്ധ്യയും കടൽ ക്കാറ്റും ചിതറിപ്പരന്ന ആൾക്കൂട്ടവും ധൂപചന്ദനാദിഗന്ധങ്ങളും ഹൃദയ ത്തെയല്ല നമ്മളെത്തന്നെ തുവൽത്തുണ്ടാക്കുന്നു.

പടിഞ്ഞാറ് ഭാഗത്താണ് രാജഗോപുരം. ഇതിന്റെ നിർമ്മിതിക്ക് ഉപയോഗിച്ച പണം ഏതെങ്കിലും രാജഖജനാവിൽ നിന്നല്ലെ മറിച്ച് തദ്ദേശീയരായ വിശ്വാസികളിൽ നിന്ന് ഒരുക്കൂട്ടിയതാണത്രെ! മുരുകനും പത്നിമാരായ വള്ളിയും ദൈവാനയ്ക്കും കടൽകണ്ടിരിക്കാൻ ഭക്തരൊരു ക്കിയ കടൽവസതി.

കടൽ തീരത്ത് ശുദ്ധജല വാഹിനിയായ ഒരു കിണറുണ്ട്. സ്കന്ദപു ഷ്കരണിയെന്ന പേരിൽ. ശൂരപത്മ വധത്തിനുശേഷം 'വേൽ' കടലിൽ കഴുകിയെടുത്ത്, വേലുകൊണ്ട് മുരുകൻ കുഴിച്ചതാണീ കിണർ എന്ന് ഐതിഹ്യം. അതിലെ വെള്ളത്തിൽ കുളിച്ച് കടലിൽ മുങ്ങി ഈറനോടെ പ്രാർത്ഥിച്ചാൽ സർവ്വ പാപങ്ങളും ഠിം! പാപങ്ങൾ ചെയ്യലും, അതു കഴുകി ശുദ്ധരായെന്ന് വരുത്തലും മനുഷ്യകുലത്തിന്റെ പ്രധാന തൊഴി ലായതിനാൽ സ്കന്ദപുഷ്കരണിയെന്ന നാഴി കിണറിനടുത്തേക്കു നീണ്ട ക്യൂ കയറുകൊണ്ട് കെട്ടിതിരിച്ചിട്ടിരിക്കുന്നു.

—കഴുകി കുളിച്ചാൽ തീരുന്നതാണോ പാപങ്ങൾ?! അറിയില്ല.

കർപ്പൂരത്തിന്റെയും ഭസ്മത്തിന്റെയും മാസ്മരഗന്ധം കടൽഗന്ധത്തോ ടൊപ്പം ശ്വസിക്കുന്നത് വേറിട്ടൊരനുഭവമാണ്.

ചെരുപ്പൂരിയിട്ട് കോവിലിനുള്ളിലേക്ക് കയറി.

ആത്മവിശ്വാസദായകനാണ് തിരുച്ചെന്തൂർ മുരുകൻ. പ്രത്യേകിച്ചും ദാമ്പത്യ പ്രശ്നങ്ങളിൽ പെട്ടുഴലുന്നവർക്ക്. അതിന്റെയൊരുതിരക്കുണ്ട് ക്ഷേത്രത്തിൽ. ഇവിടെ സന്ദർശിക്കുന്ന ദമ്പതികൾക്ക് പ്രശ്നപരിഹാരം നൽകി. ജന്മാന്തരങ്ങൾക്കപ്പുറത്തേക്ക് കെട്ടുറപ്പ് നൽകുമത്രെ മുരുകൻ! ആ ഒരു ആത്മവിശ്വാസവും തമ്മിൽ ചേർന്നുനിക്കലുമൊക്കെ പ്രകടമാക്കുന്നു സന്ദർശകരിലെ ദമ്പതിമാർ.

ക്ഷേത്രത്തിനകത്തുകയറിയാൽ പൂജാരിമാരുടെ സഹായികളുടെ പിടിയിൽപെടും ആദ്യം. പെട്ടുകൊടുക്കുന്നതാണ് നല്ലതെന്നതിനാൽ 200 രൂപ തന്നാൽ ക്യൂവിൽ നിൽക്കാതെ ദർശനം തരപ്പെടുത്തിതരാം എന്ന വാഗ്ദാനത്തിൽ വേഗം തന്നെ വീണുകൊടുത്തു. നല്ല കുത്തിത്തിരക്കാണ് പൊതു ക്യൂവിൽ. പൈസ കൊടുത്തപ്പോൾ അവസാനം വാങ്ങിക്കൊള്ളാം എന്നായി അയാൾ. നേരിട്ട് പൈസ ദർശനത്തിന് പൈസ അടയ്ക്കുകയാണെങ്കിൽ 250രൂപ വേണം.

പൂജാരിയുടെ സഹായി ഒപ്പം വന്ന് ഒട്ടും തിരക്കില്ലാത്ത വഴിയിലൂടെ മൂലമൂർത്തിയുടെ നടയ്ക്ക് മുമ്പിലെത്തിച്ചു. നേരെ തൊട്ടുമുന്നിൽ കോവിൽ പടിക്ക് മുന്നിൽ ഇരിക്കാൻ അയാൾ കൈ ആംഗ്യം കാട്ടി. അഞ്ച് മിനുട്ട് കോവിലിന് മുന്നിലിരുന്ന് കാണാം, പ്രാർത്ഥിക്കാം! ശ്രീ കോവിലിന്റെ ഉൾവഴിയിലും ഭക്തർ ഇരിക്കുന്നു. കൂടുതൽ പൈസ കൊടുത്തവരാകും. സാധാരണ ശ്രീകോവിലിനുള്ളിൽ പൂജാരികളല്ലാതെ ഭക്തർ കയറുന്നത് കണ്ടിട്ടില്ല! മുരുകന് സ്വയം ആരാധിക്കാനായി സ്ഥാപിച്ച ലിംഗപ്രതിഷ്ഠയ്ക്ക് മുരുകന്റെ ആവശ്യപ്രകാരം പിന്നീട് ദേവശിൽപി മയൻ തിരുച്ചെന്തൂർ കോവിൽ പണിതെന്നാണ് ഐതീഹ്യം. മുരുകനും പത്നിമാരായ വള്ളിയും ദൈവാനയും ഇവിടത്തെ പ്രധാന ആരാധനാമൂർത്തികളാണ്. പൂജാരി തന്റെ സഹായിക്ക് കോവിലിലെ വിഗ്രഹത്തിൽ ചാർത്തിയ രണ്ട് പൂമാല നൽകി. അയാൾ അതു ഞങ്ങൾക്കും! പ്രസാദം പോലെയാണ് ഭക്തർ അത് വാങ്ങുന്നത്. ദമ്പതിമാർ അത് പരസ്പരം അണിഞ്ഞാൽ ജീവിതകാലം മുഴുവൻ അവർ സകല പ്രതിസന്ധികളിലും ഒപ്പം നിൽക്കുമത്രെ!

തെക്കൻ മലയാളം പറയുന്നവരാണ് മലയാളി സന്ദർശകരധികവും തിരുവനന്തപുരം കൊല്ലം ജില്ലകളിൽ നിന്നൊക്കെ ഇവിടേക്കെത്താൻ എളുപ്പമാണ് എന്നതിനാലാവും. ക്ഷേത്രത്തിനു തൊട്ടുതന്നെയാണ് മുരുകൻ അസുരന്മാരോട് യുദ്ധം ചെയ്യുമ്പോൾ വള്ളി ഒളിച്ചു താമസിച്ച വള്ളി ഗുഹ. ഒരാൾക്ക് കഷ്ടിച്ച് കയറാവുന്ന ആ കടലോരഗുഹയിൽ ഭക്തർ പ്രാർത്ഥനയോടെ കയറിയിറങ്ങുന്നു.

കടലും ക്ഷേത്രവും ഒന്നിച്ച നിന്നങ്ങനെ മിണ്ടിപ്പറഞ്ഞ് നിൽക്കുന്നത് കാണാൻ നല്ല രസം. ഇവിടെ എത്ര ഭക്തജനത്തിരക്കിലും ക്യൂ നിൽക്കുന്നത് മടുപ്പിക്കില്ല. കൺനിറയെ കടൽകണ്ടുകണ്ടങ്ങനെ നിൽക്കാം. കടൽ കണ്ട് മതിവന്നവരായി ആരുണ്ട്? ഭക്തർക്കൊപ്പമുള്ള കുട്ടിമുഖങ്ങളിലെല്ലാം കടൽകണ്ട സന്തോഷക്കടൽ' ഒമ്പത് തീർത്ഥങ്ങൾ സംഗമിക്കുന്ന ഇടം എന്ന് ഭക്തർ വിശ്വസിക്കുന്ന തിരുച്ചെന്തൂരിന്റെ അപകടരഹിതമായ കടൽതീരത്ത് വൈദ്യുതവിളക്ക പ്രകാശത്തിൽ കടലിൽ കുളിച്ചും കളിച്ചും മദിക്കുന്ന പ്രായഭേദമെന്യേ ഭക്തജനക്കൂട്ടം. കടൽ തീരത്ത് കടലലർച്ചയെക്കാൾ ഉച്ചത്തിൽ ചില കലപില പെൺ ശബ്ദങ്ങൾ കേട്ട് നോക്കി. രണ്ടു സ്ത്രീകൾ ശബ്ദം കൊണ്ടടിക്കുകയാണ്. ചിലർ മദ്ധ്യസ്ഥം പറയുന്നു. ആദ്യം കരുതിയത് കുടുംബവഴക്കാണെന്നാണ്. പിന്നെ മനസ്സിലായി കച്ചവടക്കാരികളാണെന്ന്. ഒരാളുടെ കച്ചവടസ്ഥലം മറ്റവൾ കയ്യേറിയ കലിപ്പാണ്. മദ്ധ്യസ്ഥം പറയുന്നത് പകിടി പിരിക്കാനിറങ്ങിയ ക്ഷേത്ര ജീവനക്കാരും. വഴക്കിനിടെ രണ്ടു സ്ത്രീകളും തിരുച്ചെന്തൂർ മുരുകനെ ഉപയോഗിച്ച് താനാണ് ശരി എന്ന് സമർത്ഥിക്കുന്നുമുണ്ട്.

തൊട്ടടുത്ത പ്രസാദസ്റ്റാളിൽ നിന്നും ലഡുവാങ്ങി വായിലിട്ടു. കണ്ട കാഴ്ച്ചയോളം മധുരമില്ലാത്തൊരു കൽക്കണ്ടമധുരം നാവിൽ!

പൊട്ടിപൊളിഞ്ഞടർന്ന തൂണുകൾ താങ്ങി നിൽക്കുന്ന കരിങ്കൽപ്പാളി മേൽക്കൂരയുള്ള നടപ്പാതയിലൂടെ തിരിച്ചുനടക്കുമ്പോൾ ഒന്ന് തിരിഞ്ഞ് നോക്കി. സന്ധ്യയുടെ ചെംചുവപ്പിനെ വിഴുങ്ങിയ രാത്രിയുടെ കരിംകറുപ്പ്, കരിങ്കൽ പ്രകാരത്തെ പൊതിഞ്ഞു നിൽക്കുന്നു. അതിനും പിന്നിൽ തിരമാലകൾ ഇരുട്ടു നിഴലായി ഉയർന്നും താഴ്ന്നും..!

ഭക്ഷണവും വസ്ത്രവും പാർപ്പിടവും പോലും അത്യാഗ്രഹങ്ങളായിരുന്ന ഒരുവിഭാഗവും, തങ്ങളിലുള്ള സർഗാത്മകതയുടെ അവസാന തുള്ളിവരേയും ഭൂമിയിൽ ഇറ്റിച്ചിട്ട ഒരു വിഭാഗവും എത്രയെത്ര തലമുറകളിലൂടെ തീർത്തെടുത്തതായിരിക്കും കടൽതീരത്തെ ഈ മനോഹര കരിങ്കൽസൗധവും, മറ്റനേകം കാഴ്ച്ചാവിസ്മയങ്ങളും!!

മനുഷ്യന് ശാന്തി നൽകാൻ കഴിയുന്ന പ്രകൃതിയിലെ പോസിറ്റീവ് ഇടങ്ങളെയെല്ലാം ദൈവവസതി കളാക്കിയവർ മാനവകുലത്തിന് പിൽക്കാലത്ത് ആത്മശാന്തിക്കൊരു കൗൺസിലിംഗ് സെന്റർ നൽകുകയായിരുന്നു. മനുഷ്യന് ഏത് ശാസ്ത്രയുഗത്തിലും പിടിച്ചുനിൽക്കലിന് ഇത്തരം ഇടങ്ങൾ ആവശ്യമുണ്ടെന്ന ഉൾക്കാഴ്ചയോടെ!

തിരുച്ചെന്തൂർ ക്ഷേത്ര പരിസരത്തു നിന്നും പതിയെ മടങ്ങുമ്പോൾ കണ്ടകടലും അനുഭവിച്ച ശാന്തിയും ഉടലിലൊരു കടലാവുന്നു.

വിശ്വാസത്തിന്റെ ഒരിടം സന്ദർശിക്കുമ്പോൾ വിശ്വാസിക്കും, പ്രകൃതിയുടെ അതീന്ദ്രതയിൽ വിശ്വസിക്കുന്ന അവിശ്വാസിക്കും ഒരു പോലെ ശാന്തി നൽകും ചില ഭൂഇടങ്ങൾ! അത്തരമൊരു ഇടമായി സ്മൃതി മധുര ചിത്രങ്ങളിൽ തിരുച്ചെന്തൂരിനെ മനസ്സ് വരച്ചിട്ടു.

കുലശേഖരപുരം കുഞ്ഞാലിമാർ

സന്ധ്യയുടെ മായികതയിൽ കണ്ട തിരുച്ചെന്തൂർ ക്ഷേത്രം പ്രഭാതതെളിമയിൽ ഒന്നുകൂടെ കാണണണമെന്ന് കരുതിയെങ്കിലും മുരുകൻ വിചാരിച്ചയാൾക്കുമാത്രമേ ആ ദർശനഭാഗ്യം ഉണ്ടായുള്ളൂ. സൂര്യൻ കണ്ണിൽ കുത്തി എഴുന്നേൽപ്പിക്കും വരെ ഉറങ്ങിയെന്ന ചമ്മലിലാണ് പ്രഭാതത്തിന്റെ തുടക്കം.

സാരമില്ല, ഒരു കാഴ്ച തന്നെ ധാരാളമാണ് ചില കാഴ്ചകൾ എന്നങ്ങ് സമാധിനിച്ചു.

തിരുച്ചെന്തൂരിന്റെ കടലോരത്തെ വീട്ട് മറ്റൊരു കടൽ മണക്കും ഇടമായ കുലശേഖരപട്ടണത്തിലൂടെ യാണിപ്പോൾ യാത്ര. പൊതിഗൈ മലനിരകളിലെ അഗസ്ത്യകൂടമുടിയിൽ നിന്നും ഉത്ഭവിക്കുന്ന താമ്രപർണിയെന്ന കാൽപനിക സുന്ദരനാമം പേറുന്ന നദി, വഴിവക്കിലൊരിടത്ത് കാത്തുനിൽക്കുന്നത് കണ്ട് വാഹനം നിർത്തിയിറങ്ങി. കോപ്പറിന്റെ അംശം പേറി ഒഴുകുന്നവളായതിനാലാണോ എന്തോ വഴിയാത്രക്കാരും സ്ഥലവാസികളും ആയ നിരവധിയാളുകൾ അവളിൽ സ്നാനകേളിയാടുന്നു. താമരഭരണിയെന്നും താമ്രപർണിയെന്നുമൊക്കെ പേരുള്ള നദി വേനലിലും പാടെ മെലിഞ്ഞിട്ടില്ല.

1250 എഡിയിൽ മാർക്കോപോളോ തന്റെ യാത്രാവിവരണത്തിൽ പറയുന്ന കുലശേഖരപട്ടണം തൂത്തുക്കുടിപോർട്ട് ശക്തിയാർജ്ജിക്കും വരെ പുരാതന ഇന്ത്യയിലെ പ്രധാനതുറമുഖം തന്നെയായിരുന്നു. കൊല്ലം ചേരമാൻ തുറമുഖത്തിന്റെ തുടർച്ചയായിരുന്ന കുലശേഖരപട്ടണം ശ്രീലങ്കയുമായും ഗൾഫ് മാന്നാർ തുറമുഖത്തെത്തുന്ന വിദേശിയരുമായും കുരുമുളകിന്റെയും പവിഴത്തിന്റെയും വ്യാപാരത്തിൽ ഏർപ്പെട്ടു.

തിരുച്ചെന്തൂരിൽ നിന്നും 20 കിമീ ദൂരെയുള്ള കുലശേഖരപട്ടണം മാരവർമ്മൻ കുലശേഖരന്റെ പേരിലാണ് അറിയപ്പെടുന്നത്. കുലശേഖരപട്ടണം ഒരു മുസ്ലീംസെറ്റിൽമെന്റാണ്. മരയ്ക്കാർമാർ എന്ന പേരിൽ അറിയപ്പെടുന്ന ഇവിടുത്തെ മുസ്ലീം സമുദായം മരയ്ക്കാർ എന്നു കേൾക്കുമ്പോഴേ നമ്മുടെ മനസ്സിലെ ത്തുന്ന കുഞ്ഞാലിമരയ്ക്കാറുടെ പിൻതലമുറതന്നെ!

അറബി നാടുകളിൽ നിന്ന് 'മരക്കാർബ്' എന്ന മര ഉരുവിൽ തീരത്തെത്തിയവരോട് തദ്ദേശവാസികൾ എവിടെനിന്നും വരുന്നു എന്ന് ചോദിച്ചതിന് തങ്ങൾ യാത്ര ചെയ്ത മരഉരു ചൂണ്ടിക്കാട്ടി മരയ്ക്കാർബു എന്ന് പറഞ്ഞവരെ മരയ്ക്കാർമാർ എന്ന സ്വദേശികൾ വിളിച്ചു. കരയെക്കാൾ കടലിനെയാണവർ അറിഞ്ഞതും ഇഷ്ടപ്പെട്ടതും. അതുകൊണ്ടു തന്നെ ഉള്ളിൽ മരയ്ക്കാർ ജീൻ കുടുങ്ങിയവർ കടലൊച്ച കേൾക്കും തീരങ്ങളിൽ വസിക്കാൻ ഇഷ്ടപ്പെട്ടു.

കുലശേഖരപട്ടണ പാതയിലൊരിടത്ത് റോഡിന്റെ ഇരുവശവും അന്തകാലവീടുകൾ ഇന്തകാലത്തിലും അതുപടി നിൽക്കുന്നു. എന്നാണോ നിർമ്മിച്ചത് ഇന്നും അതേ നൂറ്റാണ്ടിൽ നിൽക്കുന്ന പൗരാണികമായ ആ നിർമ്മിതികൾ 'കാലത്തിന്റെ ചമയം തൊട്ടു തീണ്ടാത്തവ. ഒരാൾ പൊക്കമുള്ള മൺചുവരുകളിൽ കക്ക നീറ്റിയ കുമ്മായം ശകലം നീലയും ചേർത്ത് പൂശിയിരിക്കുന്നു. നന്നേ വീതി കുറഞ്ഞ ഇരുപൊളി വാതിലുകൾ. കുടുസ്സുമരജനാലകൾ കുഞ്ഞോടുകൾ പാവിയ ഉയരം കുറഞ്ഞ, വീതികുറഞ്ഞ മേൽക്കൂര ചെറുമൺ വരാന്ത. പഴയകാലം ചിത്രീകരിക്കുന്ന ഒരു സിനിമയ്ക്ക് സെറ്റിട്ടു പോലെ, എല്ലാത്തിലും ആൾതാമസം ഉണ്ട്. കൂട്ടിപ്പിടിച്ച് നിരനിരയായി നിൽക്കുന്ന ഈ തെരുവ് ഗൃഹങ്ങളിൽ ഒന്നുമാത്രം പൊളിച്ച് നന്നാക്കുന്നതും അസാധ്യം.

എപ്പോൾ വേണമെങ്കിലും രൗദ്രഭാവത്തിലേക്ക് ചുവടുമാറുന്ന കടലിലേക്കിറങ്ങുമ്പോൾ, ഒരു ഉള്ളു റപ്പിന് കുലശേഖരത്തുകാർ പ്രാർത്ഥിക്കുന്ന ഉഗ്രരൂപിണി മഹിഷാസുരമർദ്ദിനി ഭദ്രകാളിയമ്മയ്ക്ക് മാരവർമ്മൻ കുലശേഖരൻ ഒരു പവിഴഹാരം ചാർത്തിയതോടെ ഭദ്രകാളി മുത്താരമ്മയായി, തദ്ദേശിയരുടെ അനുഭവവിശ്വാസത്താൽ ശക്തിക്ക് പുകൾപെറ്റ ദേവിക്ക് 300 വർഷം മുൻപ് മാരവർമ്മൻ നിർമ്മിച്ച ക്ഷേത്രമാണ് പ്രശസ്തമായ മുത്താരമ്മൻ കോവിൽ.

വിചിത്രവും രസകരവും കൗതുകം നിറഞ്ഞതുമായ ഈ ക്ഷേത്രത്തിലെ ആഘോഷദിനക്കാഴ്ചകൾ സ്വദേശീയവും വിദേശിയവുമായ ട്രാവലോഗുകളിൽ ഇടംപിടിക്കാറുണ്ട്. മുത്താരമ്മന്റെ ആഘോഷനാൾ ആ കാഴ്ചകാണാനെത്തുന്ന കൗതുകസന്ദർശകരെക്കൊണ്ട് നിറയും കുലശേഖരം.

ദേവി ദേവന്മാരുടെ വേഷം കെട്ടിയാണ് ഉത്സവദിവസം ഭക്തർ ക്ഷേത്രത്തിലെത്തുക. നൂറു കണക്കിന് മഹാവിഷ്ണുമാർ, ബ്രഹ്മാമഹേശ്വരന്മാർ, ദേവീദേവന്മാർ എന്നിവരുടെ ദേവഭൂമിയാകുമിവിടം. വഴി നീളെ ഭക്തരെ അനുഗ്രഹിച്ചും ആടിയും പാടിയും അവർ ക്ഷേത്രത്തിലെത്തുമ്പോൾ ഹൈന്ദവവിശ്വാസ പ്രകാരമുള്ള ദൈവങ്ങളുടെ സംഗമഭൂമിയാവും മുത്താരമ്മൻ കോവിൽ. ദേവിദേവന്മാരുടെ ചമയവും വസ്ത്രരൂപങ്ങളും പെർഫെക്ഷന്റെ പരകോടിയിൽ കിടിലോൽക്കിടലമായിരിക്കും. സ്വർലോകവാസികളായ അവർ സഞ്ചാരമധ്യേ ഭൂമിയിലൊന്നിറങ്ങിയതാണെന്നു തോന്നും പോലെ.

ചുമ്മാ അങ്ങ് വേഷം കെട്ടിവരുകയല്ല. അതിന് അതിന്റേതായ വിശ്വാസങ്ങളും രീതികളും നടപടി ക്രമങ്ങളും ഒക്കെയുണ്ട്.

ഇത്തരം വേഷം കെട്ടുന്നത് കഠിന വ്രതാനുഷ്ഠാനങ്ങൾക്ക് ശേഷമാണ്. അതിൽതന്നെ കാളി വേഷം കെട്ടുന്നവർക്ക് പ്രത്യേകമാണ് വ്രതം. അത് അതികഠിനവും.

ശിവനും ഭദ്രകാളിയും ചേർന്നാടുന്ന നൃത്തമൊക്കെ ശരിക്കും പഠിച്ചിട്ട് തന്നെയാണ് അവതരിപ്പിക്കുക എന്നും, കാളിയുടെ ഉഗ്രഭാവം കണ്ട് ലോല ഹൃദയരായ ചില ഭക്തർ ബോധരഹിതരായി വീഴുമെന്നും കേട്ടപ്പോൾ ഒരു മുത്താരമ്മൻ ഉത്സവകാലം കാണാൻ കൊതിതോന്നി.

ദൈവവേഷം കെട്ടിയാടുന്ന ഭക്തരെ വ്രതമെടുക്കാതെ ഭക്തർ വണങ്ങുകയും കാണിക്കയർപ്പിക്കുകയും ചെയ്യും. തങ്ങൾ ആരാധിക്കുകയും വിശ്വസിക്കുകയും ചെയ്യുന്ന മൂർത്തികൾ രക്തവും മജ്ജയും മാംസവും ഉള്ളവരായി മുന്നിൽ നിറഞ്ഞാടുമ്പോൾ ഭക്തിയുടെ ഉന്മാദത്തിൽപെട്ടുപോവും ചില ഭക്തർ.

ഇത്തരമൊരു ഗംഭീര ഉത്സവം നടക്കുന്ന മട്ടൊന്നും കാഴ്ചയിൽ മുത്താരമ്മൻ കോവിലിനില്ല. സാധാരണ ക്ഷേത്രങ്ങളെപ്പോലെ ഇരുട്ട് പതിയിരിക്കുന്ന കരിങ്കൽ പ്രകാരമല്ല. ഉൾക്കളത്തിലെ കോവിൽ ഒഴിച്ചാൽ ബാക്കിയുള്ള ഭാഗം കരിങ്കൽത്തൂണുകളിൽ തുറന്നു കിടക്കുന്ന കൽമണ്ഡപങ്ങളാണ്. ഭദ്രകാളിയുടെ കൃഷ്ണശിലാവിഗ്രഹത്തെ ചന്ദനം കൊണ്ടലങ്കരിച്ച് സാരി ധരിപ്പിച്ചിരിക്കുന്നു. ചമയങ്ങൾക്കും സൗന്ദര്യവൽക്കരണത്തിനുമപ്പുറം തന്നിൽ ഒളിഞ്ഞു കിടക്കുന്ന രൗദ്രഭാവം പ്രസരിപ്പിക്കുന്ന വിഗ്രഹം. ഒട്ടും തിരക്കില്ലെന്നു പറഞ്ഞുകൂട അവിടെയും ഇവിടെയുമൊക്കെയായി ആളുകൾ ഉണ്ട്.

തിരിച്ചിറങ്ങുമ്പോൾ കാർപാർക്കിംഗിന് അടുത്ത് കണ്ട കാസറ്റുകടക്കാരനോട് പുതിയ തമിഴ്പാട്ടിന്റെ എം.പി. 3 ചോദിച്ചപ്പോൾ അതില്ലാത്തതുകൊണ്ടല്ലേ ഞാനിവിടെ സ്വസ്ഥമായിരിക്കുന്നതെന്ന മറുപടി.

മുന്നിൽ വാഴുന്നത് കള്ളത്തിനും ചതിക്കും മാപ്പില്ലാത്ത ഉഗ്രരൂപിണിയാണെന്നതിനാൽ കച്ചവടത്തിൽ കള്ള ത്തരം വേണ്ടെന്ന് അയാൾക്കു തോന്നിക്കാണും.

കുലശേഖലപട്ടണത്തിന്റെ ലൈറ്റ്ഹൗസ് മണപ്പാടാണ്. കാറ് അങ്ങോട്ട് സ്വയം തിരിഞ്ഞതോ ഞങ്ങൾ തിരിച്ച് കയറ്റിയതോ എന്നറിയില്ല. ഇത്തരം യാത്രകളിൽ വാഹനങ്ങൾ അജീവമായ അവസ്ഥ വലിച്ചെറിഞ്ഞ് ഉയിരും ആത്മാവും ഉള്ളതുപോലെ പെരുമാറിക്കളയും ചിലപ്പോൾ! അവരുടേതായി കണ്ടെത്തുന്ന ചില വഴികളിലേക്ക് നമ്മളേം കൊണ്ടങ്ങ് കേറിക്കളയും. ബീച്ച് റോഡിലേക്കുള്ള ഇടുങ്ങിയ വഴി ഏതൊരു കടലോര ചേരിപോലെയും തന്നെ. കൂട്ടം കൂടിയിരുന്ന് വല നന്നാക്കുന്നവർ. വെറുതെ കടൽക്കാറ്റേറ്റ് ദിവാ സ്വപ്നം കണ്ടിരിക്കുന്നവർ, കടലും മീനും ചളിയും മണക്കുന്ന വീടുകൾക്ക് മുമ്പിൽ വഴിപോക്കരെയും നോക്കിയിരിക്കുന്ന സ്ത്രീകൾ. പൈപ്പിനു ചുവട്ടിലെ പ്ലാസ്റ്റിക് കുടങ്ങൾ. അർദ്ധനഗ്നരായി പട്ടം പറത്തി ഓടി കളിക്കുന്ന കുട്ടികൾ. എല്ലാവരിലും ഒരുപോലെ കാണുന്നത് പ്രകോപനപരത പ്രകടമാവുന്ന മുഖഭാവം!

ചേരിയിലെ ഇടുങ്ങിയ വീടുകൾക്കിടയിൽ അതിഗാംഭീര്യത്തോടെ നൂറ്റാണ്ടുകൾക്ക് മുമ്പ് പണിത ക്രിസ്ത്യൻപള്ളി തല ഉയർത്തിനിൽക്കുന്നു. ഈ കടൽതീരത്തെ ഉന്നം വെക്കുന്ന ഏതു മിന്നലിനേയും ഏറ്റുവാങ്ങി നിർവീര്യമാക്കുന്ന മിന്നൽ രക്ഷാചാലകവും പേറിയൊരു കുരിശും അതിന്റെ ഉച്ചിയിൽ.

ചേരി കടന്ന് ബീച്ചിലേക്കെത്തുമ്പോൾ ഞെട്ടിപ്പോവും. ബീച്ചെന്ന് കേൾക്കുമ്പോഴുള്ള നമ്മുടെ കാഴ്ചപ്പാട് ഒറ്റയടിച്ച് ചീന്തിയെറിഞ്ഞുകളയും മണപ്പാട് ബീച്ച്. റോഡിന്റെ ഒരുവശം താഴ്ന്ന മണൽപരപ്പും കടുംനീലക്കടലും, മറുവശം ഉയർന്ന മണൽകുന്നുകളും. റോഡവസാനിക്കുന്നിടത്ത് പള്ളിയും ലൈറ്റ് ഹൗസും. എത്രതന്നെ അതേക്കുറിച്ചിവിടെ വിവരിക്കാൻ ശ്രമിച്ചാലും ആ കാഴ്ച തരുന്ന വിസ്മയത്തിന്റെയും ആനന്ദത്തിന്റെയും ഒരംശം പോലുമാവില്ല അത്. നേരിട്ട് കണ്ടറിഞ്ഞനുഭവിക്കുക തന്നെ വേണം. ക്യാമറ ഫ്രെയിമുകൾക്ക് പോലും അത് നേരിട്ട് കണ്ട കാഴ്ചയുടെ അനുഭവമുള്ളവരെ ആനന്ദിപ്പിക്കാനാവില്ല. ഫ്രെയിം എത്രതന്നെ വിശാലവും മനോഹരവും ആയാലും, ഇതിലുമെത്രയോ വലുതാണാക്കാഴ്ച ഭംഗിയെന്ന് മനസ്സ് വിളിച്ചുപറയും.

സെന്റ്ഫ്രാൻസിസ് പുണ്യാളൻ മിഷണറി പ്രവർത്തനത്തിന് എത്തിയത് ഈ തീരത്താണ്. ജറുസലേമിലെ പുണ്യകുരിശിന്റെ ഒരു ഭാഗം കൊണ്ടുവന്ന് അദ്ദേഹം ഈ പള്ളിയിൽ സ്ഥാപിച്ചിരിക്കുന്നതിനാൽ

ക്രൈസ്തവവിശ്വാസികൾക്ക് ഇത് 'ചിന്ത ജറുസലേം' ആണ്. ഫ്രാൻസിസ് പുണ്യാളൻ ധ്യാനത്തിനിരുന്നിരുന്ന ഗുഹയും ഇവിടെ വിശ്വാസികൾക്ക് വേണ്ടി പരിപാലിക്കപ്പെട്ട് സൂക്ഷിക്കുന്നു. ഫ്രാൻസിസ് പുണ്യാളനു മുൻപ് അതൊരു ശിവയോഗിയുടെ ധ്യാന ഇടമായിരുന്നു. എന്ന് കരിങ്കല്ലിൽ കൊത്തി എഴുതിയിട്ടിരിക്കുന്നു. അതീന്ദ്രിയ ശക്തികൾ ഉള്ളവർക്ക് ഇത്തരം ഇടങ്ങളിലെ ധ്യാനം അവരിലെ നിശ്ചയദാർഢ്യത്തെ എത്ര മാത്രം ശക്തിപ്പെടുത്തും എന്നോർത്തു.

ഗൾഫ് മാന്നാറിന്റെ കടൽകവാടമായ തൂത്തുക്കുടിയുടെ തീരങ്ങൾ പവിഴ മത്സ്യബന്ധനത്തിന് പേരു കേട്ടതായതിനാൽ ഇതൊരു തിരക്കുപിടിച്ച വാണിജ്യവ്യാപാരച്ചാലായിരുന്നു കപ്പൽഗതാഗതത്തിന്.

1540 ൽ ഇതുവഴി പോവുകയായിരുന്ന ഒരു ഡച്ച് കപ്പൽ മാന്നാർ ഉൾക്കടൽ പ്രക്ഷോഭത്തിലകപ്പെട്ട് കാറ്റിലും കോളിലും പെട്ട് വലഞ്ഞപ്പോൾ കപ്പിത്താൻ കപ്പലിന്റെ പൊട്ടിയടർന്ന കൊടിമരത്തണ്ടിൽ കാറ്റു പിടിച്ചു ചീന്തിയ പായകെട്ടി ഒരു കുരിശ് നിർമ്മിക്കുകയും തന്നെയും കപ്പലിനേയും കാത്താൽ തീരത്തെത്തി കുരിശ്സ്ഥാപിക്കാമെന്നും നേർന്നു. കപ്പൽ കുലശേഖര പട്ടണത്തടിഞ്ഞെങ്കിലും കടലിൽ വീണ കുരിശണഞ്ഞത് മണപ്പാടാണ്. ഒരു മരക്കഷണമെന്ന് കരുതി ഈ കുരിശിൽ കാൽ ഉരച്ച് വൃത്തിയാക്കിയ തദ്ദേശിയവാസിക്ക് രാത്രി കാലിൽ അസാധാരണകഠിനവേദന ഉണ്ടാവുകയും ഉറക്കത്തിൽ സ്വപ്നദർശനം കിട്ടുകയും ചെയ്തു. മരക്കഷ്ണം കപ്പിത്താന്റെ വിശുദ്ധകുരിശാണെന്നും അതിൽ തൈലം പുരട്ടി വൃത്തിയാക്കിയശേഷം ആ തൈലം പുരട്ടിയാൽ വേദന മാറുമെന്നും. അതുപ്രകാരം പലരും തങ്ങളുടെ പലതരം രോഗങ്ങൾക്ക് കുരിശിലെ തൈലം പുരട്ടിയ എണ്ണ ഉപയോഗിക്കുകയും രോഗശാന്തി നേടുകയും ചെയ്തു.

കപ്പിത്താന്റെയാ വിശുദ്ധ കുരിശ് പേറുന്ന പള്ളി മണപ്പാട് ബീച്ചിൽ ആകാശഗോപുരം പോലെ ഉയർന്നുനിൽക്കുന്നു.

വെയിൽ തിളപ്പിച്ച് പൊരിക്കുന്നതിനാൽ പള്ളിവരെ നടന്നില്ല. മണൽഭൂമിയെ രണ്ടായി പകുക്കുന്ന വരപോലെ കിടക്കുന്ന റോഡിൽ ഒരുവശം ചെരിഞ്ഞ് നിന്നാൽ നമുക്ക് പിന്നിൽ മണൽകുന്നുകൾ. ഏതോ രാജസ്ഥാൻ മരുഭൂമിയിൽ നിൽക്കും പോലെയുള്ള ഫ്രെയിമിലാവും നമ്മൾ. മറുവശം ചെരിഞ്ഞ് നിന്നാൽ കൊതിപ്പിക്കുന്നൊരു കടൽത്തീരവും നീലാകാശവും ഫ്രെയ്മിൽ പരന്ന് കിടക്കുന്നു. എത്ര ക്ലിക്ക് എടുത്തിട്ടും പ്രകൃതിയുടെ ഈ മാജിക്ക് ക്യാമറക്കണ്ണുകൾക്ക് മതിയാവുന്നില്ല. നേരം നട്ടുച്ചയായതും കത്തുന്ന വെയിലായതും നന്നായി. അല്ലെങ്കിൽ ഇന്നിവിടെ പെട്ടുപോയേനെ. ഉച്ചച്ചൂടിന്റെ പൊരിച്ചിലൊന്നുകൊണ്ടു മാത്രമാണ് തിരിച്ച് വണ്ടിയിൽ കയറിയത്.

'നീ താൻ എൻ പൊൻവസന്തം' എന്ന തമിഴ് സിനിമയിലൂടെ പുറം ലോകമറിഞ്ഞ മണപ്പാട് ബീച്ചിന്റെ സൗന്ദര്യം സൂര്യയുടെ സിങ്കം 2-വിലും മണിരത്നത്തിന്റെ കടലിലും പതിഞ്ഞു. ടൂറിസ്റ്റുകളുടേയും വെറും സഞ്ചാരികളുടേയും സിനിമാക്കാരുടേയും ഇഷ്ടലൊക്കേഷനായി ഈ തീരം മാറിയതിൽ എന്തത്ഭുതം!!

വെറുതെയല്ല ബ്രിട്ടീഷുകാർ അവസാന നിമിഷംവരെ ഇന്ത്യയിൽ കടിച്ചുതൂങ്ങി കിടക്കാൻ നോക്കിയത്. ഇത്രമേൽ പ്രകൃതി അനുഗ്രഹിച്ചൊരു ദേശത്തിന്റെ ഉടമസ്ഥനാവാനുള്ള കൊതി സ്വാഭാവികം.

പാളയംകോട്ടവഴി തിരുനെൽവേലിക്ക് വിട്ടു. വഴിയോരം നിറയെ വിദൂരക്കാഴ്ച തരാതെ തിങ്ങി നിറഞ്ഞ വാഴത്തോപ്പുകൾ. അവയ്ക്കിടയിലൂടെ നേർത്തൊഴുകുന്ന വെള്ളച്ചാലുകൾ. മോട്ടോറുകൾ വെള്ളം തള്ളുന്ന ചെറു കിണറുകൾ. പാളയംകോടൻ പഴനാട്ടിലൂടെ സഞ്ചരിക്കുമ്പോൾ കാഴ്ച്ചയിലൊക്കെയും പച്ചച്ചും മഞ്ഞിച്ചും പഴകുലകൾ. ഇടയ്ക്ക് ചിലയിടമെത്തുമ്പോൾ നെൽവയലുകൾ തിരുനെൽവേലിയെ തൊടുന്നുവെന്ന സൂചനതന്നു. ഇടയ്ക്കിടെ ഞാനിവിടെയുണ്ടെന്ന മട്ടിൽ പച്ചമുഖപടം മാറ്റി ഒളികൺ നോട്ടമെറിഞ്ഞ് താമ്രപർണി നദി.

വഴിയാത്രക്കാർക്ക് വേണ്ടി പഴങ്ങൾ വഴിവക്കിൽ വിൽക്കുന്നുണ്ട് ചിലയിടങ്ങളിൽ.

ജനത്തിരക്കുള്ള നഗരമാണ് തിരുനെൽവേലി. നഗരവീഥികൾ അത്രകണ്ട് വിശാലമല്ല. ക്ഷേത്രപരിസരത്തേക്കുള്ള റോഡിലെ പ്രവേശനകവാടം കടന്ന് നെല്ലൈയപ്പർ ക്ഷേത്രത്തിനെ പലവുരുവലം വെച്ചിട്ടും പാർക്കിംഗിന് ഇടമില്ല. ക്ഷേത്രത്തിനു ചുറ്റുമുള്ള റോഡുമുഴുവൻ കച്ചവടസ്ഥാപനങ്ങളാണ്. കടകൾക്ക് മുന്നിൽ ഉന്തുവണ്ടിക്കച്ചവടങ്ങൾ, അവയ്ക്ക് മുന്നിൽ അതിലും ചെറുകച്ചവടങ്ങൾ, അതിനൊക്കെ ചുറ്റും കുത്തിത്തിരുക്കി നിൽക്കുന്ന ആൾക്കൂട്ടം! അവരുടെ വാഹനങ്ങൾ! പാർക്കിംഗ് ഒക്കെ തോന്നിയപടി. കച്ചവടക്കാരും ജനങ്ങളും വാഹനങ്ങളും വീതിയേറിയ റോഡ് കയ്യേറി റോഡൊരു ചാല്. വാഹനം കഷ്ടിച്ച് ഓടിക്കാംന്ന് മാത്രം.

നെല്ലൈയപ്പർ ക്ഷേത്രം അടച്ചിട്ടിരിക്കുന്നു 'ഒന്നു കണ്ടാമതി, ദൂരെനിന്ന് വരികയാണെന്ന' പതിവ് പല്ലവിയൊക്കെ പുറത്തെടുത്തിട്ടും നെല്ലൈയപ്പറിന്റെ കാവലാൾ കനിഞ്ഞില്ല എന്നാൽ വൈകുന്നേരം കാണാം എന്നു കരുതി താമസസൗകര്യം അന്വേഷിച്ചപ്പോഴതാ മറ്റൊരത്ഭുതം. ക്ഷേത്രത്തിനടുത്ത് താമസത്തിനു പറ്റിയ ഹോട്ടലുകൾ ഇല്ല. എല്ലാം നാലഞ്ചു കിലോമീറ്റർ ദൂരത്ത്. നേരെവിട്ടു തെങ്കാശിക്ക്!

ഋഷ്യശൃംഗൻ ഇവിടെയുണ്ട്

പുരാണകഥാപാത്രങ്ങളിൽ അത്ര പ്രശസ്തനല്ലാത്ത ഋഷ്യശൃംഗനേയും തീർത്തും അപ്രസക്തയായ വൈശാലിയേയും മലയാളികൾക്ക് പ്രിയതരരാക്കിയത് എം.ടി - ഭരതൻ കൂട്ടുകെട്ടാണ്.

നിഷ്കളങ്കത മനുഷ്യരൂപം പൂണ്ട മുനികുമാരന്റെ നീലക്കണ്ണുകൾ ആദ്യ സ്ത്രീരൂപക്കാഴ്ച്ചയിൽ വിടരുന്ന ലാസ്യഭംഗിയും, വൈശാലിയുടെ ഉടലഴകും ചലച്ചിത്രദൃശ്യമാധ്യത്തിലൂടെ മലയാളിയെ കോരിത്തരിപ്പിച്ചപ്പോൾ വൈശാലിയും ഋഷ്യശൃംഗനും ഓരോ മലയാളിയുടേയും ഹൃദയത്തിൽ തങ്ങളുടേതായ ഇടം നേടി.

ഋഷ്യശൃംഗൻ ജനിച്ചത് നേപ്പാളിനടുത്തുള്ള ഘോരവനാന്തരങ്ങളിലാണെന്നു പറയുന്നുണ്ടെങ്കിലും ആ ജീവിതയാത്ര അവസാനിച്ചത് ഇങ്ങു കർണാടകയിലാണെന്നതറിഞ്ഞ കൗതുകത്തിലാണതു തേടിയിറങ്ങിയത്.

കൊടുംവനജീവിതത്തിന്റെ നിഷ്കപടശുദ്ധാനന്ദങ്ങളിൽ അഭിരമിച്ചിരുന്ന മുനികുമാരനെ, തന്നിൽ അനുരക്തനാക്കി കാടിറക്കിയ വൈശാലിയകപ്പെടുത്തിയ ലൗകിക ജീവിതമായികതകളുടെ നട്ടം തിരിച്ചിലുകളിൽ നിന്ന് തന്റേതെന്ന ഓർമ്മപ്പെടുത്തലോടെ, കാട് വേർപെടുത്തി തന്നിലേക്ക് തിരിച്ചുപിടിച്ചയിടമാണ് കർണ്ണാടകയിലെ ചിക്കമംഗ്ലൂർ ജില്ലയിലെ 'കിഗ്ഗ!

കിഗ്ഗയിലേക്കുള്ള വഴികൾക്കിരുപുറവും സഹസ്രാബ്ദങ്ങൾക്കപ്പുറമുള്ള ഏതോ കാഴ്ചയുടെ ഉൾപുളകമിനിയും മാറാതെ വിടർന്നുലഞ്ഞു നിൽക്കുകയാണ് കാട്. പച്ചപ്പിനു നടുവിലൂടെ ആരോ കടും കറുപ്പു ചായ

പെൻസിൽകൊണ്ട് വരച്ച ഒറ്റവര നേർറോഡിലൂടെ കിഴ്ഗയിലെത്തുന്ന തറിയില്ല, അത്രമേൽ അകപ്പെട്ടുപോവും കാനനഭംഗികളിൽ ഇളം തണുപ്പുള്ള ശുദ്ധമായ പ്രഭാതവായുവിന്റെ ഉന്മേഷം നുരഞ്ഞു പതയുന്ന സിരകളിൽ!

ഹൈന്ദവ പുരാണങ്ങളിലെ കഥകൾ പ്രകാരം വിഭാണ്ഡകമുനിയുടെ ഘോരതപസ്സിന്റെ തീവ്രതയിൽ ഇന്ദ്രസിംഹാസനം വിറകൊണ്ടപ്പോൾ ഇന്ദ്രൻ തന്റെ പതിവ് ലക്ഷ്യഭേദിയായ സ്ത്രൈണബാണം സ്വർലോകസുന്ദരി ഉർവ്വശിയെത്തന്നെ വിഭാണ്ഡകമുനിക്ക് നേരെ തൊടുത്തു. തപശക്തിയുടെ അതീന്ദ്രിയതകൾക്കപ്പുറം കേവല മനുഷ്യവികാരങ്ങളും പേറിയിരുന്ന മാമുനിക്ക് ഉർവ്വശിയിൽ ജനിച്ച പുത്രനാണ് ഋഷ്യശൃംഗൻ എന്നും, അതല്ല മാമുനിയുടെ രേതസ്സ് പുല്ലിലേക്ക് തെറിക്കുകയും ആ പുല്ല് ഭക്ഷിക്കാനിടവന്ന മാൻ നെറ്റിയിൽ കൊമ്പോടെ ഋഷ്യശൃംഗനെ പ്രസവിച്ചുവെന്നുമൊക്കെ പുരാണകഥകൾ പറയുന്നു.

ദൗത്യപൂർത്തീകരണത്തിനപ്പുറമുള്ള വികാരപ്രകടനങ്ങളില്ലാതെ സ്വർലോകത്തേക്ക് തിരിച്ച മടങ്ങിയ ഉർവ്വശി മാമുനി വിഭാണ്ഡകനെ കൊടും സ്ത്രീവിദ്വേഷിയാക്കിയത് ന്യായം! പെൺമനോഹാരിതയ്ക്ക് അടിയറവെച്ച തന്റെ തപഃശക്തിയെക്കാൾ മുനിയെ വേദനിപ്പിച്ചത് തന്റെ ചതിക്കപ്പെട്ട പൗരുഷമായതിനാലാവണം, മാമുനി സ്വപുത്രനെ പുറം ലോകക്കണ്ണുപെടാതെ സ്ത്രീ സാമീപ്യമില്ലാതെ നിബിഢവനക്കാവലിൽ വളർത്തിയെടുത്തത്.

ഋഷ്യശൃംഗന്റെ പാദസ്പർശത്താൽ മാത്രമേ അംഗരാജ്യത്തെ (ഇന്നത്തെ ബീഹാർ) വരൾച്ചയ്ക്കറുതി വരൂ എന്ന ജ്യോതിഷ പ്രവചനാർത്ഥം ആ ദൗത്യം ഏറ്റെടുത്ത വൈശാലി മുനികുമാരനു മുന്നിൽ പൂത്തുലഞ്ഞു നിന്നപ്പോൾ ആദ്യ പെൺശരീരക്കാഴ്ചയിൽ വിടർന്നു പോയ മുനികുമാരന്റെ നീലക- വിസ്മയത്തിൽ കാടുപോലും തരിച്ചുനിന്നു കാണണം!

കാനനം വിട്ടിറങ്ങി വന്ന മുനികുമാരപാദസ്പർശത്തിൽ അംഗരാജ്യം മഴപെയ്യത്തിൽ കുളിർന്ന് ദുന്ദുഭിപാടിയാടുന്നതിനിടെ ലോമപാദൻ തന്റെ പുത്രി ശാന്തയെ ഋഷ്യശൃംഗപത്നിയായി പ്രഖ്യാപിക്കുമ്പോൾ തകർന്നത് വൈശാലിയുടെ ഹൃദയം മാത്രമായിരുന്നില്ല എന്നിടത്താണ് എം.ടി - ഭരതൻ കൂട്ടുകെട്ടിന്റെ വിജയം. തിയേറ്റർ വിട്ടിറങ്ങിയ ഓരോ സ്ത്രീയും നെഞ്ചേറ്റിയത് നിരാകരണത്തിന്റെ കടും വിഷമേറ്റ് നീലിച്ച വൈശാലിയുടെ ഹൃദയമായിരുന്നു.

-എം.ടിയും ഭരതനും പറഞ്ഞു നിർത്തിയതിനു ശേഷമുള്ള ഋഷ്യശൃംഗ ചരിത്രമാണ് കിഴ്ഗയിൽ അലിഞ്ഞ് കിടക്കുന്നത്.

ലോമപാദപുത്രിയെ വിവാഹം ചെയ്ത് ഗൃഹസ്ഥാശ്രമിയായി ജീവിക്കാൻ തന്നാലാവും വിധം ശ്രമിച്ചെങ്കിലും കാടിന്റെ സ്വസ്ഥത യറിഞ്ഞവനാതാവുമായിരുന്നില്ല. ആത്മജ്ഞാനാന്വേഷണത്തിന്റെ അതീന്ദ്രിയമായ ഉൾവിളികേട്ട് അംഗരാജ്യം വിട്ടിറങ്ങിയ ഋഷ്യശൃംഗൻ ലോമപാദൻ നൽകി സർവ്വപദവികൾക്കുമൊപ്പം ഗൃഹസ്ഥാശ്രമവും ത്യജിച്ചിരുന്നു.

നിരന്തരമായ അലച്ചിലിനൊടുവിൽ കർണ്ണാടകയിലെ കിഗ്ഗയിൽ എത്തിയ ഋഷ്യശൃംഗനെ കിഗ്ഗ തന്നിലേക്ക് ചേർത്തണച്ചുപിടിച്ചു. ഇനിയൊരു വിട്ടുനൽകലില്ലാത്ത വിധം!

കിഗ്ഗയിൽ ഒരു ശിവലിംഗം സ്ഥാപിച്ച് ആരാധിച്ച ഋഷ്യശൃംഗൻ ആഗുംബെ വനമേഘലാഗാംഭീര്യത്തിൽ ആകൃഷ്ടനായി തന്നെ ചേർത്തണച്ച ഇരുൾക്കാടിന്റെ നിഗൂഢതകളിലേക്ക് തിരിച്ചിറങ്ങി തന്നെ താനാക്കുന്ന സ്വസ്ഥത തിരിച്ചുനേടി.

വിഭാണ്ഡകപർവ്വതവും ഋഷ്യശൃംഗ ഗിരിനിരയുമൊക്കെ അങ്ങനെ ശൃംഗേരിക്കും കിഗ്ഗയ്ക്കും പുരാണം മണക്കുന്ന അതിരാവുന്നു.

ജീവിതയാത്രയ്ക്ക് ഒടുവിൽ പരമപദപ്രവേശനത്തിനായ് ദേഹം ഉപേക്ഷിച്ച് ഋഷ്യശൃംഗൻ ജ്യോതി രൂപിയായി താൻ ആരാധിച്ച ലിംഗ പ്രതിഷ്ഠയിൽ ലയിച്ചുചേർന്നതിന്റെ തെളിവായി കിഗ്ഗയിലെ ഋഷ്യ ശൃംഗക്ഷേത്രത്തിലെ ശിവലിംഗത്തിനൊരു മാൻ കൊമ്പുണ്ടത്രെ! ഋഷ്യശൃംഗന്റെ മൂർദ്ധാവിൽ ഉണ്ടെന്ന് പറയുന്ന മാൻ കൊമ്പ്.

കിഗ്ഗയിലെ ഋഷ്യശൃംഗ ക്ഷേത്രത്തിൽ എത്തിയപ്പോൾ അതടഞ്ഞു കിടപ്പാണ്. ശാന്തമെന്ന വാക്കിന് ഇത്ര ഭംഗിയോ എന്നമ്പരപ്പിക്കുന്ന ക്ഷേത്രപരിസരം. ഇക്കഴിഞ്ഞ നിമിഷം വരെ ഋഷ്യശൃംഗൻ ഇവിടെ ഉണ്ടായിരുന്നു എന്ന തോന്നൽ ജനിപ്പിക്കുന്ന പഴയമയുടെ തീവ്രഗന്ധം! ഒരു മുനികുമാരനാൽ പരിപാലിക്കപ്പെട്ടതിന്റെ ലാളിത്യമഹിമകാത്ത് കുമ്മായച്ചാന്തും പൂശിനിൽക്കുന്ന ക്ഷേത്രത്തിന് തന്റെ ആദികാല നിർമ്മിതിയുമായി നമ്മളെ ഏതോ യുഗങ്ങൾക്കപ്പുറത്തേക്ക് നീക്കി നിർത്താനാവുന്നു.

പ്രഭാത പൂജ കഴിഞ്ഞ് എട്ടുമണിക്ക് ക്ഷേത്രം അടച്ചിരിക്കുന്നു. ഇനി പത്തിന് തുറന്ന് പന്ത്രണ്ട് വരെ മധ്യാഹ്ന പൂജ.

ക്ഷേത്രം തുറക്കാൻ ഇനിയും ഒരു മണിക്കൂർ സമയം കാത്തിരിക്കണം. എന്ത് ചെയ്യുമെന്നോർത്ത് അങ്ങോട്ടുമിങ്ങോട്ടും നോക്കുന്നതിനിടെ ക്ഷേത്രമുറ്റത്തെ വലത്തോട്ടുതിരിയുന്ന റോഡിൽ സിരിമാനെ വാട്ടർഫാൾ എന്ന സൂചനാഫലകം കണ്ടു. ആറു കിലോമീറ്റർ എന്ന ദൂരവും പ്രലോഭനീയം.

—കുടിച്ചുതീർത്ത മഴയത്രയും കടും പച്ചപ്പായി തിളങ്ങുന്ന കാടും അതിന്റെ ശബ്ദാരവങ്ങളും മാത്രമുള്ള കാനനപാതയിലൂടെ സിരമാനയിലേക്ക്. മുന്നോട്ട് പോവും തോറും ഇറുകിയിറുകി വരികയാണ് കാട്. കാടല്ലാതെ മറ്റൊന്നുമില്ല കണ്ണുകളിൽ, കാടിന്റെ ശബ്ദമല്ലാതെ മറ്റൊന്നുമില്ല കാതുകളിൽ! നമ്മളതിൽ നിന്നും വേറിട്ടുനിന്നാലോ എന്ന ഭയം കൊണ്ട് സംസാരിക്കാൻ പോയിട്ട് അമർത്തിയൊന്ന് ശ്വാസമെടുക്കാൻ വരെ തോന്നുന്നില്ല. അത്രമേൽ ആവാഹിക്കുന്നു കാട് ഓരോ ജീവനേയും തന്നിലേക്ക്.!'

തെറ്റിയും തെറിച്ചും ഒറ്റത്തുള്ളി കിലുക്കമായി തൊട്ടു വിളിക്കുന്നു മഴമേഘങ്ങൾ.

കണ്ണുപൊടാത്തൊരു സൂചനാബോർഡാണു സിരിമാനെ വെള്ളച്ചാട്ടത്തിന് വഴികാട്ടുന്നത്. വാഹനം പാതയോരത്തു നിർത്തി താഴേക്ക് കെട്ടിയുണ്ടാക്കിയ നൂറ്റിമുപ്പത് പടികൾ ഇറങ്ങിവേണം സിരിമാനയെ കാണാൻ. അഞ്ചുരൂപ പ്രവേശന ഫീസുണ്ട്.

മലവെള്ളത്തിന്റെ കുതിച്ചുചാട്ട വന്യഗാംഭീര്യത പ്രതീക്ഷിച്ച ഞങ്ങൾക്ക് മുന്നിൽ കുട്ടിത്തച്ചിരിയോടെ സിരിമാനെ പതഞ്ഞുചാടുന്നു. അധിക ഉയരത്തിൽ നിന്നല്ലാതെ പരന്ന് പതിച്ച് വിലാസവതിയായി സാവകാശം പരന്നൊഴുകുന്ന സിരിമാനെ വെള്ളച്ചാട്ടം പ്രകൃതിയുടെ കൂട്ടിപ്പിടിച്ച കൈക്കുമ്പിളിലൊതു ങ്ങിയെന്നോണം തികച്ചും അപകടരഹിതം.

വെള്ളച്ചാട്ടം എന്ന പേരിൽ ഇതു കാണുന്നതിന് അഞ്ചുരൂപ ഇങ്ങോട്ടു തരണമെന്നൊരു കുസൃതിച്ചിരി വെള്ളച്ചാട്ടങ്ങളുടെ വന്യഗാംഭീര്യ ലഹരിയറിഞ്ഞൊരു മുഖത്ത് വിരിയുന്നത് ഞാൻ കാണുന്നുണ്ട്!

ഗതാഗത സൗകര്യമുള്ളതുകൊണ്ട് ഒന്ന് രണ്ട് സന്ദർശകർ വന്നു. ആദ്യവരവല്ലെന്ന് വ്യക്തം. കുളിക്കാനും കളിക്കാനുമുള്ള മുന്നൊരുക്കത്തോടെ ഋഷ്യശൃംഗൻ നീരാടിയിട്ടുണ്ടാവുമായിരുന്ന ആ നീരാട്ടിടം വിട്ടിറങ്ങി.

ക്ഷേത്രം തുറന്നിരിക്കുന്നു. പൂജാരിയും ധ്യാനത്തിലിരിക്കുന്ന ഒരു ഭക്തനുമൊഴിച്ച് ക്ഷേത്രാങ്കണം ശൂന്യം. ഋഷ്യശൃംഗൻ ലയിച്ച് ചേർന്ന് ദേഹമുക്തി നേടിയെന്ന് പറയപ്പെടുന്നതിന്റെ തെളിവായി കിഴ്ക്കയിലെ ശിവലിംഗത്തിനു മുകളിൽ ചെറിയ കൊമ്പുണ്ടത്രെ! അത്തരത്തിൽ ഭാരതത്തിലുള്ള ഏക ലിംഗപ്രതിഷ്ഠയാണിത്. ശ്രീകോവിലിലേക്ക് സൂക്ഷിച്ചുനോക്കിയിട്ടും ലിംഗപ്രതിഷ്ഠയ്ക്ക് മുകളിൽ ചന്ദ്രക്കലയല്ലാതെ മറ്റൊന്നും കാണുന്നുമില്ല. അടക്കാനാവാത്ത അന്വേഷണത്വരകൊണ്ട്

വീണ്ടും വീണ്ടും നോക്കുമ്പോൾ ധ്യാനത്തിലിരിക്കുന്ന ഭക്തൻ ഒരു മാത്ര കണ്ണു തുറന്നു. ആവശ്യക്കാരന് ഔചിത്യം വേണ്ടെന്ന് പണ്ടേയ്ക്കും പണ്ടെ പണ്ടാരാണ്ടോ പറഞ്ഞു വെച്ചിട്ടുള്ളതിനാൽ ഒട്ടും മടിയില്ലാതെ ഞാന ദ്ദേഹത്തോട് കൊമ്പിനെപറ്റി ചോദിച്ചു.

തനിക്കറിയാവുന്ന മുറി ഹിന്ദിയിൽ ആ കന്നഡിഗൻ ചന്ദ്രക്കലയ്ക്ക് പിന്നിലായി ശിവലിംഗപ്രതിഷ്ഠയിൽ ഞാൻ പരയുന്ന മാൻകൊമ്പു ണ്ടെന്നും മഹാ അഭിഷേകസമയത്ത് ചമയങ്ങൾ മാറ്റി നഗ്നമാക്ക പ്പെടുന്ന ലിംഗപ്രതിഷ്ഠയ്ക്ക് മുകളിൽ അതു ആർക്കും വ്യക്തമായി തന്നെ കാണാനാവും എന്നും പറഞ്ഞു.

അപ്പൊ കേട്ടത് കഥയല്ല. സംഗതി ഉള്ളതുതന്നെ!

ശ്രീകോവിലിനു മുന്നിൽ ചമ്രം പടിഞ്ഞ് ധ്യാനരൂപത്തിലിരുന്ന പൂജാരി കണ്ണുതുറന്ന് ആ ഏകാഗ്രതീക്ഷണ മിഴി ഉയർത്തി മുന്നിലെ പാത്രത്തിൽ നിന്നും തീർത്ഥം കരണ്ടിയിൽ കോരിയെടുത്ത് ഞങ്ങൾക്കു നേരെ നീട്ടി. ലൗകികജീവിത കൊഴപ്പപാടുകൾ അത്രയും ആത്മീയതീവ്രതയിൽ എരിയിച്ചുകളയുന്ന ആ ശൈവന്റെ മെലിഞ്ഞു നേർത്തതെങ്കിലും ചൈതന്യം പ്രസരിപ്പിക്കുന്ന ദേഹം നാവുരുവിടുന്ന മന്ത്രാക്ഷരങ്ങളെ അക്ഷരാർത്ഥത്തിൽ പ്രതിഫലിപ്പിക്കുന്നു.

അപരിചിതരായ പരദേശികൾ എന്ന പരിഗണനയോ കൗതുകമോ ഞങ്ങൾക്കുനേരെയാ കണ്ണുകളില്ല. മുന്നിലെ ഭസ്മത്തട്ടിൽ വന്നു വീഴുന്ന ദക്ഷിണയിലേക്ക് നോട്ടവുമില്ല. തീർത്ഥം തന്നതും അയാൾ മുന്നിൽ നിവർത്തിവെച്ച ഗ്രന്ഥത്തിലേക്ക് തല താഴ്ത്തി ഭൗമത്തിൽ നിന്നും അഭൗ മത്തിലേക്കുള്ള പാത അന്വേഷിച്ചു തുടങ്ങി. ഭസ്മാംഗിത ദേഹത്തിൽ വിലങ്ങനെ ചുറ്റിയ ഒറ്റ മുണ്ടിന്റെ ഒരു തല തോളിലൂടെയിട്ട് ജ്ഞാനാ ക്ഷരങ്ങളിലേക്ക് കണ്ണുകോർക്കുന്ന ഇദ്ദേഹം തന്നെ ശൈവപാരമ്പര്യ പഴമ മണക്കുന്ന ഈ ക്ഷേത്രത്തിനും ക്ഷേത്രത്തെപറ്റിയുള്ള ഐതി ഹ്യത്തിനും യോജിച്ച പൂജാരി!

പ്രധാന പ്രതിഷ്ഠയ്ക്കപ്പുറം ഉപപ്രതിഷ്ഠകൾക്ക് വലിയ പ്രധാന്യമി ല്ലാത്ത ക്ഷേത്രത്തിന്റെ തുറന്നു കിടക്കുന്ന നാലമ്പലച്ചുറ്റിൽ നിന്നും നോക്കുമ്പോൾ ആകാശ നീലിമയ്ക്ക് അതിരിട്ട് നാലുവശത്തു നിന്നും ക്ഷേത്രത്തിലേക്ക് കുമ്പിനോക്കിനിൽക്കുന്ന ഇരുൾക്കാട്.

ത്രേതായുഗത്തിൽ ജീവിച്ചിരുന്ന ഋഷ്യശൃംഗനാണ് അയോധ്യയിലെ ദശരഥമഹാരാജാവിന് പുത്രകാ മേഷ്ടിയാഗം ചെയ്ത് രാമാവതാരത്തിന് ഭൂമിയിലേക്ക് വഴിയൊരുക്കിയതെന്ന് രാമായണം പറയുന്നു. തന്റെ പ്രിയസുഹൃത്തായിരുന്ന അംഗരാജൻ ലോമപാദന് ദശരഥൻ സ്വപുത്രി

ശാന്തയെ ദത്ത് നൽകി എന്നും, ആ പുത്രിയെ ആണ് പിൽക്കാലത്ത് അംഗരാജൻ മഴപെയ്ത്ത കോരിത്തരിപ്പിൽ ഋഷ്യശൃംഗകരങ്ങളിൽ പത്നിരൂപത്തിൽ സമ്മാനിച്ചതെന്നും രാമായണം പറയുന്നു.

വൈശാലിയുടെ അഭ്രാവിഷ്കാരത്തിൽ ഋഷ്യശൃംഗനായി വന്ന നടൻ സഞ്ജയിന്റെ മുഖത്തിനപ്പുറം മറ്റൊരു മുഖവും ഋഷ്യശൃംഗന് സങ്കൽപ്പിക്കാനാവുന്നില്ല. അത്രമേൽ അകളങ്കിതവും നിഷ്കളങ്കവുമായിരുന്നു പൂർണ്ണത തികഞ്ഞ നീലക്കണ്ണുള്ള ആ കഥാപാത്രമുഖം.

ദേഹിയെ ദേഹമുക്തമാക്കാൻ ഋഷ്യശൃംഗൻ തിരഞ്ഞെടുത്ത ഇവിടെ, ഇവിടെ പെയ്യുന്ന മഴയുടെ കണക്ക് നോക്കി 'ദക്ഷിണേന്ത്യയിലെ ചിറാപുഞ്ചി' എന്നാണ് അറിയപ്പെടുന്നത്.

മഴയുടെ രാജകുമാരൻ ആത്മരൂപിയായി വസിക്കുന്നയിടം മഴപ്പെയ്ത്തിൽ കുളിർന്നു വിറയ്ക്കുന്നതിൽ എന്തത്ഭുതം? ഇവിടെ പെയ്തില്ലെങ്കിൽ മഴ പിന്നെവിടെ പെയ്യാൻ?

-ഇനിമടക്കം

അത്രമേൽ പ്രകൃതിയും മനുഷ്യനും ഇഴുകിക്കിടക്കുന്നൊരിടത്തു നിന്നും മടങ്ങുമ്പോൾ കണ്ണും മനസ്സും വീണ്ടും വീണ്ടും പിന്തിരിയുന്നത് സ്വഭാവികം.

വിഭാണ്ഡക പർവ്വതമുകളിൽ നിന്നും ഋഷ്യശൃംഗിരി നിരകളിൽ നിന്നുമൊക്കെ ഒഴുകിയെത്തുന്ന മഴമേഘങ്ങൾ ആഗുംബെ മഴക്കാടുകളിൽ തട്ടിച്ചിതറി ക്ഷേത്രത്തിനു മുകളിൽ നനഞ്ഞു പെയ്യുന്നു. തന്നെ മൂടുന്ന കോടമഞ്ഞിൽ പതിയെ അപ്രത്യക്ഷമാവുന്ന ക്ഷേത്രം യുഗങ്ങൾക്ക് പിന്നിലേക്ക് തിരിച്ചു മടങ്ങും പോലെ!

വൈശാലിയും ഋഷ്യശൃംഗനുമെന്നപോൽ കാടും മഴയും പ്രണയകേളിയാടുന്നു. കാറ്റലയ്ക്കുന്ന ഇലമർമ്മരങ്ങൾ ദ്രുതതാളത്തിലേക്കുയരുന്നു. അവരുടെ തീക്ഷ്ണവൈകാരിക ഭാവങ്ങൾ ചീറിയടിച്ചെത്തിയകപ്പെടുത്തും മുൻപ് ഋഷ്യശൃംഗാ, നിന്റെ കിഗ്ഗയോട് മനസ്സൊട്ടുമില്ലാതെയാണീ യാത്രമൊഴി!

ഉണർവ്വിൽ കണ്ടൊരു സ്വപ്നം നഷ്ടപ്പെടുത്താനാവാതെ കണ്ണടച്ചിരിക്കുമ്പോൾ നനുനനെയെന്തൊക്കെയോ പറഞ്ഞ് ഏറെ ദൂരെ കൂട്ടുവന്ന പിശറൻ മഴ തന്റെ രാജകുമാരനെ പിരിയാൻ വയ്യാതെ മടങ്ങിയിടത്ത് വെച്ച് കിഗ്ഗ അവസാനിക്കുന്നു.

സർക്കാർമുദ്രയിലെ ശ്രീവില്ലിപുത്തൂർ

192 അടി ഉയരമുള്ള ശ്രീവില്ലിപുത്തൂർ ക്ഷേത്രഗോപുരമാണ് തമിഴ്നാട്ടിലെ ഏറ്റവും ഉയരം കൂടിയ ക്ഷേത്ര ഗോപുരമെന്നതിനാൽ തമിഴ് ഭരണകൂടം സർക്കാർ സീലിൽ ഇതിന്റെ രൂപരേഖയാണ്. ഉപയോഗിച്ചി രിക്കുന്നത്. പതിനൊന്ന് നിലകളിൽ തല ഉയർത്തി നിൽക്കുന്ന തമിഴ് ഔദ്യോഗികമുദ്ര ദൂരെനിന്നേ കാണാം.

ശ്രീവില്ലി രാജ്ഞിയുടെ രാജ്യമായിരുന്നു പുത്തൂർ. രാജ്ഞിയുടെ രണ്ടുമക്കളായ വില്ലിയും കാന്തനും നായാട്ടു മദ്ധ്യേ ഉറങ്ങുന്നതിനിടെ കാന്തനെ പുലിപിടിച്ച് കൊണ്ടുപോവുന്ന കാര്യം ഉറക്കത്തിൽ വില്ലിയെ വിഷ്ണു ഭഗവാൻ പ്രത്യക്ഷപ്പെട്ടു അറിയിച്ചത്രെ. വില്ലിക്ക് വിഷ്ണു പ്രത്യക്ഷപ്പെട്ട ഇവിടെ വിഷ്ണുഭഗവാന്റെ 108 പ്രിയദേശങ്ങളിൽ ഒന്നായതിനാൽ പുത്തൂരിന് ദിവ്യദേശം എന്ന പേരിനൊപ്പം ശ്രീവില്ലി പുത്തൂർ എന്നപേരും വീണു. അരയാലിലയിൽ കിടക്കുന്ന വിഷ്ണുവാണ് ഇവിടെ ആരാധിക്കപ്പെടുന്നതെന്നതിനാൽ വടപത്രശായി എന്ന പേരിലാണ് ഹൈന്ദവർ ഇവിടെ വിഷ്ണുവിനെ ആരാധിക്കുന്നത്.

ആഴ്വാർമാരിലെ ഏക സ്ത്രീയായ ആണ്ടാളിന്റെ കോവിലും കൂടെയാണിത്. രണ്ടായിരം വർഷം പഴക്കമുള്ള ഈ ക്ഷേത്രമുറ്റത്ത് ഒരു തുളസിത്തൈച്ചെടി ചുവട്ടിൽ ഉപേക്ഷിക്കപ്പെട്ട മട്ടിൽ കിട്ടിയ പെൺ കുഞ്ഞിനെ പെരിയ ആഴ്വാർ എന്ന കൊട്ടും വിഷ്ണു ഭക്തൻ വളർത്തുകയായിരുന്നു. കുഞ്ഞുനാൾ മുതൽ കണ്ടും കേട്ടും അറിഞ്ഞ വിഷ്ണുഭഗവാനായി ആണ്ടാൾക്ക് ജീവന്റെ ജീവാമൃതം.

സാഹിത്യത്തിൽ അഗാധ പാണ്ഡിത്യമുണ്ടായിരുന്ന ആണ്ടാൾ എഴുതിയതൊക്കെയും സ്വാഭാവികമായും വിഷ്ണുസ്തുതികൾ തന്നെ. പൂജാസമയത്ത് വിഷ്ണു വിഗ്രഹത്തിൽ അർപ്പിക്കുന്ന പൂഹാരം സ്വന്തം കഴുത്തിലണിഞ്ഞ ശേഷമായിരുന്നു ആണ്ടാൾ വിഗ്രഹത്തിൽ ചാർത്തിയിരുന്നത്. ഇത് ആണ്ടാളിന്റെ വളർത്തച്ഛൻ പെരിയ ആഴ്വാറെ കോപാകുലനാക്കുകയും അദ്ദേഹം ഈ പ്രവൃത്തിയിൽ നിന്ന് ആണ്ടാളിനെ വിലക്കുകയും ചെയ്തു. അന്നുരാത്രി വിഷ്ണുഭഗവാൻ പെരിയ ആഴ്വാറിന്റെ സ്വപ്നത്തിൽ പ്രത്യക്ഷ പ്പെട്ട് ആണ്ടാൾ ലക്ഷ്മിദേവിയുടെ ചൈതന്യാംശം ആണെന്നും ആണ്ടാൾ കഴുത്തിലണിഞ്ഞ ശേഷമേ ഹാരം തനിക്ക് അർപ്പിക്കേണ്ടതുള്ളൂ എന്നും അറിയിച്ചത്രെ.

നിലവിലുള്ള സാമൂഹിക ജീവിതത്തിനോടും വിവാഹത്തിനോടും മുഖം തിരിഞ്ഞു നിന്ന ആണ്ടാൾ തന്റെ പതിയായി വിഷ്ണുഭഗവാനെ മാത്രമാണ് അംഗീകരിച്ചത്. ശ്രീരംഗനാഥന്റെ വിഗ്രഹത്തിൽ വിവാഹമാല്യമണിയിച്ച ആണ്ടാൾ ശ്രീരംഗനാഥ വിഗ്രഹത്തിൽ ലയിച്ച എന്നു കഥകൾ.

തന്റെ ദത്തു പുത്രിയായ ആണ്ടാളിനെ ലക്ഷ്മിയായി അംഗീകരിച്ച പെരിയ ആഴ്വാർ, ആണ്ടാൾക്ക് നിർമ്മിച്ച കോവിലാണ് ശ്രീവില്ലിപുത്തൂർ. തിരുമലൈ നായ്ക്ക കാലഘട്ടത്തിലാണ് ഈ ക്ഷേത്രത്തിന്റെയും രാജയോഗം തെളിഞ്ഞത്. അദ്ദേഹം പുതുക്കി പണിതതോടെ ക്ഷേത്രം തലയെടുപ്പോടെ പ്രശസ്തമായ ആണ്ടാൾ കോവിലായി.

ക്ഷേത്രത്തിൽ വാഴും ദേവിയുടെ വളർത്തച്ഛൻ പണിത കോവിൽ! എത്ര രസകരവും കൗതകകരവും ആണ് ഐതീഹ്യങ്ങളും കഥകളും കെട്ടു പിണഞ്ഞു കിടക്കുന്ന യാഥാർത്ഥ്യങ്ങൾ!

പാൽഗോവയാണിവിടെ പ്രധാന പ്രസാദം. അടച്ചിട്ട ക്ഷേത്രത്തെരുവിൽ നിറയെ പാൽഗോവ ക്കടകളാണ്. ഒരു ചെറിയ പാൽഗോവ പാക്കറ്റ് വാങ്ങി കഴിച്ചു. ഉഗ്രൻ എന്നല്ല അത്യുഗ്രൻ! വളരെ മൃദുവായ പാൽക്കട്ടി നാവിലൂടെയൂർന്നിറങ്ങുന്നു. ഉച്ചവെയിൽ അധികം ചുറ്റിക്കറങ്ങാൻ സമ്മതിക്കാത്തതിനാൽ ശിവകാശി വഴി മധുരയിലേക്ക്. ശിവകാശിയുടെ തെരുവോരങ്ങൾ മുഴുവൻ പടക്കപരസ്യങ്ങളാണ്. കുടിൽ വ്യവസായം പോലെ പരസ്യങ്ങൾക്ക് പിന്നിൽ പടക്ക നിർമ്മാണശാലകളും. എത്രമാത്രം കരുതലോടെ ജീവി തം തള്ളി നീക്കേണ്ടവരാണിവർ എന്നോർത്തുപോയി. ഏതു നിമിഷവും വിനാശകരമാവുന്ന ഒന്നുമായാണ് ദിവസം മുഴുവൻ സമ്പർക്കം! പലതരം ബ്രാൻഡ് പേരുകളിൽ കടും വർണ്ണങ്ങൾ ചാലിച്ച പരസ്യങ്ങളുമായി ശിവകാശിയെന്ന വെടിക്കോപ്പ് നാട് ഗന്ധകക്കാറ്റുമായി ഭീതിയും വിസ്മയവും ജനിപ്പിക്കുന്നു.

തിരിച്ചുമ ടക്കത്തിന്റെ പാതിയിലേക്കിറങ്ങാനുള്ള ഇടത്താവളമെന്ന നിലയിൽ വീണ്ടും മധുര തൊട്ടപ്പോൾ നൂല്പ് പൊട്ടിയ പട്ടം പോലുള്ള അലച്ചിലുകൾക്ക് പതിയെ പതിയെ നിയന്ത്രണം വരികയാണല്ലോ എന്നൊരു തോന്നൽ ഉള്ളിലെവിടെയോ എരിഞ്ഞുനീറി.

രാവിലെ എഴുന്നേറ്റ് മധുരയിൽ നിന്നും ശരിക്കും മധുരയോട് യാത്ര പറഞ്ഞിറങ്ങുമ്പോൾ മടക്കം എന്നതിലപ്പുറം മറ്റൊരു ചിന്തയും മനസ്സിലുണ്ടായിരുന്നില്ലെങ്കിലും ഇപ്പോൾ സഞ്ചാരം മടക്കപാതയുടെ എതിർദിശയിലുള്ള പാതയിലൂടെയാണ്. 20 കിലോമീറ്റർ ദൂരമപ്പുറമുള്ള പഴമുതിർച്ചോലയിലേക്ക് കയ്യെത്തിപിടിക്കും ദൂരെയുള്ള ചില സ്ഥലങ്ങൾ നമ്മളെ നമ്മളറിയാതെ അതിന്ദ്രിയമായി പിടിച്ചുവലിക്കും

അനസൂയയും ത്രിമൂർത്തിക്കുഞ്ഞുങ്ങളും

നീണ്ട മടക്കയാത്രയുടെ ക്ഷീണമകറ്റാൻ എടുത്ത ഇടത്താവളമായിരുന്നു ഉദുമൽപേട്ട. മൂന്നാർ മറയൂർ, വാൽപാറ എന്നിവിടങ്ങളിലൊക്കെ യാത്രവഴികളുള്ള ചെറിയൊരു തമിഴ് ഗ്രാമപട്ടണം.

ഉദുമൽപേട്ടയുടെ വളരെ പെട്ടന്ന് അവസാനിക്കുന്ന തെരുവുകളിലൂടെയുള്ള കറക്കത്തിൽ കണ്ണിൽപെട്ട ഒരു ഹോട്ടൽ ഞങ്ങൾക്ക് കരുതി വെച്ച ശുദ്ധനാടൻ മസാല ഗന്ധമുതിർക്കുന്ന അതിഗംഭീരമായ ചിക്കൻ സൂപ്പ് പോലെ ഉദുമൽപേട്ട ഞങ്ങൾക്ക് കാഴ്ചയുടെ ഒരു ഗംഭീര വിരുന്ന് കൂടെ 20 കിമീ അപ്പുറം തിരുമൂർത്തി ഹിൽസിൽ ഒരുക്കി വെച്ചിരുന്നു.

അത്രിമഹർഷിയും ഭാര്യ അനസൂയയുമായി ചേർന്ന് കിടക്കുന്നു. തിരുമൂർത്തിക്കുന്നുകളുടെ ഐതീഹ്യം. നാരദൻ ഒരിക്കൽ നടത്തിയ ഒരു സ്വർലോകപര്യടനം ത്രിമൂർത്തികളുടെ ഭാര്യമാരുടെ ചെവി യിൽ അനസൂയുടെ പാതിവ്രത്യ മഹിമ നിറയ്ക്കാനായിരുന്നു. നാരദന്റെ ഈ സദുദ്ദേശ ഏഷണി പര്യടനം കൊള്ളേണ്ടവിധത്തിൽ കൊണ്ടതിനാൽ അനസൂയയുടെ പാതിവ്രത്യം പരീക്ഷിക്കാൻ ത്രിമൂർത്തി പത്നിമാർ തങ്ങളുടെ ഭർത്താക്കന്മാരെ തന്നെയാണ് അയച്ചത്. 'ഓളൊരു വല്ല്യ ശീലാവതിയാണേൽ അതു കണ്ടിട്ടു തന്നെ കാര്യം എന്ന നാടൻ കുശുമ്പിൽ ദൈവപത്നിമാർ പെട്ടുപോയി.

വേഷം മാറിയെത്തിയ ത്രിമൂർത്തികൾ ആവശ്യപ്പെട്ടത് കേട്ടപ്പോൾ തന്നെ ബുദ്ധിമതിയായ അനസൂയയ്ക്ക് കാര്യം തിരിഞ്ഞിരിക്കണം. അതിഥികൾ ആവശ്യപ്പെട്ടത് ഭക്ഷണമായിരുന്നു അതും മുനി പത്നി പൂർണ്ണ നഗ്നയായി വിളമ്പണമെന്ന ഡിമാന്റ് സഹിതം! വിശ്വാസ പ്രകാരം അതിഥികൾക്ക് ഭക്ഷണം നൽകാതെ പറഞ്ഞയക്കുന്നത്

കലനാശവും പരപുരുഷന് മുന്നിൽ നഗ്നയായി വരുന്നത് പാതിവ്ര ത്യനാശവും അതിഥികൾ ഉരുവിട്ട 'ഭവതി ഭിക്ഷാം ദേഹി' എന്ന വാചകം തിരിച്ചും മറിച്ചും മനസ്സിലിട്ടൊന്ന് ഉരുക്കഴിച്ചപ്പോൾ അനസൂയയ്ക്ക് വഴി തെളിഞ്ഞുകിട്ടി. ഭവതി എന്നതിന് അമ്മ എന്നൊരു അർത്ഥം കൂടെയുണ്ട്. അതു പ്രകാരം ത്രീമൂർത്തികളെ അനസൂയ മക്കളായി മനസ്സിൽ സങ്കൽപ്പിച്ചതോടെ അനസൂയയുടെ പാതി വ്രത്യശക്തിയിൽ ത്രിമൂർത്തികൾ ശിശുക്കളായി. ബ്രഹ്മാവിഷ്ണു മഹേശ്വരൻമാർ വെറും ചെറു ത്രിമൂർ ത്തിക്കുഞ്ഞുങ്ങൾ!

അതോടെ അനസൂയയുടെ മുല ചുരക്കുകയും ത്രിമൂർത്തികൾ മുലപ്പാൽ ഭക്ഷണമായി സ്വീകരിക്കുകയും ചെയ്തു. കൗശലത്തിൽ സ്ത്രീയെ മറി കടക്കാൻ പുരുഷൻ ഒന്നൂടെ ജനിക്കണം. അതിനി ദൈവമായാലും ശരി.

ബ്രഹ്മാവിഷ്ണുമഹേശ്വരന്മാർക്കുള്ള പ്രഭാതവന്ദനം കഴിഞ്ഞെത്തിയ അത്രിമഹർഷി തന്റെ ഭാര്യയുടെ തുണിത്തൊട്ടിലിൽ കൈകാലിട്ടടിച്ച് വിരലീമ്പിക്കിടക്കുന്ന പ്രപഞ്ചനാഥന്മാരെ കണ്ട് പൊട്ടിച്ചിരിക്കാതി രിക്കാൻ വഴിയില്ല! അത്രി മഹർഷിയുടെ അഭ്യർത്ഥന പ്രകാരം ത്രീമൂർ ത്തികൾക്ക് പൂർവ്വരൂപം തിരിച്ചുനൽകിയ അനസൂയക്ക് ത്രിമൂർത്തികൾ നൽകിയ വരം തങ്ങളുടെ ചൈതന്യം അനസൂയയുടെ മക്കളായി പിറക്കു മെന്നായിരുന്നു. അവരത്രെ ദുർവ്വാസാവ്, ചന്ദ്രദത്താത്രേയ എന്നിവർ. മൂന്നു മൂർത്തികളും ഒരുമിച്ച് പ്രത്യക്ഷപ്പെട്ട ആ കുന്നുകൾ അവിടുത്തെ ദൈവിക തേജസ് നിലനിർത്തി തിരുമൂർത്തി കുന്നുകൾ എന്നറിയപ്പെട്ടു.

ഉദുമൽ പേട്ടയിൽ നിന്നും തിരുമൂർത്തിയിലേക്കുള്ള 20കി. മീ ശരിക്കും നാട്ടുപാത തന്നെ. റോഡ് ചതിക്കുമോ എന്ന് ഭയന്നെങ്കിലും അധികം പരിക്കില്ലാതെ പട്ടണറോഡിനോട് കിടനിൽക്കുന്നു വീതിയുള്ള നാട്ടുപാത. അതുകൊണ്ടു തന്നെ മങ്ങിതുടങ്ങുന്ന വെയിൽച്ചൂടിൽ ഉച്ച മയങ്ങിയുണരുന്ന ഗ്രാമപഥങ്ങളിലൂടെ തിരുമൂർത്തിയിലേക്കുള്ള യാത്ര സുഖദം! പാലാറിന് കുറുകെ കെട്ടിയ തിരുമൂർത്തിഡാമും തിരുമൂർത്തി കുന്നിലേക്കുള്ള വഴിയാത്രയ്ക്കിടെ കാണാം. വിശാലതയ്ക്കും എടുപ്പിനും ഒട്ടും കുറവില്ല തിരുമൂർത്തി ഡാമിന്. ആനമലയുടെ തുടർച്ചയായ ഇവിടെയും പ്രകൃതി സുന്ദരി തന്നെ. വൃത്തിഹീനതകളിൽ നിന്നും മുക്തമാണ് ഡാം എന്നതിന് കാരണം തേടി വരുന്നവർക്ക് മുന്നിലേ ഡാം വെളിപ്പെടുന്നു ള്ളൂ. എന്നതുതന്നെയാവാം. സന്ദർശകർ കുറവാണ്. ഡാം അവസാനി ക്കുന്നിടത്തുവെച്ച് ഡാമിന്റെ മുകളിലൊന്നു കയറി കണ്ടു. മുകൾഭാഗം വരെ വാഹനം കൊണ്ടുപോകാം. ഡാമിൽ കാലത്തിനനുസരിച്ച് വെള്ളമുണ്ട്.

പാലാറിനെ നെഞ്ചോട് ഒതുക്കിപ്പിടിച്ച മലനിരകളിൽ തങ്ങളുടെ കൈകുമ്പിളിൽ ഒരു കുടന്ന ജലം വാരിയെടുത്തു നിൽക്കും പോലുണ്ട് ഡാം തടഞ്ഞിട്ട വെള്ളക്കെട്ട്. ഡാമും പരിസരവും തുടർന്ന് തിരു മൂർത്തിയിലേക്കുള്ള വഴികളും തിരുമൂർത്തികുന്നുകളും സിനിമകളുടെ ഷൂട്ടിംഗ് ലൊക്കേഷനുകളാവുന്നതിൽ ഒട്ടും അത്ഭുതമില്ലാത്ത മനോഹ രിയാണിവിടെ പ്രകൃതി. ഡാമിൽ നിന്നും രണ്ടു കിലോമീറ്ററപ്പുറമാണ്. തിരുമീർത്തിക്ഷേത്രം വഴിനീളെ പാലാറും പച്ചപ്പും കെട്ടുപിണഞ്ഞു കളിക്കുന്നത് കാണാം.

പാറക്കെട്ടുകളിൽ തല്ലിയലച്ചു വരുന്ന കാട്ടരുവിയോരൊത്തൊരു ക്ഷേത്രം എന്നു പറയുന്നതിനെക്കാൾ ഏറെ കാട്ടരുവിക്കുള്ളിൽ ഒരു ക്ഷേത്രം എന്നു പറയുന്നതാവും ശരി. പ്രകൃതിയുടെ സത്യവും ദൈവ സങ്കൽപ്പത്തിന്റെ അന്തഃസത്തയും മനുഷ്യമനസ്സുമായി സ്വാഭാവിക മായി തന്നെ ബന്ധിപ്പിക്കാൻ കഴിയുന്ന ഒരിടം. പ്രപഞ്ചനാഥന്മാ രെന്ന സങ്കൽപ്പത്തോട് ആദരവോടെ കൈകൂപ്പി പോവുന്ന ഒരിടം. പഴയകാല നിർമ്മിതിയിൽ ചെറിയൊരു ക്ഷേത്രം. ശ്രീകോവിലിന്റെ ചുവരിൽ തല്ലിയലച്ചൊഴുകുന്ന നദി ശ്രീകോവിലിനു മുന്നിൽ നിൽക്കുന്ന നമ്മുടെ കാൽപാദങ്ങളെ നനച്ചുകൊണ്ടൊഴുകി മറയുന്നു.

കുരങ്ങന്മാരാണെങ്ങും. പൂജാരിയുടെ ഒരു കയ്യിൽ പൂജാപുഷ്പങ്ങളും മറുകയ്യിൽ വടിയും. കുരങ്ങന്മാരെ നിലയ്ക്കുനിർത്താനാണ് വടി. എന്തും കാര്യം! പൂജാരി കോവിലിൽ മൂർത്തികൾക്ക് പുഷ്പമാല്ല്യം ചാർത്തിയതും അതുമായി സ്ഥലം വിട്ടു വാനരൻ. കഴുത്തിലിട്ട മാലയുമായി പൂജാരിയെ നോക്കി മരക്കൊമ്പിൽ ഇരുന്ന് നല്ലൊരു ഇളിയും പാസാക്കി കക്ഷി!

മനുഷ്യനിർമ്മിത ആഡംബരങ്ങൾ ഇല്ലാതെ ശ്രീകോവിലിൽ സ്വ സ്ഥമായിരിക്കുന്ന ദൈവങ്ങൾ തരുന്ന പോസിറ്റീവ് എനർജി ചില്ലറ യല്ല. ശ്രീകോവിലിനെ ചുറ്റിയൊഴുകുന്ന നിറയെ കരിമ്പാറക്കെട്ടുകളുള്ള കാട്ടുകല്ലോലിനിയിൽ കുളിയിലും കളിയിലുമാണ് എല്ലാവരും. പർദ്ധാ ധാരിണികളായ ചിലരേയും കണ്ടു നദിയിൽ. നദി പൊതു സ്വത്താണ ല്ലോ. സ്നേഹസഹോദര്യത്തിലൂന്നിയ ഇത്തരം തിരിച്ചറിവുകളാണ് ഏതു മതത്തേയും മഹത്തരമാക്കുന്നത്.

ഉറമ്പുകളെപ്പോൽ കുരങ്ങന്മാരാണെങ്ങും. ബലിക്കല്ലിൽ അർപ്പിക്കു ന്ന പൂജാപുഷ്പങ്ങളും പ്രസാദവും കല്ലുസ്പർശിക്കും മുന്നെ കൈക്കുമ്പിളിലാ ക്കി പായുന്ന വാനര വികൃതികൾ. സ്ഥിരവാസിക ളുമായാണ് അവരുടെ വികൃതിയും കുസൃതിയും. സന്ദർശകരെ വല്ലാതെ ശല്യം ചെയ്യുന്നില്ല. അവരുടെ വികൃതിയുടെ ഊക്കുകൊണ്ടാവണം പഴങ്ങളും പലഹാരങ്ങ ളും വിൽക്കാൻ വെച്ച കടകൾക്കൊക്കെ കാവൽക്കാരായി നായ്ക്കളുള്ളത്.

കുരങ്ങന്മാരുടെ ശല്യം സഹിക്കാവുന്നതിനപ്പുറം ആയപ്പോൾ ഒരു കടക്കാരൻ കുരങ്ങന്മാർക്ക് ഒരു ഭീഷണിപോലെ സ്വരം ഉയർത്തി "ശിങ്കം" എന്ന് നീട്ടി വിളിച്ചതും അയാൾക്ക് പൊറുതികൊടുക്കാതെ ചുറ്റും നടന്നിരുന്ന കുരങ്ങന്മാർ ഒറ്റയടിക്ക് മരച്ചില്ലകളിലേക്ക് പാഞ്ഞു കയറി. "ശിങ്കം" എന്ന പേരു കേട്ട് ഗംഭീരമായ എന്തിനെയോ പ്രതീക്ഷിച്ച നിന്ന ഞങ്ങൾക്ക് മുന്നിലേക്ക് കടക്കാരന്റെ വിളികേട്ട് ഓടി വന്നതാവട്ടെ വാർദ്ധക്യത്തിന്റെ സകല അവശതകളും പ്രകടമാക്കുന്ന പല്ലു കൊഴിഞ്ഞൊരു നായ!

ഒരിക്കൽ ശിങ്കമായിരുന്നവൻ ഇപ്പോഴും, എപ്പോഴും ശിങ്കം തന്നെ എന്ന ഓർമ്മപ്പെടുത്തൽ ഉണ്ട് അവന്റെ മുരൾച്ചയിൽ. കണ്ണുകളിൽ പഴയകാല രാജകീയതയുടെ ശൗര്യമൂർച്ച ജ്വലിക്കുന്നു! എല്ലാകടക്കാരും പൊതു സ്വത്തെന്നമട്ടിൽ അവനോട് വാത്സല്യം കാണിക്കുകയും തീറ്റ നൽകുകയും ചെയ്യുന്നു. 'ശിങ്കം' എന്ന വിളിയൊച്ച ഉയർന്നപ്പോൾ പിൻവലിഞ്ഞ വാനരക്കൂട്ടം ഇപ്പോഴും മരക്കൊമ്പിൽ തന്നെയിരിക്കുകയാണെ ന്നത് തന്നെ അവന്റെ ഗതകാല പ്രൗഢി.

എത്രനേരം ചെലവിട്ടാലും മതിവരാത്ത പ്രകൃതിരമണീയതകളാണ് ചുറ്റിലും. കണ്ണടച്ചാൽ കാതിൽ കേൾക്കുന്ന കാട്ടരുവിയാരവം അരുവിപാട്ടും പ്രാർത്ഥനാഭരിതഗാനം പോലെ!

തിരിച്ചുമടക്കത്തിൽ പതിയെ കാണേണ്ട കാഴ്ചകളിലൂടെ പതിയെപ്പതിയെ കാർ ഉരുട്ടിയുരുട്ടി മടക്കം. ഉദുമൽ പേട്ട ടൗണിലെത്തിമ്പോൾ രാത്രി കട്ടും നിറത്തിലേക്ക് കടന്നുതുടങ്ങിയിരിക്കുന്നു. ടൗണിലെ ട്രാഫിക്ക് ജംഗ്ഷനിൽ നിൽക്കുമ്പോൾ ആയിരം മിന്നാമിനുങ്ങുകളെ രാത്രിയുടെ കറുപ്പിലേക്ക് വിരിയിച്ച പറത്തി ഇലക്ട്രിക് ലൈൻ ഞങ്ങൾക്ക് മുന്നിൽ പൊട്ടി വീണത് ഒരു മനുഷ്യനേയും വാഹനത്തേയും തൊടാതെയായിരുന്നുവെന്നത് ദൈവചൈതന്യം പ്രസരിക്കുന്ന ഭൂമി തൊട്ടപ്പുറമുണ്ടെന്ന സുകൃതം തന്നെയാവണം.

രാത്രി ഇരുട്ടിലേക്കാഴ്ന്നമുങ്ങുമ്പോൾ പ്രകാശം പരത്തുന്ന സഞ്ചാര ചിത്രങ്ങൾ ഉള്ളിൽ തെളിഞ്ഞ് കത്തുന്നു.

രാവിലെയെഴുന്നേറ്റ് പൊള്ളാച്ചി ഗോപാലപുരം വഴി പാലക്കാട്ടേക്ക് കയറുമ്പോൾ വല്ലാത്തൊരു ശ്വാസം മുട്ടൽ. ഒരാഴ്ചയായി തമിഴകത്തിന്റെ കത്തിരി വെയിൽ വേനൽപ്പാതകളിലൂടെ പറന്നുനടന്നിരുന്ന ചിറകാരോ കൂട്ടിക്കെട്ടിയിട്ടപോലെ പറന്നുനടന്ന പറവയെക്കാത്തൊരു കൂടുണ്ടെന്ന ഓർമ്മയിൽ നെഞ്ചുകനക്കുന്നു.

തമിഴകത്തിന്റെ വിശാലപാതകളിലൂടെ വാഹനങ്ങളുടെ കൂട്ടപ്പൊരിച്ചിലില്ലാതെ കാറ്റത്തൊഴുകും പോലെ യാത്രചെയ്തത് കേരള അതിർത്തി കയറുമ്പോൾ മുതലുള്ള വണ്ടികളുടെ മരണപാച്ചിലും ഹോണടിയും അസഹനീയമാണ്. തലപെരുത്ത് ഭ്രാന്തെടുക്കും. ഇതൊക്കെ ഒന്ന് വീണ്ടും ശീലമായിക്കിട്ടും വരെ.

എത്രയെത്ര ചരിത്രമുറങ്ങുമിടങ്ങൾ, പഴങ്കഥകൾ, ഐതിഹ്യങ്ങൾ, ദേശങ്ങൾ, ദേശവാസികൾ നെഞ്ചിലൂടെ കടന്നു പോയി ഓർമ്മകളിൽ ചേർന്നിരിക്കുന്നു ഇത്തരം യാത്രകളിലൂടെ പൈതൃകവും സംസ്കാരവും വായിച്ചറിയുന്നതിലുപരി കണ്ടും കേട്ടും അനുഭവിച്ചും തന്നെയറിയണം. അലച്ചിലിന്റെ ഭ്രാന്ത് പൂത്ത കാലുകളും തിരച്ചിലിന്റെ- കൗതുകമടങ്ങാ കണ്ണുകളും തന്ന് ഞങ്ങളെ അനുഗ്രഹിച്ച് അതീന്ദ്രിയതകൾക്ക് നന്ദി. ജനനത്തിൽ നിന്നും മരണത്തിലേക്കുള്ള യാത്ര ജീവിതത്തിലുടനീളം യാത്ര ചെയ്തു കൊണ്ടേയിരിക്കുന്നതിന്റെ സുഖദമായ അനുഭൂമി ചില്ലറ യല്ല! സകലതും ഇവിടെത്തന്നെ ഉപേക്ഷിച്ചാണ് ഒടുവിലത്തെ യാത്ര എന്നതിനാൽ കാണുന്നതും കേൾക്കുന്നതും അറിയുന്നതും അനുഭവിക്കുന്നതും മാത്രം ലാഭം.!

ഹംപി കാഴ്ചയല്ല വേദനയാണ്

ബ്രിട്ടീഷ് ഫോട്ടോഗ്രാഫർ അലക്സാണ്ടർ ഗ്രീൻലോയുടെ ക്യാമറ ക്കണ്ണിലൂടെയാണ് ഹംപി തന്റെ മറുവാക്കില്ലാത്ത രാജകീയ നഷ്ടപ്രതാപത്തിന്റെ കനൽമുഖം ലോകത്തിന് കാണിച്ച് തന്നതെങ്കിൽ ഏറെ പങ്ക് മലയാളികൾക്കും ഹംപിയെന്ന അവിശ്വസനീയ മനോഹാ രിതയിലേക്ക് ജാലകം തുറന്നത് 'ആനന്ദം' എന്ന സിനിമയാലാണ്

അക്കാലത്ത് ഞങ്ങളിൽ ഹംപി സന്ദർശിച്ച ഒരേ ഒരുവളായ കൂട്ടുകാരി ചരിത്രാവശേഷിപ്പുകളോടുള്ള എന്റെ ഭ്രമം അറിഞ്ഞിട്ടും എനിക്കൊരു നറുങ്ങ് പ്രതീക്ഷ തരാതെ അസന്നിഗ്ദ്ധമായി പ്രഖ്യാപി ച്ചു 'നീയൊന്നും ഈ ജന്മം ഹംപി കാണില്ല. കനത്തചൂടും പൊടിയും സഹിച്ച് കിലോമീറ്ററുകൾ നടന്നും കയറി മറിഞ്ഞും ഹംപിയിലെ കരിങ്കൽ സൗധങ്ങൾ കാണാൻ നിന്നെക്കൊണ്ട് പറ്റില്ല'

വെയിൽ തട്ടിയാൽ ഉരുകുന്നവളും നടത്തമടിച്ചിയും ആയ എന്നെ ക്കുറിച്ച് ആ പ്രസ്താവന തികച്ചും സത്യസന്ധം.

—എന്നിട്ടും ഹംപി കൊതിപ്പിച്ചു.

ആനന്ദം എന്ന സിനിമയ്ക്കും എത്രയോ മുൻപ്! തെന്നിന്ത്യ കണ്ട അതിശക്ത ഭരണാധികാരിയുടെ അതീവസമ്പന്ന സാമ്രാജ്യ തലസ്ഥാ നമെന്ന ചരിത്രഗരിമകൊണ്ട്.

കാലം നെഞ്ചടക്കിപ്പിടിച്ച് കാത്ത ഭൂമിയിലെ നക്ഷത്ര പ്രഭകളെ ആത്മാവിലേക്കാവാഹിച്ച് അവയുടെ ഗതകാല പ്രൗഢി ഉൾകണ്ണിൽ കാണുന്നതാണെന്റെ ആനന്ദം.

ഏതു യാത്രയും സാധ്യമാക്കുന്നൊരു കയ്യൊപ്പ് ഹൃദയത്തിൽ പതിഞ്ഞത് ഹംപിയോടുള്ള കൊതിയേറ്റി. അങ്ങനെയാണൊരു പുലർ കാലത്ത് നാട്ടുകാണിചുരം വഴി ഹംപി തേടിയിറങ്ങിയത്. അതീവ പുലർ ക്കാലമായതിനാൽ നിലമ്പൂർക്കാട് കൺതുറക്കുന്നതേയുള്ളൂ. അറ്റകുറ്റ പണി താറുമാറാക്കിയ റോഡിലൂടെ കാടോരം ചേർന്ന് പതിയെ കുലു ങ്ങിക്കുലുങ്ങി പോവുമ്പോൾ പിറകിൽ വരുന്ന ഒരുത്തനും ഞങ്ങളെ മറികടക്കേണ്ട. മുന്നിലുള്ളവനാകട്ടെ കഴിയുന്നത്ര വഴിയൊഴിഞ്ഞ് ഞങ്ങളെ മുന്നോട് പറഞ്ഞയക്കുന്നു.

ഇരുട്ട് വിട്ടൊഴിയാത്ത പുലർകാലത്തിന്റെ മഞ്ഞുപുകപ്പ് മറപറ്റി വഴി മടക്കിൽ എപ്പോൾ വേണമെങ്കിലും കണ്ടുമുട്ടാമൊരാനയെ! അതാണീ ഔദാര്യം.

—ഈ മനുഷ്യന്മാരുടെയൊരു കാര്യം!

ഗൂഡല്ലൂരും ഗുണ്ടൽപേട്ടുമൊക്കെ ഉണർവ്വിലേക്ക് കണ്ണുതിരുമ്മു ന്നതേയുള്ളൂ. സർവ്വരോഗസംഹാരിയായ നഞ്ചൻകോട് ശിവന്റെ മണ്ണിലൂടെ ശ്രീരംഗപട്ടണത്തിലേക്ക് തിരിഞ്ഞു. 340 കി.മീ ദൂരമുള്ള തുമാകുരു എന്നു വേണമെങ്കിലും വായിച്ചെടുക്കാവുന്നതുംകൂർ ആണ് ഹംപിയാത്രയുടെ ആദ്യ ഇടത്താവളം. കേരളത്തിൽ നിന്ന് വെറുതെ കൈനീട്ടിയാലൊന്നും ഹംപിയെ തൊടാനാവില്ല. നല്ലോണം ആഞ്ഞു തന്നെ കൈ നീട്ടണം.

വിശാലവും തിരക്കില്ലാത്തതുമായ പാതയോരം ചേർന്ന് പരന്നു കിടക്കുന്ന കുന്നുകൾ അതിരായുള്ള കൃഷിയിടങ്ങൾ. ചിലത് തരിശാ ണെങ്കിൽ ചിലത് പച്ചപ്പാർന്നത്. മെത്തിച്ചീരയും മുളകും ചോളവുമൊ ക്കെയാണ് കൃഷി. ഇടവിളക്കാലമാണെന്ന് തോന്നുന്നു. ഇടയ്ക്കിടെ സൂര്യകാന്തിപ്പാടങ്ങളും പൂപ്പാടങ്ങളും. തമിഴകത്തിൽ ഏതു മുക്കും മൂലയും ശുചിത്വമാർന്ന ജീവിതക്കാഴ്ച്ച തരുമ്പോൾ കന്നഡിഗൻ ഗ്രാമ ജീവി തങ്ങൾക്ക് വൃത്തിഹീനതയുടെ മുഷിഞ്ഞു നാറ്റമാണ് പലപ്പോഴും. മണ്ണിൽ അദ്ധ്വാനിക്കുന്നവന്റെ ജീവിത ത്തിനൊരു കരകയറ്റം എന്നെന്ന ചോദ്യ മുയർത്തി ഇരുണ്ടടർന്നും ഏച്ചുകൂട്ടിയും നിൽക്കുന്ന കർഷക ഭവന ങ്ങൾ. കൃഷിയിടങ്ങളിൽ സഹായികളായും കാലിമേച്ചും തീരുന്ന ബാല്യങ്ങൾ.

ഭക്ഷണത്തിനും താമസത്തിനും വലിയ വകപ്പൊന്നുമില്ലെന്ന് തോന്നിച്ച തുംകൂറിന്റെ കൈവഴികളിലൂടെ നാലുചാൽ തലങ്ങും വിലങ്ങും ഓടിയപ്പോൾ താമസവും ഭക്ഷണവും കൈപ്പടിയിൽ ഒതുങ്ങി. ഒന്നു വിശ്രമിച്ച് അഖിലേന്ത്യാതലത്തിൽ ശ്രദ്ധനേടിയ കെ.ജി.എഫ് എന്ന കന്നട സിനിമയ്ക്കിറങ്ങി. തീയേറ്റർ നിറയെ ജനം. എങ്ങും നായകന്റെ പുഷ്പഹാരമണിഞ്ഞ കൂറ്റൻ കട്ടൗട്ടുകൾ. തിക്കിതിരക്കുന്ന കന്നഡിഗർ

ക്കൊപ്പം തിയേറ്ററിനകത്തു കയറുമ്പോൾ നരിയെ നരിമടയിൽ പോയി പിടിക്കുന്ന ത്രിൽ. എന്നാൽ ആ ത്രിൽ ഒക്കെ തിയേറ്റർ തിങ്ങി നിറഞ്ഞിരുന്നിട്ടും ഒന്നുരണ്ട് വിസിൽ ശബ്ദങ്ങൾക്കപ്പുറം ശാന്തരായിരുന്ന് സിനിമ കണ്ട ജനം പെട്ടന്ന് അവസാനിപ്പിച്ചു തന്നു. അതിവൈകാരിക പ്രകടനങ്ങളുടെ പേരിൽ തമിഴനേയും കന്നടി ഗനേയും പുച്ഛിക്കുന്ന മലയാളി തിയേറ്ററിൽ പുറത്തെടുക്കുന്ന ബഹളമോർത്ത് ചിരിയൂറി.

രാവിലെ ഹംപിയിലേക്ക് യാത്ര തുടരുമ്പോൾ ഹംപിയെക്കുറിച്ച് കേട്ടൊരു കാര്യം ഓർമ്മയിൽ മിന്നി. ‘ഹംപി കാണാൻ ചുരുങ്ങിയത് ഒരു മാസം വേണം’. ഇത്തരം അതിശയോക്തി പെരുമഴയിലേക്ക് മുൻ പിൻ നോക്കാതെ എടുത്തു ചാടി, ചിമ്മി നനഞ്ഞ് തിരിച്ചു കയറിയ മുൻഅനുഭവങ്ങൾ ചുണ്ടിലൊരു ചിരിയൂറി. തുംകൂറിൽ നിന്നും സിറ, ചിത്രദുർഗ്ഗ വഴി ഹോസ്പെട്ടിലേക്ക്. ഹോസ്പെട്ടാണ് ഹംപിയ്ക്കടുത്ത പട്ടണം. ചെറുതായി പരീക്ഷിക്കുന്നുണ്ടെങ്കിലും വലിയ തെറ്റുപറയാനില്ലാത്ത റോഡ്. അടുത്ത കാലത്ത് പുതുക്കി പണിത ലക്ഷണമുണ്ട്. ആടുമാടുകളെ മേച്ചു പോവുന്ന ഗ്രാമീണർ പലപ്പോഴും റോഡ് കയ്യടക്കുന്നു. അങ്ങിങ്ങ് ഒറ്റ മരങ്ങളുമായി തുറന്നു കിടക്കുന്ന വിശാലഭൂവിതാനങ്ങൾ. പൊതുവേ വരണ്ട മുഖമാണ് ഉത്തമ കർണ്ണാടകയ്ക്ക്. എന്നാൽ ഹോസ്പ്പെട്ട് അടുക്കുംതോറും കൃഷി ഭൂമികൾ പച്ചച്ചു നിൽക്കുന്നു. തണുത്ത മാസങ്ങളിൽ ഒന്നാണ് ഹംപി യാത്രയ്ക്ക് തെരഞ്ഞെടുത്തതെന്നതിനാൽ വെയിൽച്ചൂടിനൊരു മയമുണ്ട്. ഇല്ലെങ്കിൽ പൊരിഞ്ഞു പോയേനെ. ഹോസ്പെട്ടിൽ നിന്നും ഹംപിയിലേക്കുള്ള പന്ത്രണ്ട് കിലോമീറ്റർ വഴിത്താര വളരെ പെട്ടെന്ന് തന്നെ നമ്മളെ വിജയനഗരത്തിന്റെ പ്രാക്തന സ്മൃതികളിലേക്ക് കൂട്ടിയിണ ക്കും. വഴിവക്കിലങ്ങിങ്ങായി കാട്ടുപടർപ്പുമൂടി ചിതറിക്കിടക്കുന്നു നൂറ്റാണ്ടുകൾ പിന്നിട്ട കൽനിർമ്മിതിക ളുടെ അവശിഷ്ട ങ്ങൾ.

ഹംപിയോടടുക്കും തോറും മനസ്സ് വിഭ്രമിച്ചു പോകുന്നത് പാറക്കൂട്ടങ്ങളുടെ വൻമലകൾ കണ്ടാണ്. എവിടെയെങ്കിലും ഒന്നു കുട്ടിതൊട്ടു കൊണ്ട്, ഒരു വിരൽസ്പർശം മതി താഴേക്കുരുളുവാൻ എന്ന മട്ടിലുള്ള വൻപാറകളുടെയാ നിൽപ്പ് നൂറ്റാണ്ടുകൾ പിന്നിട്ടിരിക്കുന്നുവെന്നത് വേവലാതിയിൽ മറക്കുന്ന മനസ്സ് ഭയകാളിമയാൽ വിറയ്ക്കും.

പാറക്കൂട്ടങ്ങളുടെയാ വൻമലയടിവാരം ജലസമൃദ്ധമാണ്. വെള്ളവും വളവും വെയിലും കൃത്യ അനുപാതത്തിലെന്നതിന്റെ തെളിവായി തഴച്ചു മുറ്റി നിൽക്കുന്നു. വാഴയും നെല്ലും. കരുത്തും ലാവണ്യവും സംഗമിക്കും പോലെ പാറക്കൂട്ടങ്ങളുടെ കൃഷിയിടങ്ങളും ചേർന്നൊട്ടിയ പ്രകൃതി മനോഹാരിത, പ്രപഞ്ച സ്രഷ്ടാവിനപ്പുറമൊരു കലാകാരനില്ലെന്ന് ഉറപ്പിക്കുന്നു.

ഹരിതമയമാർന്ന പാതകളിലൂടെ ഹംപിയുടെ പ്രധാന കവാട ത്തിലെത്തി. ഏഴ് പ്രവേശനകവാട ങ്ങളായിരുന്നുവത്രെ പഴയകാല ഹംപിക്ക്. ഓരോന്നിലൂടെയും ആരൊക്കെയാണ് പ്രവേശിക്കേണ്ടതെ ന്ന് കൃത്യമായി നിശ്ചയിക്കപ്പെട്ടിരുന്നു. അതായത് സൂക്ഷ്മമായി പ്ലാൻ ചെയ്ത് നിർമ്മിച്ച ആസൂത്രിത നഗരമായിരുന്നു ഹംപി. 1520ൽ ഹംപി സന്ദർശിച്ച പോർച്ചുഗീസ് സഞ്ചാരി ഡോമിനിംഗോ പേഗാസ് എഴ തിയിട്ടത് റോം പോലെയോ, അതിനെക്കാൾ ഏറെയോ വിശാലവും അതിസുന്ദരവും ആണ് ഹംപിയെന്നാണ്. പഴ ത്തോട്ടങ്ങളും പൂന്തോ ട്ടങ്ങളും ജലാശയങ്ങളും അവയ്ക്കിടയിലൂടെ വീതിയേറിയ കൽനടപ്പാ തകളുമൊക്കെയായി കൃത്യമായി മുൻധാരണകളോടെ ഭൂമിയിൽ നിർമ്മിച്ചെടുത്ത സ്വർഗ്ഗമായിരുന്നു ഹംപി. തുംകൂറിൽ നിന്നും രാവിലെ ഏഴുമണിക്കാരംഭിച്ച ഹംപിയാത്ര പ്രധാനകവാടത്തിലെത്തുമ്പോൾ മണി അഞ്ചു കഴി ഞ്ഞിരിക്കുന്നു. മഞ്ചേരിയിൽ നിന്ന് 650 ലേറെ കിലോ മീറ്റർ പിന്നിട്ടിരിക്കുന്നു.

ഹംപിയെന്താണ് എന്ന് ഒന്ന് ധാരണപ്പെട്ടിട്ട് താമസസ്ഥലം അന്വേഷിക്കാം എന്നു കരുതി പ്രധാന കവാടത്തിലേക്ക് തിരിഞ്ഞു. വിശാലവും ചതുരാകൃതികവരങ്ങൾ ഉള്ളതുമായ കമാനം നിറയെ ഉള്ള കൊത്തു പണികൾ ക്യാമറയിൽ പകർത്തുകയും നോട്ടുബുക്കിൽ കുറിപ്പെഴുതുകയും ചെയ്യുന്ന ഒരു വിദേശവനിത.

നൂറടി മുന്നിലേക്ക് നീങ്ങിയതും ഒരു നിമിഷം ഹൃദയം നിശ്ചലം! അവിശ്വസനീയത ഉന്മാദസ്വരമായി പുറത്തുചാടുന്നത് അറിയുകപോ ലുമില്ല. മുന്നിൽ കാണുന്ന വിസ്മയത്തിന്റെ ആശ്ചര്യത്തിൽ ഇമ ചിമ്മാൻ മറന്നുപോകും കണ്ണുകൾ. കൺനിറയെ അല്ല, നിറഞ്ഞുകവിഞ്ഞ് ചിത റിത്തെറിച്ച് കിടക്കുന്നു. നിറയെ നിറയെ കല്ലിൽ പൂത്തസ്വപ്നങ്ങൾ. തെന്നിന്ത്യയിലെ ഏറ്റവും സമ്പന്നവും ശക്തവുമായിരുന്ന ഒരു സാമ്രാജ്യ ത്തിന്റെ അതിഗംഭീര അവശേഷിപ്പുകൾ.

വാഹനം പാർക്ക് ചെയ്തതും ഗൈഡുകൾ ഓടിവന്നു. എത്രദിവസം ഇവിടെ ഉണ്ടാവും എന്നാണ് അവരുടെ ആദ്യ ചോദ്യം. അതനുസരി ച്ചാണ് അവർ ഹംപി നമ്മളെ എങ്ങനെ കാണിക്കണമെന്ന് പ്ലാൻ ചെയ്യു ന്നത്. ഏതെങ്കിലും ഒരു ചരിത്രസ്മാരകമല്ല മറിച്ച് ഒരു സാമ്രാജ്യ തലസ്ഥാനമാണ് കാണേണ്ടതെന്ന് തിരിച്ചറിവിൽ ഹംപിയുടെ ചരി ത്രമറിയുകയോ ഗൈഡിന്റെ സഹായം തേടുകയോ ചെയ്യണം. ആ ആദരവ് ഹംപി അർഹിക്കുന്നുണ്ട്. അത്യാവശ്യം ചരിത്രമറിഞ്ഞുവെച്ച തിനാലും കാണേണ്ടതിനെക്കുറിച്ചൊരു മുൻധാരണ ഉള്ളതിനാലും ഗൈഡിനെ നിരുത്സാഹപ്പെടുത്തി. ഒട്ടും മുഖം കറുപ്പിക്കാതെ തെളിഞ്ഞ

ചിരിയോടെ അയാൾ ഹംപിയെക്കുറിച്ച് ചെറുതായി ഒന്ന് സൂചിപ്പിച്ചു. ഒട്ടും ശല്യം ചെയ്യാതെയുള്ള അയാളുടെ പെരുമാറ്റം തന്ന സന്തോഷത്തിൽ അയാൾ വിൽപ്പനയ്ക്ക് കൂടെ കൊണ്ടുനടന്ന ഹംപിയെക്കുറിച്ചുള്ള ചെറുപുസ്തകം വാങ്ങി. ഇരുന്നൂറ് രൂപ അധികമെന്ന് ഉറപ്പുണ്ടായിട്ടും ഒട്ടും വിലപേശാൻ തോന്നിച്ചില്ല നിറഞ്ഞു നിൽക്കു ന്ന മനസ്സ്.

ആതിഥ്യമര്യാദയുടെ ഒരു ജീൻ ഹംപി നിവാസികൾക്കുള്ളിൽ കുടുങ്ങിക്കിടപ്പുണ്ട്. മറ്റൊരു കാര്യം ശ്രദ്ധിച്ചത് അൽപവസ്ത്രധാരണികളായ വിദേശയുവതികൾ തദ്ദേശിയരിൽ നിന്നും ഒരു തുറിച്ച നോട്ടം പോലും നേരിടുന്നില്ല എന്നാണ്. സോളോ സഞ്ചാരികളായ സ്വദേശികളും വിദേശികളുമായ സ്ത്രീകൾ ധാരാളം. അന്വേഷണത്തിൽ ഹംപി പൊതുവെ സുരക്ഷിതമായൊരു ഇടമാണെന്നാണറിഞ്ഞു.

സ്ത്രീകളെ അങ്ങേയറ്റം ബഹുമാനിക്കുകയും സുരക്ഷിതത്വം നൽകുകയും ആയോധന മുറകൾ പരിശീലിപ്പിക്കുകയും ചെയ്ത കൃഷ്ണദേവരായരുടെ പ്രജകളുടെ പിൻമുറക്കാരിൽ നിന്ന് ആ ജീൻ മാഞ്ഞു പോയിട്ടില്ലെന്നുറപ്പ്.

ഹംപിയിൽ നിന്നും മൂന്നു കിലോമീറ്റർ അപ്പുറമുള്ള കമലാപൂരിൽ താമസസൗകര്യവും ഭക്ഷണവും ഉണ്ട്. കമലാപൂരിൽ നിന്നാണ് ഹംപി തുടങ്ങുന്നതും. താമസം ഒപ്പിച്ചതിനുശേഷം പതിവ് രീതിയനുസരിച്ച് കമലാപൂരിനെ ഒന്നറിയാൻ ഇറങ്ങി. ചെറിയ ഹോട്ടലാണ് എന്നതിനാൽ ചെറിയ പ്രതീക്ഷയോടെ ത്തന്നെയാണ് കമലാപൂർ ബസ്സ്റ്റാന്റിന് എതിർവശത്തുള്ള അശോകഹോട്ടലിൽ കയറിയത്. ചിക്കൻ റോസ്റ്റും മട്ടൺ റോസ്റ്റും ചപ്പാത്തിയും ആണ് ഓഡർ ചെയ്തത്. വീടിന്റെ മുൻഭാഗം ഹോട്ടലാക്കി രൂപകൽപന ചെയ്തിരിക്കുകയാണ്. പാചകം വീട്ടുടുക്കളയിൽ വീട്ടുകാർ തന്നെയാണ് ചെയ്യുന്നതും. ജീവിതത്തിൽ ഞാൻ കഴിച്ച മികച്ച ചിക്കൻ റോസ്റ്റുകളിൽ ഒന്നായിരുന്നു അത്. ഒന്നിനു പിറകെ മറ്റൊന്ന് ഓഡർ ചെയ്തു. തൊട്ടടുത്ത ടേബിളിലിരുന്ന് ഭക്ഷണം കഴിക്കുന്ന അന്നാട്ടുകാരനായ മദ്ധ്യവയസ്കന്റെ മുമ്പിലിരുന്ന മീൻ പ്രലോഭനത്തിൽ വീണ് ഓഡർ ചെയ്ത ഫിഷ്ഫ്രൈയും ഗംഭീരം. തുംഗഭദ്ര ചുവയ്ക്കുന്ന മീൻ. ഹംപി മനസ്സു മാത്രമല്ല വയറും നിറയ്ക്കുന്നു.

സൂര്യൻ ഉദിച്ചതു മുതൽ ഹംപിയിലേക്കുള്ള വെപ്രാളത്തിലാണ് കാലുകൾ. യുനൈസ്കോയുടെ ലോകപൈതൃകകേന്ദ്രമായി തിരഞ്ഞെടുക്കപ്പെട്ട ഹംപി തുംഗഭദ്രയുടെ കരയിൽ 26-ലധികം കിലോമീറ്ററിൽ പടർന്ന് കിടക്കുന്ന വിജയനഗരസാമ്രാജ്യ തലസ്ഥാനമാണ്. ഈ നദീതീരത്തെ വിരൂപക്ഷേത്രമൂർത്തിയായ ശിവനെ തുംഗഭദ്രയുടെ ദ്രാവീഡിയൻ നാമമായ പമ്പ ചേർത്ത് പമ്പാപതിയെന്ന് വിളിച്ചുപോന്നു.

പമ്പാ പതിയുടെ പേരിലറിയപ്പെട്ട ഇവിടം നൂറ്റാണ്ടുകളുടെ തേയ്മാന ത്തിനൊടുവിൽ ഹംപിയായി.

അവശിഷ്ടങ്ങളുടെ നഗരം എന്നറിയപ്പെടുന്ന ഹംപിയുടെ ചരിത്രം ചെറുതായെങ്കിലും അറിഞ്ഞു വെച്ചാലേ ഓരോ സ്മാരകത്തേയും അതി ന്റേതായ ഗാംഭീര്യം ഉൾക്കൊണ്ട് അറിയാനാവൂ. കാലവുമായി പൊരു തിക്കൊണ്ടേ ഇരിക്കുന്നവയെ ഉള്ളുകൊണ്ട് തൊടാതെ കണ്ണുകൊണ്ട് തൊട്ടു മടങ്ങുന്നതിലൊരു മര്യാദകേടുണ്ട്.

ഡൽഹി സുൽത്താൻ മുഹമ്മദ് ബിൻ തുഗ്ലക്കിന്റെ ഭരണത്തിൻ നിന്നും രക്ഷപ്പെടാൻ കൃഷ്ണാനദിക്ക് തെക്കുള്ള ഹിന്ദുരാജാക്കന്മാർ ഒരുമിച്ചു. തുഗ്ലക്കിനോട് യുദ്ധം ചെയ്യാൻ കെൽപ്പില്ലാത്ത അവർ ഡക്കാൻ പ്രവിശ്യയിൽ തുഗ്ലക്ക് നിയമിച്ച മാലിക്ക് നൈബിനെതിരെ തിരിഞ്ഞു. മാലിക്ക് തികച്ചും ബലഹീനനാണ് എന്നറിഞ്ഞ തുഗ്ലക്ക് താൻ മുൻപൊരിക്കൽ തടവിൽ പിടിച്ച് ഡൽഹിക്ക് കൊണ്ടുവന്ന് ഇസ്ലാം മതത്തിൽ ചേർത്ത ഹംപിക്കടുത്ത അനുഗുന്തിയിലെ സാമന്തനായ ഹരിഹരനെ അദ്ദേഹത്തിന്റെ ഭരണ നൈപുണ്യമറിയാവുന്നതിനാൽ സ്വതന്ത്രനാക്കി തന്റെ ആശ്രിതനെന്ന നിലയിൽ ഭരണാധികാരം തിരി ച്ചുനൽകി. അവിടെ തുഗ്ലക്കിന് പിഴച്ചു. ഭരണം തിരിച്ച് കിട്ടിയ ഹരിഹരൻ തന്റെ സഹോദരൻ ബുക്കന്റെ സഹായത്തോടെ കലാപകാരികളെ അടിച്ചമർത്തിയും ഹൊയ്സാലരെ തോൽപ്പിച്ചും സാമ്രാജ്യ വിസ്തൃതി കൂട്ടി തന്റേതായൊരു സാമ്രാജ്യം സൃഷ്ടിച്ചു. ഹരിഹരബുക്കന്മാരുടെ ആത്മീയ ഗുരുവായിരുന്ന ശൃംഗേരിയിലെ വിദ്യാരണ്യ സ്വാമിയാണ് കംപിളിയ്ക്ക് തൊട്ടടുത്ത ഹംപിയിൽ വിജയനഗര തലസ്ഥാനം പണിയാൻ നിർദ്ദേശിച്ചത്. മുഗളന്മാരുടെ അതിക്രൂര ആക്രമണത്തിൽ തകർന്നടിഞ്ഞ കംപിളിയിലെ പുൽക്കൊടിക്കുപോലും മുഗളരോട് കൊടും പകയുണ്ടെന്ന് വ്യക്തമായറിയുന്ന വിദ്യാരണ്യ, ഭാവിയിൽ മുഗളരോട് ബലാബലം നിൽക്കേണ്ട ഒരു സാമ്രാജ്യ തലസ്ഥാനത്തിന് അടിത്തറ പാകേണ്ടത്, തുംഗഭദ്രയും കരിമ്പാറമലകളും സുരക്ഷിതമാ ക്കിയ ഭൂമിയും, അസാധാരണ കരുത്തരും മുഗളരോടുള്ള പക ഉള്ളിലു റഞ്ഞുകിടക്കുന്നവരുമായ കംപിളിയുടെ പിൻമുറക്കാരുമാവണം എന്ന് ഉറപ്പിച്ചിരുന്നു. ഒരർത്ഥത്തിൽ തകർന്നടിഞ്ഞ കംപിളിയ്ക്ക് മുകളിലാണ് ഹംപി പണിതുയർത്തിയത്.

അങ്ങനെ ഹരിഹരബുക്കന്മാരുടെ പിതാവ് സംഗമന്റെ നാമത്തിൽ സംഗമരാജവംശം വിജയനഗരം സൃഷ്ടിച്ചു. പിന്നീട് സാൽവരാജവംശ വും തുളുവരാജവംശവും അരവിട്ടു രാജവംശവും വിജയനഗരം ഭരിച്ചു. ഇതിൽ തുളുവകാലഘട്ടത്തിലെ കൃഷ്ണദേവരായരെന്ന ശൌര്യവീര

ചക്രവർത്തിയുടെ കാലത്താണ് ഹംപി പ്രൗഢിയുടെ പാരമ്യത്തിലെത്തിയത്. കലയും കരുത്തും സംഗമിച്ച അപൂർവ്വ പ്രതിഭയായിരുന്നു ദേവരായർ. സാധാരണ കലാഹൃദയമുള്ള രാജാക്കന്മാർ ചരിത്രത്തിൽ ഒരു പരാജയമായി രേഖപ്പെടുമ്പോൾ അതിനപവാദമായി കൃഷ്ണദേവരായർ. ശത്രുക്കളുടെ ഉൾവിറച്ചിലായിരുന്ന കൃഷ്ണദേവരായരുടെ സന്തത സഹചാരിയായിരുന്നു ഭാരതമെങ്ങും പുകൾപെറ്റ കൗശലക്കാരനും കുർമ്മബുദ്ധിയുമായ തെന്നാലി രാമനെന്ന വിദൂഷകൻ. ശത്രുവിന്റെ ശത്രുവിനെ മിത്രമാക്കിയുള്ള യുദ്ധതന്ത്രങ്ങൾ മെനയാൻ രാമന്റെ കൂട്ട് ഏറെ സഹായകമായി.

കായിക ശേഷിയിലും സർവ്വമാന കലകളിലും അതിപ്രഗത്ഭനായിരുന്ന ദേവരായരെ അദ്ദേഹത്തിന്റെ അശ്വശാസ്ത്രത്തിലുള്ള അറിവും അശ്വാഭ്യാസത്തിലുള്ള കഴിവും വെച്ച് പഞ്ചപാണ്ഡവരിൽ നകുലനു തുല്യം കരുതിപ്പോന്നു.

ബീജാപ്പൂർ സുൽത്താനായ ആദിൻഖാനെ യുദ്ധത്തിൽ കൊലപ്പെടുത്തി ശിരസ്സ് ഛേദിച്ചെടുത്ത് കുന്തത്തിൽ നാട്ടിയ കൃഷ്ണദേവരായർ ഇതുവഴി വിജയനഗരസാമ്രാജ്യത്തെ തൊട്ട് കൈപൊള്ളേണ്ട എന്ന അതിശക്തതാക്കീതാണ് മുഗൾ രാജവംശത്തിന് നൽകിയത്. വിജയനഗരത്തെക്കാൾ സൈനികശേഷി ഉണ്ടാ യിട്ടും വിജയനഗരത്തിന്റെ അതിസമ്പന്നത കൊതിപ്പിച്ചിട്ടും കൃഷ്ണദേവരായരുടെ ഭരണകാലത്ത് മുഗളർ സിംഹമടയിൽ തല വെക്കുന്നത് പോയിട്ട് കൺമുനയിടാൻ പോലും മടിച്ചു. 1529ൽ കൃഷ്ണ ദേവരായർക്കുശേഷം വന്ന രാജവംശങ്ങളുടെ ബലഹീനത മുതലെടുത്ത് 1564ൽ തളിക്കോട്ടയുദ്ധത്തിൽ ഡക്കാൻ സുൽത്താന്മാർ മുഗൾ പിൻബലത്തോടെ വിജയനഗരത്തെ വീഴ്ത്തി മുച്ചൂടും നശിപ്പിച്ചു. വിശ്രമമേതുമില്ലാതെ ആറു മാസക്കാലം അവർ തച്ചു തകർത്ത ഹംപിയുടെ അഞ്ചുശതമാനം മാത്രമാണ് ഇന്ന് നമ്മൾ ഹംപിയിൽ കാണുന്നത് എന്നും അതുതന്നെ ശരിയായി കാണാൻ ഒരു മാസത്തിലധികം വേണമെന്നും അറിയുമ്പോൾ എന്തായിരുന്നു യഥാർത്ഥ ഹംപി എന്നത് വന്യഭാവനയ്ക്കും അപ്പുറമാണ്. രത്നങ്ങളും സ്വർണ്ണശേഖരവും കുമിഞ്ഞു കൂടിയ ഹംപി വീണതറിഞ്ഞ് ദൂരെ ദിക്കിൽ നിന്നും മോഷ്ടാക്കളും കൊള്ളക്കാരും ഹംപി തേടിയെത്തി.

ഒരു അതിശക്തനു കീഴിൽ അതീവ സുരക്ഷയോടെ കഴിഞ്ഞിരുന്ന രാജകീയ ജനതയുടെ പിന്മുറക്കാർ നാഥൻ നഷ്ടപ്പെട്ട് ചോദിക്കാനും പറയാനും ആരുമില്ലാതെ വർഷങ്ങളോളം നീണ്ട മോഷണത്തിനും ക്രൂര പീഢനങ്ങൾക്കും ഇരയായി. ഒരു മഹാസാമ്രാജ്യത്തിന്റെ രാജ്ഞി അയൽരാജ്യരാജ്ഞിയുടെ സൈരന്ധ്രിയായൊടുങ്ങി മരിച്ചുവീണു.

ചരിത്രവും കാലവും അങ്ങനെയാണ്. പ്രകാശമാർന്നും ഇരുളടഞ്ഞും...

പ്രധാനകവാടം കടന്നാൽ ആദ്യം കൃഷ്ണടെംപിൾ ആണ്. രണ്ടായിരത്തിയഞ്ഞൂറിലധികം ക്ഷേത്രങ്ങ ളുള്ള ഹംപിയിൽ ഇപ്പോൾ നിലവിലുള്ള ക്ഷേത്രങ്ങൾ മിക്കതിനും നമ്മൾ നൽകിയ വിളിപ്പേരാണുള്ളത്. ഗാംഭീര്യമാർന്ന പഴയ ദ്രവീഡിയൻ പേരുകൾ ഹംപി നിവാസികളുടെ സ്മൃതിപഥങ്ങളിൽ നിന്നേ മാഞ്ഞുപോയി. ക്ഷേത്രത്തിനു മുന്നിൽ അതിമനോഹരമായ പുഷ്കരണി, അതിമനോഹരം, പ്രൗഢഗംഭീരം എന്നീ വാക്കുകൾ ഹംപിയുടെ ദൃശ്യവിസ്മയങ്ങളിലേക്ക് എത്രതന്നെ വാരി വിതറിയാലും അധികമല്ല.

ഒരു യുദ്ധവിജയത്തിന് നന്ദിയായി കൃഷ്ണദേവരായർ നിർമ്മിച്ച കൃഷ്ണ ടെംപിളിനുള്ളിൽ ഉപക്ഷേത്രങ്ങളും ചെറുപുഷ്കരണികളും ധാരാളം. ക്ഷേത്രത്തിനു മുന്നിലെ അതിവിശാലമായ പുഷ്കരണി ജലം വറ്റിവരണ്ട് സ്മൃതി മുറിവുകൾ പോലെ വിണ്ടടർന്ന് കിടക്കുന്നു. ക്ഷേത്രത്തിലെ ഉപാസനാമൂർത്തി യായിരുന്ന 'ബാലകൃഷ്ണ'നാവട്ടെ മുഗൾ പടയോട്ടത്തിൽ ഇളക്കിപ്പറിച്ച് വലിച്ചെറിയപ്പെട്ടു. തന്റെ അതി വിശാല വസതി വിട്ടൊഴിയേണ്ടി വന്ന കക്ഷി ചെന്നൈ മ്യൂസിയത്തിലെ ഇത്തിരിപ്പോന്ന ചില്ലുകൂട്ടിൽ ഗതകാലത്തിന്റെ കണ്ണീർത്തുള്ളിക്കാഴ്ചയായി ഇരിപ്പാണിപ്പോൾ.

ഹംപിയിൽ വിരൂപാക്ഷ ക്ഷേത്രത്തിൽ മാത്രമാണ് പ്രതിഷ്ഠയുള്ളത് അതുകൊണ്ടുതന്നെ പൂജയും ബാക്കിയുള്ള ക്ഷേത്രഗർഭഗൃഹങ്ങൾ ഒഴിഞ്ഞു കിടക്കുകയോ പ്രതിഷ്ഠ തച്ചുതകർക്കപ്പെട്ടുകയോ ചെയ്ത നിലയിലാണ്. സന്ദർശകർക്ക് ചെരിപ്പ് ധരിച്ചോ വസ്ത്രം ധരിച്ചോ ഒക്കെ കയറാം അനാഥമായ ആ ഗർഭഗൃ ഹങ്ങളിൽ. ഒരിക്കൽ അവയെന്തായിരുന്നു എന്നോർക്കുന്നവർ സ്വയമറിയാതെ പാദരക്ഷകൾ ഊരിമാറ്റുന്നു. കൺമുന്നിലെ ശൂന്യതയെ വണങ്ങുന്നു.

കൃഷ്ണ ടെമ്പിളിനു തൊട്ടടുത്ത് ഹേമകൂട. വിശാലമായ പാറക്കെട്ടാണിത്. ഇവിടെയാണ് കടലേകലുഗണപതി. പതിനെട്ടടി ഉയരമുള്ള ഈ ശിൽപം ഇന്ത്യയിലെ ഏറ്റവും വലിയ ഒറ്റക്കൽ ഗണപതി ശിൽപ്പമാണ്. ഒരിക്കൽ ദീപാലംകൃതമായിരുന്ന ഗർഭഗൃഹം ഇരുൾ മൂടിക്കിടപ്പാണ്. മൊബൈൽ വെളിച്ചത്തിൽ ഒന്നു വലംവെച്ചു. അന്ധകാരത്തിൽ കൽക്കറുപ്പിൽ മുങ്ങി നിന്നിട്ടും സൂര്യപ്രകാശത്തിനെ കൃത്യമായി ശിൽപ്പി ഉപയോഗിച്ചിരിക്കുന്നതിനാൽ ശിൽപശരീരം പുറത്തെ മണ്ഡപത്തിൽ നിന്നും നോക്കിയാൽ പ്രഭാ പൂരിതമായി തെളിഞ്ഞു കാണുന്നു. ഗണപതിയുടെ വയർ മുഗളന്മാർ തച്ചുടച്ചത് കടലയുടെ ആകൃതിയിലായതിലാണത്രെ ഇതിന് കടലേകലു ഗണപതിയെന്ന് പേര്.

കടലേകല്യ ഗണപതിയുടെ പട്ടുകൂറ്റൻ വസതിക്കു പിന്നിൽ തുറന്ന മണ്ഡപത്തിൽ ഉയർന്ന പീഠത്തിൽ പന്ത്രണ്ടടി ഉയരത്തിൽ ഇരിക്കുന്നത് ശാശിവേകല്യഗണപതി. 'ശാശിവേകല്യ' എന്നാൽ കന്നടയിൽ കടുക് മണി എന്നർത്ഥം. അതിസുന്ദരമായി കൊത്തിയെടുത്ത ഈ ഗണപതിയുടെ വയറിന് കടുകാകൃതിയത്രെ. അതല്ല ഒരു കടുക് വ്യാപാരി നിർമ്മിച്ചതിനാലാണ് ഈ പേരെന്നും പറയുന്നു. വയറിനു ചുറ്റും പാമ്പിനെ കെട്ടിയിരിക്കുന്ന മട്ടിലാണ് ശിൽപം. വിശപ്പു താങ്ങാതെ ഉണ്ണിക്കുടവയറൻ അതിലെപോയ പാമ്പിനെ കെട്ടി വയറു മുറുക്കിയുടുത്തതാണെന്നും, മോദകം തിന്ന് തിന്ന് വയറു പൊട്ടിയപ്പോൾ പാമ്പിനെ പിടിച്ചുകെട്ടി അഡ്ജസ്റ്റാക്കിയെന്നുമൊക്കെ കഥകൾ.

ഗണപതിമാർക്കപ്പുറം ജൈനക്ഷേത്രവും മണ്ഡപത്തറകളും ശിൽപവേലകളും ഒക്കെ ഉണ്ട് ഹേമകൂടത്തിൽ. വേണമെങ്കിൽ ഒരു ദിവസം സമയമെടുത്ത് കാണാൻ പാകത്തിൽ. കയ്യിലുള്ളത് രണ്ടേരണ്ടു ദിവസമെന്ന ഓർമ്മയിൽ അതിലേക്കൊന്നും കണ്ണിടാതെ വേഗമിറങ്ങി. ഹേമകൂടമലയുടെ താഴ്ഭാഗത്തായി വിരൂപാക്ഷ ക്ഷേത്രം. ഏഴാം നൂറ്റാണ്ടിൽ രാഷ്ട്രകൂട രാജാവായ വിക്രമാദിത്യന്റെ പത്നി ലോകമഹാദേവി പണിത ഈ ക്ഷേത്രത്തിന് വിജയനഗരത്തെക്കാൾ പഴക്കമുണ്ട്. ഹരിഹരബുക്ക കാലഘട്ടത്തിൽ ക്ഷേത്രം ഒന്ന് മോടിപിടിപ്പിച്ചെങ്കിലും സൗന്ദര്യവൽക്കരിച്ചത് കൃഷ്ണദേവരായരാണ്. ദ്രവീഡിയൻ ശിൽപകലാരീതി യാണ് അവലംബിച്ചിരിക്കുന്നത്. ഒൻപത് നിലകളുള്ള മണ്ഡപം കടന്നുവേണം ക്ഷേത്രാങ്കണത്തിലെത്താൻ. ക്ഷേത്രത്തിന്റെ മുകൾത്തട്ടിൽ നൂറ്റാണ്ടുകൾക്ക് മുന്നേ പഴച്ചാറിലും ഇലച്ചാറിലും വരച്ചിട്ട രാമായണ ദൃശ്യങ്ങൾ. പലതും മങ്ങിയടർന്നിരിക്കുന്നു. ക്ഷേത്രത്തിനകത്ത് വൻ വാനരപ്പടയുണ്ട്.

രാമായണവുമായി അഭേദ്യബന്ധമാണ് ഹംപിക്ക്. വാനരസാമ്രാജ്യമായിരുന്ന കിഷ്കിന്ധയാണത്രെ ഹംപി. രാമദാസൻ ഹനുമാന്റെയും ബാലിസുഗ്രീവന്മാരുടെയും നാട്. അധികം മരങ്ങൾ ഇല്ലാഞ്ഞിട്ടും കനത്തചൂടും പാറക്കൂട്ടങ്ങളുമായിട്ടും വാനരന്മാരെമ്പാടും. പൂർവ്വിക നഗരം വിട്ടോടി പുതിയ വേരുപിടിപ്പിക്കാൻ അവർ മനുഷ്യന്മാരല്ലല്ലോ. വാഴത്തോപ്പിനരികെ കാർ നിർത്തി ഏറെന്നേരം അവരുടെ കളി കണ്ടു നിന്നിരുന്നു. പഴത്തോപ്പുകളിൽ അവർക്കെതിരെ വലിയ മുൻകരുതലുകളൊന്നുമില്ല. അവർ തിന്ന് ബാക്കിയുള്ളത് വിൽക്കാം എന്ന പോലൊരു നിലപാട്. അവരുടെ ദൈവീക പാരമ്പര്യം ഹംപി നിവാസികൾ അംഗീകരിക്കുന്നുണ്ട്.

വിരൂപാക്ഷക്ഷേത്രത്തിലെ ഏറ്റവും കൗതുകകരമായ കാഴ്ച 'പിൻഹോൾ' എന്ന ക്യാമറാസൂത്രം ഏഴാം നൂറ്റാണ്ടിൽ നടപ്പിലാക്കി ക്ഷേത്രഗോപുരത്തിന്റെ തലകീഴായ പ്രതിബിംബം ക്ഷേത്രത്തിന്റെ ഉൾച്ചുമരിൽ പതിപ്പിച്ചിരിക്കുന്നതാണ്. ഒരു സാങ്കേതിക വിദ്യയുടേയും പിൻബലമില്ലാത്ത അക്കാലത്തെ ഇത്ര മികവിൽ ഉപയോഗിച്ചിരുന്ന ബുദ്ധിരാക്ഷസന്മാർ ഇക്കാലത്ത് ജീവിച്ചിരുന്നു എങ്കിൽ, എന്തായിരിക്കും അവസ്ഥ. വെറുതെയല്ല സമതുലനം കാക്കാൻ കാലം ചിലതിനെ ചില സമയത്തേക്ക് നിജപ്പെടുത്തുന്നത്.

വിരൂപാക്ഷക്ഷേത്രത്തിനു പിന്നിലൂടെ തുംഗഭദ്രയൊഴുകുന്നു. വേനൽ തുടക്കത്തെ സൂചിപ്പിച്ച് പാറക്കെട്ടുകൾ പൊന്തിവന്നിരിക്കുന്നു. വിശാലവും നീളമേറിയതും എടുപ്പാർന്നതുമായ കരിങ്കൽപ്പടവുകൾ താണ്ടി പലരും കുളിക്കാനിറങ്ങുന്നു. വിദേശികൾ സൈക്കിൾ ഏറ്റിപ്പിടിച്ചും അല്ലാതെയും പടികൾ ഇറങ്ങി വരുന്നു. മിക്കവരുടേയും കയ്യിൽ ഢമരുവും ഗഞ്ചിറയും ഗിറ്റാറുമൊക്കെ ഉണ്ട്. പുഴക്കരയിൽ പുരന്ധരദാസിന് വിത്താലവിഷ്ണു കീർത്തനങ്ങൾ രചിക്കാൻ കൃഷ്ണദേവരായർ നിർമ്മിച്ച പുരന്ധരദാസ് മണ്ഡപത്തിലേക്കാത്തണവരുടെയാപോക്ക്. അവിടെ അവർ കൂട്ടം ചേർന്നിരിക്കുന്നത് നദിക്കക്കരെ കടക്കാനുള്ള ബോട്ട് സർവ്വീസ് കാത്താണ്. നദിക്കപ്പുറം തദ്ദേശീയർ അവർക്ക് തീർത്തുകൊടുത്ത അവരുടെ ലോകം ഉണ്ട്. ഹിപ്പി ഐലൻഡ്. ആനന്ദം സിനിമയിലെ അതേ ഹിപ്പി ഐലന്റ് തന്നെ! വിശ്രമത്തിനും ഭക്ഷണത്തിനും അവർ ഹിപ്പി ഐലന്റിനെ ആശ്രയിക്കുന്നു. സന്ധ്യമയങ്ങിയാൽ പാട്ടും നൃത്തവുമായി അവർ ഹിപ്പി ഐലന്റിനെ ഈ ലോകത്തുനിന്നും പിടിവിട്ടുവിപ്പിക്കുന്നു.

വിദേശികളുടെ എണ്ണം വളരെ കൂടുതലാണ് ഹംപിയിൽ. വാടകയ്ക്ക് എടുത്ത സൈക്കിളിലും ബൈക്കിലുമായി അവർ ഹംപിയുടെ മുക്കും മൂലയും കാണുന്നു. പലരും വന്നിട്ട് മാസങ്ങളായെന്ന് കച്ചവടക്കാരോടും ഗൈഡുകളോടുമുള്ള അവരുടെ പെരുമാറ്റത്തിൽ നിന്നറിയാം. തുംഗഭദ്രയുടെ തണുത്ത കാറ്റും ഹംപിയുടെ പതിഞ്ഞ ചൂടും കൽപ്പടവുകളിലെ ഇരുത്തത്തെ സുഖദമാക്കുന്നു. ബോട്ട് സർവ്വീസ് വരാനും പോവാനും നേരം ഒരുപാട് എടുക്കുന്നുണ്ടെന്ന് കണ്ടപ്പോൾ പുഴയ്ക്ക് അക്കരെ കൺമുന്നിൽ കാണുന്ന ഹിപ്പി ഐലന്റിലേക്ക് റോഡുമാർഗ്ഗം ഇരുപത് കിലോമീറ്റർ കാറിൽ ചുറ്റിയെത്തി കാണാനും തീരുമാനിച്ചു.

എത്രയോ നേരമായി കാലുകൾ തുംഗഭദ്രയുടെ തണുപ്പിൽ പൂഴ്ത്തി, തലയ്ക്ക് മുകളിൽ കത്തുന്ന സൂര്യനെ കൂസാതെ എങ്ങോ മിഴിയുറപ്പിച്ച് ധ്യാനിച്ചിരിക്കുന്ന വിദേശവനിതയെ കൊതിയോടെ നോക്കി പടവുകൾ തിരിച്ച് കയറി.

നദിക്കരയിലെ വിൽപനശാലകളിൽ പഴയ നാണയങ്ങളും ആഭരണങ്ങളും സുലഭം. വേറിട്ട നടക്കുന്നവർക്കുള്ള ആടയാഭരണങ്ങളാണധികവും. അവരാണല്ലോ ഹംപി തേടി വരുന്നതും! കച്ചവട സാധനങ്ങൾക്കെല്ലാം നൂറ്റാണ്ടുകളുടെ പഴക്കനിറം. ഹംപിയെ കൊള്ളയടിച്ച മതിയായി മടങ്ങിയവർ ബാക്കിയിട്ട അവശേഷിപ്പപോലുള്ളവ. പഴയ നാണങ്ങൾ പലരുടേയും കയ്യിലുണ്ട്. മുൻതലമുറയുടെ സമ്പന്നതയുടെ മിന്നിത്തിളക്കം പോലെ. കച്ചവടക്കാരി വലിയ വിലയൊക്കെ പറഞ്ഞെങ്കിലും 'ഞങ്ങൾ വിദേശികളല്ല ഇന്ത്യക്കാരാണ് ആ ഒരുമയം വേണ്ടെ' എന്ന ചോദ്യത്തിന് ചിരിയോടെ അവൾ വിലയൽപ്പം കുറച്ചു. ആകൃതിയൊത്ത അവളുടെ മൂക്കിൽ തലമുറകൾ കൈമാറി വന്ന പൈതൃകാഭരണം പോലൊരു മൂക്കുത്തി.

വിരൂപാക്ഷക്ഷേത്രത്തിന് എതിർവശത്ത് മാതംഗിമലയും ഹംപിബസാറും. രാമായണത്തിലെ ബാലികേറാമലയാണ് മാതംഗിമല. ഈ മലയിൽ കയറിയാൽ ബാലിയുടെ തല ഛിന്നഭിന്നമാകുമെന്ന വരം നൽകി രാമൻ സുഗ്രീവനെ സുരക്ഷിതനാക്കിയ ഇടം. അതികരുത്തരായിരുന്ന ഈ ദൈവിക വാനരന്മാർ യുദ്ധത്തിനിടെ വലിച്ചെറിഞ്ഞ കൂറ്റൻ പാറകളാണ് ഹംപി മുഴുവൻ ചിതറിക്കിടക്കുന്നതെന്നും. മലമുകളിൽ നിന്ന് ഉരുണ്ടുവീഴാൻ നിൽക്കുന്നതെന്നും ഒറ്റയടിക്ക് വിശ്വസിക്കുകയാണ് എളുപ്പം. എങ്ങനെയാണീ പാറകൾ 'ഇങ്ങനെ' എന്നതിനൊരു വിശ്വസനീയ ഉത്തരം കിട്ടിയ ആശ്വാസസുഖം. വെല്ലുവിളികൾക്കിടെ പരസ്പരം കരുത്ത് തെളിയിക്കാനുള്ള അവരുടെ ഹസ്തതാഡനത്തിൽ നുറുങ്ങിയ കരിങ്കൽ പർവ്വതങ്ങളത്രെ പാറക്കൂട്ടങ്ങളുടെയീ വൻമലകൾ.

മാതംഗിമലമുകളിൽ കയറിയാൽ ഹംപി ഏറെക്കുറെ വിശദമായി കാണാം. മാതംഗി ഹിൽസിലെ സൂര്യോദയവും അസ്തമയവും ഹംപി ഓടിക്കണ്ട് മടങ്ങുന്നവരൊഴിച്ച് മറ്റാരും ഒഴിവാക്കാറില്ല. കഷ്ടി അരമണിക്കൂർ കയറ്റമേ ബാലികേറാമലയ്ക്കുള്ളൂ എങ്കിലും കയറിയില്ല.

ഹേമകൂട മലനിരയ്ക്ക് പടിഞ്ഞാറേ ചെരുവിലാണ് ഉഗ്രനരസിംഹ എന്നും ലക്ഷ്മിനരസിംഹ എന്നും അറിയപ്പെടുന്ന അപൂർവ്വശിൽപ്പം. ഭീമാകാരമായ നിരസിംഹ പ്രതിമയുടെ മടിയിൽ ലക്ഷ്മിദേവി ഇരിക്കുന്ന മട്ടിലായിരുന്നു ഈ ശിൽപ്പമെന്ന് പറയുന്നുണ്ടെങ്കിലും ഇപ്പോൾ ലക്ഷ്മിദേവിയുടെ ഒരു കൈപ്പത്തി മാത്രം കാണാനുണ്ട്. ഇത് എങ്ങനെയായിരുന്നു എന്നറിയാൻ കാലം ഒരു പെയിന്റിംഗ് പോലും തന്നില്ല. പല്ലിളിച്ചുനിൽക്കുന്ന നരസിംഹത്തിന്റെ ഭീമാകാരരൂപവും രൗദ്രതയും കണ്ട് ഭയന്നിട്ടാവണം മുഗളർ ഈ ശിൽപ്പത്തെ ഇത്രയെങ്കിലും ബാക്കി വെച്ചത്.

അതിന് തൊട്ടടുത്ത് ബടവലിംഗം. 'ബടവ' എന്നാൽ ദരിദ്ര എന്നർത്ഥം. ഭൂനിരപ്പിൽ നിന്ന് ശകലം താഴ്ന്ന കനാലുകളിലൂടെ ഒഴുകിയെത്തുന്ന വെള്ളത്തിൽ ചുറ്റി നിൽക്കുന്നവിധത്തിലുള്ള ഈ ശിവലിംഗം നിർമ്മിച്ചത് ദരിദ്രയായൊരു സ്ത്രീയാണെത്രെ. തനിക്ക് ഭാഗ്യം വരാനായിട്ടാണ് അവർ ഇത് നിർമ്മിച്ചതെന്ന് പറയപ്പെട്ടപ്പോൾ ഹംപിയിൽ ദരിദ്രരോ ഇവിടെ ജീവിക്കുന്നതിലും വലിയ ഭാഗ്യമോ എന്നൊക്കെയുള്ള സംശയങ്ങൾ വിഴുങ്ങി.

ചരിത്രത്തിലേക്ക് ചൂണ്ടുന്നവിരൽപോലുള്ള എണ്ണമറ്റ ചൂണ്ടുപലകകൾ നിറഞ്ഞ ചെമ്മൺ പാതകളാണെങ്ങും.

റോയൽ എൻക്ലോഷർ ആണ് ഇനി. ഇതായിരുന്നു ഹംപിയുടെ ഭരണസിരാകേന്ദ്രം. അതുകൊണ്ടുതന്നെ അടിമുടി ഭംഗിയായി തച്ചുതകർത്തിട്ടിരിക്കുന്നു. ആനന്ദം സിനിമയിലെ ഹംപിയുടെ ഏറെ പങ്കും ഇവിടെ വെച്ചാണ് ചിത്രീകരിച്ചത്. മലയാളികളാണോ എന്ന സെക്യൂരിറ്റിയുടെ ചോദ്യത്തിന് 'അതേ' എന്ന് ഉത്തരം നൽകിയപ്പോൾ അയാൾ പറഞ്ഞു പണ്ട് മലയാളികൾ അത്രയ്ക്ക് ഒന്നും വരാത്തയിടമായിരുന്നു ഹംപി. ഇപ്പൊ ആ സിനിമയ്ക്ക് ശേഷം മലയാളികൾ ധാരാളം വരുന്നുണ്ട്. പലരും ആ സിനിമയിൽ കണ്ട ഓരോന്നും എവിടെയാന്ന് ചോദിച്ചറിഞ്ഞ് കാണാറുണ്ട്.

റോയൽ എൻക്ലോഷറിന്റെ ഏറ്റവും പ്രധാനഭാഗം മഹാനവമിഡിബ്ബയാണ്. ഹംപിയുടെ നിർമ്മാണ രീതിവെച്ചുനോക്കിയാൽ ഒരിക്കൽ ഏറ്റവും ഗംഭീരമാർന്ന ഇടമായിരിക്കണം ഈ മഹാനവമിഡിബ്ബ. ഇവിടെ ഇരുന്നാണ് രാജാവ് മഹാനവമി ആഘോഷങ്ങൾക്ക് തുടക്കം കുറിച്ചിരുന്നത്, പ്രജകളെ കണ്ടിരുന്നത്. സുപ്രധാന തീരുമാനങ്ങൾ അറിയിച്ചിരുന്നത്, വിശേഷദിനങ്ങളിൽ പ്രജകൾക്ക് രത്നവും പവിഴവും വാരിക്കോരി ദാനം ചെയ്തിരുന്നത്. ഇതൊക്കെ കേൾക്കുമ്പോൾ തോന്നുന്നത് ഹംപിയിലെ ഏത് ദരിദ്രന്റെ വീട്ടിലും കാണും ഒരുപിടി രത്നമെന്നാണ്. നിരവധി കരിങ്കൽപടികൾ കേറിയെത്തിയാൽ കാണുന്ന ഒരു ഉയർന്ന കരിങ്കൽതറയാണ് ഇപ്പോൾ മഹാനവിമിഡിബ്ബ.

മഹാനവമി ഡിബ്ബയ്ക്ക് അപ്പുറം മഹാരാഞ്ജി നവമിക്ക് ദീപം തെളിയിച്ചിരുന്ന പടവുകൾ മായാജാലം തീർത്ത പുഷ്കരണി. ഒരു നിമിഷം കണ്ണടച്ചപ്പോൾ പുഷ്കരണി നവമിദീപങ്ങൾ തെളിഞ്ഞ് കത്തി ഉൾക്കണ്ണിൽ പ്രഭാലംകൃതമായി. അതിനുമപ്പുറം സീക്രെട്ട് ചേംബർ. വായുശൂന്യമാക്കിയ തറകളും ചുവരുകളായും കൂടെ നിർമ്മിച്ച ഈ രഹസ്യാന്തർഭാഗ അറയിൽ വെച്ചായിരുന്നിരിക്കണം രാജരഹസ്യങ്ങളും യുദ്ധതന്ത്രങ്ങളും ചർച്ച ചെയ്തത് എന്ന് ഊഹിക്കാവുന്നതേ ഉള്ളൂ.

അപ്പുറം കാണുന്നത് ജൽമഹൽ. കൃഷ്ണദേവരായരുടെ രണ്ടാം രാജ്ഞിയുടെ ഇഷ്ട ഇടം. വെള്ളം ഒഴുകുന്ന കുഴലുകളാൽ തണുപ്പിച്ചിരുന്നു ഇതിന്റെ ചുവരുകൾ. ചുറ്റുമുള്ള വാച്ച് ടവറുകളിൽ ജലകേളിയാടുന്ന രാജ്ഞിക്ക് കാവലായി വനിതകൾ. സെനാന എൻക്ലോഷർ എന്നറിയപ്പെടുന്ന മറ്റൊരിടത്താവട്ടെ രാജ സ്ത്രീകളുടെ കലാഭിരുചികൾ മാറ്റുരയ്ക്കപ്പെട്ടിരുന്നു. ആട്ടവും പാട്ടുമായി നിറഞ്ഞു നിന്ന ഇടം ഇപ്പോൾ നിശബ്ദം.

ഇനിയുള്ളത് ലോട്ടസ് മഹൽ. രാജാവ് യുദ്ധത്തിന് പോവുമ്പോൾ കനത്ത സുരക്ഷയിൽ സ്ത്രീകളെ പാർപ്പിച്ചയിടം. ഇപ്പോഴും കാണാം ഒന്നുരണ്ട് ചുറ്റുമതിൽ. പണ്ട് മതിലുകളുടെ എണ്ണം ഏറെയായിരുന്നു. ഇൻഡോ ഇസ്ലാമിക് ശൈലിയിൽ റോസ് നിറമാർന്ന കുമ്മായച്ചാന്തു പൂശിയ ഇതിന്റെ ഭിത്തികളിൽ രത്നക്കല്ലുകൾ പിടിപ്പിച്ചിരുന്നുവെത്രെ. ഇവിടെ സമയം ചെലവഴിക്കാനായിരുന്നു ഒന്നാം റാണിക്ക് ഏറെയിഷ്ടം. റോസ്റ്റവറിനു ചുറ്റിലും വാച്ച്ടവറുകൾ ഉണ്ട്. പണ്ട് ഒന്നാന്തരം പെൺപോരാളികൾ കാവൽ നിന്ന വാച്ച്ടവറുകൾ.

അതിസമ്പന്നതയ്ക്കും സമൃദ്ധിക്കും അധികാരത്തിനും ഒപ്പം അരക്ഷിതാവസ്ഥയും രാജകുടുംബാംഗങ്ങൾക്ക് പറഞ്ഞിട്ടുള്ളതാണ്. 'ഏത് നിമിഷവും' എന്ന വാൾമുന തലപ്പിലെ ജീവിതങ്ങൾ. പോർച്ചുഗീസ് സഞ്ചാരി പേഗസ് ഹംപിയുടെ മതിലുകളെ തകർക്കാൻ സാധിക്കാത്ത വിധം ലോകോത്തരമെന്നാണ് വിശേഷിപ്പിച്ചത്. മറ്റൊരു കൂട്ടും ഉപയോഗിക്കാതെ കൽപ്പാളികൾ തിരുകിയോജിപ്പിച്ച് നിർമ്മിച്ച അതിശക്തമായ മതിൽ നിരന്തരം വെടിമരുന്ന് ഉപയോഗിച്ച് തകർത്ത് ആണ് മുഗളർ ഹംപിയിലേക്ക് കടന്നത്.

ലോട്ടസ് മഹലിനോട് ചേർന്ന് എലിഫന്റ് സ്റ്റേബിൾ. രാജാവിന്റെ മത്തഗജങ്ങളെ പാർപ്പിച്ചിരുന്ന ആനക്കൊട്ടിൽ സത്യത്തിൽ ഒരു ആനക്കൊട്ടാരമാണ്. എലിഫന്റ് സ്റ്റേബിളിലെ നടുവിലെ വലിയ ഹാളിലിരുന്ന് സംഗീതകച്ചേരി നടത്തുമായിരുന്നു വിദഗ്ദർ. അതും ആനകൾക്കു വേണ്ടി.

മറ്റൊരിടത്ത് കുതിരകൾ വെള്ളം കുടിച്ചിരുന്ന മീറ്ററുകൾ നീളമുള്ള കരിങ്കൽപാത്തി. കല്ലുകൊണ്ടുണ്ടാക്കിയ പട്ടുക്കുറ്റൻ വാതിൽ. എല്ലാം നിലത്ത് അലക്ഷ്യമായി പൊടിയിലും ചവറിലും കിടക്കുന്നു. കരിങ്കൽ പാത്രങ്ങൾ നിറയെ ചിതറിക്കിടപ്പുണ്ട് ഹംപിയിൽ. മൃഗങ്ങൾക്ക് വെള്ളം നിറച്ചു വെച്ചിരുന്നവയാവും.

ഹംപിയിലെ നിർമ്മിതികളെ കേട് മാറ്റി നന്നാക്കി എടുക്കാനുള്ള ശ്രമം തടഞ്ഞത് കന്നട സാഹിത്യകാരൻ ശിവരാമ കാരന്ത് ആണ്.

ഇന്നലെകളെ നന്നാക്കിയാൽ അതിൽ ഇന്ന് കലരും. ഇന്നലെകൾ കലർപ്പി ല്ലാതെ നിൽക്കുന്നത് തന്നെ ഭംഗി. അതിൽ സംശയമില്ല.

തൊട്ടപ്പുറത്തുണ്ട് ക്യൂൻസ് ബാത്ത്. ആഢംഭര പൂർണ്ണമാണീ പുഷ്ക രണി. രാജ്ഞിമാർ നീരാടിയിരുന്നയിടം. വസ്ത്രം മാറാനും ചമഞ്ഞൊരു ങ്ങാനുമുള്ള മുറികൾ കാണാം. പുഷ്കരണിയിലേക്ക് വെള്ള മെത്തിക്കുന്ന കരിങ്കൽപാത്തികൾ, വീതിയേറിയ പടവുകൾ പുഷ്കരണിയുടെ ഗതകാല പ്രൗഢി വിളിച്ചു പറയുന്നു.

ഒക്ടഗണൽ ബാത്ത് എന്നെഴുതിയിടത്തേക്ക് ചെന്നു. വിചിത്രമായ ആ നിർമ്മിതിക്കു ചുറ്റും നടന്നു. ഫോട്ടോ എടുക്കുന്നു നാലഞ്ചു ഫോട്ടോ ഗ്രാഫർമാർ. എത്രയെടുത്തിട്ടും അവർക്ക് മതിയാവുന്നില്ല. ഹംപി യിലെവിടെയും കാണാം. മനോഹര ഫ്രെയിമുകളുടെ പെരുമഴക്കാ ലത്തിൽ നിന്നും കരകയറാനാവാതെ വലയുന്ന പ്രൊഫഷണൽ ഫോട്ടോഗ്രാഫർമാരെ. വെയിലും നിഴലും കരിങ്കൽ ഷെയ്ഡുകളും എടുപ്പാർന്ന പശ്ചാത്തലവും ഫ്രെയിമുകളെ അപൂർവ്വ മനോഹരമാക്കു ന്ന നീരാളിപ്പിടുത്തത്തിൽ നിന്ന് അവർക്ക് എങ്ങനെ രക്ഷകിട്ടാനാണ്!

കടന്നു പോകുന്ന വഴികളിലുള്ള ചൂണ്ടുപലകകൾ വിളിക്കുന്ന പലതും ഒഴിവാക്കുകയാണ്. ജലനിബിഡമായ ഈ കരിങ്കൽക്കിനാവിലെ പുഷ്കരണികൾ എണ്ണമറ്റതാണ്. കൃഷ്ണദേവരായരുടെ കൊട്ടാരത്തിന്റെ തറമാത്രം കാണാം ഒരിടത്ത്. നശീകരണത്തിൽ ഏറ്റവും ആദ്യം ആക്ര മിക്കപ്പെട്ടത് അതായിരിക്കുമല്ലോ. മണ്ണോടുമണ്ണാക്കിയതും!

കറങ്ങിക്കറങ്ങി വീണ്ടും വിരൂപാക്ഷക്ഷേത്ര പരിസരത്തെത്തി. അവിടെയാണ് ചരിത്ര പ്രസിദ്ധമായ ഹംപിബസാർ. നെടുനീളത്തിൽ കരിങ്കൽ മണ്ഡപത്തറകൾ. മേൽക്കൂരകൾ കാട്ടുപടർപ്പുകൾ മൂടിയിരി ക്കുന്നു. രത്നവും പവിഴവും അപൂർവ്വയിനം മുത്തുക്കളും സ്വർണ്ണവും പറകൊണ്ട് അളന്നും, ഭീമൻ തുലാസുകളിൽ തൂക്കിയും വിറ്റിരുന്ന ഇടം. ഭാരതത്തിലെ മികച്ചയിനം കുതിരകളെ വാങ്ങാൻ അറബികളും പോർ ച്ചുഗീസുകാരും വന്നിരുന്ന ഇടം. സകലമാന പഴങ്ങളും പച്ചക്കറികളും ധാന്യങ്ങളും ഏറ്റവും ഗുണമേന്മയിൽ ലഭിച്ചിരുന്ന ഇടം. അതിപ്പോൾ കാലിച്ചാണകം നിറഞ്ഞും പൊട്ടിപ്പൊളിഞ്ഞും കിടക്കുന്ന കാലികളുടെ വിശ്രമകേന്ദ്രമാണ്.

കോതണ്ഡരാമടെംപിൾ, യന്ത്രോദ്ധാരക ഹനുമന്ത ടെംപിൾ, ബാലി മണ്ഡപം അങ്ങനെയങ്ങനെ ചൂണ്ടുപലകകൾ കാണുന്നത് വെറുതെ വായിച്ചു പോവുകയേ ഇനി രക്ഷയുള്ളൂ. സമയം ആറുമണി കഴിഞ്ഞു. ഇരുട്ട് പതിയെ കയറിവരുന്നുണ്ട്. കമലാപുരിലേക്ക് തിരിച്ചു. അശോക ഹോട്ടലിലപ്പുറം മറ്റൊരു രുചി പരീക്ഷിക്കാൻ തോന്നാത്തവിധം

പിടിവീണ അശോകയുടെ ഉറപ്പുള്ള രുചികളിലേക്ക് വീണ്ടും ചെന്നു. പരിചയച്ചിരിയോടെ വരവേറ്റ ഹോട്ടലുടമ അശോകേട്ടൻ. മനസ്സ് തിങ്ങി വിങ്ങി നിൽക്കുന്നു. അത്രയ്ക്കധികം കാഴ്ചകളാൽ, ചരിത്രസ്മൃതികളാൽ കുത്തിനിറയ്ക്കപ്പെട്ടിരിക്കുന്നു. ആദ്യമായി തോന്നി ഇത്രയൊന്നും ഒരു മിച്ച കണ്ടുകൂടാ. താങ്ങുന്നില്ല.

രണ്ടാം ദിവസം വിട്ടലക്ഷേത്രമാണ് ലക്ഷ്യം വെച്ചത്. പോകും വഴി രാജകുടുംബാംഗങ്ങളുടെ പ്രാർത്ഥനയ്ക്കായി നിർമ്മിച്ച ഹസാരോ രാമ ക്ഷേത്രത്തിനു മുൻപിലെത്തി. ചിത്രാങ്കിതമായ കരിങ്കൽത്തൂണുകൾ. ഇവിടെ മാർബിളും ഉപയോഗിച്ചിരിക്കുന്നു. ക്ഷേത്രത്തിനു മുൻപിലായി പണ്ട് 'പട്ടണ്ട എല്ലമ്മ' ദേവിക്ഷേത്രം ഉണ്ടായിരുന്നുവത്രെ. ഡോമിംഗോപേഗസ് എഴുതിയിരിക്കുന്നത് മഹാനവമി ദിവസം ഇവിടെ ബലി നൽകുമായിരുന്നുവെന്നാണ്. വലിയൊരു കരിങ്കൽക്കിണർ ഇപ്പോഴും അവിടുണ്ട്. ബലിമൃഗങ്ങളുടെ രക്തം ഒഴുകിയെത്താനുള്ള ചാലുകളോടെ നിർമ്മിച്ച ആ കൂറ്റൻ കിണർ നിറഞ്ഞു കവിയുമെത്രെ മഹാനവമി ക്കാലത്ത്. ഈ രക്തക്കിണറിലേക്ക് പോയിനോക്കാൻ തോന്നിയില്ല. അതിനുമപ്പുറത്ത് അച്യുതരായ ക്ഷേത്രം. തിരുവനന്തപുരത്തെ പത്മനാഭസ്വാമിക്ഷേത്രം ഇതിന്റെ മാതൃകയിൽനിന്നും പ്രചോദിപ്പിക്കപ്പെട്ടതത്രെ.

ഇനി വിത്തലക്ഷേത്രമാണ് ലക്ഷ്യം. പോകുംവഴി രാജാതുലാസിന്റെ വിദൂരദൃശ്യം കണ്ടു, ജന്മദിനത്തിൽ തന്റെ തൂക്കത്തിനുള്ള രത്നവും സ്വർണ്ണവും രാജാവ് ദാനം ചെയ്തിരുന്നെത്രെ. പതിനഞ്ചാം നൂറ്റാണ്ടിൽ കൃഷ്ണദേവരായർ നിർമ്മിച്ചതാണ് വിത്തല(വിട്ടല) വിഷ്ണുക്ഷേത്രം. ഹംപി വിജയനഗര സാമ്രാജ്യ കിരീടമായിരുന്നു എങ്കിൽ അതിലെ വിലമതിക്കാനാവാത്ത രത്നമായിരുന്നു വിത്താലക്ഷേത്രം. അതുകൊണ്ടുതന്നെ നശിപ്പിക്കാവുന്നത്രയും നശിപ്പിച്ചും കാണും എന്നോർത്തു. മഹാരാഷ്ട്ര, ഗോവ, ആന്ധ്ര എന്നിവിടങ്ങളിൽ നിന്നുമുള്ള ഗ്രാമീണർ വിഷ്ണുവിനെ അവരുടെ സങ്കൽപ്പപരിധിക്കുള്ളിലുള്ളൊരു രൂപം നൽകി വിളിക്കുന്ന പേരാണ് വിത്തല. അരയിൽ കൈകുത്തി ഇഷ്ടികപ്പുറത്ത് കയറി നിൽക്കുന്ന ഒരു ബാലകരൂപമാണവർക്ക് വിഷ്ണു. ക്ഷേത്രത്തിന് ഒരു കിലോമീറ്റർ ഇപ്പുറം വണ്ടി നിർത്തി വേണം ക്ഷേത്രാങ്കണത്തിലേക്ക് പോകുവാൻ. ക്ഷേത്രത്തിലേക്കുള്ള വീതിയേറിയ ചെമ്മൺപാതയ്ക്ക് ഇരുവശത്തു മുള്ള പാറമലകൾക്ക് മുകളിൽ ചെറിയ മണ്ഡപങ്ങൾ ധാരാളം കാണാം. ചിലതിൽ ക്യാമറകളും നോട്ട് പാഡുകളുമായി സന്ദർശകരുണ്ട്. അവർ ഹംപിയെ കാണാനല്ല അറിയാനാണ് വന്നിരിക്കുന്നത്. 3600 തുറസ്സിൽ അതിവിശാലമായി പരന്നു കിടക്കുന്ന ക്ഷേത്രാങ്കണവും പരിസരവും ഒരു

ദേവലോകം പോലെ! ക്ഷേത്രമെത്തുന്നതിനും എത്രയോ മുൻപ് തന്നെ ഇരുവശങ്ങളിലും കൽത്തൂണുകളാൽ നിർമ്മിച്ച നടപ്പാത പോലൊന്ന് കാണാം. ഭക്തർക്ക് വരിനിൽക്കാനുള്ളവയാണവയെന്ന് തെറ്റിദ്ധരിച്ചു പോകും. സത്യത്തിൽ കുതിരകളെ കെട്ടിയിരുന്ന ഇടമെത്ര അവ. അശ്വപ്രേമത്തിനുപരി ഒരു സാമ്രാജ്യസുരക്ഷിതത്വത്തിന്റെ നട്ടെല്ല് അശ്വസേനയുടെ കരുത്താണ് എന്നറിഞ്ഞിരുന്ന കൃഷ്ണദേവരായർ കുതിരകളെ അതിന്റേതായ സുരക്ഷയോടെതന്നെ പരിപാലിച്ചു.

തെക്കേ ഇന്ത്യൻ വാസ്തുശൈലി പ്രകാരം നിർമ്മിക്കപ്പെട്ട ഈ ക്ഷേത്രഗോപുരത്തിന്റെ തലഭാഗം നശിപ്പിക്കപ്പെട്ടിരിക്കുന്നു. ദേവരായർ രണ്ടാമൻ നിർമ്മിച്ച് കൃഷ്ണദേവരായർ നവീകരിച്ച ഈ ക്ഷേത്രത്തി ലെ പ്രധാന ആകർഷണം ആയിരംകാൽമണ്ഡപവും മ്യൂസിക് പില്ലറുകളുമാണ്. സപ്തസ്വരങ്ങളും വിവിധ വാദ്യോപകരണസംഗീതവും പൊഴിക്കുന്ന തൂണുകളുടെ രഹസ്യമറിയാൻ ഒന്നുരണ്ടെണ്ണം പൊളിച്ചുനോക്കിയ ബ്രിട്ടീഷുകാർ വിഡ്ഢികളായതു മിച്ചം. ഇതുണ്ടാക്കിയവന് അതിന്റെ സൂത്രം ഒളിപ്പിക്കാനാണോ പാട്. ഇത്തരം കൗതുകങ്ങൾക്ക് സ്ഥിരം സംഭവിക്കുന്ന ദുർവിധിപോലെ ഇവിടെയും സന്ദർശക കോട്ടേറ്റ് മ്യൂസിക് പില്ലറുകൾ അടർന്നുപൊടിഞ്ഞു. വൈകി ഉദിച്ച ബുദ്ധി ഇപ്പോൾ കൊട്ടലിന് വിലക്കേർപ്പെടുത്തിയിരിക്കുന്നു. സംരക്ഷിത സ്മാരകമെങ്കിലും ഹംപിയിൽ മറ്റെവിടെയും സന്ദർശകർക്ക് വിലക്കുകളില്ല അൽപം കൂടെ, എന്നല്ല വളരെ കൂടുതൽ സംരക്ഷണം വേണ്ടതുണ്ട് ഹംപി സൗധങ്ങൾക്ക്. തറനിരപ്പിനു താഴെയുള്ള ശ്രീകോവിലും ഗർഭഗൃഹം ഉൾക്കൊള്ളുന്ന പ്രധാന മണ്ഡപവും ഒക്കെ തികച്ചും അപകടാവസ്ഥയിൽ ആയതിനാൽ സന്ദർശനം വിലക്കിയിരിക്കുന്നു. ഒരു ടൈംമിഷ്യൻ പോലെ നമ്മളെ ഗതകാലത്തിലേക്ക് തെറ്റിത്തെ റിപ്പിച്ചിട്ടും ഈ ക്ഷേത്രം. നിലനിൽക്കുന്ന 'ഇന്നി'നെ നമ്മൾ പാടേ മറക്കും.

ക്ഷേത്രമുറ്റത്ത് കർണ്ണാടക സർക്കാറിന്റെ ടൂറിസം മുദ്രയായ ഹംപിയിലെ കൽരഥം. ഒറീസ്സയിലേക്കുള്ള പടയോട്ടത്തിൽ കൊണാർക്കിലെ രഥത്തിൽ ആകൃഷ്ടനായ കൃഷ്ണദേവരായർ നിർമ്മിച്ചതാണീ രഥം. കൃഷ്ണദേവരായർ നിർമ്മിച്ചതെന്ന് പറയുമ്പോൾ അധികാരവും ആജ്ഞയും മേൽനോട്ടവും മാത്രമാണ് രാജാവിന്റെ പങ്കെന്നും സർഗാത്മകതയും അപൂർവ്വ ശിൽപ്പവൈദഗ്ദ്ധ്യമുള്ളവനുമായ ശിൽപ്പിയും, പണിയാളരും ചരിത്രത്തിൽ അപ്രസക്തരാണെന്നും മറക്കരുത്. ഏത് മഹാനിർമ്മിതികളും അക്കാലങ്ങളിലെ അധികാരം കയ്യേറിയവന്റെ പേരിലറിയപ്പെടുന്ന അന്യായത്തിന്റെ പേർകൂടിയാണ് ചരിത്രം. വിത്തലദേവന്റെ വാഹനമായ ഗരുഢന്റെ ആരാധനയ്ക്കായി നിർമ്മിച്ച ഈ

രഥത്തിന്റെ മുകളിലെ ഗോപുരം കുറ്റൻ ഗരുഡപ്രതിമയുടെ അപകടാവസ്ഥകാരണം നീക്കം ചെയ്തിരിക്കുന്നു. അലക്സാണ്ടർ ഗ്രീൻലോയുടെ ഫോട്ടോഗ്രാഫുകളിൽ രഥം ഇന്നലെകളുടെ ഗാംഭീര്യം കുറച്ചൊക്കെ വെളിവാക്കുന്നുണ്ട്. കുറ്റൻ കൽചക്രങ്ങളോടു കൂടിയ രഥം ദിനം പ്രതി അപകടാവസ്ഥയിലേക്കാണ് പോകുന്നത് കണ്ടാലറിയാം. ഒരു പറ്റം പ്രൈമറി സ്കൂൾകുട്ടികളും അധ്യാപകരും വന്നു. വന്നപാടെ കുട്ടികൾ രഥത്തിന്റെ ആടിയടർന്ന പടികളിൽ പൊത്തിപിടിച്ച് കയറി. ഇരിക്കാവുന്ന രഥഭാഗങ്ങളിൽ ഇരുന്നും കയറി മറിഞ്ഞും കുരുന്നുകൾ തിമർക്കുന്നു. ഈ പ്രായത്തിലുള്ള കുട്ടികളുടെ മനഃശാസ്ത്രമറിയാതെ അവരെ ഇത്തരം സ്ഥലങ്ങളിലേക്ക് കൊണ്ടുവരുന്നവരെ അധ്യാപകർ എന്നു വിളിക്കാൻ അധ്യാപികയായ എനിക്ക് കഴിയില്ല. ആ കുട്ടികൾ ക്കെന്ത് കൃഷ്ണദേവ രായർ, എന്ത് ചരിത്ര സ്മാരകം?! കപ്പലിൽ കയറിയ കുറയെപ്പോലെ വെപ്രാളപ്പെട്ട് അതിലേയുമിതിലേയും പാഞ്ഞു നടന്നും ചാടിക്കയറാവുന്നതിലൊക്കെ ചാടിക്കയറിയും പിടിച്ച നോക്കാ വുന്നതിലൊക്കെ തൂങ്ങിയാടി ബഹളംവെച്ചും കാറ്റുപോലെ വന്നവർ കാറ്റായിത്തന്നെ മടങ്ങി. അധ്യാപകർ ഒന്നും വിശദീകരിച്ചു കൊടുക്കുന്നില്ല. കുട്ടികൾ ഒരു പറ്റമായി നടക്കുന്നു. അധ്യാപകർ കൂട്ടുചേർന്നൊരു മറുപറ്റവും.

ക്ഷേത്രമുറ്റത്തു നിന്നും നോക്കിയാൽ അഞ്ജനാദ്രികാണാം. രാമായണകഥയിലെ ഹനുമാന്റെ ജന്മസ്ഥലം. എത്രനേരം വേണമെങ്കിലും സമയമെടുത്ത് കാണാൻ വകുപ്പുള്ള ക്ഷേത്രാങ്കണത്തിൽ നിന്നും പിടിച്ചുവലിച്ച് തിരിച്ചിറക്കിയത് സമയമാണ്.

അങ്ങോട്ടുമിങ്ങോട്ടും ചൂണ്ടിവിളിക്കുന്ന ചൂണ്ടു പലകകളേ, ക്ഷമിക്കുക. കാണാനിനിയും ഏറെയുണ്ടെന്ന് അറിഞ്ഞുതന്നെയാണീ മടക്കം.

കയ്യിലുള്ള സമയത്തിനുപരി കാഴ്ചകൾ മനസ്സിലേക്കു കയറുന്ന പരിധിയവസാനിച്ചിരിക്കുന്നു. പുറമെ പൊഴിഞ്ഞൊഴിയേണ്ട കാഴ്ചമഴയല്ല ഹംപി. ഉള്ളിൽ നനഞ്ഞുനനഞ്ഞു പെയ്തു തുടങ്ങിയ ഹംപി പേമാരിയായ് പ്രളയം തീർത്തിരിക്കുന്നു. ഇനിയൊരു ചെറുകാഴ്ചത്തുള്ളിപോലും താങ്ങാനാവാത്ത വിധം.

അതിനാൽ മടങ്ങുകയാണ്.

ഒരു കാലഘട്ടത്തിൽ നിന്ന് ഒരു മഹാസാമ്രാജ്യതലസ്ഥാന നഗരി ഗരിമകളിൽ നിന്ന്, ശിലാനിർമ്മിതി കളുടെ കാവ്യലോകത്തുനിന്ന്.

കാറിനുമുന്നിൽ ആട്ടുമാട്ടുകളുടെ വൻപറ്റം. ഒപ്പം ഇടയബാലൻ. അവനൊപ്പം അവനോളം വലിപ്പമുള്ള കാവൽനായ.. അതിന്റെ കഴുത്തിൽ ആണി തറച്ച പട്ട കെട്ടിയിരിക്കുന്നു. ഇത് പുലിക്കെതിരെയുള്ള

മുൻ കരുതലാണെന്ന് വേണുവിന്റെ സോളോ സ്റ്റോറീസിൽ വായിച്ചിട്ടുണ്ട്.

ഹംപിയിലെ ഗ്രാമീണരോട് സംസാരിച്ചപ്പോൾ അറിഞ്ഞത് ദൂരെക്കാണും പാറമലകളുടെ ഒളിപ്പൊത്തുകളിൽ പുലികൾ ഉണ്ടെന്നാണ്. അവർക്കതേക്കുറിച്ച് വലിയ വേവലാതിയൊന്നുമില്ല! അവർ തറപ്പിച്ചു പറയുന്നു പുലികൾ മനുഷ്യരെ ഉപദ്രവിക്കാറില്ല.

കുരങ്ങന്മാരും ആടുമാടുകളും യഥേഷ്ടം ഉള്ളപ്പോൾ മനുഷ്യരെ വെറുതെ വിടുന്നതാണ് തങ്ങളുടെ നിലനിൽപ്പിന് നല്ലതെന്ന തിരിച്ചറിവോ, അതോ തനിക്കൊപ്പമോ തന്നിലേറെയോ ശൌര്യവീര്യമാർന്നൊരു ജനതയുടെ പിന്മുറക്കാരോട് വിധേയത്വം കലർന്നൊരു ജീൻ ഉള്ളിലുള്ളതിനാലാണോ പുലികൾ ഹംപി നിവാസികൾക്ക് ഭീതിയാവാത്തതെന്നതറിയില്ല. അതങ്ങനെത്തന്നെയിരിക്കട്ടെ. എക്കാലവും!

മടക്കത്തിൽ ഒരിക്കൽപോലും തിരിഞ്ഞുനോക്കിയില്ല. ഭയമായിരുന്നു. പുലികളെയല്ല, ഹംപിയെ!

എങ്ങാനും തിരിഞ്ഞു നോക്കിയാൽ മറ്റെല്ലാം മറന്ന് വീണ്ടും ഹംപിയിലേക്ക് തിരിഞ്ഞേക്കും. ദിവസങ്ങളും മാസങ്ങളുമായി ചുറ്റിത്തിരിയുന്നവരുണ്ടവിടെ. തിരിഞ്ഞുനോക്കിയാൽ പെട്ടു പോവും. പെടുത്തിക്കളയും അതാണ് ഹംപി!

കുറ്റാലനാഥന്റെ ആയുർവേദിക് സ്പാ..

തെങ്കാശി വിശ്വനാഥസന്നിധിയിൽ നിന്നും ഇറങ്ങുമ്പോൾ സന്ധ്യവരാനിനിയും ഏറെ നേരമുണ്ടെന്ന് കണ്ട് കുറ്റാലത്തേക്ക് വിട്ടു. ഒരു മലയടിവാരത്തിലേക്കാണ് യാത്രയെന്ന് പറയുന്ന വഴിയോരക്കാഴ്ചകൾ. ആകാശം ഇരുണ്ടിരുണ്ട് വരുന്നു. ഞാനെപ്പോ വേണമെങ്കിലും വന്നേക്കുമെന്ന മട്ടിൽ മഴ ഒരുങ്ങിക്കെട്ടി നിൽക്കുന്നു. ദക്ഷിണഭാരതത്തിന്റെ സ്പാ എന്ന ഓമനപ്പേരുള്ള കുറ്റാലം ഒരു മികച്ച വിനോദസഞ്ചാരഭൂമിയാണെന്നതിനാൽ റിസോർട്ടുകളും ധാരാളം. മഞ്ഞും മഴയും കാറ്റും തണുപ്പും വെള്ളച്ചാട്ടങ്ങളും മനോഹരമാക്കുന്ന കുറ്റാലത്തെ.

കുറ്റാലനാഥർ ക്ഷേത്രത്തിലേക്കിറങ്ങുന്ന പടവുകളിൽ വാഹനം ചേർത്ത് ഒതുക്കിയിട്ടപ്പോൾ ഓടിവന്ന കുരങ്ങന്മാർ കയ്യിൽ വല്ലതും ഉണ്ടോ എന്ന് നോക്കി. ഒന്നും ഇല്ലാന്നു കണ്ടപ്പോൾ അതൃപ്തിയോടെ ഇളിച്ച് കാട്ടി മരക്കൊമ്പിലേക്ക് തിരിച്ച് ചാടി.

ശിവപാർവ്വതി വിവാഹസമയത്ത് സകലദേവകളും ഹിമാലയത്തിൽ എത്തിയതുകാരണം ഭൂമിയുടെ തുലനാവസ്ഥ നഷ്ടപ്പെടുന്നതറിഞ്ഞ ശിവൻ അഗസ്ത്യമുനിയോട് ഭൂമിയുടെ ദക്ഷിണഭാഗത്ത് നിലയുറപ്പിക്കാൻ ആവശ്യപ്പെട്ടു. അതുപ്രകാരം കുറ്റാലത്തെ ത്രികൂടമലനിരകളിൽ അഗസ്ത്യൻ നിൽപ്പ് ഉറപ്പിച്ചതിനാൽ ഭൂമി തുലനാവസ്ഥ വീണ്ടെടുത്തു. അവിടെ അഗസ്ത്യൻ സ്ഥാപിച്ച് ആരാധിച്ച ശിവലിംഗ പ്രതിഷ്ഠയാണ് കുറ്റാലത്ത് എന്നത് ഐതീഹ്യം. ഹൈന്ദവ വിശ്വാസപ്രകാരം ശിവന്റെ അഞ്ചു നൃത്തസഭകളിൽ ഒന്നായ ചിത്രസഭ കുറ്റാലമാണ്.

ചിത്രസഭയിൽ പ്രാധാന്യം ചിത്രകലകൾക്കാണ്. ക്ഷേത്രത്തിലേക്കിറങ്ങുന്ന കരിങ്കൽ പടവുകൾ നിറയെ ഫലങ്ങൾ വിൽക്കുന്ന കച്ചവടക്കാരാണ്. മാങ്ങ, ചക്ക, പേരക്ക തുടങ്ങി കശുമാങ്ങ വരെയുണ്ട്. കാട് അട്ടുത്തുള്ള തുട്ടപ്പണ്ടോ പഴങ്ങൾക്കെന്ന് കണ്ണു പരതി. പ്രത്യേകിച്ച് ഒന്നും തോന്നി യില്ല. പേരക്ക മാത്രം തുടുത്തിരിക്കുന്നു.

ഇരുട്ട് ഹൽവ എന്നെഴുതിയ ഒന്ന് രണ്ട് കടകളും ക്ഷേത്രവഴിയിൽകണ്ടു. നാട്ടിലെ മണീസ് കാപ്പി പ്പൊടി പാക്കറ്റുപോലെ ഇത്തിരിപോന്ന ചതുരാകൃതി വെള്ളക്കവറിനുള്ളിൽ.

സന്ധ്യ മയങ്ങിത്തുടങ്ങിയതിനാലും ഞാനിപ്പം പെയ്യും എന്നു പറഞ്ഞ് ആകാശം കൊഞ്ചിക്കളിക്കുന്നതിനാലും വേഗം ക്ഷേത്രത്തിനകത്തേക്ക് ഓടിക്കയറി.

ശംഖാകൃതിയിൽ നിർമ്മിച്ചക്ഷേത്രം മലനിരകളോട് ചേർന്ന് കിടക്കുന്നു. രാജരാജചോളൻ പണി കഴിപ്പിച്ച വിശാലക്ഷേത്രാങ്കണത്തിലേക്ക് കയറി. സപ്തസ്വരം പൊഴിക്കുന്ന മരത്തൂണുകൾ പല നിറം ചായങ്ങൾ അടിച്ച് ഭംഗികൂട്ടിയിരിക്കുന്നു. മരത്തിന്റെ തനതു നിറത്തിൽ തന്നെ നിന്നിരുന്നുവെങ്കിൽ ഒന്നൂടെ എടുപ്പ് കിട്ടിയേനെ! ശിൽപ്പങ്ങൾക്കിവിടെയും ഒരു പഞ്ഞവുമില്ല.

വൈഷ്ണവാരാധന നടന്നിരുന്ന കുറ്റാലത്ത് ആഗസ്ത്യൻ ശിവനെ പ്രതിഷ്ഠിച്ചപ്പോൾ തലവേദന അനുഭവപ്പെടുകയും, സ്വപ്നദർശന പ്രകാരം വനത്തിൽ നിന്ന് 64 ഔഷധമൂലികൾ ചേർത്ത ഔഷധവും ശാന്തനാദി പനയെണ്ണയും തേച്ച് തലവേദന അകറ്റുകയും ചെയ്ത ഐതിഹ്യത്തിന്റെ പിൻബലത്തിൽ ഭക്തർ ഇവിടെയും രോഗശാന്തി തേടിയെത്തുന്നു. ധാരാളം വെള്ളച്ചാട്ടങ്ങൾ ഉള്ള കുറ്റാലത്ത് കുറ്റാലനാഥൻ ക്ഷേത്രത്തിന് പിന്നിലാണ് പഞ്ചലിംഗതീർത്ഥമെന്ന വെള്ളച്ചാട്ടം. വേനൽക്കാലമായതിനാൽ ഒഴുകിവരുന്ന വെള്ളം നന്നേകുറവ്. അതുകൊണ്ടുതന്നെ പാറക്കൂട്ടത്തിൽ കൊത്തിയിട്ട ശിവലിംഗങ്ങൾ കാണാം. ഇതു കാണാനായി വേനൽക്കാലത്ത് വരുന്നവരുണ്ട്. വെള്ളച്ചാട്ടം എല്ലാ മതസ്ഥരുടേയും ആണെന്നതിനാൽ മറ്റു മതസ്ഥരും ധാരാളം കുളിക്കാനെത്തുന്നു.

തിരിച്ചുമടക്കത്തിൽ ഇരുട്ട് ഹൽവ വാങ്ങി. കുരങ്ങൻ തട്ടിപ്പറിക്കാതെ അതൊന്ന് കാറിലെത്തിക്കാൻ പെട്ടപാട്! സ്ത്രീകൾ പെട്ടെന്ന് ഭയപ്പെടും എന്ന് മനസ്സിലാക്കിവെച്ചതിനാൽ സ്ത്രീകളോടൊണ് പരാക്രമം മുഴുവൻ. നാവിലെ ഇരുട്ടുഹൽവയുടെ വേറിട്ട രുചിപോലെ ഒരു മഴനിഴൽ പ്രദേശത്തിന്റെ വേറിട്ട ഭംഗിനുകർന്ന് ചെങ്കോട്ടവഴി രാത്രിക്കാഴ്ചകളിലൂടെ തെങ്കാശിയിലേക്ക്!

ഐഹോളാ അദ്ഭുതങ്ങൾ

കാലത്തിന്റെ കൈ പിടിച്ച് നൂറ്റാണ്ടുകളുടെ വഴിത്താരയിലൂടെ നടക്കുമ്പോൾ പിന്നിടും തലമുറകളെ യെല്ലാം വിസ്മയവിഭ്രാന്തിയിൽ അകപ്പെടുത്തുന്ന ശിൽപ്പസൗധങ്ങൾ പണിതെടുക്കും മുൻപ് പുകഴ്പ്പെറ്റ ശിൽപ്പികൾ തങ്ങളുടെ സർഗ്ഗശക്തിയുടെ മാറ്ററച്ച് നോക്കിയ ചാണക്കല്ലാണ് ഐഹോല എന്ന് എഴുത പ്പെട്ട് ഇപ്പോന്റെ ഐഹോള എന്നറിയപ്പെടുന്ന ഇടം. ശിൽപസൗധങ്ങളുടെ ഈ ഗ്രാമമാണ് പൗരാണിക ഭാ തത്തിലെ എല്ലാതരം ശിൽപ്പവിദ്യകളുടേയും നിർമ്മാണങ്ങളുടേയും പരീക്ഷണശാല—

ഹംപിയിൽ നിന്ന് 138 കിമീ ദൂരമുണ്ട് ഐഹോളയിലേക്ക്. ഉഷ്ണക്കാറ്റ് ചുടുവിരൽകൊണ്ട് വൃക്ഷത്തലപ്പുകളെ തലോടുന്ന വരണ്ട വിളഭൂമികളിൽ ഏകാന്തമായി നിൽക്കുന്ന ഒറ്റ വൃക്ഷത്തണലോരം ചേർന്ന് കൂട്ടുകൂടി നിൽക്കുന്ന കാലിക്കൂട്ടങ്ങൾ. ഇടയ്ക്കിടെ കാണുന്ന വാഹനങ്ങളും കാളവണ്ടികളുമൊഴിച്ചാൽ ഏറെക്കുറെ വിജനമാണ് പാത. തമിഴനെപ്പോലെ വെയിലിനോട് ഇഴുകിച്ചേരലും വെയിലിനെ എടുത്തണിയലും കന്നഡിഗന് അത്ര പ്രിയമില്ലെന്ന് തോന്നും വിധം ശുഷ്കമാണ് ജനപഥങ്ങൾ. കണ്ണുപിടിച്ചുവെക്കുന്ന കാഴ്ചകൾ നന്നേ കുറവെന്നതിനാൽ യാത്ര പലപ്പോഴും ഞങ്ങളും ഞങ്ങളുടെ ലോകവും മാത്രമായി ചുരുങ്ങുന്നുണ്ട്. വഴിക്കാഴ്ചകൾ കണ്ടും, പരസ്പരം കാണിച്ചുകൊടുത്തും കാഴ്ചകളിലെ ആവേശം പങ്കുവെക്കപ്പെടുന്ന ചില വഴിത്താരകൾ കയ്യിലുള്ള തീൻ വസ്തുക്കളെ പാടെ മറപ്പിക്കും. അവയെത്രതന്നെ നീണ്ട വഴികളായാലും! എന്നാൽ ഇവിടെയാവട്ടെ ഇടതടവില്ലാതെ വായിലേക്ക്

നട്സും കടലയും ചിപ്സും എറിഞ്ഞ് കണ്ണ കൊത്താൻ വരുന്ന ഉറക്കത്തെ ആട്ടിപ്പായിപ്പിക്കുകയാണ്.

ഐഹോള അടുക്കാറായപ്പോഴേക്കും ഗംഭീര പാറമലകൾ കാഴ്ചയിലേക്ക് വന്നു തുടങ്ങി. ഹംപിയിലെ പാറക്കൂട്ടങ്ങൾക്ക് വിളർത്ത വെള്ള നിറമായിരുന്നു എങ്കിൽ ഇവിടെ പാറകൾക്ക് നവവധുവിന്റെ ചെംനിറ കവിൾത്തുടിപ്പുപോലെ മൃദുലമാർന്ന കൊതിപ്പിക്കുന്ന ഇളം ചുവപ്പ് നിറം. ശിൽപ്പിക്കണ്ണിൽ ലക്ഷണമൊത്ത ഈ അഴകെഴും കൽലാവണ്യങ്ങളെ, ഈ രക്തരാശിപ്പാറകളെ എങ്ങനെയാണ് സർഗ്ഗധനനായ ഒരു ശിൽപ്പി ഉളിമുനകൊണ്ടാണ് തഴുകാതെ പോവുക? തന്റെ അടയാളം പതിപ്പിക്കാതെ പോവുക?! അസാധ്യം.

ഖനിമാഫിയയുടെ ഇഷ്ടദേശങ്ങളാണ് ഐഹാളയ്ക്ക് ചുറ്റും ഇവിടെ നിന്ന് ഏറെ ദൂരമില്ല കോലാർ സ്വർണ്ണഖനിയിലേക്കും. ഇരുമ്പയിരിന്റെ സാന്നിദ്ധ്യമാകണം പാറകളുടെ ഈ രക്തവർണ്ണത്തിന് കാരണം.

എന്തുകൊണ്ടായിരിക്കണം ജലത്തണുപ്പും തണൽമരങ്ങളും ഇല്ലാത്ത ഐഹോളയെ ഇവർ ശിൽപ്പ നിർമ്മിതി പരീക്ഷണങ്ങൾക്ക് തെരഞ്ഞെടുത്തതെന്നതിനുള്ള ഒരു ഉത്തരം ഈ പാറക്കൂട്ടങ്ങളുടെ ഭണ്ഡാകാരം തന്നെയാണെങ്കിൽ മറ്റൊരുത്തരം ഈ നിർമ്മിതികളത്രയും ശത്രുക്കളുടെ അധിനിവേശ നശീകരണങ്ങളിൽ നിന്ന് രക്ഷപ്പെട്ട് വരും തലമുറ പിൻതലമുറക്ക് പങ്കുവെക്കുന്ന അറിവായി മാറണം എന്ന കരുതലാവും. കോട്ടക്കൊത്തളങ്ങൾക്കൊപ്പം അനുബന്ധ ശിൽപ്പസമുച്ചയങ്ങളും തകർത്തുതരിപ്പണമാക്കുക എന്നതായി രുന്നുവല്ലോ ഭാരതീയ ആക്രമണങ്ങളുടെ ഒരു രീതി. കയ്യടക്കി തങ്ങളുടേതാക്കി നിലനിർത്തുന്നതിന് പകരം തങ്ങളുടേതല്ലാത്ത ഒന്നും ചരിത്രത്തിൽ അടയാളപ്പെടരുത്. ചരിത്രം തങ്ങളുടേത് മാത്രമെന്ന ഇത്തരം ദുർവാശികൾ മായിച്ചിട്ടത് എത്രയെത്ര സർഗ്ഗധനതകളാണ്? എത്രയെത്ര തലമുറകളുടെ ആത്മാഹുതിയോളം ആഴമുള്ള സമർപ്പണവും അധ്വാനവുമാണ്. അത്തരത്തിൽ തകർന്നടിഞ്ഞുപോയ ഹംപി തന്ന വേദനാഭരിത ക്കാഴ്ചകളുടെ നെഞ്ചുരുക്കം തികട്ടി വന്നു.

'ഭാരതീയ വാസ്തുവിദ്യയുടെ കളിത്തൊട്ടിൽ' എന്നാണ് ഐഹോള അറിയപ്പെടുന്നത്. ശിൽപ്പവേലകൾക്ക് വേണ്ട ഒരേ ഒരു അസംസ്കൃത വസ്തുവായ, മണ്ണുപോലെ വഴങ്ങുന്ന ലക്ഷണമൊത്ത പാറമലകളുടെ നാട് ശിൽപ്പികളുടെ ഗ്രാമമായി മാറിയതിൽ എന്തത്ഭുതം? രക്തരാശി പാറകളാവട്ടെ ശിൽപ്പികൾക്കേറെ പ്രിയതരവും. അതുകൊണ്ടു തന്നെ ചാലൂക്യരാജവംശം തങ്ങളുടെ സ്വപ്നങ്ങൾ എക്കാലത്തേക്കുമായി ശിലകളിൽ അടയാളപ്പെടുത്തും മുൻപ് അവ കുറ്റമറ്റ് എഴുതി

പഠിക്കാൻ ശിൽപ്പികൾക്ക് ഐഹോള വിട്ടു നൽകി. ശരിക്കും പറഞ്ഞാൽ ഐഹോള കണ്ട ശേഷമാണ് പുരാണിക ഭാരതത്തിലെ ശിൽപ്പങ്ങളും ശിൽപ്പസമുച്ചയങ്ങളും കാണേണ്ടതെന്ന് പറയപ്പെടുന്നു. ഐഹോളയുടെ പരീക്ഷണശാലയിൽ നിന്ന് ചിതറിത്തെറിച്ച അഗ്നിസ്ഫുലിംഗങ്ങളാണതെല്ലാം. വേരുകൊണ്ട് ഐഹോളയെ തൊട്ടുനിൽക്കും ഇടങ്ങൾ!

ഐഹോളയിലേക്ക് കടന്നതും പാതകൾ ഇടുങ്ങി വന്നു. അവിടെയുമിവിടെയുമൊക്കെയായി തെറ്റിത്തെറിച്ച് കിടക്കുന്ന അതിപൗരാണിക സമുച്ചയങ്ങൾക്കിടയിൽ കുടുങ്ങിക്കിടക്കുന്ന പൊട്ടിയടർന്ന റോഡ് നിറയെ കാലിച്ചാണകം. റോഡിൽ ചിലയിടങ്ങളിൽ കാലിത്തീറ്റ ഉണങ്ങാനിട്ടിരിക്കുന്നു.

കൺമുന്നിൽ കാണുന്ന ഈ ഓരോ സമുച്ചയത്തിനും ഒറ്റയ്ക്ക് ഒറ്റയ്ക്ക് ലോക പൈതൃക പട്ടികയിൽ ഇടംപിടിക്കാൻ ഗാംഭീര്യമുണ്ടായിട്ടും ഐഹോളയ്ക്ക് അതിനുള്ള യോഗമില്ലാതായത് എന്തുകൊണ്ടെ ന്നറിഞ്ഞാൽ ചിരിക്കണോ കരയണോ എന്നറിയാതെ വരും. ലോക പൈതൃകകേന്ദ്രങ്ങളുടെ ഒരു കിലോമീറ്റർ ചുറ്റളവിൽ ആൾതാമസം പാടില്ലെന്ന നിയമം ഉണ്ടത്രെ. ഐഹോളയിൽ അതിപൗരാണിക സമുച്ചയങ്ങളുടെ ഒരു കിലോമീറ്റർ ചുറ്റളവിനുള്ളിലല്ല മറിച്ച് സമുച്ചയങ്ങൾക്ക് ഉള്ളിൽ തന്നെയാണ് തദ്ദേശിയരുടെ താമസം. ഭാരതം വിചിത്രതകളുടെ നാടെന്ന് സഞ്ചാരക്കുറിപ്പുകളിൽ അടയാളപ്പെടുന്നതിന്റെ പിന്നാമ്പുറക്കാഴ്ച്ച.

തലമുറകളായി കണ്ടു പോരുന്നതിനാൽ ഐഹോളക്കാർക്ക് ഇതൊരു വലിയ സംഭവമായി തോന്നിയിട്ടില്ല. മറിച്ച് തോന്നാൻ മാത്രം ചരിത്രബോധമോ വിദ്യാഭ്യാസമോ ഇല്ലതാനും. ഇതുരണ്ടുമുള്ള അധികാര വർഗ്ഗത്തിനാവട്ടെ അതിനുള്ള ബോധമൊട്ടില്ലതാനും. ഇത്തരം സങ്കടക്കാഴ്ചകളിലൂടെ അവയ്ക്കുള്ളിലെ കുടിപാർപ്പുകാരുടെ അലക്ഷ്യനിസ്സംഗ നോട്ടങ്ങളിലൂടെ പുരാവസ്തുവകുപ്പ് ഏറ്റെടുത്ത സംരക്ഷിത സ്മാര കങ്ങളെ തേടി യാത്ര തുടർന്നു.

ഇടിഞ്ഞും പൊളിഞ്ഞും അടർന്നുമൊക്കെയാണെങ്കിലും തനതു ഗാംഭീര്യത്തിൽ കാലത്തെ വെല്ലി നിൽക്കുന്ന അപൂർവ്വ ശിൽപ്പസമുച്ചയങ്ങൾക്കുള്ളിലെ കൊത്തുവേലകൾ നിറഞ്ഞ കൽക്കിളിവാതിലിലൂടെ, കരിങ്കൽപാകിയ മേൽപ്പാളി വിടവുകളിലൂടെ അവിടെ താമസിക്കുന്നവരുടെ അന്നന്നത്തെ അന്നം വേവുന്ന പുക ഉയരുന്നു. ചിത്രാങ്കിത കൽത്തൂണുകളിൽ ആടിനെയും പശുവിനേയും കെട്ടിയിട്ടിരിക്കുന്നു. ഇന്നും പിടികൊടുക്കാത്ത ക്ഷേത്രഗണിത അളവുകളാൽ

നിർമ്മിക്കപ്പെട്ട അവയുടെ ഉള്ളറകളിലെ കരിങ്കൽ ത്തണുപ്പിൽ ഉച്ചമയങ്ങുന്ന ഗ്രാമീണർ. മുറ്റത്ത് അടുപ്പ് കൂട്ടിയിരിക്കുന്നത് ഏതോ നൂറ്റാണ്ടിലെ കൈവേല ശിൽപ്പങ്ങൾ തിങ്ങി നിറഞ്ഞ ഒരു തൂണിന്റെ അവശിഷ്ടഭാഗങ്ങളാൽ കണ്ണേ മടങ്ങുക! അതിൽ കൂടുതൽ എന്തു പറ യാൻ?!

നൂറ്റി ഇരുപത്തിയഞ്ചോളം എണ്ണം പറഞ്ഞ ശിൽപാലംകൃത സമുച്ചയങ്ങളും എണ്ണത്തിൽപെടാത്ത മറ്റനേകം നിർമ്മിതികളുമുള്ള ഐഹോളയിൽ തദ്ദേശീയർ കയ്യേറാത്തവയും തദ്ദേശിയരെ കുടിയൊഴിപ്പിച്ചെടുത്തവയുമായ സമുച്ചയങ്ങളെ ഇരുപത്തിരണ്ട് കൂട്ട ങ്ങളാക്കിതിരിച്ച് പുരാവസ്തുവകുപ്പ് സംരക്ഷിക്കുന്നു. കൊത്തുവേലയും നിർമ്മിതിയും പഠിക്കാൻ നിർമ്മിച്ചവയായതിനാൽ മിക്കതിലും പ്രതിഷ്ഠ യോ പൂജയോ ഇല്ലാത്തത് തദ്ദേശിയർക്ക് വാസമുറപ്പിക്കാൻ സൗകര്യ വുമായി. അധികം ഉയരമില്ലാത്ത പരന്ന പ്രാകാരമാണ് കെട്ടിടങ്ങൾക്ക്.

ഐഹോള എന്ന പേരു വന്നതിനു പിന്നിൽ ഗൈഡുകളും തദ്ദേശീ യരും പറയുന്ന രസകരമായൊരു മിത്തുണ്ട്. പരശുരാമന്റെ പിതാവ് ജമദഗ്നിയുടെ പശു കാമധേനുവിനെ മോഹിച്ച കാർത്ത്യവീരാർജ്ജുനൻ ക്ഷത്രിയ രാജാവ് ജമദഗ്നിയെ വധിച്ച് കാമധേനുവിനെ സ്വന്തമാക്കി. ഇതറിഞ്ഞ പരശുരാമൻ കാർത്ത വീരാർജ്ജുനനെ വധിച്ച് കാമധേ നുവിനെ വീണ്ടെടുത്തു. ജഗദഗ്നിയാവട്ടെ കാമധേനുവിന്റെ ദിവ്യശക്തി യാൽ പുനർജ്ജനിക്കുകയും ചെയ്തു. കാർത്തവീരാർജ്ജുനന്റെ മക്കൾ വെറുതെയിരുന്നില്ല അവർ ജമദഗ്നിയെ വീണ്ടും വധിച്ചു. എന്നാൽ പരശുരാമനാരാണ് എന്ന് ശരിക്കും മനസ്സിലാക്കിത്തരാം എന്ന മട്ടിൽ പരശുരാമൻ ക്ഷത്രിയകുലം മുച്ചൂടും നശിപ്പിച്ചു. ക്ഷത്രിയ നിഗ്രഹശേഷം അതിനുപയോഗിച്ച തന്റെ മഴു പരശുരാമൻ ഐഹോളയിലൂടെയൊഴുകു ന്ന "മലപ്രഭ" നദിയിലാണ് കഴുകിയത്. ഒരു കുലത്തിന്റെ രക്തം മുഴുവൻ പാനം ചെയ്ത മഴു മുക്കിയതും നദി രക്താഭമായി കലങ്ങി മറിഞ്ഞൊഴുകി. ഇതുകണ്ട നദീതട നിവാസികൾ അയ്യോ ഹോള എന്നലറി വിളിച്ചു. ഹോള എന്നാൽ കന്നടയിൽ പുഴ എന്നർത്ഥം. അയ്യോ ഹോള എന്ന ലറിയ ഇടം പിന്നെ സ്വാഭാവികമായും ഐഹോളയിലേക്കെത്തി. ' '

കത്തുന്ന നട്ടുച്ചയിൽ പുരാവസ്തു വകുപ്പ് ഏറ്റെടുത്ത് സംരക്ഷിക്കുന്ന നാട്ടുകാർ ദുർഗ്ഗാക്ഷേത്രമെന്ന് വിളിക്കുന്ന ഒരു ശിൽപസൗധത്തിന് മുന്നിലെത്തി. ദരിദ്രരായ ഗ്രാമീണർ എടുപ്പുള്ള സകല നിർമ്മി തികളേയും കോട്ട എന്നർത്ഥം വരുന്ന ദുർഗ്ഗ് എന്ന് വിളിച്ചുപോന്നു. പുതുതലമുറയാവട്ടെ ദുർഗ്ഗിനെ തങ്ങളുടെ മുറിഹിന്ദിയിലും ഇംഗ്ലീഷിലും സന്ദർശകർക്ക് ദുർഗ്ഗാക്ഷേത്രമെന്നും പരിചയപ്പെടുത്തി. ഹംപിക്കട്ടെ

ത്ത അനഗുന്തിയിലെ കോട്ട അന്വേഷിച്ച് നടന്ന ഞങ്ങളെ ഇങ്ങനെ ദുർഗ്ഗാക്ഷേത്രത്തിന്റെ പേരും പറഞ്ഞ് ഗ്രാമീണർ വലച്ചതോർത്തു. ഞങ്ങൾക്ക് വേണ്ടത് കോട്ട, അത് ദുർഗ്ഗാക്ഷേത്രം തന്നെയെന്ന് അവരും. അനുഭവങ്ങളിലൂടെ പതിയെയാണ് കോട്ടയും ദുർഗ്ഗാക്ഷേത്രവും തമ്മിലുള്ള ബന്ധം തിരിഞ്ഞു കിട്ടിയത്.

ആകെയുള്ള ഒരു മരത്തണലിൽ വണ്ടി പാർക്കു ചെയ്യുന്നതിനിടെ കച്ചവടക്കാരി ഓടി വന്ന് മോരുനീട്ടി. മോരിൽ നിന്ന് ഉയർന്നുപൊങ്ങും പോലെയാണ് ഈച്ചകൾ അതിനുചുറ്റും വട്ടമിടുന്നത്. ഡോറൊന്നു തുറക്കാൻ സ്വൈര്യം തരാതെ കച്ചവടക്കാരും. ഏറെ പേരൊന്നുമില്ല. ഒന്നു രണ്ടുപേർ. ദാരിദ്ര്യവും ദയനീയ തയുമാണ് മുഖമുദ്രയെന്നതിനാൽ ദേഷ്യപ്പെടാൻ പോലുമാവുന്നില്ല. വല്ലപ്പോഴുമെത്തുന്ന സന്ദർശകരെ അവർ പിടിവിടാതെ പിന്തുടരുന്നത് ഒരു നല്ല കച്ചവടം എന്ന സ്വപ്നം കൊണ്ടു മാത്രമാണ്.

റോഡ് നിറയെ യൂണിഫോമിട്ട കുട്ടികൾ. സംരക്ഷിത സ്മാരകത്തിന് നേരെ എതിർവശത്തുള്ള പ്രൈമറി സ്കൂൾ കുട്ടികൾ ഉച്ചഭക്ഷണ സമയ മായതിനാൽ സ്കൂൾ കോംപൗണ്ടിന് പുറത്തിറങ്ങിയതാണ്. സന്ദർ ശകർ അപൂർവ്വമായതിനാലാവണം ഒരു പറ്റം പെൺകുട്ടികൾ ചുറ്റും കൂടി അങ്ങേയറ്റം ദയനീയമായ മുഖഭാവത്തോടെ പെന്നു വാങ്ങാൻ കാശു ചോദിച്ചു കൈനീട്ടി. സംഗതി പറ്റിക്കലാണെന്നു തിരിഞ്ഞെങ്കിലും പെന്നിനു കാശു ചോദിക്കുന്ന ഈ പെൺകുട്ടിക്കൂട്ടത്തോട് അധ്യാപി കയായ ഞാനെങ്ങനെ മുഖം തിരിക്കും. ബാഗിൽ നിന്ന് പെന്നെടുത്ത് ആദ്യം നീട്ടിയ കൊച്ചു കയ്യിലേക്ക് വെച്ചു കൊടുത്ത ശേഷമാണ് ഒന്നി ലധികം പേരുണ്ടല്ലോ എന്നോർത്തത്. ബാക്കിയുള്ളവർക്ക് കാശു കൊടുത്തപ്പോൾ പെന്നു കിട്ടിയവളുടെ മുഖത്ത് ഭൂലോക അബദ്ധം പറ്റിയ ഭാവം. അവളുടെ കയ്യിൽ നിന്നും പെന്നു തിരിച്ചുവാങ്ങി പൈസ കൊടുത്തപ്പോൾ കുഞ്ഞിക്കണ്ണിൽ നക്ഷത്രം മിന്നി. പെന്നും പൈസ, മോരും കോലൈസും, പേരയ്ക്കമൊക്കയായി മാറാൻ നിമിഷനേരം പോലും വേണ്ടെന്ന് എനിക്കറിയാം. കുട്ടികൾ കുട്ടികൾ തന്നെയാണ് എവിടെയും! അതിന് ദേശ ഭേദമൊന്നുമില്ല. കച്ചവടക്കാർക്കും കച്ചവടം കിട്ടിയ സന്തോഷം.

പ്രധാന സംരക്ഷിത സ്മാരകമായ ദുർഗ്ഗാക്ഷേത്രമടക്കം നിരവധി നിർമ്മിതികളെ ഒറ്റമതിൽക്കെട്ടിനുള്ളിലാക്കിയിട്ടുണ്ട് പുരാവസ്തു വകുപ്പ്. നളന്ദ തക്ഷശില എന്നിവ അക്കാലത്തെ സാഹിത്യ സർവ്വകലാശാ ലകളുടെ ചക്രവർത്തി പദത്തിലായിരുന്നുവെങ്കിൽ, ഐഹോള ഭാര തീയശിൽപവിദ്യകളുടേയും നിർമ്മാണങ്ങളുടേയും സൂര്യപ്രഭാമയമായ

ലോകോത്തര ശിൽപ്പശാലയായിരുന്നു. ഈ പരീക്ഷണശാലയിൽ വിജയം കൈവരിച്ചവയാണ് രാജകുലങ്ങളുടെ അഭിമാനതിലകസൗധങ്ങളായി മാറിയത്. ദുർഗ്ഗാക്ഷേത്രമെന്ന് വിളി ച്ച പോരുന്ന നിർമ്മിതി കണ്ടപ്പോൾ കണ്ണൊന്ന് വിടർന്നു. എട്ടാം ക്ലാസിലെ ചരിത്രപുസ്തകത്തിൽ ചാലൂക്യരെ പറ്റി പറയുന്നിടത്ത് കണ്ട് പരിചിതമായ, ഇന്ത്യൻ പാർലമെന്റ് നിർമ്മിതിക്ക് രൂപധാരണ നൽകിയ ശിൽപസൗധം. സത്യത്തിൽ ഇത് സൂര്യക്ഷേത്രമാണ്. ഒരു പരീക്ഷണമെന്ന നിലയിൽ ചാലൂക്യശിൽപ്പികൾ ഉണ്ടാക്കിനോക്കിയത്. ജൈനഹൈന്ദവ ശിൽപരീതികൾ ഈ നിർമ്മിതികളിൽ ഇഴപിരിഞ്ഞു കിടക്കുന്നു.

ആറാം നൂറ്റാണ്ടിനും പന്ത്രണ്ടാം നൂറ്റാണ്ടിനും ഇടയിൽ മദ്ധ്യഇന്ത്യയും തെക്കേ ഇന്ത്യയും അടങ്ങുന്ന വിശാല ഭൂവിഭാഗം ഭരിച്ചിരുന്നവരായിരുന്ന ചാലൂക്യർ, തങ്ങളുടെ ആദ്യകാല തലസ്ഥാനമായിരുന്ന ഐഹോളയിൽനിന്ന് ബദാമിയിലേക്ക് തലസ്ഥാനം മാറ്റിയപ്പോൾ ഐഹോള ശിൽപ്പികൾക്ക് സ്വന്തമായി. ഐഹോളയുടെ പരീക്ഷണശാലയിൽ വിജയം കണ്ടവ ചാലൂക്യർ ബദാമിയിലും പട്ടടയ്ക്കലും തങ്ങളുടെ അടയാളമാക്കി. ചാലൂക്യ രാജവംശത്തെക്കുറിച്ച് പറയുകയാണെങ്കിൽ അവരുടെ വിശ്വാസപ്രകാരം ബ്രഹ്മാവ് സന്ധ്യാവന്ദനത്തിന് കയ്യിലെടുത്ത ജലത്തിൽനിന്ന് (ചുലുകജലം) ഇന്ദ്രനുവേണ്ടി സൃഷ്ടിച്ച യോദ്ധാ വാണ് അവരുടെ കുലസ്ഥാപകൻ. തങ്ങളുടെയാ പൂർവ്വികനെ വളർത്തിയെടുത്തത് സപ്തമാതാക്കൾ ആണെ ന്ന് വിശ്വസിച്ച ചാലൂക്യർ സപ്തമാതാക്കളേയും ആരാധിക്കുകയും അവർക്ക് ക്ഷേത്രങ്ങൾ പണിയുകയും ചെയ്തു. ശിവസങ്കൽപ്പത്തോട് ഒരിത്തിരി അധികഇഷ്ടം അവർക്കുണ്ടെന്ന് തോന്നും ചില നിർമ്മിതികൾ കാണുമ്പോൾ.

മൂന്ന് വ്യത്യസ്ത രാജ്യങ്ങൾ ആയാണ് ചാലൂക്യൻ രാജ്യം ഭരിച്ചത്. അതിലെ 'ബദാമി ചാലൂക്യർ' എന്ന രാജവംശ പരമ്പരയുടെ ആദ്യകാല തലസ്ഥാനമായിരുന്ന ഐഹോള. പുലികേശി ഒന്നാമൻ, വിക്രമാദിത്യൻ, വിനയാദിത്യൻ, പുലികേശി രണ്ടാമൻ, കീർത്തിവർമ്മൻ എന്നീ പ്രശസ്തചാലൂക്യ ചക്രവർത്തിമാരുടെ കാലഘട്ടങ്ങളിൽ അതത് ശിൽപ്പിവംശപരമ്പരകളിലൂടെ അസാധാരണ പരീക്ഷണങ്ങൾ നടത്തി അതിപ്രശസ്തമായി. പ്രകൃതി അമിത്ര എന്ന് ചാലൂക്യൻ സദാ അധിക്ഷേപിച്ചിരുന്ന പല്ലവന്മാരുടെ ആക്രമണങ്ങളിൽ നിന്ന് ഐഹോളയെ അകറ്റി നിർത്തിയ ചാലൂക്യൻ പ്രകൃതിയുമായി ഇഴയടുപ്പത്തിൽ ജീവിച്ചവരായിരുന്നു എന്നതിന്റെ തെളിവാണ് ബദാമിഗുഹകളും പട്ടടയ്ക്കലും.

ഉത്തരേന്ത്യയാണ് ചാലൂക്യരുടെ ഉത്ഭവകേന്ദ്രമെന്ന വാദത്തെ ചരിത്രകാരന്മാർ ഏറിയ പങ്കും തള്ളാൻ കാരണം കന്നടഭാഷയോടും

നിർമ്മിതികളോടും സംസ്കാരത്തോടും അവർക്കുണ്ടായിരുന്ന അറിവും ബഹുമാനവും പരിഗണിച്ചാണ്. തങ്ങളുടെ പേരിനൊപ്പം 'നോഡുത്ത ഗെൽവോം കർണാടക ബല' എന്ന പട്ടം എഴുതിച്ചേർത്ത ചാലൂക്യൻ അതിന്റെ അർത്ഥം പോലെ 'കണ്ണിൽ കാണുന്നതെല്ലാം ജയിച്ച കർണ്ണാടകയിലെ ബലവാൻ' തന്നെയായിരുന്നു.

തദ്ദേശിയമായ മണൽകല്ലുകളും മലപ്രഭനദിയിലെ സ്ഫടികവും മരതക നിറമാർന്നതുമായ അടിക്കല്ലുകളുമാണ് അവർ സകല നിർമ്മിതികൾക്കും ഉപയോഗിച്ചത്. ശിൽപ്പലക്ഷണമൊത്ത പാറക്കല്ലുകളും പാറമലകളും നിറഞ്ഞ ഐഹോളയെ നിറഞ്ഞ മനസ്സോടെ ശിൽപ്പികളെ ഏൽപ്പിച്ച് ചാലൂക്യർ രാജ്യതലസ്ഥാനം ബദാമിയിലേക്ക് മാറ്റിയപ്പോൾ ഐഹോളയാവട്ടെ തദ്ദേശിയമായ സുവർണ്ണരാശിക്കല്ലുകളിൽ സദാ ഉളിസംഗീതം പൊഴിച്ച് ശിൽപ്പ പരീക്ഷണങ്ങൾക്കൊടുവിൽ ഇന്നിന്റെ വിഭ്രമം ജനിപ്പിക്കും ശിൽപ്പ സൗധസ്വർഗ്ഗവുമായി.

ദുർഗ്ഗാക്ഷേത്രത്തിനരുകിലേക്ക് നടന്നു. ക്ഷേത്ര നിഴലിനുപോലും നട്ടുച്ചച്ചൂടിനെ മറികടക്കും കുളിർ തണുപ്പ്. എ.ഡി. 748ൽ സൂര്യവിഗ്രഹം പ്രതിഷ്ഠിച്ച് സൂര്യനാരായണക്ഷേത്രം എന്ന് നാമകരണം ചെയ്യപ്പെട്ട ഈ ക്ഷേത്രം ഇപ്പോൾ 'ദുർഗ്ഗ്' എന്നതിൽ പിടിച്ച് ദുർഗ്ഗാക്ഷേത്രമായത് കാലത്തിന്റെ കുസൃതി. ഇവിടെ സൂര്യനല്ല ശിവനും വിഷ്ണുവുമാണ് ഉണ്ടായിരുന്നതെന്ന് ഐഹോളയിലെ പഴന്തലമുറ പറയുന്നു. അതേക്കുറിച്ച് വിശദമായി ശിലാശാസനങ്ങളിൽ എഴുതിവെച്ചിട്ടുണ്ടെന്നൊന്നും അവരോട് പറഞ്ഞിട്ട് കാര്യമില്ല. പൗരാണിക സമുച്ചയങ്ങളിൽ പാർപ്പുറപ്പിച്ചവരോടാണ് ശിലാശാസന മഹിമ പറയേണ്ടത് എന്നോർക്കണം. ബ്രിട്ടീ ഷ് ഭരണകാലത്ത് തദ്ദേശീയർ വ്യാപകമായിത്തന്നെ പൗരാണിക സമുച്ചയങ്ങൾ കയ്യേറിയ താമസമുറപ്പിച്ചത് പുരാവസ്തു വകുപ്പ് ഒഴിപ്പിച്ചതാണെന്നതിന്റെ തെളിവായി പല രക്തരാശിക്കല്ലുകളിലും അന്നും വെന്ത പുക കാളിമ പരത്തിയിരിക്കുന്നു.

എന്തായാലും ദുർഗ്ഗാക്ഷേത്രത്തിൽ ഇപ്പോൾ സൂര്യനും വിഷ്ണുവും ശിവനും പോയിട്ട് ദുർഗ്ഗപോലുമില്ല. ഉള്ളത് പരമസത്യവും നിത്യവുമായ ശൂന്യതമാത്രം! പൂർണ്ണമായും ചുവന്ന സാൻഡ്സ്റ്റോണിൽ നിർമ്മിച്ച നിർമ്മിതിയുടെ വിതിയേറിയതും ഉയരത്തിലുള്ളതുമായ പടികൾ ചവിട്ടിക്കയറി ചെല്ലുമ്പോൾ കാലടിയിൽ മാത്രമല്ല ഹൃദയത്തിലും കാലം തണുത്തുറയും. അധികം വിസ്താരമില്ലാത്ത പ്രവേശനക്കൊത്തളത്തിൽ വീതിയുള്ള കൽവരാന്തകൾ,കൊത്തുപണി നിറഞ്ഞ ചാരുപടികൾ, നന്നേ ചെറിയ കൽക്കിളി വാതിൽ ജാലകങ്ങളുടെ നക്ഷത്രാകൃതി ദ്വാരങ്ങളിലൂടെ അരിച്ചുവരുന്ന പ്രകാശത്തിനും ക്ഷേത്രാന്തർഭാഗ

ത്തെ ഇരുളിനും നല്ല പരസ്പരചേർച്ച! കനംകുറച്ച് ചീന്തിയെടുത്ത ഇടയില്ലാത്തവിധം ഒട്ടിച്ച വീതിയുള്ള കരിങ്കൽപ്പാളി മേൽക്കൂരയുടെ ഇത്തിരിപോന്ന കാണാവിടവുകളിലൂടെ സൂര്യൻ ഭൂമിയിലെ തന്റെ ഗൃഹം ഉറ്റുനോക്കുന്നു. ചുവരുകളിൽ മുഴുവൻ രാമായണം കൊത്തി പഠിച്ചിരിക്കുന്നു. ഹൈന്ദവ പുരാണത്തിലെ രംഗങ്ങളാണ് കൊത്തിവെച്ചിരിക്കുന്നത്. മറ്റു നിർമ്മിതികൾ കാണാൻ ഉള്ളതുകൊണ്ടുമാത്രം ദുർഗ്ഗാക്ഷേത്രമെന്നു വിളിക്കപ്പെടുന്ന സൂര്യനാരായണക്ഷേത്രത്തിന്റെ തണുത്ത വരാന്തയിൽ നിന്നെഴുന്നേറ്റു. അല്ലെങ്കിൽ തണുപ്പിന്റെ ഈ സ്വാസ്ഥ്യത്തിൽ നിന്ന് ജന്മാന്തരങ്ങളോളം ആരെണീക്കാൻ?! പതിയെ എഴുന്നേറ്റു. ദുർഗ്ഗാക്ഷേത്രം ഒന്ന് ചുറ്റിക്കണ്ടു. ക്ഷേത്രത്തിന് മുകളിൽ ഉണ്ടായിരുന്ന ഗോപുരം നശിച്ചിരിക്കുന്നു. ഗോപുരം ഉണ്ടായിരുന്ന കാലത്ത് ആകാശസൂര്യന്റെ പ്രകാശവീചികൾ ഉള്ളിലുള്ള സൂര്യവിഗ്രഹത്തിൽ പതിച്ച് കാഴ്ച ക്കാർക്ക് അഭൗമമായ ആനന്ദം നൽകിയിരുന്നത്രെ! നട്ടുച്ചയാണെങ്കിലും മുകളിൽ കത്തിനിൽക്കുന്ന സൂര്യനോട് പ്രത്യേകിച്ച് പരിഭവമൊന്നുമില്ല. അത് ഭൂമിയിലുള്ള തന്റെ ഗൃഹം ഗൃഹാതുരതയോടെ നോക്കി നിൽക്കുകയല്ലേ! ദുർഗ്ഗാക്ഷേത്രത്തിന് തൊട്ടടുത്ത് തന്നെ മൂന്നാലുകൽസൗധങ്ങൾ ഉണ്ട്. പതിഞ്ഞ പ്രകാരത്തിലുള്ള അതിന്റെ ചുവരുകളിലും കൊത്തുശിൽപ്പങ്ങളുടെ ചാകരയാണ്. ദക്ഷിണേന്ത്യൻ വാസ്തുശിൽപ്പവിദ്യകളുടെ ആത്മാംശങ്ങൾ നിറഞ്ഞ ഇവയെല്ലാം വലിയ വലിയ നിർമ്മിതികളിലേക്ക് വെളിച്ചം കാണിച്ച കൈവിളക്കുകൾ ആയിരുന്നു. അതിവിശാലമല്ല ഈ നിർമ്മിതികൾ എങ്കിലും മനസ്സുകൊണ്ടവയെ വിശാലമാക്കിയാൽ അതിഗംഭീരമെന്നറിയാതെ തലകുലുക്കും. മിനിയേച്ചർ രൂപങ്ങൾ ആയതിനാൽ ഒരു പരിധിവരെ മഴയേയും വെയിലിനേയും നശീകരണങ്ങളേയും അത് ചെറുത്തുനിന്നിരുന്നു. പണിതുനോക്കി ആത്മവിശ്വാസം വർദ്ധിപ്പിക്കുക എന്ന ലക്ഷ്യമേ ഈ നിർമ്മിതികൾക്ക് പിന്നിലുള്ളൂ. ബേലൂർ, ഹാലേബീഡു ക്ഷേത്രങ്ങളിൽ ഇത്തരം വരാന്തകളും ചാരുപടികളും കൊത്തിവെച്ചത് അതീവഭംഗിയിലാണ്. ചിലതിന് മുകളിലേക്ക് കയറി നോക്കാൻ ഗോവണിയുണ്ട്. ഇവിടുത്തെപോലെ പരന്ന് ഒതുക്കമുള്ള മണ്ണുപോലെ കൈവഴക്കം കിട്ടുന്ന സാൻഡ്സ്റ്റോൺ കൊണ്ടാണ് ബേലൂർ ഹളേബീഡുക്ഷേത്രങ്ങൾ നിർമ്മിച്ചത്.

ഇനിയുള്ളത് 'ലാദ്ഖാൻ ക്ഷേത്രം'. ക്ഷേത്രമെന്ന് തോന്നിപ്പിക്കും വിധമുള്ള നിർമ്മിതികൾ ആയതുകൊണ്ട് നമ്മൾ ഇവയെ ക്ഷേത്രമെന്ന പേരിൽ വിളിക്കുന്നു എന്നേ ഉള്ളൂ. മുസ്ലീം പേരിൽ ഇന്ത്യയിൽ 'ക്ഷേത്രം' എന്നറിയപ്പെടുന്ന ഏക ഇടമായിരിക്കണം ലാദ്ഖാൻ ക്ഷേത്രം. മതസൗഹാർദ്ദത്തിന് ഈ പേരിനപ്പുറം ഇനിയെന്തു തെളിവ് വേണം!

ഈ പേരുവരാനുള്ള കാരണമാണ് രസകരം. ശിൽപ്പികൾ പണിയുറപ്പ് നോക്കാനുള്ള മാതൃകയെന്നോണം നിർമ്മിച്ച ഈ ശിൽപസമുച്ചയത്തിന്റെ ഉള്ളിൽ താമസിച്ചിരുന്നത് ലാദ്ഖാനെന്ന തദ്ദേശീയനായിരുന്നു. പുരാവസ്തുവകുപ്പിന് ലാദ്ഖാൻ കുടിയൊഴിഞ്ഞിടം സ്വന്തമാക്കി സംരക്ഷിതമാ ക്കാൻ കഴിഞ്ഞെങ്കിലും 'ലാദ്ഖാൻ' എന്ന പേരിനെ കുടിയൊഴിപ്പിക്കാനായില്ല. ലാദ്ഖാൻ എന്ന പേരു കേട്ടപ്പോൾ 'നമ്മുടെ ആള്' എന്ന തോന്നൽ വന്നതിനാലാവണം വിജയനഗരപതനത്തിനുശേഷം ലാദ്ഖാൻ ക്ഷേത്രംമാത്രം കയ്യടക്കിവെക്കാൻ ആദിൽഷാഹിക്ക് തോന്നിയത്.

എൻജിനീയറിംഗ് വിദ്യാർത്ഥികളും വാസ്തുവിദഗ്ദരും ഇന്നും ഐഹോള സന്ദർശിക്കുന്നു. അവരുടെ ബുദ്ധിയേയും സർഗ്ഗാത്മകതയേയും ഐഹോള വെല്ലുവിളി നിറഞ്ഞ പുഞ്ചിരിയോടെ തന്റെ ചാണക്കല്ലിൽ ഇട്ടു മൂർച്ച കൂട്ടാൻ പ്രകോപിപ്പിക്കുന്നു. പ്രേരിപ്പിക്കുന്നു എഡി. 544നു ശേഷമുള്ള നിർമ്മിതി ശേഷിപ്പുകളേ ഇപ്പോൾ ഐഹോളയിൽ ഉള്ളൂ.

ദൂരെ കാണുന്ന മേഗുന്തി മലയുടെ ഉയരത്തിൽ നിർമ്മിക്കപ്പെട്ട ക്ഷേത്രം ചാലൂക്യരാജൻ പുലികേശി രണ്ടാമന്റെ രാജകവി രവികീർത്തിയാണ് പണികഴിപ്പിച്ചതെന്ന് ശിലയെഴുത്തുകൾ പറയുന്നു. ജൈനമതാനുയായി ആയതിനാൽ അദ്ദേഹം പണികഴിപ്പിച്ച ക്ഷേത്രം സ്വഭാവികമായും ജൈനക്ഷേത്രം തന്നെ. ചാലൂക്യകാലഘട്ടത്തെ കുറിച്ച് ക്ഷേത്രപരിസരശിലകളിൽ വിശദമായി എഴുതിയിടാൻ രവികീർത്തിയെ പ്രേരിപ്പിച്ചത് ഉള്ളിലുള്ള സാഹിത്യം തന്നെയായിരിക്കും. ചാലൂക്യഭരണരീതി, സംസ്കാരം, സാഹിത്യം യുദ്ധവിജയങ്ങൾ എന്നു തുടങ്ങി ചാലൂക്യരാജവംശത്തെക്കുറിച്ച് അറിയേണ്ടതെല്ലാം രേഖപ്പെടുത്തിയ ഈ ശിലാശാസനങ്ങൾ ചരിത്രപുസ്തകങ്ങളിൽ രവികീർത്തിശിലാശാസനങ്ങൾ എന്നും ഐഹോള ശിലാശാസനങ്ങൾ എന്നും അറിയപ്പെട്ടു. സംസ്കൃതത്തിലും പാലിയിലും ഉള്ള ഈ ശിലയെഴുത്തുകളിൽ ഗദ്യവും പദ്യവും ചാലൂക്യ പ്രകീർത്തനങ്ങളും കാണാം. ജൈനക്ഷേത്ര പ്രതിഷ്ഠ സ്വാഭാവികമായും മഹാവീരൻ എന്ന ജൈനഗുരുതന്നെ. മലമുകളിലെ ഈ ജൈനക്ഷേത്ര പരിസരത്ത് സ്ഥാപിച്ച വലിയ തൂണിൽ നിറയെ ഇത്തരം എഴുത്തുകൾ കാണാം. മേഗുന്തി മലയുടെ മുകളിൽനിന്ന് നോക്കിയാൽ താഴ്വാരമെങ്ങും കല്ലുകൾ സൗന്ദര്യകുംഭമേറ്റി നിൽക്കും സമുച്ചയങ്ങളായി ചിതറിത്തെറിച്ച് അങ്ങിങ്ങായി പരന്ന് കിടക്കുന്നത് കാണാം.

ഒക്കെ വിശദമായി കാണണമെങ്കിൽ വിശദമായി സമയം കയ്യിൽ വേണം. ഓട്ടപ്പാച്ചിലുകളും തിരക്കു കളും ഇല്ലാതെ. ചരിത്രാന്വേഷികളും

ചരിത്രകുതുകികളും വാസ്തുവിദഗ്ദരും ശിൽപ്പികളും മാസങ്ങൾ എടുത്ത് ഹംപി കാണും പോലെത്തന്നെയാണ് ഐഹോളയേയും സമീപിക്കുന്നത്. അവർക്ക് ഐഹോള കാഴ്ച്ചയ്ക്കപ്പുറം അറിവും പഠനവുമാണ്. ബഡിഗരുഡി. ഹുച്ചിമല്ലിഗുഡി എന്നൊക്കെയുള്ള പ്രാദേശിക പേരുകളിൽ നിരപ്പായ ഇടങ്ങളിലും നദീതടങ്ങളിലും മലയടിവാരത്തും എന്നുവേണ്ട തുരങ്കങ്ങളിൽ പോലും ചിതറിക്കിടക്കുകയാണ് കാഴ്ചയിൽ കല്ലമ്പലങ്ങൾ എന്നു തോന്നിക്കുന്ന ശിൽപ്പാലംകൃത ചെറുതും വലുതുമായ നിർമ്മിതികൾ. മുത്തും പവിഴവും രത്നങ്ങളും വ്യാപാരം ചെയ്യാൻ ഭാരതത്തിനകത്തു നിന്നും പുറത്തുനിന്നും എത്തിയിരുന്ന വണിക്കുകൾ സുരക്ഷ മുൻനിർത്തി ഇത്തരം കെട്ടിടങ്ങളിൽ താമസമുറപ്പിക്കുകയും പിൻക്കാലത്ത് ഐഹോളയുടെ ഭാഗമായിത്തീർന്ന് ഐഹോള വാണിജ്യസംഘങ്ങൾ എന്ന പേരിൽ പ്രശസ്തമാവുകയും ചെയ്തു.

ഭാരതം നേരിടുന്ന വലിയൊരു പ്രശ്നം ഇത്തരം അമൂല്യങ്ങളായ ചരിത്രാവിശേഷിപ്പുകളുടെ ബാഹുല്യമാണ്. ചരിത്രാന്വേഷികൾ കണ്ടെത്തുമ്പോഴേക്കും മാഞ്ഞുപോയവയും നശിച്ചുപോയവയും നിരവധിയാണ്. ഐഹോളയേയും കണ്ടെത്തി തദ്ദേശീയരുടെ പിടിയിൽ നിന്നും മോചിപ്പിച്ച് സംരക്ഷിതമാക്കിയപ്പോഴേക്കും പരിക്കുകൾ ഏറെ പറ്റിക്കഴിഞ്ഞിരുന്നു. പല സ്മാരകങ്ങൾക്കും ചുറ്റിലും ഉള്ളിലും ഉള്ള തദ്ദേശിയ ഗ്രാമീണ ആവാസവ്യവസ്ഥയെ കുടിയൊഴിപ്പിക്കാനും അവർക്ക് പകരം മെച്ചപ്പെട്ട ജീവിത വ്യവസ്ഥകൾ ഒരുക്കാനുമുള്ള ഭരണകൂടപരാജയം ഐഹോളയുടെ അപൂർവ്വതയെ ലോകപൈതൃകപട്ടികയിൽ നിന്ന് അകറ്റി നിർത്തിയിരിക്കുന്നു. കേട്ടറിഞ്ഞും വായിച്ചറിഞ്ഞും എത്തുന്നവരേ ഐഹോളയിൽ എത്താറുള്ളൂ. അതുകൊണ്ടുതന്നെ താമസസൗകര്യങ്ങളും ഇല്ല. ആരാധനാലയങ്ങളോ വിനോദസഞ്ചാരമോ ഇല്ലാത്തതിനാൽ കാഴ്ച്ചക്കാർ മാത്രമായ വിനോദസഞ്ചാരികളായ യാത്രക്കാർ ഐഹോള ഒഴിവാക്കും. അത് ഒരു കണക്കിന് ഐഹോളയ്ക്ക് ഗുണം ചെയ്യുമ്പോൾ, മറുഭാഗത്ത് ഇത് കൂടുതൽ കൂടുതൽ സംരക്ഷിക്കപ്പെടേണ്ടതുണ്ട് എന്ന കൂട്ടായസ്വരം ഉയരാത്തത് ഐഹോളയിലെ സംരക്ഷിതമല്ലാത്ത സ്മാരകങ്ങളെ മാഞ്ഞുപോകാൻ അനുവദിക്കപ്പെടുന്നതിന് തുല്യമാകും.

പലതും സമയമെടുത്ത് കാണേണ്ടവയാണെങ്കിലും സമയമാണ് ഇല്ലാത്തത് എന്നതിനാൽ ഓടിനടന്നു കാണേണ്ടിവരുന്നു. ഗതകാല സ്മൃതികളുടെ വിരൽത്തുമ്പിൽ നിന്നിനിയും പിടിവിടാത്ത ഐഹോളയുടെ ഇടുങ്ങിയ വഴികളിലൂടെ കറങ്ങിത്തിരിയുമ്പോൾ ഒരു കാഴ്ചയിൽ കണ്ണുടക്കി. തദ്ദേശിയർ വാസമുറപ്പിച്ച ഒരു അതിപൗരാണിക

ശിൽപ്പസൗധത്തിന്റെ നീളൻ കൽവരാന്തയിൽ രണ്ട് വിദേശികൾ വീട്ടുകാരോട് സംസാരിച്ചിരിക്കുന്നു. അവരുടെ കയ്യിൽ ക്യാമറയും ഷൂട്ടിംഗ് അനുബന്ധവസ്തുക്കളും ഉണ്ട്. ഇന്ത്യയെന്നാൽ അവർക്ക് അവിശ്വസനീയ വിസ്മയങ്ങളുടേയും അത്ഭുതങ്ങളുടേയും നാടാവുന്നത് ഇങ്ങനെയൊക്കെ കൂടെയാണല്ലോ. അത്യാവശ്യം ഇടിഞ്ഞു പൊളിഞ്ഞിട്ടുണ്ടെങ്കിലും ഗാംഭീര്യമൊട്ടും ചോരാത്ത ആ ഗംഭീര സമുച്ചയത്തിന്റെ വശങ്ങളിൽ വിദ്യാർത്ഥികൾ എന്ന തോന്നിച്ച ചിലർ കയ്യിലുള്ള നോട്ട് പാഡിൽ എന്തോ എഴുതിയെടുക്കുകയും അവിശ്വസീയത നിറഞ്ഞ മുഖഭാവത്തോടെ ആ കെട്ടിടത്തിന്റെ വിവിധ അളവുകൾ എടുക്കുകയും കുറിച്ചിടുകയും ചെയ്യുന്നു. അവർ അത്ഭുതപ്പെടുകയും വിസ്മയിക്കുകയും ചെയ്യുന്നത് ഇതിന്റെയൊക്കെ പെരുന്തച്ചന്മാരുടെ സർഗ്ഗശേഷിയുടെ കരകാണാ ആഴമോർത്താവണം.

പ്രധാനപ്പെട്ടതെന്ന് പുരാവസ്തുവകുപ്പ് തരംതിരിച്ചിട്ട നിർമ്മിതികളിൽ മുഴുവനെണ്ണവും കാണാൻ മാത്രം സമയം കയ്യിലില്ലെന്ന തിരിച്ചറിവിൽ കയ്യിലുള്ള സമയമനുസരിച്ച് കാണാൻ പറ്റുന്നത് മാത്രം കണ്ട് ഐഹോളയെന്ന ശിൽപസൗധ ഗ്രാമത്തിന്റെ പുറം പാതയിലെത്തി. വിജനമായ റോഡിനിരുവശവും പരന്ന് കിടക്കുന്ന വിശാലഭൂവിഭാഗത്തിന് അതിരിട്ടു നിൽക്കുന്ന വൻപാറമലകൾ.

ഒരു കാലത്ത് ലക്ഷണമൊത്ത പാറക്കല്ലുകൾ തേടി ശിൽപ്പികൾ നിരന്തരം കയറിയിറങ്ങിയിരുന്ന രാജകീയ നഷ്ടപ്രതാപത്തിന്റെ ഓർമ്മപ്പുതപ്പ് ചുറ്റി അവ താഴ്വാരത്തെ ഉറ്റുനോക്കിനിൽക്കുന്നത് കാണുമ്പോൾ ചുണ്ടിലൊരു പാട്ട് താനെ വന്നിരിക്കുന്നു. “വരുവാനില്ലാരുമിന്നൊരുനാളുമീ വിജനമാം വഴിക്കെന്ന റിയാമെന്നാലുതെന്നും പ്രിയമുള്ളരാളാരോ...”

ഇനി വെറും പതിനഞ്ച് കിലോമീറ്റർ അപ്പുറമുള്ള പട്ടടക്കലേക്ക്. അവിടെയുണ്ട് ഐഹോളയിലെ നിർമ്മിതി പരീക്ഷണങ്ങളുടെ വിജയസൗധങ്ങൾ. ഐഹോളയുടെ ആദ്യ കുഞ്ഞുവേര് തൊട്ടുനിൽക്കുന്ന അവിടമാണ് ചാലൂക്യപട്ടാഭിഷേക സ്മൃതിസൗധങ്ങൾ. ഇരുൾ പിടിയിലകപ്പെട്ടും മുൻപ് പട്ടടക്കല്ലും കണ്ട് ബദാമിയിലെത്തണം. പട്ടടക്കൽ താമസസൗകര്യം കുറവാണെന്നാണ് അറിയാൻ കഴിഞ്ഞത്.

വിജനവും ഏറെക്കുറെ ജനശൂന്യവും ആയ വഴിത്താരകളിലൂടെ മലപ്രഭ നദിയോരത്തെ ചാലൂക്യരാജവംശപട്ടാഭിഷേകസ്മൃതികളിലേക്ക്...

കോടമേഞ്ഞ കോത്തഗിരി

യാത്രാക്കമ്പക്കാരനായ സുഹൃത്തിൽ നിന്നാണ് കോത്തഗിരി എന്ന സ്ഥലനാമം ആദ്യമായി കേൾക്കുന്നത്. ഹിൽസ്റ്റേഷനാണെന്നറിഞ്ഞപ്പോൾ ഒന്നു മടിച്ചു. ഹിൽസ്റ്റേഷനുകൾക്കെല്ലാം ഒരു പൊതുഛായയും സമാന ഭൂപ്രകൃതിയുമാണെന്ന തോന്നലിൽ ഉപരി, ചുരങ്ങളിലെ ഇറക്കങ്ങളും കർവുകളും ഡ്രൈവ് ചെയ്യുമ്പോഴുള്ള ചില വിഭ്രാന്തികൾ ഞങ്ങളുടെ യാത്രകളിൽ നിന്ന് ഹിൽസ്റ്റേഷനുകളെ മാറ്റി നിർത്തിയിരുന്നു.

ഇത്തവണ അവധിക്ക് ദൈർഘ്യം കുറവായതിനാലും കോത്തഗിരി ഏറെ ദൂരെയല്ലാത്തതിനാലും കോത്തഗിരിക്ക് നറുക്ക് വീണു.

പതിവുപോലെ പുലർച്ചെ ഇറങ്ങി, നിലമ്പൂർ നാടുകാണി ഗൂഡല്ലൂർ വഴി മണി പത്തായപ്പോഴേക്ക് ഊട്ടി തൊട്ടു. പച്ചപ്പിന്റെ മലകൾക്കിടയിലൂടെ താഴേക്ക് ഒഴുകി പരക്കുന്ന മഞ്ഞാടയ്ക്കിടയിലൂടെ ഒരു സ്വപ്നത്തിലെന്നോണം എത്രയോ തവണ ഈ പാതയിലൂടെ സഞ്ചരിച്ചിട്ടുണ്ടെങ്കിലും ഒട്ടും മടുപ്പില്ല!

ഊട്ടിയിൽ നിന്നും 28 കി.മീ അപ്പുറമാണ് കോത്തഗിരി. ഊട്ടിയ്ക്ക് മൊത്തത്തിലുള്ള ദൃശ്യഭംഗി തന്നെയാണ് ഊട്ടി - കോത്തഗിരി പാതയ്ക്കും. തട്ടുതട്ടായി ഒരുക്കിയ ചില കൃഷിയിടങ്ങൾ വാസ്തവമോ വലിയൊരു പെയിന്റിംഗോ എന്നതിശയിക്കും! അനുകൂല കാലാവസ്ഥയിൽ കടും വർണങ്ങളുമായി പുഷ്പിച്ചുനിൽക്കുന്ന സസ്യലതാദികൾക്കിടയിലൂടെ പ്രപഞ്ചശിൽപ്പി വരച്ചിട്ട മനോഹരിതയ്ക്കുള്ളിലൂടെയെന്നോണം സഞ്ചരിക്കാം!

കോത്തഗിരിയിലേക്കുള്ള പാത പത്തു കിലോമീറ്റർ പിന്നിട്ടതോടെ വശങ്ങളിൽ ഇടതടവില്ലാതെ വൻ കരിങ്കൽപ്പാറകൾ പ്രത്യക്ഷപ്പെട്ടു തുടങ്ങി. ചുറ്റും കോട്ടപോലെ മലനിരകൾ ഉള്ളതിനാലാണോ കോത്തഗിരിയെന്ന പേരുവന്നതെന്ന് സംശയിച്ചുപോകും. പക്ഷേ അതല്ല വാസ്തവം. 'കോത്ത' എന്ന വിഭാഗത്തിൽപ്പെട്ട ആദിവാസികൾ വസിക്കുന്നതിനാലാണ് കോത്തഗിരിയെന്ന സ്ഥലനാമം വീണത്. ബൈസൺ (കാട്ടുപോത്ത്) ഉണ്ട് സൂക്ഷിക്കുക എന്ന ബോർഡ് വഴിനീളെ ഉണ്ട്. മണി പതിനൊന്നായപ്പോഴേക്കും മഞ്ചേരിയിൽ നിന്നും 150 കി.മീ താണ്ടി കോത്തഗിരിയെത്തി. ആർദ്രമായ തണുപ്പുകാറ്റേറ്റ് കാട്ടുപച്ചപ്പിന്റെ പെരുന്നാളിനിടയിലൂടെ കടന്നുപോന്നതിനാൽ ഒട്ടും യാത്രാക്ഷീണമില്ല. ഊട്ടിയെപ്പോലെ സഞ്ചാരികളുടെ പ്രിയ ഇടമായി ട്ടില്ലാ ത്തതിനാൽ ഊട്ടിയെപ്പോലെ വമ്പൻ റിസോർട്ടുകൾ കോത്ത ഗിരിയിൽ ഇല്ല. എന്നാൽ അത്യാവശ്യം തരക്കേടില്ലാത്ത താമസസൗ കര്യങ്ങൾ ഉണ്ട് താനും. ഒരു വഴിയോര ഭക്ഷണശാലയിൽ വാഹനം നിർത്തി ചായ കുടിച്ചു. ഒപ്പം ഒരു പഫ്സും. രണ്ടും നന്നായതിനാൽ വീണ്ടും ഒരു ചായയും പഫ്സും! ഇനിയാണ് തമാശ. താമസസ്ഥലം അന്വേഷിച്ച് മൂന്നുനാലു കിലോമീറ്റർ കറങ്ങി ഈ ടീസ്റ്റാളിന്റെ തൊട്ടുപിന്നിലെ റിസോർ ട്ടിലാണ് വന്നടിഞ്ഞത്. യാതൊരു സ്ഥലധാരണയുമില്ലാതെ പട്ടരുമൂക്കുപിടിക്കും പോലെ എന്ന പ്രയോഗം നടപ്പിലാക്കി മൂന്നാലു കിലോമീറ്റർ വളഞ്ഞ് സഞ്ചരിച്ച് വീണ്ടും ഇവിടെത്തന്നെ വന്നതിനൊട്ടും മുഷിപ്പു തോന്നിയില്ലെന്നതിനു കാരണം കോത്തഗിരിയുടെ ഭംഗിതന്നെ!

ജാലകവാതിലുകൾ തുറന്നപ്പോൾ നട്ടുച്ചയിലും വന്ന് തൊടുന്ന തണുപ്പുചീളുകൾ. കണ്ണെത്താ ദൂരത്തോളം മലനിരകൾ. അവയുടെ മടക്കുകളിലെ ജനവാസകേന്ദ്രങ്ങൾ തനിക്കുള്ളിൽ ഒളിപ്പിച്ചും തുറന്നും കണ്ണുപൊത്തിക്കളിക്കുന്ന മഞ്ഞ്!

സമുദ്രനിരപ്പിൽനിന്നും 1785 അടി ഉയരത്തിലാണ് കോത്തഗിരി. ഏതു കഠിനതണുപ്പിലും വേനലിലും കാലാവസ്ഥവ്യതിയാനത്തിന് വഴങ്ങാതെ തന്റേതായ സുഖകരമായ സ്ഥിരം തണുപ്പിനെ നിലനിർ ത്തുന്ന തിനാൽ സ്വിറ്റ്സർലണ്ടിലെ കാലാവസ്ഥയുമായി തുലനം ചെയ്ത് കോത്തഗിരിയെ ഇന്ത്യയിലെ സ്വിറ്റ്സർലണ്ട് എന്ന് വിളിക്കുന്നു.

ഗ്രാമീണരും കാർഷികസംസ്കാരവും നിറഞ്ഞ അനാർഭാടപട്ടണ മാണ് കോത്തഗിരി. ആധുനികതയുടെ കടന്നുകയറ്റമില്ലാത്ത വിശു ദ്ധിയിൽ ശാന്തമായി കിടക്കുന്ന നിരത്തുകളിലൂടെ നട്ടുച്ചയ്ക്ക് വെറുതെ നടന്നു. ഒട്ടും ചൂടും വെയിലുമില്ലാതെ ഇടയ്ക്കിടെ പാറിവരുന്ന തണുത്തകാ റ്റേറ്റ് ഒരു നട്ടുച്ച നടത്തം. ഒരു സായന്തന നടത്തംപോലെ സുഖകരം.

പിന്നണിയിൽ ശ്രേയാഘോഷാൽ ഉൾകാമ്പിലേക്കിറങ്ങുന്ന സ്വരമാധുര്യവുമായി ഒരു പ്രണയാർദ്രഗാനം പാടിയിരുന്നെങ്കിൽ!

അക്കരപ്പച്ചപോലെ ഉള്ളിലൊരു മോഹം നരകുത്തുന്നു. "ഇവിടെയൊക്കെ ജനിച്ച് ഇവിടെ ജീവിച്ച് ഇവിടെത്തന്നെ മരിക്കാനും വേണം ഭാഗ്യം"!

വളരെ ചെറിയ പട്ടണമാണ് കോത്തഗിരി. നാൽക്കവലയിലെ ഓരോ തിരിവിലും അങ്ങാടി വളരെ പെട്ടന്ന് അവസാനിക്കുന്നു. അവിടെയുമിവിടെയുമായി പാറികളിക്കുന്നു മൂടൽ മഞ്ഞ്ശകലങ്ങൾ. തകരം കൊണ്ട് കുത്തിച്ചാരിവെച്ച ബസ് സ്റ്റോപ്പിനരികെ ഇപ്പറഞ്ഞ ബൈസൺ നിൽക്കുന്നു. പിന്നിലുള്ള വനപ്രദേശത്തുനിന്നും കയറിവന്നതാവും. നാട്ടുകാർക്ക് ബൈസണേയും ബൈസണു നാട്ടുകാരേയും പ്രത്യേകിച്ച് മൈൻഡൊന്നുമില്ല. കറുത്തിരുണ്ട് ഭീമാകാരനായ വനപുത്രൻ തന്നിഷ്ടത്തിന് അങ്ങാടിയിലലയുന്നു.

കോടനാട് വ്യൂപോയിന്റ് എന്ന ദിശാസൂചകം കണ്ടു. സമയം ഉച്ചതിരിഞ്ഞതിനാൽ കോടകാരണം ഡ്രൈവ് ചെയ്യാൻ പ്രയാസം നേരിടും എന്ന് കരുതി പോയില്ല. കോടയുടെ നാടായതിനാലാണത്രെ കോടനാട് എന്നു പേരു വീണത്. മൺ മറഞ്ഞ തലൈവി ജയലളിതയ്ക്ക് കോടനാടുള്ള അവരുടെ വിവാദഫാം ഹൗസ് ഏറെ പ്രിയപ്പെട്ടതായിരുന്നു. കോടനാട് വ്യൂപോയിന്റിൽ നിന്നും നോക്കിയാൽ മധുരവനത്തിൽ വിഹരി ക്കുന്ന കാട്ടാനക്കൂട്ടത്തെ കാണാമത്രെ!

ഊട്ടിയുടെ അത്ര പ്രശസ്തമല്ലെങ്കിലും സൗന്ദര്യത്തിൽ ഊട്ടിയേക്കാൾ ഒരുപിടി മുകളിൽത്തന്നെയാണ് കോത്തഗിരിയെന്ന് ഓരോ ഉൾവഴിയിലൂടെയും സഞ്ചരിക്കുമ്പോൾ അറിയുന്നു.

വൃത്തിയിലും ഭംഗിയിലും വെട്ടി ഒതുക്കിയ തേയിലത്തോട്ടങ്ങളുടെ ഇടയിൽ തല ഉയർത്തി നിൽക്കുന്ന പേരമരങ്ങൾക്കും മറ്റു വന്മരങ്ങൾക്കും അരികു ചേർന്നുള്ള ഫാം ഹൗസുകൾ പടർന്നു പിടിച്ച പൂക്കളാ ലും വള്ളിച്ചെടികളാലും ഒരു കാൽപ്പനിക സൗന്ദര്യലഹരി തരുന്നു. വിദേശരാജ്യങ്ങളിലെ ചില പ്രകൃതി മനോഹര ചിത്രങ്ങൾ കുട്ടിക്കാലത്ത് കലണ്ടറിൽ കണ്ടത് നേരിട്ടു കാണും പോലെ!

പ്രകൃതിയിലേക്ക് ഊളിയിടുമ്പോൾ അവിടെ നമ്മളും പ്രകൃതിയും മാത്രമാവണം. അങ്ങനെ കരുതുന്നവർക്ക് തെന്നിന്ത്യയിൽ കോത്തഗിരി മികച്ച ഓപ്ഷൻ തന്നെ! കണ്ണ് തുറന്നാലുമടച്ചാലും, എവിടേക്ക് തിരിഞ്ഞു നോക്കിയാലും അവിടെല്ലാം പച്ചയുടെ കുളിർമ്മയ്ക്കുള്ളിൽ വശ്യമനോഹരമായി പൂത്തു നിൽക്കുകയാണ് കോത്തഗിരി!

പെട്ടെന്ന് തുറസ്സായ പാത ഒന്നിരുണ്ടു. ഇരുവശത്തുനിന്നും പാതയിലേക്ക് പടർന്നു കയറിയ കാട്ടു പച്ചകളും തരുലതാദികളുടെ വള്ളിപടർപ്പുകളും പാതിയെ മൂടി സൃഷ്ടിച്ച ഇരുൾ നിഗൂഢത പെട്ടന്നൊരു നിമിഷം ജനിക്കും മൃതിക്കുമിടയിലെവിടെയോ നിർത്തിക്കളഞ്ഞു! ഒന്നു രണ്ടു മിനുട്ട് ദൈർഘ്യമുള്ള യാത്രയ്ക്ക് ശേഷം പാത വീണ്ടും പ്രകാശത്തിലേക്ക്!

പാതയോരത്തെ ശിവക്ഷേത്രത്തിൽ ഗ്രാമീണർ കൂടി നിൽക്കുന്നു. ഉത്സവാന്തരീക്ഷം. ചുവന്ന കുങ്കുമത്തിൽ മുങ്ങി ബലി കാത്തുനിൽക്കുന്ന ആടിന്റെ കണ്ണുകളിലെ ദയനീയ വിഹ്വലത നെഞ്ചിൽ തറഞ്ഞു. സ്വന്തം പ്രാണൻ പ്രിയതരമായതിനാൽ അതു നൽകാതെ ഒരു മിണ്ടാപ്രാണിയുടെ പ്രാണബലി കൊണ്ട് ദൈവാനുഗ്രഹം തേടുന്ന മനുഷ്യരെക്കുറിച്ചെന്തു പറയാൻ? എന്നവസാനിക്കുമോ ആവോ ഈ വിഡ്ഢിത്തം!!

കണ്ണിൽകണ്ട വഴികളിലൂടെയൊക്കെ കറങ്ങി. സ്വർഗ്ഗത്തിലെ സങ്കൽപ്പ വഴിത്താരയുടെ നേർക്കാഴ്ച്ചാനുഭവം! ആർഭാട ഗൃഹങ്ങൾ അധികമില്ല സാധാരണ കർഷകഗൃഹങ്ങളാണെങ്ങും. മലമടക്കിലെ ഒരു ജനവാസമേഖലകണ്ടു ഞെട്ടിപ്പോയി. തീപ്പെട്ടിക്കൂട്ടുപോലെ അടുക്കിവെച്ച വീടുകൾക്ക് മുന്നിലെ ഇട്ടാവട്ടസ്ഥലത്ത് ഓടിക്കളിക്കുകയാണ് കുരുന്നുകൾ. കാലൊന്നു വഴുതിയാൽ, മനസ്സു വിട്ട് വിശാലമായൊന്ന് ഓടിയാൽ വീഴുന്നത് എത്രയോ അടി താഴ്ചയിലേക്കാണ്. അതിരുകൾ കുട്ടികളുടെ സുരക്ഷ കരുതി കെട്ടി പൊക്കിയിട്ടൊന്നുമില്ല.

അവർ വീഴില്ലെന്ന് എനിക്കുറപ്പുണ്ട്. പ്രകൃതിയാണവരുടെ അധ്യാപകൻ!

കണ്ണുകളെ പ്രകൃതിയിലലയാൻ വിട്ട് ശാന്തമായി ഒരിടത്തിരുന്നു. മഞ്ഞു ചാറുന്ന സന്ധ്യാന്നേരം. ശ്വാസകോശങ്ങളിൽ ശുദ്ധവായുവിന്റെ തുവൽസ്പർശം. ഹൃദയമൊരു വെൺതുണ്ടായി മഞ്ഞുലേസുകൾക്കൊപ്പം പറന്നുപോയിരിക്കുന്നു.

തണുപ്പിൽ താടിയെല്ലുകൾ കിടുകിടുത്തപ്പോഴാണ് താമസ സ്ഥലത്തേക്ക് മടങ്ങിയത്. വൈദ്യുത വിളക്കുകൾ മഞ്ഞിൽ ഭൂമിയിലേക്ക് പൊട്ടിയടർന്നു വീണ നക്ഷത്രങ്ങൾ പോലെ!

റസ്റ്റോറന്റ് അറ്റാച്ച്ഡ് റിസോർട്ട് ആയതിനാൽ ഗോബി മഞ്ചൂരിയനും ചപ്പാത്തിക്കും ഓഡർ നൽകി. വഴിനീളെ ഫ്രഷ് പച്ചക്കറികൾ കണ്ടു വന്നിട്ടും ക്വാളിഫ്ലവറിന് വാടിയ ചുവ. കറി കരിഞ്ഞ് കയ്ക്കുന്നു. ഇത്രമോശം ഭക്ഷണം ഇതുവരെ യാത്രകളിൽ ലഭിച്ചിട്ടില്ല. കുശിനിക്കാരനോട് പരാതി പറയേണ്ടിവന്നു. ആ കറി ഒന്ന് രുചിച്ചുനോക്കിയ അയാൾ ന്യായീകരണങ്ങൾ ഇല്ലാതെ തല താഴ്ത്തി നിന്നു.

കാട്ടുപച്ചകളും, ആനത്താരകൾ ബൈസൺ എന്ന മുന്നറിയിപ്പ് ബോർഡുകളും വാനരക്കൂട്ടങ്ങളും നിറഞ്ഞ വഴികളിലൂടെത്തന്നെയാണ് ഉറക്കവും കണ്ണിലേക്ക് കയറി വന്നത്. ഉണർന്നത് വൈകിയാണെങ്കിലും മഞ്ഞാട മാറ്റാത്ത പ്രകൃതി ആ തോന്നൽ ഉളവാക്കുന്നില്ല!

ഇനി കോത്തഗിരിയോട് യാത്രാമൊഴി. വന്നത് ഊട്ടി വഴിയായതിനാൽ മടക്കം മേട്ടുപാളയം കോയമ്പത്തൂർ വഴിയാവാം കരുതി. അരവേണവിൽ നിന്നും മേട്ടുപാളയം റോഡിലേക്ക് തിരിഞ്ഞു.

കോത്തഗിരി മുതൽ മേട്ടുപാളയം വരെയുള്ള 34 കി.മീ ചുരത്തിൽ തീഷ്ണ സൗന്ദര്യത്തോടെ ആനന്ദ നടനമാടുകതന്നെയാണ് പ്രകൃതി. ഇനിയൊരു ഹിൽസ്റ്റേഷനും ഇതിലും വലിയ വിസ്മയവും ആനന്ദവും തരാനാവാത്ത വിധത്തിൽ!

പാതയുടെ ഒരുവശം ഭീമാകാരകരിങ്കൽപ്പാറകളാണെങ്കിൽ മറുപുറം ദീർഘദൂരത്തിൽ ദൃശ്യപഥങ്ങൾ. സ്കൂബാ ഡൈവിംഗിനിടെ താഴേക്ക് നോക്കുമ്പോൾ ഭൂമി എപ്രകാരമായിരിക്കും കാണപ്പെടുന്നതെന്ന് ഇപ്പോൾ ഊഹിക്കാം. അത്രയ്ക്ക് ആകാശ വീക്ഷണം തരുന്ന കാഴ്ച്ച! ജീവിതത്തിൽ ഒരിക്കലെങ്കിലും നിശ്ചയ മായും സഞ്ചരിക്കേണ്ട ഒരു പാതയിലാണ് ഞാനിപ്പോൾ! ചുരമിറങ്ങി വരുമ്പോൾ പലപ്പോഴും വാഹനത്തിലല്ല യന്ത്രഊഞ്ഞാലിലാണ് ഇരിക്കുന്നതെന്ന് തോന്നിപ്പോകും. ചിലപ്പോൾ താഴ്ന്ന പ്രദേശങ്ങളുടെ ഭീതിദമായ താഴ്ച്ചയിലേക്ക് ഊളിയിട്ടിറങ്ങും പോലെ. ചിലപ്പോൾ നമുക്കൊപ്പം ഉയർന്നുവരുന്ന ഭൂവിതാനം. തെന്നിന്ത്യയ്ക്ക് അപരിചതമായ ലാന്റ്സ്കേപ്പാണിവിടം. മുന്നിലൂടെ പരന്നൊഴുകി മറയുന്ന മേഘമാലകളിലകപ്പെട്ടും മനസ്സ് ആനന്ദം കൊണ്ട് വിഭ്രമിച്ചുപോകും.

പ്രകൃതിയുടെ വന്യഗാംഭീര്യമാർന്ന ഇത്തരം കാഴ്ച്ചയിൽ ഇങ്ങനെ ഞാനകപ്പെടുന്നത് ആദ്യമായാണ്. തന്റെ സൗന്ദര്യക്കലവറയിൽ നമ്മളെ അടച്ചിട്ടിട്ട് കാഴ്ച്ചയെ ത്രസിപ്പിക്കുകയാണ് മേട്ടുപാളയം കോത്തഗിരി ചുരം റോഡിൽ പ്രകൃതി.

ചുരമിറങ്ങി സമതല ഭൂവിലെത്തിയിട്ടും ആകെ ഒരു സ്ഥലജലവിഭ്രാന്തി. അത്രയ്ക്കധികം നമ്മളെ മറ്റൊരാളാകുംവിധമാണ് പ്രകൃതിയുടെ വന്യനടനം.

ഭക്ഷണ സമയം കഴിഞ്ഞിട്ടും വിശപ്പില്ല. മനസ്സുനിറഞ്ഞാൽ വയർ നിറയുമെന്ന സത്യം അനുഭവമാകുന്നു.

ഹൈവേയിലെ മരണപ്പാച്ചിൽ ഓട്ടം ഒഴിവാക്കാൻ കോയമ്പത്തുരിൽനിന്നും ആനക്കട്ടി റോഡിലേക്ക് തിരിഞ്ഞു. കോട്ടത്തറ അഗളി

അട്ടപ്പാടി മണ്ണാർക്കാട് ചുരം വഴി മടക്കം. വനസൗന്ദര്യത്തിൽ ഒട്ടും മോശമല്ലാത്ത മണ്ണാർക്കാട് ചുരത്തിന്റെ ദൃശ്യഭംഗി കോത്തഗിരി തുളുമ്പുന്ന കണ്ണിന്റെയും മനസ്സിന്റെയും ഉള്ളാഴങ്ങളിൽ പതിയുന്നില്ല.

ഒരു യാത്രയുടെ ഓർമ്മപോലും ഉള്ളു തണുപ്പിക്കണമെങ്കിൽ നിസംശയം കോത്തഗിരിയിലേക്ക് പോവാം.

നാമഗിരിക്കാഴ്ചകൾ

സിംഹരൂപനാദ ശ്രീഹരി നാമഗിരീശ്വരനേ എന്ന പുരന്ധരദാസ് കീർത്തനം കേൾക്കുമ്പോഴൊന്നും കാലം നാമഗിരീശ്വര സന്നിധിയിൽ സന്ദർശനാനുമതി തന്നിട്ടുണ്ടെന്നതറിഞ്ഞിരുന്നില്ല.

നാമക്കല്ലിനോട് പ്രത്യേകിച്ച് പ്രതിപത്തി ഉണ്ടായിട്ടൊന്നുമല്ല നാമക്കല്ലിലേക്ക് പോയാലോ എന്നാലോചിച്ചത്. അതങ്ങനെയാണ് ചിലയിടങ്ങൾ ആത്മാവിനെ അതീന്ദ്രിയമായി വിളിക്കും. അത് കേട്ടേ പറ്റൂ.

മലയാളിയുടെ ഇറച്ചിക്കൊതിയെ ശമിപ്പിക്കുന്ന നാമക്കല്ലിൽ പൗൾട്രിഫാമല്ലാതെ മറ്റെന്തുണ്ട് കാണാൻ എന്നു മനസ്സിൽ ചോദ്യമുയർന്ന നിമിഷം 'പോയിനോക്കാം' എന്ന ഉത്തരം ഞങ്ങളിൽ നിന്ന് ഒരുമിച്ചാണ് പുറത്തുചാടിയതെന്ന സുഖമുണ്ടായിരുന്നു യാത്രയ്ക്ക്. അതിരാവിലെ ഇറങ്ങി. ഓട്ടക്കാരൻ ആഗ്രഹിക്കുന്ന ബെസ്റ്റ് സ്റ്റാർട്ടാണ് യാത്രകളിൽ പുലർകാലം. മൊത്തം യാത്രാദൂരത്തിന്റെ പാതി, പ്രഭാത ഉണർവ്വും ഗതാഗതം കുറഞ്ഞ വീഥികളും ഒറ്റയിടിക്ക് കടത്തും.

പാലക്കാട്ടു നിന്നും പൊള്ളാച്ചി വഴി ധാരാപുരത്തേക്ക് കയറി. ഹൈവേ ഒഴിവാക്കി സമാന്തരപാത കളിലൂടെ നാമക്കല്ലിലേക്ക്. യാത്രകൾ പരിചയമാക്കിയ ദ്രവീഢിയൻ കാഴ്ചകൾ. ആവർത്തന വിരസത തോന്നുന്നില്ലെന്നു മാത്രമല്ല ഇഷ്ടം കൂടിക്കൂടി വരുന്നു താനും! അതിവൈകാരിക പ്രകടനങ്ങൾക്കടിമപ്പെട്ടു വൃത്തിഹീന അന്തരീക്ഷ ത്തിൽ ജീവിക്കുന്ന അണ്ണാച്ചികൾ എന്ന വിളിപ്പേരിൽ അറിയപ്പെടുന്ന ഒരു ജനതയുടെ ദേശം എന്ന ഒരു മുൻധാരണ എങ്ങനെയോ എന്റെയുള്ളിൽ കടന്നുകൂടിയത് മറിച്ചനുഭവത്തിന്റെ നേരുകൊണ്ട് തമിഴകം

മായ്ച്ച ജാള്യതയെ മറികടക്കാൻ കൂടികൂടിവരുന്ന ഇഷ്ടംകൊണ്ട് മനസ്സിലെ കുറ്റബോധം ശ്രമിക്കുന്നു. ദാരിദ്ര്യത്തിന്റെ പരകോടിയിൽ കിടക്കുന്ന ജനസാന്ദ്രമായ തെരുവുകൾ പോലും അതിരാവിലെ പരിസരശുചീകരണം നടത്തി ഐശ്വര്യസൂചകമായ കോലമിട്ട് അന്നേ ദിവസത്തെ വരവേൽക്കുന്നയിടം!

—കൃഷിയെന്നാൽ എന്തെന്ന് വരണ്ടഭൂമിയിൽ സൂര്യതീക്ഷ്ണതക്കിടയിൽ പച്ചച്ച നിൽക്കുന്ന കൃഷിയിടങ്ങളും, പൊരിവെയിലത്തവയെ പരിപാലിക്കുന്ന കർഷകരും കാട്ടിത്തരുന്നു. വിളകളുടെ വൈവിധ്യം കാണുമ്പോൾ തമിഴൻ പരീക്ഷിച്ച നോക്കാത്ത വിള ഏതെന്ന് അമ്പരക്കും. മലയാളിക്കിനിയും കൈവരാത്ത ധൈര്യം!

ഞങ്ങൾക്കു പിന്നിൽ തൂക്കിയിട്ട ലോഹസിലിണ്ടറിൽ നിന്നും വിളകൾക്ക് മീതേ നിർബാധം കീടനാശിനി സ്പ്രേ ചെയ്യുന്ന കർഷകരേയും കണ്ടു. റബ്ബർ ഷൂസോ, കയ്യുറയോ മുഖം മറയ്ക്കുന്ന സ്കാർഫോ ഇല്ലാതെ അവർ കീടനാശിനി ഉപയോഗിക്കുന്നത് കാണുമ്പോൾ വല്ലാത്തൊരു സങ്കടം. കൃഷിലാഭത്തിന് വേണ്ടി ഉപയോഗിക്കുന്ന വിഷം മറ്റുള്ളവരെക്കാൾ ഇത്തരം അവസ്ഥയിൽ തങ്ങൾക്കാണ് ഹാനികരമെന്ന തിരിച്ചറിവില്ലായ്മ! ചിലയിടത്ത് ചെന്തെങ്ങുകളാണ്. കൃഷി, തെങ്ങിന്റെ കടയ്ക്കൽ ചെറിയൊരു ദ്വാരം അടപ്പുകൊണ്ട് അടച്ചുവെച്ചിരിക്കുന്നു. ധ്രുതവളർച്ചയ്ക്കുള്ള മരുന്നും കീടനാശിനിയുമൊക്കെ നേരെ കാമ്പിലേക്ക് എത്താനുള്ള വിദ്യ. അതുകൊണ്ടു തന്നെ ഇളനീരിനോട് കടുത്ത കൊതിയുണ്ടായിട്ടും വഴിയോരത്തെ കച്ചവട ഇളനീർ കൊതിപ്പിച്ചില്ല.

മോശമെന്ന് പറയാവുന്ന റോഡുകൾ ഒന്നും തന്നെ വന്നുപെട്ടില്ല. സമാന്തര പാതയാത്രകളിൽ റോഡുകൾ ചതിക്കാതെ രക്ഷപ്പെടുന്നത് വലിയ ഭാഗ്യമാണ്.

ഉച്ചയോടെ നാമക്കല്ലിലെത്തി. പട്ടണത്തിൽ എവിടെനിന്നു നോക്കിയാലും നാമഗിരിക്ക് മുകളിലെ കോട്ട കാണാം. ഒന്നരകിലോമീറ്റർ വിസ്തൃതിയിൽ പരന്നുകിടക്കുന്ന ഒറ്റക്കല്ലായ നാമഗിരിക്ക് മുകളിൽ കാലത്തിന്റെ ക്ഷതം ഏറ്റുവാങ്ങി നാമക്കൽകോട്ട.

ഒന്നു വിശ്രമിച്ച് പുറത്തിറങ്ങിയപ്പോൾ കണ്ണിന് വിസ്മയമായി ഹോട്ടലിനോടനുബന്ധിച്ച റസ്റ്റാറന്റിലെ 'ഓഫർ' പരസ്യം എഴുപത് രൂപയ്ക്ക് അസൈവമായ (no, veg) അഞ്ചുകറികൾ കൂട്ടിയുള്ള ഊണ്. ഒന്നും രണ്ടുമല്ല അഞ്ച് കറികൾ! അതും യഥേഷ്ടം! തികച്ചും പ്രലോഭനീയം!

ഇലയിൽ ആവി പറക്കുന്ന പച്ചരിച്ചോറ് വന്നു. പിന്നാലെ ചെറിയ സ്റ്റീൽ ബക്കറ്റിൽ കറികൾ നിരന്നു. ഞണ്ടുകറി, മീൻകറി, മട്ടൺകുളമ്പ്,

നാട്ടുകോഴിക്കറി, സാദാ ഇറച്ചിക്കറി, കറികൾ ഇഷ്ടാനുസരണം ആവശ്യം പോലെ വിളമ്പിയെടുക്കാം. അതൊരു നല്ല കാര്യം തന്നെ. ഇഷ്ടമുള്ളത് ആവശ്യാനുസരണം ഉപയോഗിച്ചാൽ മതി. കാശു കൊടുത്തതല്ലേ എന്നു കരുതി അനിഷ്ടരുചികൾ കഴിച്ചുതീർക്കുകയോ, ഭക്ഷണം വേസ്റ്റാക്കിയെന്ന മനസാക്ഷിക്കുത്തോ വേണ്ട. കഴിച്ചു തുടങ്ങിയപ്പോൾ 'അയ്യടാ' എന്നായിപ്പോയി കറികൾക്കെല്ലാം ഒരേ സ്വാദ്. ഒരേ മാസലയിൽ പാകപ്പെടുത്തിയ പോലെ.

ഒന്നിന്റെ രുചിയും മറ്റേതിന്റെ രുചിയിൽ നിന്ന് വേറിട്ട് നാവിലില്ല! രുചിമുകുളങ്ങളെ തൃപ്തിപ്പെടുത്തുന്നതിലുപരി ഇവിടെ ഭക്ഷണം വ്യാപാരമാണ്.

തമിഴ്നാട്ടിലെ നാമക്കൽ ജില്ലയുടെ ആസ്ഥാനമായ നാമക്കല്ലിന് വേസ്റ്റ് മാനേജ്മെന്റ് അഴുക്കുചാൽ പദ്ധതി. ശുചീകരണ പ്രവർത്തനങ്ങൾ, നഗരവീഥികളുടെ ക്രമീകരണവും പ്രകാശവിന്യാസവും എന്നിവയൊക്കെ കണക്കിലെടുത്ത് ഏഷ്യയിലെ ആദ്യം ISO 1400-2004 സർട്ടിഫിക്കറ്റ് ലഭിച്ചിട്ടുണ്ട്.

നഗരവീഥികളിലെങ്ങും വേസ്റ്റുകൾ ഇല്ല. തട്ടുകടകൾ മുതൽ വൻകിടസ്ഥാപനങ്ങൾ വരെ അവരവർക്ക് മുന്നിൽ അവർ തന്നെ സ്ഥാപിച്ച വേസ്റ്റ് ബിന്നാണ് ഉപയോഗിക്കുന്നത്. അന്നന്നത്തെ വേസ്റ്റുകൾ മുൻസിപ്പാലിറ്റി അന്നന്നു നീക്കം ചെയ്യുന്നതുകൊണ്ട് നഗരത്തിലൊരിടത്തും വേസ്റ്റ് കെട്ടി കിടക്കുന്നില്ല. ദുർഗന്ധമോ ആരോചകകാഴ്ചയോ ഇല്ല. അഴുക്കുചാലുകൾ സ്ലാബിട്ട് മൂടി ഉറപ്പിച്ചിരിക്കുന്നു. ഒരു വൻനഗരത്തിൽ കാണുന്ന എല്ലാ ബ്രാൻഡഡ് ഷോപ്പുകളും ഉള്ള നാമക്കല്ലിൽ ഇറച്ചിക്കടകൾക്കും കോഴിവ്യാപാരത്തിനുമാണ് മുൻതൂക്കമെന്നിരിക്കെ, തെരുവുനായ ശല്യം നന്നേ കുറവ്, അതാണ് വേസ്റ്റ് മാനേജ്മെന്റിന്റെ മികവ്! ഇത്രദൂരം നടന്നിട്ടും ആകെ കണ്ടത് രണ്ട് തെരുവ് നായ്ക്കളെ. സാമ്രാജ്യപരിധി ഉറപ്പിക്കുന്ന അവരുടെ പരസ്പര വെല്ലുവിളിയിൽ കൗതുകം പൂണ്ടു നിന്നവനെ ആ കൗതുകത്തിന്റെ ആഴമറിയുന്നതിനാൽ തുടർനടത്തത്തിന് പിടിച്ചുവലിക്കേണ്ടിവന്നു.

വെയിലൊന്ന് ചൂടാറിയിട്ട് കയറാം കോട്ട എന്നു കരുതി കോട്ടയുടെ നൂറുമീറ്റർ അപ്പുറമുള്ള ആഞ്ജനേയ സ്വാമിക്ഷേത്രത്തിലേക്ക് കയറി ആഞ്ജനേയനു ചാർത്താനുള്ള വെറ്റില മാലയുമായി മാല വാങ്ങാനുള്ള യാചനയോടെ വിടാതെ പിന്തുടരുന്ന പൂക്കാരികൾ. വെറ്റിലമാലയുടെ നടുവിൽ ലോക്കറ്റുപോലെ കൂമ്പിയ താമരമൊട്ട് കാണാൻ നല്ല ചന്തം!'

ക്ഷേത്രമെന്ന സങ്കൽപ്പത്തെ ആഞ്ജനേയസന്നിധി തെറ്റിക്കുന്നു. ഇവിടെ ആകാശമാണ് ക്ഷേത്രത്തിനു മേൽക്കൂര. പതിനെട്ടടിയിൽ നിവർന്ന് നിന്ന് ശ്രീകോവിലിലും ഗർഭഗൃഹത്തിലും ഒതുങ്ങാത്ത തന്റെ ശാരീരിക അസാധാരണത്വം പ്രകടിപ്പിക്കുന്ന ആഞ്ജനേയ ശിൽപ്പം. ശിൽപ്പത്തിനു ചുറ്റും തൂണുകൾ നാട്ടി നടപ്പന്തൽ ഇട്ടിട്ടുണ്ട്. വലിയ തിര ശ്ശീലകൊണ്ട് മൂടിയിരിക്കുന്നു ആഞ്ജനേയനെ. അതിനുള്ളിൽ 'വെണ്ണ ക്കാപ്പണിയുകയാണ് ആഞ്ജനേയൻ, പതിനെട്ടടിയോളം ഉയരമുള്ള ശിൽപ്പത്തെ വെണ്ണകൊണ്ട് പൊതിഞ്ഞ് പിന്നീടാ വെണ്ണ പ്രസാദമായി നൽകുന്നു. പലരും ആ വെണ്ണയും ചോറും കൂട്ടിക്കുഴച്ച് തിന്നുന്നത് കണ്ടു.

ആഞ്ജനേയൻ കാപ്പണിഞ്ഞു തീരാൻ ഏഴുമണിയാവുമത്രെ. എന്നാൽ കോട്ടകണ്ടു വരാം കരുതിയിറങ്ങി. കോട്ടയുടെ അടിവാ രത്തിൽ നരസിംഹമൂർത്തി ക്ഷേത്രം. സ്വയം ഭൂവാദത്തിന് ശക്തി പകരുംവിധം മാതൃശിലയിൽ നിന്ന് പുറത്തേക്ക് വന്നപോലൊരു ശിൽപ്പം. ഹിരണ്യകശ്യപുവധശേഷവുമടങ്ങാത്ത ക്രോധത്താൽ മുരളുന്ന സിംഹഭാവം പ്രതിഫലിപ്പിക്കുന്ന ശിൽപ്പം ഒറ്റനോട്ടത്തിൽ ഉഗ്രമൂർത്തി തന്നെ!

മഹാവിഷ്ണുവിന്റെ നിരസിംഹാവതാരം ആലേഖനം ചെയ്ത സാള ഗ്രാമവുമായി പോവുകയായിരുന്ന ഹനുമാനോട് നാമക്കല്ലിൽ തപം ചെയ്യുകയായിരുന്ന ലക്ഷ്മീദേവി ഭഗവാന്റെ ആ ഭാവം കാണു വാനുള്ള ആഗ്രഹം അറിയിച്ചപ്പോൾ 'താഴെവെക്കരുത്' എന്ന നിർദ്ദേശം നൽകി സാളഗ്രാമം കൈമാറിയ ഹനുമാൻ ദേഹശുദ്ധിയ്ക്ക് കമലാലയം തീർ ത്ഥക്കുളത്തിലേക്ക് പോയ തക്കം നോക്കി ലക്ഷ്മിദേവി താഴെ വെച്ച സാളഗ്രാമം ഒറ്റയടിക്ക് വളർന്നാണ് അതിഭീമാകാരമായ നാമക്കൽ ഗിരി ഉണ്ടായതെന്നത് ഐതീഹ്യം. നരസിംഹമൂർത്തി നാമഗിരീശ്വര നും ലക്ഷ്മിദേവി നാമഗിരി ലക്ഷ്മിയായും വാസമുറപ്പിച്ചപ്പോൾ ആഞ്ജ നേയൻ അവർക്ക് കാവലാളായത്രെ!

പൂജാദ്രവ്യവിൽപ്പനക്കാരികളോട് കോട്ടയിലേക്ക് വഴി ചോദി ച്ചപ്പോൾ സന്ധ്യാസമയത്ത് കോട്ടയിൽ പോവേണ്ടെന്ന് വിലക്കി. സാമൂഹ്യവിരുദ്ധശല്യം! വെറുതെ ഒന്നു ചുറ്റിക്കറങ്ങി ആഞ്ജനേയ സന്നിധിയിലേക്ക് തിരിച്ചു നടന്നു. തിരശ്ശീല മാറ്റി കണ്ട ആഞ്ജനേയൻ അതിസുന്ദരൻ. ഭീമാകാരനായ പ്രതിഷ്ഠയെ ഉടുപ്പിച്ചിരിക്കുന്ന വസ്ത്രത്തിനു പുറത്തു കാണുന്ന ശരീരഭാഗങ്ങൾ അത്രയും വെണ്ണകൊണ്ട് മൂടിയിരി ക്കുന്നു. നിരന്തരം എണ്ണയും വെണ്ണയും പുരളുന്നതിന്റെ മിനുമിനുപ്പിൽ തിളങ്ങുകയാണ് കൃഷ്ണശിലയിലുള്ള ആഞ്ജനേയൻ!

ഗർഭഗൃഹത്തിന്റെ ഇരുൾനിഗൂഢതയിലേക്ക് നോക്കി തിക്കിതിരക്ക ണ്ട ഇവിടെ എവിടെനിന്നാലും കാണാം. പൂജാരികളുടെ കലാബോധ ത്തിൽ കത്തുന്ന ആഞ്ജനേയന്റെ പൗരുഷ സൗന്ദര്യം!

കോട്ട രാവിലെ കാണാം കരുതി മടങ്ങി. കോട്ടയിലേക്ക് പോവുമ്പോൾ വഴി വക്കിലൊരിടത്ത് സമൂഹദൃഷ്ടിയിൽ 'ഭ്രാന്തൻപട്ടം' നേടിയ ഒരുവൻ ചുവരും ചാരി ശൂന്യതയിലേക്ക് മിഴിനട്ടിരിക്കുന്നത് കണ്ടത് മൂന്നുനാലു മണിക്കൂർ കഴിഞ്ഞ് ഞങ്ങൾ മടങ്ങിവരുമ്പോഴും അതേ അവസ്ഥയിലാണ്! ഒരേ ഇരിപ്പാണ് കക്ഷി.

ഭൂമിയുമായുള്ള സകല വൈകാരികഭാവങ്ങളും ബന്ധങ്ങളും കാഴ്ച്ച കളും സ്വിച്ചോഫ് ചെയ്ത് ഏകാഗ്രതയോടെ ശൂന്യതയിൽ ലയിച്ചിരിക്കുന്ന ആ ഉന്മാദി ഞങ്ങളിൽ വല്ലാത്തൊരു 'അസൂയ' ഉണ്ടാക്കിയിട്ടുണ്ടെന്ന് പിന്നീട് ഒന്നു രണ്ടു തവണ ഞങ്ങളുടെ ചിന്തകൾ അയാളിലേക്ക് തിരിഞ്ഞപ്പോൾ മനസ്സിലായി. യാതൊരു ആകുലതകൾക്കും അടിമ പ്പെടാതെ ഭൂമിയിൽ ശരീരമുള്ള ആത്മരൂപിയായി ജീവിക്കാനാവുന്നത് ഭാഗ്യം തന്നെ!

രാവിലെ വെയിലുറയ്ക്കും മുൻപ് പതിനേഴാം നൂറ്റാണ്ടിൽ മധുര തിരു മലൈനായ്ക്കൻ കാലഘട്ടത്തിൽ രാമചന്ദ്രതിരുമലൈ നായ്ക്കൻ പണി കഴിപ്പിച്ച കോട്ടകാണാനിറങ്ങി. ഒന്നരകിലോമീറ്റർ വിസ്തൃതി ഉള്ള പാറ കയറാൻ കരിങ്കൽ പടവുകൾ ഉണ്ട്. പാറ കയറുക എന്ന ഉദ്ദേശം മാത്രം വെച്ച് പൗരാണികകാലത്ത് വീതിയൊട്ടുമില്ലാത്ത പ്രാകൃത രീതിയിൽ വെട്ടിയെടുത്ത പടവുകളിലൂടെ കയറുമ്പോൾ ഹാൻഡ് റെയിൽ പിടി ച്ചിരുന്നില്ലെങ്കിൽ ഗ്രിപ്പ്കിട്ടാതെ എപ്പോഴേ മൂക്കുകുത്തി വീണേനെ! വേനൽക്കാലത്ത് ഇതാണവസ്ഥ യെങ്കിൽ മഴക്കാലത്ത്?!!

കിതച്ചും, ഇടയ്ക്കിടെ നിന്നും ഞാൻ പടികയറുമ്പോൾ പ്രണയത്തിന്റെ ഉൾക്കരുത്തിൽ കാറ്റുവേഗത്തിൽ ചുമലിൽ സ്കൂൾബാഗുമായി കോട്ടയി ലേക്ക് കയറിപ്പോയ ആൺകുട്ടിയേയും പെൺകുട്ടിയേയും ഞങ്ങൾ തിരിച്ചിറങ്ങും വരെ കണ്ടതേയില്ല. സ്ഥിര സന്ദർശകരായ അവർക്ക് അവരുടേതായ പ്രണയത്തിന്റെ ഒളിപ്പൊത്തുകൾ ഉണ്ടായിരിക്കണം.

കവാടം കയറിയാൽ വൃത്തിഹീനമാണ് കോട്ടയുടെ ഉൾവശം. ഇടിഞ്ഞുപൊളിഞ്ഞ നിർമ്മിതികൾ. കോട്ടയുടെ നടുക്കുള്ള കുളം നിറയെ മദ്യകുപ്പികൾ. ആർക്കിയോളജിക്കൽ സർവ്വെ ഏറ്റെടുത്തിട്ടും പരിപാല നമില്ലെന്ന് വ്യക്തം. നന്നായി സംരക്ഷിക്കപ്പെട്ടിരുന്നുവെ ങ്കിൽ ഗംഭീരമായ ഒരു ചരിത്രാവശേഷിപ്പ്!

കോട്ടയിൽ നിന്നും നോക്കിയാൽ നാമക്കൽ പട്ടണവും പ്രാന്തങ്ങളും മൊത്തവും, വിദൂര അതിർത്തികളും, അതിരിടുന്ന മലനിരകളും കാണാം. മൈസൂർ യുദ്ധത്തിനിടെ ഈ കോട്ട ഉപയോഗിച്ച ടിപ്പു ഇതൊരു ഒളിത്താവളമായി ഉപയോഗിക്കുകയും കോട്ടയുടെ അടിവശത്തെ പാറതുരന്ന് തുരങ്കങ്ങളും പീരങ്കികളുംമായി ബ്രിട്ടീഷുകാരെ നേരിടുകയും ചെയ്തു. ടിപ്പുവിന്റെ സാന്നിധ്യം സൂചിപ്പിച്ച് കോട്ടയിൽ പച്ചപെയിന്റടിച്ച ഒരു മഖ്ബറ കണ്ടു. ആരുടേതാണോ എന്തോ! നാമക്കൽ നഗരത്തെ കണ്ടുകൊണ്ട് ഏറെ നേരം കോട്ടയുടെ പടിവാതിൽ തരുന്ന കരിങ്കൽ തണുപ്പിലിരുന്നു. അങ്ങുദൂരെ കമലാലയം അഴുക്കു വെള്ളം നിറഞ്ഞ് കരിംപച്ചയായി കിടക്കുന്നു.

കോട്ടയ്ക്കു ചുറ്റും കരിങ്കൽ പാറക്കഷണങ്ങൾ ചേർത്തുവെച്ച മതിലുണ്ട്. കാലൊന്ന് തെറ്റിയാൽ താഴെ അഗാധതയിൽ കാത്തിരിക്കുന്നത് കരിങ്കൽ പാറക്കെട്ടുകളാണെന്നറിഞ്ഞിട്ടും അധികാരത്തിന്റെ സ്വരം നിഷേധിക്കാനാവാത്ത എത്രയെത്ര മനുഷ്യ ജന്മങ്ങൾ, എത്രയെത്ര കാലമെടുത്ത് പണിതതായിരിക്കണമീ മതിൽ! അതും തലയ്ക്കു മുകളിലെ കത്തുന്ന സൂര്യനേയും, കാലടിയിലെ വെന്തുപൊള്ളുന്ന കരിങ്കൽ പാറയേയും അതിജീവിച്ചും പരാജയപ്പെട്ടും!

പതിയെ പടികൾ ഇറങ്ങി. പ്രണയഭരിതനിമിഷങ്ങൾ ആസ്വദിക്കാനുള്ള സ്വകാര്യതയ്ക്കുള്ള തിക്കുമുട്ടലോടെ പരസ്പരം ചുറ്റിപ്പിടിച്ച് കോട്ടയിലേക്ക് കയറിപ്പോവുന്ന യുവതീയുവാക്കൾ, തനിച്ചിരിക്കാനിഷ്ടമുള്ള ചില ഏകാകികൾ, ദുരുദ്ദേശങ്ങൾക്കുള്ള സ്വതന്ത്ര്യഇടമായിക്കണ്ട് അതിനുള്ള അനുസാരികളുമായി കൂട്ടുകാർക്കൊപ്പം ഉല്ലസിച്ചു കേറുന്നവർ, വിവാഹപ്പുതുക്കം മാറാത്ത യുവമിഥുനങ്ങൾ, വെറും കാഴ്ചയ്ക്കു കേറുന്ന സഞ്ചാരികൾ..., അങ്ങനെ പലരും തിരിച്ചിറക്കത്തിൽ ഞങ്ങളെ മറികടന്ന് ഉയരത്തിലേക്ക് കയറിപ്പോവുന്നു.

ചരിത്രത്തിൽ അടയാളമില്ലാത്ത മനുഷ്യജന്മങ്ങൾ തങ്ങളുടെ ആയുസ്സുകൊണ്ട് പണിതെടുത്ത് ഒരു ചരിത്രസ്മാരകം പുതുതലമുറ ഉപയോഗപ്പെടുത്തുന്നത് ഇങ്ങനെയൊക്കെ....!

ജ്ഞാനാകാശത്തെ നടരാജൻ

പ്രപഞ്ചനന്മയ്ക്ക് വേണ്ടി ആനന്ദനടനം ചെയ്യുന്ന ദൈവസങ്കൽപ്പത്തോടുള്ള ആദരവായിരിക്കാം ഒരു പക്ഷേ ചിദംബരത്തെ എനിക്കിത്രമേൽ പ്രിയതരമായൊരു ആഗ്രഹമാക്കിയത്. ഏറെക്കാലമായി മനസ്സാ ഗ്രഹിച്ച മോഹക്കാഴ്ച്ചയിലേക്ക് തമിഴ്നാടിന്റെ വിശാലപാതകളിലൂടെ സഞ്ചരിക്കുമ്പോൾ ദ്രാവിഡന്റെ പച്ചയായ ജീവിതക്കാഴ്ച്ചകൾ ഉള്ളിൽ വിസ്മയം നിറയ്ക്കുന്നു.

കാഴ്ചകളിൽ കണ്ണുനട്ടിരുന്ന് ചിദംബരമെത്തിയത് അറിഞ്ഞില്ല. പ്രഭാതമായതിനാൽ ക്ഷേത്രത്തിലേക്കുള്ള തെരുവുകൾ സജീവതയുടെ മൂർദ്ധന്യത്തിലാണ്. പ്രഭാതവും സന്ധ്യയുമാണ് ഭക്തരുടെ പ്രിയ ആരാധനാ സമയങ്ങൾ എന്നതിനാൽ പൂജാദ്രവ്യ വിൽപ്പന പൊടിപൊടിക്കുന്നു. താമരമൊട്ടുമാലയും ആമ്പലും തുളസിയുമൊക്കയായി പിന്നാലെ വിടാതെ കൂടുന്ന പൂക്കാരികളുടെ കയ്യിലെ തട്ടിലേക്ക് നോക്കിയാൽ അവ വാങ്ങാൻ തോന്നുംവിധം ഭംഗിയായി തട്ടിലൊതുക്കിയിരിക്കുന്നു. ചന്ദനത്തിരിയുടേയും കർപ്പൂരത്തിന്റെയും അദ്ധ്യാത്മിക സുഗന്ധം ഭക്തരുടെ ഗന്ധമാപിനികളെ ദൈവികനിർവൃതിയുടെ പരകോടിയിലെത്തിക്കും.

നാഗപട്ടണം ജില്ലയിലെ ചിദംബരം നർത്തകരുടെ പ്രിയ ആനന്ദ നടരാജാങ്കണമാണ്. പഴന്തലമുറയും വിശ്വാസികളും 'ഭ്രമധ്യം' എന്നു കരുതിപ്പോരുന്ന ചിദംബരത്തെ പ്രപഞ്ചമധ്യം എന്നു തെളിയിക്കുന്നതിന് പിൽക്കാലത്ത് വല്ല ജ്യോഗ്രഫിക്കൽ തെളിവും കിട്ടിയോ ആവോ?

അംബരരൂപിയായി ചിദംബരത്തു വസിക്കുന്ന മഹാരുദ്രനെ നമിക്കാൻ ഭൂമിദേവി ഉയർത്തിയ കൂപ്പുകൈ പോലുണ്ട് വിദൂരക്കാഴ്ച്ചയിൽ ക്ഷേത്ര നിർമ്മിതി.

അനുഗ്രഹ വർഷിണികളായ പ്രപഞ്ചാതീത ശക്തികൾക്ക് ഭൂമിദേവിയുടെ ഹൃദയം നിറഞ്ഞ നന്ദി പറച്ചിൽ പോലെ!

ശിൽപ്പികളുടെ സർഗാത്മകതയെ തൊഴാൻ നമ്മളും കൈകൂപ്പിപ്പോവും. ശിവനടനം കാണാനുള്ള മോഹത്താൽ പതഞ്ജലിയായി ജന്മമെടുത്ത ആദിശേഷനും വ്യാഘ്രപാദമഹർഷിയും സ്വയംഭൂലിംഗത്തെ ആരാധിച്ച് തില്ലൈ വനങ്ങൾക്കിടയിൽ കഴിയുമ്പോൾ അവരുടെ ആരാധനയിൽ തൃപ്തനായ ശിവൻ അവർക്കു മുന്നിൽ ആനന്ദനടനമാടി. ആ നടന മനോഹാരിതയിൽ സ്തബ്ധരായ മുനിമാർ ലോകനന്മയ്ക്കായി എക്കാലവും ആനന്ദനടനമാടാൻ അപേക്ഷിക്കുകയും ശിവൻ നടന രൂപത്തിൽ നടരാജനായി ചിദംബരത്ത് ഇരിപ്പുറപ്പിക്കുകയും ചെയ്തു.

ലിംഗരൂപിയല്ലാത്ത ഏക ശിവ പ്രതിഷ്ഠ ചിദംബരത്താണുള്ളത്. മനുഷ്യമനസ്സിലെ തിന്മകൾ ആനന്ദ നടനത്താൽ ചാമ്പലാക്കി നിർമ്മലീകരിക്കുന്ന ശിവൻ തില്ലൈമരങ്ങൾക്കിടയിൽ നടമാടിയതുകൊണ്ട് ചിദംബര ത്തിന് തില്ലൈ നടരാജക്ഷേത്രമെന്നും പേരുണ്ട്.

കിഴക്കേ നടയിലൂടെയാണ് അകത്തു കയറിയത്. ഏതേതു ശിൽപ്പങ്ങളിലാണ് കണ്ണു ചേർക്കേണ്ടതെന്നറിയുന്നില്ല. ഉള്ളിലൊരു ചിത്രകാരി ഉള്ളതിനാലാവണം ശിൽപ്പങ്ങളുടെ ശരീരാകൃതിയിൽ നിന്നും കണ്ണെടുക്കാനാവാത്തത്. കിഴക്കേ ഗോപുര നടയിൽ നാട്യകലയുടെ നൂറ്റെട്ട് ഭാവങ്ങൾ അതിസൂക്ഷ്മതയിൽ കൊത്തിവെച്ചത് കാണുമ്പോൾ മനസ്സ് ആനന്ദം കൊണ്ട് വിരിയും.

നെടുനീളൻ ഇടനാഴിയിലൂടെ കൽത്തൂണുകൾ പിന്നിട്ട് ക്ഷേത്രാങ്കണത്തിലേക്കെത്തിയത് നല്ല സമയത്താണ്. ചിത്സഭയിലേക്കെഴുന്നള്ളാൻ പല്ലക്കേറിയിരിക്കുകയാണ് നടരാജ ശിൽപ്പം. തൊട്ടടുത്ത് പട്ടുചേല ചുറ്റി സർവ്വാലംകൃതയായി ശിവകാമിസുന്ദരീ ശിൽപ്പം. സ്ത്രീപുരുഷബന്ധത്തിന്റെ ഭാവങ്ങൾ ശിവപാർവ്വതി സങ്കൽപ്പത്തിൽ അങ്ങേയറ്റം പരസ്പരാശ്രിതമാണ്.

ചിത്സഭ, രാജസഭ, ദേവസഭ, കനകസഭ, നൃത്തസഭ എന്നിങ്ങനെ അഞ്ചുചുറ്റമ്പലങ്ങളാണ് ക്ഷേത്രത്തിനുള്ളിൽ. ചിത്സഭയെന്ന ദീപാലംകൃത ശ്രീകോവിലിന്റെ മേൽക്കൂരയിലെ ഇരുപത്തിയാറായിരം സുവർണ്ണ ഇലകൾ മനുഷ്യന്റെ ഒരു ദിവസത്തെ ശ്വാസനിശ്വാസത്തെയാണ് സൂചിപ്പിക്കുന്നതത്രെ.

നടരാജന്റെ പല്ലക്കേന്താൻ ഒരുങ്ങുന്ന ശൈവന് ശിവഗാംഭീര്യം. ദ്രാവിഡന്റെ ഇരുൾ മുറ്റിയ കറുപ്പിനും പരന്നുറച്ച നെഞ്ചിനും ഒതുങ്ങിയ ശരീരാകൃതിയ്ക്കും ഭംഗം വരുത്തി ചുവന്നുതുടുത്ത ശരീരവും അൽപ്പം ചാടിയ വയറുമായി നിൽക്കുന്ന ശൈവന്റെ മാംസളമായ നെഞ്ചിലും വിസ്തൃ നെറ്റിത്തടത്തിലും ഭസ്മാങ്കിത ശൂലമുദ്ര. അതിനു നടുവിൽ രൗദ്രമാം സിന്ദൂരച്ചോപ്പ്.

കുടുമകെട്ടിവെച്ച് തല ഉയർത്തിപിടിച്ച ആരേയും കൂസലില്ലാതെ നിൽക്കുന്ന ആ പൗരുഷ ഭംഗിയ്ക്ക് പൊൻവെയിൽ തിളക്കത്തിൽ ഒരു മികച്ച പെയിന്റിംഗ് സാധ്യത. ശിവകാമ സുന്ദരിയുടേയും നടരാജന്റെയും പല്ലക്ക് തോളിലേന്താൻ പരമയോഗ്യൻ. പല്ലക്ക് തോളിലേന്തി ശൈവർ നടന്നുപോയപ്പോൾ പ്രധാന പ്രതിഷ്ഠയ്ക്ക് മുന്നിലേക്ക് ചെന്നു.

മുയലകൻ എന്ന മായാസുരന്റെ മുകളിൽ നൃത്തം ചെയ്യുന്ന നടരാജനാണ് പ്രതിഷ്ഠ. ധൂപവും കർപ്പൂരവും പൂജാപുഷ്പങ്ങളും ചന്ദനവും ചേർന്ന് മാസ്മരികമായൊരു ഗന്ധാന്തരീക്ഷത്തിലേക്കെടുത്തെറി യുന്നു.

നടരാജമൂർത്തിയുടെ തൊട്ടരികെ ഉള്ള ഇടം തിരശ്ശീലകൊണ്ട് മറച്ചിരിക്കുന്നു. തിരശ്ശീല മാറ്റുമ്പോൾ കൂവളത്തിലപോലെ നീണ്ട ഇലകൊണ്ടൊരു സുവർണ്ണഹാരം ശൂന്യതയിൽ ചാർത്തിയിരിക്കുന്നു. അനന്തവും അജ്ഞാതവും അവർണ്ണനീയവുമായ ദൈവമെന്ന അതീന്ദ്രിയതയെ ഭാവനാരൂപങ്ങളിൽ തളച്ചിടുന്നതിന് ഇവിടെ ഇതാ മനുഷ്യകുലം പ്രായശ്ചിത്തം ചെയ്തിരിക്കുന്നു. എത്രമാത്രം വിപ്ലവകരമായൊരു ആശയത്തെയാണ്, പുരോഗമനപരമായ ചിന്തയെ ആണ് കാലത്തിനു മുന്നേ നടന്ന ഏതോ സന്ന്യാസിവര്യൻ ഇവിടെ മാനവരാശിക്കുവേണ്ടി പ്രതിഷ്ഠിച്ചിരിക്കുന്നത്. ഈശ്വരന് നിയതാകൃതി ഇല്ലെന്നും അത് അരൂപിയും അദൃ ശ്യവും ആണെന്ന സത്യസന്ധമായ തുറന്നു പറച്ചിൽ. ചിദംബരം എന്ന വാക്കിന്റെ അർത്ഥമായ ജ്ഞാനാകാശം ഇവിടെ പൂർണ്ണം!

ശ്രീകോവിലിലെ ശൂന്യതയിലേക്ക് മനസ്സർപ്പിച്ചു നോക്കുന്നവർക്ക് അവരുടെ ഇഷ്ടരൂപത്തിൽ ഭാഗവാനെ ദർശിക്കാമത്രെ. ഏത് രൂപത്തിലാണ് ദർശനം കിട്ടിയതെന്ന് ഓരോ ഭക്തനും ആത്മരഹസ്യമായി സൂക്ഷിക്കണമെന്നത് ആചാരം തിരശ്ശീലയ്ക്ക് പിന്നിലെ രഹസ്യവും ഭക്തന്റെ ആത്മാവറിഞ്ഞ രഹസ്യവും ചേർന്ന് മഹാ 'ചിദംബര രഹസ്യമാകുന്നു' അത് ഭക്തന് സ്വന്തം!

പൂജയുടെ ഇടവേളകളിൽ നിശ്ചി സമയത്തു മാത്രമേ തിരശ്ശീല നീക്കു എന്നിരിക്കെ ഞങ്ങൾ ചെന്ന സമയം പൂജാരി തിരശ്ശീല നീക്കുന്ന സമയമായിരുന്നു എന്നത് വിസ്മയമായി. ദൈവം എനിക്ക് എക്കാലവും അരൂപിയും അദൃശ്യനും അഭൗമനും സർവ്വാന്തര്യാമിയും

ആയതിനാലാവണം എനിക്ക് ശൂന്യത നോക്കി ആത്മാർത്ഥമായി കൈകൂപ്പാനായത്.

നിനക്ക് ഇഷ്ടമുള്ള രൂപത്തിൽ നിയെന്നെ ദർശിക്കു. നിനക്ക് ഇഷ്ടമുള്ള വിശ്വാസത്തിൽ നിയെന്നെ ആരാധിക്കു എന്ന ദൈവസങ്കൽപ്പം എത്ര മനോഹരം! ശിവന്റെ ആകാശഭാവമാണ് ചിദംബരത്തെ പൊതു ആരാധനാഭാവം.

കൊടിമരത്തോട് ചേർന്ന് നൃത്തസഭ. ക്ഷേത്രാനുഷ്ഠാനങ്ങൾ നടത്തുന്നത് കനകസഭയിൽ.

മഹാരുദ്രൻ കാളിയുമൊത്ത് നടനമാടിയ സഭയിലിരുന്നപ്പോൾ മനസ്സിലാനൃത്തമൊന്നു കണ്ടു. അതിദ്രുത താളത്തിൽ ലയിച്ചാടുന്ന രണ്ട് നിഴൽ രൂപങ്ങൾക്കപ്പുറമത് മനസ്സിൽ മൂർത്തഭാവത്തിൽ തെളിയുന്നില്ല. തെളിയുകയും വേണ്ട.

നർത്തകികൾ നർത്തന വേഷത്തിലും അല്ലാതെയും ചിലങ്കകെട്ടി ഒന്നോ രണ്ടോ ചുവടുകൾ നടരാജനുമുന്നിൽ കാണിക്കയായി അർപ്പിക്കുന്നു. ക്യാമറ അനവദനീയമല്ലെന്ന് എഴുതി വെച്ചിട്ടുണ്ടെങ്കിലും പലരും നടരാജന്റെ മുന്നിൽ തങ്ങൾ അർപ്പിക്കുന്ന നൃത്തച്ചുവടുകൾ ഓർമ്മയായി ക്യാമറയുടെ ചതുരത്തിലേക്ക് മാറ്റുന്നുണ്ട്. ഇതിനെതിരെ ചെറിയ തോതിൽ കണ്ണടയ്ക്കുന്നുണ്ടെങ്കിലും ക്ലിക്കുകളുടെ എണ്ണം മര്യാദാതീതമായി വർദ്ധിക്കുമ്പോൾ ക്ഷേത്രപാലകർ രൂക്ഷമായി പ്രതികരിക്കുന്നുണ്ട്.

നർത്തന സഭയിലെ ശിൽപ്പങ്ങൾ സന്ദർശക ബഹളം കാരണം ഒരുമാത്ര നൃത്തം നിർത്തിവെച്ചപോലുണ്ട്. ഏത് നിമിഷവും അവ ജീവൻ വെച്ച് തുടർന്നാടിയേക്കും. സുകുമാരകലകൾക്ക് ചോളരാജവംശം നൽകിയ പ്രധാന്യം ക്ഷേത്രം വ്യക്തമാക്കുന്നു.

നർത്തനസഭയ്ക്ക് തൊട്ടടുത്താണ് മഹാവിഷ്ണു നരസിംഹമായി അവതരിപ്പിച്ചപ്പോൾ ശിവൻ നിലകൊണ്ട ശരഭേശ്വരസന്നിധാനം. രാജസഭയിലെപടികൾ കയറിയെത്തുന്ന നടരാജ ശ്രീകോവിലിനു ഇടതു വശത്ത് അനന്തശായി വിഷ്ണു. ശൈവവിഷ്ണു സങ്കൽപ്പങ്ങൾ ഒറ്റക്കാഴ്ച്ചയിൽ ഒരുമിച്ച് നമിക്കാമെന്നത് ചിദംബരത്തെ മാത്രം പ്രത്യേകതയാണ്. വൈഷ്ണവരും ശൈവരും വിശ്വാസങ്ങളുടെ ഈഗോ ക്ലാഷിൽ നിരന്തരം യുദ്ധം ചെയ്ത് രക്തമൊഴുക്കിയിരുന്ന ദ്രാവിഡഭൂമിയിലാണ് ദൈവങ്ങളുടെ ഏകത്വം ഉദ്ഘോഷി ക്കുന്ന ക്ഷേത്രമുള്ളതെന്ന് രസകരം തന്നെ.

ശൈവവൈഷ്ണവ സംഘട്ടനത്തിന്റെ കഥ പറഞ്ഞ ഉലകനായകൻ കമൽഹാസന്റെ ദശാവതാരത്തി ലെ ആദ്യഗാനം ചിത്രീകരിച്ചത് ചിദംബരത്തിനടുത്തുള്ള പിച്ചാവരം കണ്ടൽക്കാടുകൾക്കടിയിലാണ്. കാവേരി നദിയുടേയും കണ്ടൽക്കാടുകളുടേയും ആകാശവീക്ഷണം അതിൽ അതിമനോഹരമായിത്തന്നെ ചിത്രീകരിച്ചിരിക്കുന്നു.

ചുറ്റമ്പലങ്ങളിലെ ചിത്രചാരുതകളിൽ തടഞ്ഞുനിൽക്കുന്ന കണ്ണിനെ ബലമായി പറിച്ചെടുത്ത് ക്ഷേത്രത്തിനു പുറത്തിറങ്ങി. വടക്കേ ഭാഗത്ത് ചായം തേച്ചും അലങ്കാരങ്ങൾ അണിയിച്ചും ഭംഗിയാക്കിയ നന്ദി പ്രതിമ. നാലുവശത്തും ഇരുമ്പഴികളുള്ള കൂടിനുള്ളിലാണ് നന്ദി. ആത്മബന്ധത്തിന്റെ ഇഴപിരിയാ കൂട്ടു പോലെ തന്റെ നാഥന്റെ ആനന്ദനടനത്തിനു കാവലിരിക്കുന്ന നന്ദിയ്ക്കു ചുറ്റും ഏകാന്തത ചൂഴ്ന്ന് നിൽ ക്കുന്നു.

നന്ദികേശനു മുന്നിൽ ശിവഗംഗാ തീർത്ഥക്കുളം. തീർത്ഥക്കുളത്തിൽ ഒരു ലിംഗപ്രതിഷ്ഠ ഉണ്ടെന്നും വെള്ളത്തിന്റെ വിതാനം താഴുമ്പോൾ അതു ദൃശ്യമാകുമെന്നും എഴുതിവെച്ചിട്ടുണ്ട് ക്ഷേത്രമതിലിൽമേൽ ഏതായാലും ഇപ്പോൾ പ്രതിഷ്ഠയെ മൂടി ജലമുണ്ട്. ജലക്ഷാമത്തിന്റെയും വേനലിന്റെയും സൂചനയായി കൂടെ കാണണം ശിവഗംഗാതീർത്ഥക്കുളത്തിലെ ലിംഗദർശനം.

തീർത്ഥക്കുളത്തിനടുത്തായി ശിവകാമസുന്ദരീക്ഷേത്രം. കൃഷ്ണശിലയിൽ തീർത്ത ശിൽപ്പത്തിന് ശിൽപ്പി സ്വന്തം ഉയിരു പകർന്ന മികവ്.

ഓരോ ദ്രാവിഡ രാജവംശവും അതതുകാലത്തിനുസരിച്ച് ക്ഷേത്രത്തിൽ തങ്ങളുടേതായ കയ്യൊപ്പ് പതിപ്പിച്ചിട്ടുണ്ട്. എനിക്ക് പേരറിയുന്നതും പേരറിയാത്തതുമായ ധാരാളം ഉപപ്രതിഷ്ഠകളും പൂജാവിഗ്രഹങ്ങളും ക്ഷേത്രത്തിനകത്തും പുറത്തും ഇഷ്ടം പോലെയുണ്ട്. ഉച്ചയാവാറായപ്പോഴാണ് ക്ഷേത്രം ഏറെക്കുറെയൊന്ന് കണ്ട് തീർത്ത് പുറത്തേക്കിറങ്ങയത്.

ഹൃദയത്തിന്റെ അഗാധതയിലെ ഇരുളിൽ ജ്ഞാനകാശത്തിന്റെ പ്രകാശവുമായി മടങ്ങുമ്പോൾ ഹൃദയം വിരൽത്തുമ്പിലൂടെ പ്രിയനോട് സംവദിക്കുന്നു "നന്ദി, പ്രിയതരമായൊരു സ്വപ്നത്തെ പ്രിയതരമാമൊരു അനുഭവമാക്കിയതിന്!"

പട്ടാഭിഷേകദേവഭൂമി

ആത്മാവ് ഉറഞ്ഞുകിടക്കുന്ന മരതകനിറമോലും സ്ഫടികക്കല്ലുകൾ അടിത്തട്ടിലെ ആഴങ്ങളിൽ ഒളിപ്പിച്ച്, മേൽപ്പരപ്പുകളിൽ ശാന്തമായൊഴുകുന്ന ഉത്തരകർണാടകനദി 'മലപ്രഭ'യുടെ തീരത്ത് ചാലൂക്യരാജവംശത്തിന്റെ പട്ടാഭിഷേകസ്മൃതികളുമായി തല ഉയർത്തി നിൽക്കുന്ന പൗരാണിക സൗധങ്ങൾ നിറഞ്ഞ ഇടമാണ് പട്ടടയ്ക്കൽ. ഹംപി, ഐഹോള സന്ദർശനശേഷം കാണേണ്ട അടുത്ത വിസ്മയം.

ഭാരതീയ വാസ്തുവിദ്യയുടെ കളിത്തൊട്ടിൽ എന്നറിയപ്പെടുന്ന ഐഹോളയുടെ ശിൽപ പരീക്ഷണശാലയിൽ നിന്ന് ഉരുത്തിരിഞ്ഞ നൂതന ആശയങ്ങളുടെ പണിക്കുറ്റം തീർന്ന ശിൽപ്പസൗധങ്ങളാണ് പട്ടടയ്ക്കലിൽ നിവർന്ന് നിൽക്കുന്നത്. ഐഹോളയുടെ പരീക്ഷണ ശാലയിൽ നിന്ന് തെറിച്ചുവീണ ശിൽപ്പാഗ്നി സ്ഫുലിംഗം.

ആയിരത്തിനാനൂറ് വർഷങ്ങൾക്ക് അപ്പുറം നിന്ന് പട്ടടയ്ക്കൽ ഇന്ന് നമ്മളെ കാണിച്ചു തരുന്നതെല്ലാം യുനെസ്കോയുടെ ലോകപൈതൃക പട്ടികയിൽ ഇടംപിടിച്ചിരിക്കുന്നു. ഐഹോളയിൽ നിന്ന് ഇരുപതു കിലോമീറ്ററിൽ താഴെയേ പട്ടടയ്ക്കലേക്ക് ദൂരമുള്ളൂ. എങ്കിലും വരണ്ട ഉത്ത രകർണാടകൻ വിജയപാതകൾ ദൂരെമേറെയുണ്ടെന്ന് തോന്നിപ്പിക്കും.

പട്ടടയ്ക്കൽ എത്തും മുൻപ് ചാലൂക്യരുടെ മറ്റൊരു അത്ഭുത നിർമ്മി തിയുണ്ട്. മഹാകൂട ശിവക്ഷേത്രം. ഏത് കടുംവേനലിലും ജലത്തെളിമ യാലും നിർമ്മാണഭംഗിയാലും മോഹിപ്പിക്കുന്ന മഹാകൂട ക്ഷേത്രക്കുള ത്തെക്കുറിച്ച് കേട്ടിട്ടുണ്ടെങ്കിലും അങ്ങോട്ടേക്കുള്ള റോഡാകട്ടെ കുണ്ടും കുഴിയുമുള്ള ചെമ്മൺ പാത. സൂചനാഫലകത്തിൽ നാലുകിലോമീറ്റർ

എന്നൊക്കെയാണെങ്കിലും നാൽപ്പത് കിലോമീറ്ററിന്റെ സമയം എടുക്കേണ്ടിവന്നേക്കുമെന്ന് ഉറപ്പുള്ളതിനാൽ യാത്രാപഥത്തിൽ നിന്ന് മഹാകൂടയെ തൽക്കാലം മാറ്റിനിർത്തി.

മഹാകൂടയിൽ നിന്ന് പട്ടടയ്ക്കലേക്ക് എത്തുമ്പോൾ സൂര്യൻ ചെറുതായി ചാഞ്ഞു തുടങ്ങിയിരുന്നു. പ്രധാനയാത്രാപാതയിൽ നിന്ന് ഒന്നു ചെറുതായി തെറ്റുകയേ വേണ്ടൂ പട്ടടയ്ക്കൽ സൗധങ്ങൾക്ക് മുന്നിലെത്താൻ. പുരാവസ്തുവകുപ്പിന്റെ സംരക്ഷണമതിൽക്കെട്ടിനകത്താണ് സൗധങ്ങൾ എല്ലാം. പ്രധാന ഗെയ്റ്റ് കടന്നാൽ ടിക്കറ്റ് കൗണ്ടർ, ഫിൽട്ടർ വാട്ടർ വൃത്തിയും വെടിപ്പുമുള്ള ശുചിമുറികൾ. ഉത്തരകർണ്ണാടകയി ലൂടെ ദീർഘദൂരം യാത്ര ചെയ്യുവർക്കറിയാം ഇത്തരം സൗകര്യങ്ങൾ ഇവിടങ്ങളിൽ കണ്ടുകിട്ടുന്നതിന്റെയൊരു ആശ്വാസം.

ഒന്നു ഫ്രഷായി ചുറ്റും കണ്ണോടിച്ചപ്പോൾ ആദ്യം കണ്ടത് ടിക്കറ്റ് കൗണ്ടറിനോട് ചേർന്നുകിടക്കുന്ന ബാറ്ററികാറും ഡ്രൈവറെയുമാണ്. അന്വേഷിച്ചപ്പോൾ അത് വൃദ്ധർക്കും അംഗവിഹീനർക്കുമുള്ള സൗജന്യ വാഹനസർവ്വീസാണ്. തീപാറും വെയിൽച്ചൂടത്ത് പുൽത്തകിടികൾക്കിടയിലെ കരിങ്കൽനടപ്പാതയിലെ ഒരിലത്തണൽ പോലുമില്ലാവഴിയിലൂടെ അരകിലോമീറ്റർ നടന്നാൽ മാത്രമേ പട്ടടക്കൽ സൗധങ്ങൾക്കരികിലെത്തു എന്നതുകൊണ്ടും ദീർഘയാത്രയുടെ ക്ഷീണത്താൽ തളർന്നുപോയതിനാലും ബാറ്ററികാർ ഞങ്ങൾക്കും ലഭ്യമാകുമോ എന്ന് ചോദിക്കേണ്ടി വന്നു. നിങ്ങളെപ്പോലുള്ളവർക്കുള്ളതല്ല ബാറ്ററികാർ സർവ്വീസ് എന്നൊക്കെയവർ പറഞ്ഞെങ്കിലും ദൂരെദിക്കിൽ നിന്നും യാത്രചെയ്തു തളർന്ന് വന്നവർ എന്ന മാനുഷിക പരിഗണന കാണിച്ചവർ ബാറ്ററികാർ വിട്ടുതന്നു. ആ നേരത്ത് അതൊരു വലിയ ആശ്വാസമായി.

സംരക്ഷിതസ്മാരകത്തിന്റെ പ്രധാന കവാടത്തിൽനിന്ന് അരകിലോമീറ്റർ ചെന്നു കഴിഞ്ഞാൽ നേരെ എ.ഡി 642-655 കാലഘട്ടത്തിലേക്ക് ചെന്നു കയറാം. നമ്മളെ ചാലൂക്യകാലഘട്ടത്തിലേക്ക് കൈപിടിച്ചു കയറ്റാൻ നിരനിരയായി കിടക്കുകയാണ് ചെംചുവപ്പാർന്ന സാൻഡ്സ്റ്റോണിലും മൃദുലമായ കരിങ്കല്ലിലും പണിത വിസ്മയങ്ങൾ. ഏത് ചരിത്രാവശേഷിപ്പുകൾ കാണുമ്പോഴും അവയ്ക്ക് പിന്നിലെ ചരിത്രം അറിഞ്ഞുവെക്കുന്നത് അവയോടുള്ള ആദരമാണ്. നൂറ്റാണ്ടുകളിലൂടെയുള്ള അവയുടെ അതിജീവനത്തിന് നമുക്ക് നൽകാൻ കഴിയുന്ന ഏക അഭിവാദ്യവും അതുമാത്രം!

ദക്ഷിണപഥത്തിലെ പ്രമുഖശക്തികളായിരുന്ന ചാലൂക്യരെ കാഞ്ചിപുരം വാണിരുന്ന പല്ലവന്മാർ എ.ഡി 642 ൽ ദയാരഹിതമായി തോൽപ്പിക്കുകയും ചാലൂക്യൻ 'അഭൌമൻ' എന്ന രീതിയിൽ

ആരാധിച്ചു പോന്ന ചാലൂക്യരാജൻ പുലികേശി രണ്ടാമനെ വധിക്കുക യും ചെയ്തതോടെ ചാലൂക്യൻ ബദാമി വിട്ട് ചിതറിയോടി.

പരാജിതനായ രാജാവിനോളം വിഷം മുറ്റിയ മറ്റൊന്നുമില്ലെന്ന് പല്ലവർ അറിയാനിരിക്കുന്നതേ ഉണ്ടായിരുന്നുള്ളൂ. പുലികേശി രണ്ടാമ ന്റെ മകൻ വിക്രമാദിദ്യൻ, വർഷങ്ങൾ നീണ്ട തയ്യാറെടുപ്പിനൊടു വിൽ എ.ഡി. 655ൽ പല്ലവരെ ആക്രമിച്ചു. അമ്പേ പരാജിതരായി തകർന്നടി ഞ്ഞ പല്ലവർ കാഞ്ചിപുരത്തേക്ക് തന്നെ തിരിച്ചോടി. തന്റെ പിതാവിനെ നാണംകെട്ട തോൽവിക്കുശേഷം ക്രൂരമായി വധിച്ച പല്ലവന്മാരോട് വിക്രമാദിത്യൻ പുലർത്തിയ അടങ്ങാപകയുടെ യുദ്ധചരിത്രം രേഖ പ്പെടുത്തിയ ചരിത്രത്താളുകളായി പിന്നങ്ങോട്ട്. തന്റെ വംശത്തിന്റെ വീറും വീശിയും അഭിമാനവും തെളിയിക്കാൻ വിക്രമാദിത്യൻ നിരന്തരം നടത്തിയ വിജയഗാഥകളിലൂടെ ചാലൂക്യർ വൻ ശക്തിയായി.

രാജ്യവും പിതാവും നഷ്ടപ്പെട്ട് ചിതറിയോടി അലഞ്ഞു തിരിഞ്ഞിട്ടും ഗംഭീര തിരിച്ചുവരവ് നടത്തി പല്ലവരെ മുച്ചൂടും നശിപ്പിച്ച്, സർവ്വശക്ത നായി ചക്രവർത്തി പദമേറാൻ തനിക്ക് സാധിച്ചത് തന്റെ പുത്രൻ വിനായാദിത്യന്റെ ഭാഗ്യജാതകം മൂലമാണെന്നായിരുന്നു. വിക്രമാദി ത്യന്റെ വിശ്വാസം. അത്രമേൽ പ്രിയപ്പെട്ട പുത്രൻ വിനായാദിത്യനെ യുവരാജാവായി പട്ടാഭിഷേകം നടത്താൻ വിക്രമാദിത്യൻ കണ്ടെത്തി യത് പട്ടടയ്ക്കലാണ്.

വിനയാദിത്യന്റെ പട്ടാഭിഷേകം മനുഷ്യകുലമുള്ള കാലത്തോളം നിലനിൽക്കുന്ന ഓർമ്മയായി മാറണമെന്ന് തീരുമാനിച്ച വിക്രമാ ദിത്യൻ അതിനുള്ള സ്ഥലം അന്വേഷിച്ച് നടക്കുന്നതിനിടെ എത്തി പ്പെട്ടത് മലപ്രഭാ നദിതീരത്തെ 'കിസുവൊളൽ' എന്നിടത്താണ്. 'കിസുഗല്ലുഹൊളൽ' എന്ന തദ്ദേശീയർ വിളിച്ചുപോന്നത് ലോപിച്ചാണ് കിസുവൊളൽ ആയി മാറിയത്. 'കിസുഗല്ലു' എന്നാൽ കന്നടയിൽ മാണിക്യം എന്നർത്ഥം. 'ഹൊളലു' എന്നാൽ നഗരമെന്നും. മലപ്ര ഭാനദിക്കിടയിലെ സ്ഫടികക്കല്ലുകളും താഴ്വാരങ്ങളിലെ രക്തരാശി നിറമാർന്ന പാറക്കൂട്ടങ്ങളും ആ പേരിടലിന് വലിയ പങ്ക് വഹിച്ചു. ആ 'മാണിക്യനഗരം' വിക്രമാദിത്യന്റെ ഹൃദയത്തിൽ ഇടം പിടിച്ചില്ലെങ്കില ല്ലേ അത്ഭുതപ്പെടേണ്ടൂ. വിനയാദിത്യന്റെ പട്ടാഭിഷേകത്തിനു ശേഷം 'പട്ടടകിസുവൊളൽ' എന്നറിയപ്പെട്ട ഇവിടം പിന്നെ കാലത്തിനൊപ്പം നടന്നുതേഞ്ഞ് 'പട്ടടയ്ക്കലായി' മാറി.

പട്ടാഭിഷേകത്തിന് മുൻപ് അവിടെ ഒരു രാജകീയ ഇടമാക്കിയെടു ക്കേണ്ടതുണ്ടായിരുന്നു. അതിമനോഹര ശിൽപസൗധങ്ങൾ കൊണ്ട് രാജവംശത്തിന്റെ അടയാളങ്ങൾ ഭൂമിയിൽ പതിപ്പിക്കേണ്ടതുണ്ടായി

രുന്നു. ഐഹോളയിൽ നിന്നെത്തിയ ശിൽപ്പികൾ തങ്ങളുടെ സർഗ്ഗധനതകൊണ്ട് പരസ്പരം വെല്ലുവിളി ക്കും നിർമ്മാണങ്ങൾ തുടങ്ങി.

വിക്രമാദിത്യന്റെ മരണശേഷം ചാലൂക്യരാജാവായ വിനയാദിത്യൻ, തന്റെ പുത്രൻ വിജയാദിത്യന്റെ പട്ടാഭിഷേകവും തന്നെ യുവരാജാവായി വാഴിച്ച പട്ടടക്കൽവെച്ച് തന്നെയാണ് നടത്തിയത്. ആ പാരമ്പര്യം പിന്തുടർന്ന് വിജയാദിത്യൻ, തന്റെ പുത്രനായ വിക്രമാദിത്യൻ രണ്ടാമന്റെ കിരീടധാരണവും പട്ടടയ്ക്കൽവെച്ചുതന്നെയാക്കി.

പട്ടാഭിഷേകങ്ങളുടെ ഒരു പരമ്പര തന്നെ നടന്ന സ്ഥലത്തിന് പട്ടടയ്ക്കൽ എന്നല്ലാതെ മറ്റെന്ത് പേരാണ് വിളിക്കാനാവുക.

വിക്രമാദിത്യൻ രണ്ടാമനുശേഷം ചാലൂക്യരാജവംശ സ്വാധീനം കുറഞ്ഞു വന്നു. അതനുസരിച്ച് പട്ടടക്കല്ലിലെ നിർമ്മാണങ്ങളും മന്ദഗതിയിലായി. എ.ഡി 753 മുതൽ വടക്ക് പടിഞ്ഞാറ് നിന്ന് കയറിവന്ന രാഷ്ട്രകൂടർ ദുർബലരായി മാറിയ ചാലൂക്യരുടെ അസ്തമയം കുറിച്ചു.

ബാറ്ററികാർ ശിൽപസൗധങ്ങളുടെ തൊട്ടരികെ തന്നെയാണ് കൊണ്ടു നിർത്തിയത്. ലളിതമായ ദ്രാവിഡ ശിൽപ്പശൈലിയും അതിസങ്കീർണ്ണത നിറഞ്ഞ കൊത്തുപണിയായ നാഗരശൈലിയിലുമാണ് പട്ടടക്കൽ സൗധങ്ങൾ. എ.ഡി 680ൽ നിർമ്മിച്ച നാഗരശൈലിയിലുള്ള ഗലനാഥ ക്ഷേത്രമാണ് നിർമ്മിതികളിൽ ഏറ്റവും പഴക്കം ചെന്നത്. പൊതുവെ സൗത്ത് ഇന്ത്യൻ ശിൽപ്പരീതിയിൽ കാണാത്ത മകുടമാണ് ക്ഷേത്രത്തിന്. അതി സൂക്ഷ്മവും സങ്കീർണ്ണവുമായ കൊത്തു പണികൾ നിറഞ്ഞ മകുടത്തിൽ പൊതുവെ ക്ഷേത്രങ്ങളിൽ കാണുന്ന മനുഷ്യരുടേയും ദേവീദേവന്മാരുടേയും രൂപങ്ങൾ നന്നേകുറവ്. പകരം അതിസങ്കീർണ്ണമായ ഡിസൈനുകളാണ് നിറയെ. ശിൽപ്പങ്ങളും നിർമ്മിതികളുമെല്ലാം കിഴക്ക് പടിഞ്ഞാറ് ദിശയിൽ മലപ്രഭ നദിക്ക് അഭിമുഖമായി നിൽക്കുംവിധമാണ് നിർമ്മാണം.

വിക്രമാദിത്യനും മൂന്ന് തലമുറകളും പട്ടടക്കലിന് അതീവ പ്രാധാന്യം നൽകി. ഓരോരുത്തരും തന്താങ്ങളും തങ്ങളുടെ ഭരണ കാലയളവും ചരിത്രത്തിൽ രേഖപ്പെടുത്തുകയായിരുന്നു ശിൽപ്പങ്ങളിലൂടെയും വ്യത്യസ്തമായ നിർമ്മിതികളിലൂടെയും. വിനായാദിത്യൻ നാഗര ശൈലിയിൽ നിർമ്മിച്ചവയാണ് ജംബു ലിംഗ കാശിനാഥ, കാടസിദ്ധേശ്വര ക്ഷേത്രങ്ങൾ ശിവനായിരുന്നു പ്രതിഷ്ഠ. ക്ഷേത്രങ്ങളുടെ ചുവരുകൾ പട്ടട കല്ലിന് ചുറ്റും കാണുന്ന രക്തരാശിപ്പാറകളാൽ നിർമ്മിച്ചതാണ്. എന്നാൽ ക്ഷേത്രപ്രതിഷ്ഠകളും ശിൽപ്പങ്ങളും നിർമ്മിച്ചത് മലപ്രഭ നദിയിലെ കല്ലുകൾ കൊണ്ടാണ്.

കോവിലിലെ ശിവലിംഗത്തിലേക്ക് കണ്ണുനട്ടപ്പോൾ സാധാരണ കാണുന്ന ഇരുൾകറുപ്പ നിറത്തിനുപകരം സൂര്യപ്രകാശം കടത്തിവിടുന്ന ഒരുതരം മരതകപച്ചനിറം. കരുത്തും ഭംഗിയും ചേർന്നൊരു ലിംഗപ്രതിഷ്ഠ. നിർമ്മിതികളെല്ലാം തന്നെ അടർന്നും പൊളിഞ്ഞുമിരിക്കുന്നു. സംരക്ഷിക്കപ്പെടുന്നുണ്ടെങ്കിലും കാലവും മനുഷ്യരുമേൽപ്പിച്ച പ്രഹരങ്ങളുടെ കരിവാളിപ്പുകൾ വിണ്ടടർന്നു നിൽക്കുന്നു.

അടുത്തത് എ.ഡി 700ൽ പണികഴിപ്പിച്ച സംഗമേശ്വര ക്ഷേത്രമാണ്. ദ്രാവിഡശൈലിയാണ് ഇവിടെ ഉപയോഗിച്ചിരിക്കുന്നത്. വിക്രമാദിത്യന്റെ മകൻ വിനയാദിത്യന്റെ മകനാണ് ക്ഷേത്രനിർമ്മാതാവ്. വിജയേശ്വരൻ എന്ന പേരിൽ ശിവനെ ആരാധിക്കാനൊരിടമാണ് ക്ഷേത്ര നിർമ്മിതിയിലൂടെ രാജാവ് ഉദ്ദേശിച്ചത്. പക്ഷേ കാലം എപ്പോഴോ, എങ്ങനെയൊക്കെയോ വിജയേശ്വരനെ സംഗമേശ്വരനാക്കി.

മറ്റു ക്ഷേത്രനിർമ്മിതികളെ അപേക്ഷിച്ച് പട്ടടക്കലിലെ ശിൽപ്പങ്ങൾക്കും ക്ഷേത്ര നിർമ്മിതികൾക്കുമു ള്ള പ്രത്യേകത അവയുടെ നിർമ്മാണ ചെലവിലേക്ക് തദ്ദേശിയമായ സംഭാവനകളും രാജാവ് വാങ്ങി എന്നതാണ്. അതായത് ക്ഷേത്രം ഉയർന്നത് പൂർണ്ണമായും രാജഭണ്ഡാരത്തിന്റെ ബലത്തിലല്ല എന്നർത്ഥം. രാജാവ് ബുദ്ധിമാൻ മാത്രമല്ല കൗശലക്കാരനും കൂടെയാണ് എന്നും മനസ്സിലാക്കാം. ദൈവപ്രീതിക്കൊപ്പം രാജ പ്രീതിക്കും കൊതിച്ച സമൂഹത്തിലെ ഉന്നതരും രാജനർത്തകികളും പ്രമുഖ വണിക്കുകളുമെല്ലാം മികച്ച സംഭാവന നൽകി. അത് രാജാവ് ക്ഷേത്രച്ചുവരുകളിൽ രേഖപ്പെടുത്താൻ കൽപ്പന പുറപ്പെടുവിച്ചതിന്റെ ഉദ്ദേശം കൂടുതൽ ആളുകൾ പ്രചോദനപ്പെടുക എന്നുതന്നെയാവണം.

ഐഹോളൻ ശിൽപ്പികളുടെ കൈ പതിഞ്ഞിടത്തെല്ലാം കാണാം ശിവനും ഭൃംഗി ഋഷിയും. അത് ഇവിടേയും ഉണ്ട്! മിത്തുകൾക്കും പുരാണങ്ങൾക്കും ഒരു പഞ്ഞവുമില്ലാത്തതിനാൽ ശിൽപ്പങ്ങൾക്കും ഒരു പഞ്ഞവുമില്ല. എഡി. 734 ൽ വിജയാദിത്യൻ മരിച്ചതോടെ വിജയേശ്വരക്ഷേത്രത്തിന്റെ പണി പാതി വഴിയിലിട്ടു. പിന്നീടത് സംഗമേശ്വര ക്ഷേത്രം എന്നറിയപ്പെട്ടു. വീതികുറഞ്ഞ കൽവരാന്തകളാണ് ശ്രീകോവിലിനു മുന്നിൽ സ്വസ്ഥമായിരുന്ന് കീർത്തനങ്ങളാലപിക്കുകയോ ദൈവത്തെ സ്തുതിക്കുകയോ ചെയ്യാം. മലപ്രഭയുടെ തണുക്കാറ്റേറ്റ് പ്രപഞ്ചം അതീന്ദ്രിയതകളെ ഭൂമിക്ക് പകരുന്ന സന്ധ്യാനേരത്ത്, ആ കരിങ്കൽ പടവുകളിലെ ഇരുത്തം ഒരു ജന്മത്തെ പൂർണ്ണമാക്കും. നദിയിലേക്ക് തുറക്കുന്ന കുറ്റൻ കരിങ്കൽ പ്രവേശനകവാടവും മതിലും പൊളിഞ്ഞടർന്നിട്ടുണ്ടെങ്കിലും ഗാംഭീര്യം കൂടിക്കൂടി വന്നിട്ടേയുള്ളൂ നദിക്കഭിമുഖമായി നിൽക്കുന്ന പേരാലിന്റെയിലകൾ നദിക്കാറ്റിൽ അലസം ആടുന്നു.

വിജയാദിത്യന്റെ മകനായ വിക്രമാദിത്യൻ രണ്ടാമനു ശേഷം വന്നവർ മുൻഗാമികളുടെയത്ര പ്രബലരല്ലാതിരുന്നതിനാൽ ചാലൂക്യരാജവംശം അതിന്റെ അവസാനകാലത്തേക്ക് വളരെ പെട്ടെന്ന് എത്തി.

വിക്രമാദിത്യൻ രണ്ടാമനാവട്ടെ തന്റെ പൂർവ്വികരെപ്പോലെ നിർമ്മിതികൾക്ക് വലിയ പ്രാധാന്യം നൽകിയില്ല. തന്റെ പൂർവ്വികരോട് പല്ലവർ ചെയ്ത അപരാധങ്ങളായിരുന്നു അദ്ദേഹത്തിന്റെ മനസ്സിൽ. അതുകൊണ്ടുതന്നെ കൊടും പകയൂറിക്കിടന്ന ആ മനസ്സിൽ ലളിതകലകളേക്കാൾ യുദ്ധതന്ത്രങ്ങളാണ് നിറഞ്ഞ് നിന്നത്. പല്ലവരുടെ ആസ്ഥാനമായ കാഞ്ചീപുരത്തേക്ക് പടനയിക്കലും പല്ലവർക്ക് കനത്ത നാശനഷ്ടം സമ്മാനിച്ച് ആനന്ദിക്കലുമായിരുന്നു അദ്ദേഹത്തിന് ആത്മസംതൃപ്തി നൽകിയത്. ഓരോ പല്ലവനും അഭിമാനപുരസ്സരം നെഞ്ചേറ്റിയിരുന്ന കാഞ്ചിപുരത്തെ കൈലാസനാഥൻ ക്ഷേത്രച്ചുവരിൽ തന്റെ പിതാവിന്റെ പേരെഴുതിയിട്ട് അദ്ദേഹം ഓരോ പല്ലവന്റെയും ഹൃദയത്തെ മുറിവേൽപ്പിച്ചു. ചാലൂക്യർക്ക് പല്ലവരോടുള്ള നിദാന്തവൈരത്തിന്റെയും പകയുടേയും ആൾരൂപമായി വിക്രമാദിത്യൻ രണ്ടാമൻ.

വരാനിരിക്കുന്ന ചരിത്രത്താളുകളിൽ ചാലൂക്യൻ അഭിമാനപൂർവ്വം രേഖപ്പെടാനായി വിക്രമാദിത്യൻ രണ്ടാമൻ നിരന്തരം യുദ്ധങ്ങൾ ചെയ്തപ്പോൾ അദ്ദേഹത്തിന്റെ പത്നിമാരായ ത്രൈലോക മഹാദേവിയും ലോകമഹാദേവിയും മണ്ണിൽ അദ്ദേഹത്തിന്റെ സ്ഥാനം രേഖപ്പെടാനുള്ള രാജകീയ നിർമ്മിതികളുടെ ഉത്തരവാദിത്വം ഏറ്റെടുത്തു.

ഒന്നാം റാണി ലോകമഹാദേവിയുടെ ലോകേശ്വര ക്ഷേത്രമാണ് അതിലൊന്ന്. സൂര്യൻ മടക്കം തുടങ്ങിയതിനാൽ ക്ഷേത്രാന്തർഭാഗവും ശ്രീകോവിലും മങ്ങിയ ഇരുൾമൂടിയിരിക്കുന്നു. ശിവനാണ് പ്രതിഷ്ഠ. ഇപ്പോൾ പോളിഞ്ഞടർന്നുവെങ്കിലും ഒരു കാലത്ത് ഗാംഭീര്യം എന്തെന്ന് കൃത്യമായി വ്യക്തമാക്കിതരുന്ന മതിൽക്കെട്ടുണ്ട് ക്ഷേത്രത്തിന്, മിനുസമാർന്ന ചുവന്ന രക്തരാശി പാറകൾ ചതുരത്തിൽ വെട്ടിയെടുത്താണ് മതിൽക്കെട്ട് നിർമ്മിച്ചിരിക്കുന്നത്. വിശാലവും എടുപ്പുള്ളതുമായ പ്രവേശന കവാടം കയറിച്ചെന്നാൽ നന്ദിയാണ് ആദ്യ കാഴ്ച. മിക്കവാറും എല്ലാ ശിവക്ഷേത്രങ്ങളിലും നന്ദിയുടെ സാന്നിദ്ധ്യം ഉണ്ട്. കാലം മിക്കതിനും അംഗഭംഗവും വരുത്തിയിരിക്കും. ഇവിടെയും നന്ദിക്ക് അല്ലറചില്ലറ തട്ടുകേടുകളൊക്കെയുണ്ട്. കുത്തനെയുള്ള വീതികുറഞ്ഞ കരിങ്കൽ പടികൾ കയറിച്ചെന്നാൽ ഇളന്തിണ്ണയോടുകൂടിയ ഒരു അറയാണ്. അതിനു മുന്നിലാണ് ശ്രീകോവിൽ. ശ്രീകോവിലിനിരുവശത്തും ദ്വാരപാലകരായ വീരഭദ്രന്മാർ.

ക്ഷേത്രത്തൂണുകൾ രാമായണകഥാങ്കിതമാണ്. സചിത്രരാമായണ കഥ വായിക്കുംപോലെ തൂണുകളിൽ രാമായണ കഥാസന്ദർഭങ്ങൾ മുഴുവനുമുണ്ട്. എല്ലാം സൂക്ഷ്മവും സങ്കീർണ്ണവുമായ കൊത്തു ശിൽപ്പങ്ങളാണ്. വിക്രമാദിത്യന്റെ ഒന്നാം റാണി ലോകമഹാദേവി ശകലം കടുംപിടുത്തക്കാരിയായിരുന്നുത്രേ. പട്ടടക്കൽ ശിൽപ്പനിർമ്മിതികളിൽ തന്റെ ക്ഷേത്രമായിരിക്കണം ഏറ്റവും മികച്ചത് എന്നതിനപ്പുറം തന്റെ മേൽ നോട്ടത്തിലുള്ള നിർമ്മിതികൾ ചാലൂക്യനിർമ്മിതികളിൽ ഏറ്റവും മികച്ചതായിരിക്കണം എന്നാണ് ലോക മഹാദേവി ലക്ഷ്യംവച്ചത്. അതുകൊണ്ടു തന്നെ ക്ഷേത്രച്ചുവരുകളിലും തൂണുകളിലും ഒരിഞ്ച് സ്ഥലം ബാക്കിവെക്കാതെ ശിൽപ്പികൾ രാജ്ഞിയുടെ സ്വപ്നം പൂവണിയിക്കാൻ കൂട്ടുനിന്നു. ആ ശിൽപ്പക്കൂട്ടങ്ങൾ കണ്ട് അമ്പരന്നു കൈകൂപ്പിപോവും ഒരു കലാസ്വാദകൻ.

ലോകേശ്വര ക്ഷേത്രത്തിനു തൊട്ടപ്പുറത്തായി രണ്ടാം റാണി ത്രൈലോക മഹാദേവിയുടെ മല്ലികാർ ജ്ജുന ക്ഷേത്രമുണ്ട്. ഇവിടേയും ശിവനാണ് ആരാധനാമൂർത്തിയെങ്കിലും പേരിന് മാറ്റവുമുണ്ട്. ഇവിടെ ശിവൻ ത്രൈലോകേശ്വരൻ ആണ്. മൂത്തറാണിയുടെ അത്ര കടുംപിടിത്തക്കാരിയല്ലാത്ത ഇളയറാണി ഒരു തരള ഹൃദയത്തിനുടമയാണെന്നും തോന്നും വിധമാണ് ഇവിടുത്ത ശിൽപ്പങ്ങൾ. സുന്ദരികളായ ദേവ സ്ത്രീകൾ. രാജവംശജർ, ദാസികൾ എന്നിവരുടെ ദൈനംദിന ജീവിതവും കുസൃതികളും അഴകളവുകളുമൊക്കെയാണ് ഇവിടുത്തെ ശിൽപ്പങ്ങളിൽ നിറഞ്ഞ് നിൽക്കുന്നത്. കൂട്ടത്തിൽ അക്കാലത്തെ സാധാരണക്കാരുടെ ജീവിതവും മുഖങ്ങളും കൂടെ ശിൽപാശയങ്ങളിലുണ്ട്. ചിലയിടത്താവട്ടെ അക്കാലത്തെ ശിക്ഷാവിധികളും കാണാം. ഏതായാലും രണ്ട് റാണിമാരും തങ്ങളാലാവുംവിധം ക്ഷേത്രങ്ങൾ അതിമനോഹരമാക്കിയിട്ടുണ്ട്.

ഒരിക്കൽ രാജകീയ പ്രൗഢിമഹിമകളുടെ നിറകുംഭങ്ങളായിരുന്ന ക്ഷേത്രങ്ങളും പരിസരവും ഇപ്പോൾ ഏകാന്തനിശബ്ദതയിൽ മുങ്ങിക്കുളിച്ചു നിൽക്കുന്നു. വിദേശികളായ സഞ്ചാരികൾ തേടിപ്പിടിച്ചെത്തുന്ന പട്ടടക്കല്ലിൽ സ്വദേശികൾ വല്ലാതൊന്നുമല്ല. നന്നായിതന്നെ പരിപാലിക്കപ്പെടുന്നതുകൊണ്ട് അതിന്റെതായ വൃത്തിയും ഭംഗിയുമുണ്ട്.

ക്ഷേത്രമുറ്റത്ത് വലിയൊരു കരിങ്കൽത്തൂൺ ഉണ്ട്. അത് സ്ഥാപിച്ചത് വിക്രമാദിത്യൻ രണ്ടാമന്റെ പുത്രൻ കീർത്തിവർമ്മനാണ്. കരിങ്കൽ നിർമ്മിതമായ ആ കൽത്തൂൺ മുഴുവൻ അന്നത്തെ ലിപിയിലുള്ള കൊത്തിയെഴുത്തുകളാണ്. വിക്രമാദിത്യൻ രണ്ടാമനുശേഷം ചാലൂക്യവംശം

അധഃപതനപാതയിലേക്കാണ് നീങ്ങിയത്. അതേതാണ്ട് മൂന്നാല്ല തലമുറകൊണ്ട് പൂർത്തിയാവുകയും ചെയ്തു.

കീർത്തിവർമ്മൻ തന്റെ മുൻതലമുറക്കാരുടെ പ്രതാപവും യുദ്ധവീര്യ വും റാണിമാരുടെ ക്ഷേത്ര നിർമ്മാണ പ്രവർത്തനങ്ങളും അന്നത്തെ പണ്ഡിതന്മാരെകൊണ്ട് കൽത്തൂണിൽ എഴുതിപ്പിച്ചത് പട്ടടക്കൽ സൗധങ്ങളുടെ നടുവിൽ നാട്ടി. കീർത്തിവർമ്മന്റെയാ പ്രവൃത്തി ചാലൂ ക്യരാജവംശത്തെ ഭാരത രാജവംശചരിത്രത്തിലേക്ക് ഒന്നുടെ ഉറപ്പി ച്ചിടുന്ന തെളിവായി മാറി.

ഓരോ ക്ഷേത്രത്തിനു തൊട്ടടുത്ത് പുരാവസ്തുവകുപ്പ് അതിനെക്കുറി ച്ചൊരു ലഘുവിവരണം കന്നഡയിലും ഹിന്ദിയിലും ഇംഗ്ലീഷിലും കൊടു ത്തിരിക്കുന്നത് ഏറെ പ്രയോജനപ്രദമാണ്. നിലം മുഴുവൻ കരിങ്കൽ പാളികൾ പാകിയ നടപ്പാതകളും പച്ചപ്പുൽമേട്ടുകളുമൊക്കെ പുരാവ സ്തുവകുപ്പ് നിർമ്മിച്ചിട്ടുണ്ട്. ചുറ്റുപാടും വെച്ചുനോക്കുമ്പോൾ വലിയ ചൂടില്ല ക്ഷേത്രാന്തരീക്ഷത്തിന്. ക്ഷേത്രങ്ങൾക്ക് കിഴക്ക് വശത്തുടെ ഒഴുകുന്ന മലപ്രഭ നദിയിലെ തണുക്കാറ്റിന് അതിൽ വലിയൊരു പങ്കുണ്ട്.

രാഷ്ട്രകൂടരുടെ സ്വാധീനം വർദ്ധിച്ചു വരികയും ചാലൂക്യൻ മാഞ്ഞു തുടങ്ങുകയും ചെയ്ത സമയത്ത് നിർമ്മിച്ച പാപനാഥക്ഷേത്രം എടുത്തു പറയേണ്ട ഒന്നാണ്. എല്ലാവരേയും പോലെ ഈ ക്ഷേത്ര നിർമ്മിതി കാലയളവിലെ രാജാവായ കീർത്തിവർമ്മനും തന്റെ ക്ഷേത്രം മികച്ച തായിരിക്കണം എന്ന് ചിന്തിച്ചതിന്റെ ഫലമാണാവോ ക്ഷേത്ര മച്ചിൽ വരെ നിറഞ്ഞു നിൽക്കുന്ന ചിത്രശിൽപ്പങ്ങൾ.

പട്ടടക്കല്ലിലെ നിർമ്മാണങ്ങളെല്ലാം പലവിധശൈലിയിലുള്ള താണ്. പരമ്പരാഗത ശൈലിയും. നൂതന ശൈലിയും സങ്കരശൈലി യുമെല്ലാം നിർമ്മിതികളും ശിൽപ്പങ്ങളിലും പരീക്ഷിക്കപ്പെട്ടിരിക്കുന്നു. ഇതെല്ലാം ഉൾക്കൊള്ളാനും ആസ്വദിക്കാനുമുള്ള അറിവും കലാഹൃദയം കാഴ്ച്ചക്കാർക്കും വേണമെന്ന് അർത്ഥം. ഇനിയിക്കൊന്നുമില്ലാത്ത അതിസാധാരണക്കാരനായി പട്ടടക്കൽ കാണുകയാണെങ്കിലും ഇവിടെ ശിൽപ്പികൾ എന്തൊക്കെയോ നിർമ്മാണ രീതികൾ പരീക്ഷിച്ചു നോക്കിയിട്ടുണ്ടെന്ന് മനസ്സിലാവും.

ഗവാക്ഷ, അമാല എന്നൊക്കെയാണ് ക്ഷേത്രമകുടങ്ങൾക്ക് മുകളിലെ നിർമ്മിതികൾക്ക് ശിൽപ്പഭാഷയിൽ വിളിപ്പേര് എന്ന് പറയ പ്പെടുന്നു. ബാലിയിലെ ചില ക്ഷേത്രങ്ങളുടെ മകുടങ്ങൾക്ക് ഏതാണ്ട് ഇതേ ശൈലിയാണല്ലോ കണ്ടതെന്ന് തോന്നി.

ഗ്രാമീണമായ അന്തരീക്ഷത്തിനു നടുവിൽ മണൽക്കല്ലുകളും മൃദുരക്തരാശിപ്പാറകളും ഉപയോഗിച്ച് ഒരു ദേവലോകം തന്നെയാണ് ശിൽപ്പികൾ മലപ്രഭനദിയോരത്ത് സൃഷ്ടിച്ചത്. ലോകപൈതൃക പട്ടികയിൽ പട്ടടക്കലിനെ രേഖപ്പെടുത്താൻ അവർ കുറിച്ച അടയാള വാക്യം 'എ ഹാർമോണിയസ് ബ്ലൻഡ് ഓഫ് സൗത്ത് ഇന്ത്യൻ ആന്റ് നോർത്ത് ഇന്ത്യൻ ആർക്കിടെക്ച്ചർ' എന്നാണ്. പത്ത് ക്ഷേത്രങ്ങളാണ് പട്ടടക്കലിലുള്ളത്. അതിൽ ഗലനാഥക്ഷേത്രത്തിലെ അന്തകാസുരനെ വധിക്കുന്ന എട്ടുകയ്യുള്ള ശിവന്റെ ശിൽപ്പം ഭാരതീയ ശിൽപ്പങ്ങളിലെ പ്രൗഢമായ ഒന്നാണ്. മലപ്രഭ നദിയുടെ ആഴങ്ങളിൽ ഇളം പച്ചനിറത്തിൽ തണുത്തുറഞ്ഞ് കിടന്ന കല്ലുകളാണ് പ്രതിഷ്ഠാനിർമ്മിതികൾക്ക് ഉപയോഗിച്ചിരിക്കുന്നത്.

രാഷ്ട്രകൂടർക്ക് ശേഷം ബീജാപ്പൂർ സുൽത്താനും ആദിൽഷായും ഒടുവിൽ ഔറംഗസേബും പട്ടടക്കൽ തങ്ങളുടേതാക്കി. സ്വാഭാവികമായും അനേകമനേകം തച്ചുതകർക്കലുകളും നശീകരണവും നടത്തിയിട്ടുണ്ടാവണം ആ അധിനിവേശങ്ങൾ. ഒക്കെ കഴിഞ്ഞ് ബാക്കി വന്നതാണിപ്പോഴുള്ളത്. എന്നിട്ടുപോലും അവയുണ്ടാക്കുന്ന വിസ്മയം എത്രയെത്ര വലുതാണ്.

ഹൈദരാലിയുടേയും ടിപ്പുവിന്റെയും പരാജയത്തിനുശേഷം പട്ടടക്കൽ അവരുടെ കയ്യിൽ നിന്നും ബ്രിട്ടീഷുകാർക്ക് ലഭിക്കുകയും കാലക്രമേണ സംരക്ഷിതസ്മാരകമായി മാറുകയും ചെയ്തു.

ഏകദേശം ഒരു മണിക്കൂറോളം സമയമെടുത്ത് കണ്ട് മടങ്ങി വരുമ്പോൾ ഒട്ടും പരാതിയോ അക്ഷമയോ ഇല്ലാതെ ബാറ്ററികാറും ഡ്രൈവറും കാത്തുനിൽക്കുന്നു. ഞങ്ങൾക്ക് മുന്നേ അവിടെയുള്ള വിദേശികൾ ഇനിയും പാതിപോയിട്ട് കാൽഭാഗം പോലും കണ്ടു തീർത്തിട്ടില്ല. ചെറിയൊരു ആത്മപുച്ഛം ഉള്ളിൽ തോന്നാതിരുന്നില്ല. ഞങ്ങളുടെ ധൃതിവെച്ച കാഴ്ച്ചയിൽ.

എത്രയോ കാലങ്ങൾകൊണ്ട് അതിസൂക്ഷ്മം നിർമ്മിക്കപ്പെട്ടതാണ് വളരെ നിസാരമായി ഒന്നോ രണ്ടോ മണിക്കൂറുകൾ കൊണ്ട് കണ്ട് മടങ്ങുന്നത്. കാലമേ, ശിൽപ്പികളേ പൊറുക്കുക!!

പട്ടാഭിഷേകങ്ങളുടെ ദേവഭൂമിയിൽ നിന്ന് മടങ്ങാനൊരുങ്ങുമ്പോൾ പലവട്ടം പിന്തിരിഞ്ഞുനോക്കി. എല്ലായ്പ്പോഴും തോന്നുന്നപോലെ, എത്രയെത്ര തലമുറകളുടെ അധ്വാനമാണ് ജീവനാണ്. ജീവിതമാണ് പിറകിൽ വേദനകളുടേയും യാതനകളുടേയും മുകളിൽ സൗന്ദര്യം വാരിപ്പൂശി നിൽക്കുന്നത്. രക്തമുറയുന്ന രണഭൂമികളിലും ഇത്തരം

പട്ടക്കുറ്റൻ നിർമ്മിതികളിലും ഭാഗിച്ചപോവുന്ന സാധാരണ ജനജീവിതം. ചരിത്രത്തിൽ ഒരിക്കലും ഇടമില്ലാത്ത ഭാഗ്യം കെട്ടവർ.

ചരിത്രമുറങ്ങുന്ന ഇവിടങ്ങൾ പതിയെപതിയെ ഇല്ലായ്മയായിക്കൊണ്ടിരിക്കുകയാണ്. സഞ്ചാരികളും നന്നേ കുറവ്.

പട്ടടക്കലിൽ നിന്ന് അൽപം അകലെ ബദാമി കാത്തിരിപ്പുണ്ട്. ബദാമി കൂടി കണ്ടാലേ ഈ യാത്രക്കൊരു പൂർണ്ണതയാവൂ. ചാലൂക്യരുടെ ആദ്യകാല തലസ്ഥാനമാണ് ബദാമി. ഏറെ കേട്ടിട്ടുണ്ട്. കാണണം.

ബാറ്ററികാർ ഞങ്ങളേയും വഹിച്ച് പതുക്കെ പുറത്തിറങ്ങി. അങ്ങു പിന്നിൽ കർണ്ണാടകയിലെ എട്ടുപ്പള്ള ഒരു രാജവംശ മഹിമ മൗനമായി സന്ദർശകരെ നോക്കിനിൽക്കുന്നു.

നിരുപാധികനായ ദൈവം,
പ്രാചീനമായ മേലുകോട്ടെ

കർണ്ണാടകയുടെ മധുരനഗരമാണ് കരിമ്പു പാടങ്ങളുടെ ഭൂമിയായ മാണ്ഡ്യ. എവിടെയോവെച്ചൊരു ചിത്രക്കാഴ്ചയിൽ അതിപുരാതനമായ എന്തോ ഒന്നിനെ ഓർമ്മിപ്പിച്ച് കണ്ണുകളിൽ പതിഞ്ഞ മാണ്ഡ്യ ജില്ല യിലെ 'മേലുകോട്ടയോഗനരസിംഹക്ഷേത്രം' തേടിയുള്ള യാത്രയിൽ മാണ്ഡ്യയിൽ എത്തിയതിൽപ്പിന്നെ കരിമ്പുപാടങ്ങളാണ് പാതകൾക്കിരുവശവും.

കരിമ്പുതണ്ടേറ്റി പോവുന്ന കാളവണ്ടികൾ, പാതയോരത്ത് വെട്ടിക്കൂട്ടിയ കരിമ്പുകൂട്ടങ്ങൾ, നീരൂറ്റിയ ചണ്ടിക്കൂനകൾ,. നാടനും പരിഷ്കൃതവുമായ ഷുഗർ ഫാക്ടറികൾ... അങ്ങനെ ആ മൊത്തം മധുരമയമാണ് ഈ നാടിന്റെ ഗ്രാമാന്തരീക്ഷം. ഈ മധുരക്കാഴ്ച്ചകൾക്കിടയിൽ ചിലർ കൂടിനിന്ന് ഒരു മുഴുവൻ പന്നിയെ തീയിൽ ചുട്ടെടുക്കുന്നതും കണ്ണിൽപെട്ടു. തോലുരിക്കാനോ മറ്റോ ആയിരിക്കാം. മേലുകോട്ടയിലേക്കടുക്കും തോറും കരിമ്പു പാടങ്ങൾ പ്രത്യക്ഷമായി വരണ്ട പാറക്കൂട്ടങ്ങളും അവയ്ക്കിടയിലെ നേർത്തു മെലിഞ്ഞ വിളറിയ പച്ചപ്പും ദൃശ്യമായിത്തുടങ്ങി. മൺമറഞ്ഞ തലൈവി ജയലളിതയുടെ ജന്മദേശമാണ് മേലുകോട്ട.

ഏറെ അകലെ നിന്നേ കാണാനാവുന്നുണ്ട് യദുഗിരി കുന്നിൽ മുകളിലെ യോഗ നരസിംഹക്ഷേത്രം. പ്രഹ്ളാദനാൽ വിഗ്രഹപ്രതിഷ്ഠ നടന്നുവെന്ന് കരുതുന്ന ഈ ക്ഷേത്രം വൈഷ്ണവ വിശ്വാസികളുടെ പ്രമുഖ ആരാധനാകേന്ദ്രമാണ്.

ക്ഷേത്രത്തിന് ഒരു കിലോമീറ്റർ മുൻപ് വെച്ചുതന്നെ പാർക്കിംഗ്ഫീ എന്ന പേരിൽ അൻപതുരൂപ വാങ്ങുന്നതിനപ്പുറം മറ്റു നിയന്ത്രണങ്ങളൊന്നുമില്ല. അതിനാൽ ക്ഷേത്രത്തിലേക്കുള്ള ഇടുങ്ങിയ വഴി നീളേ തോന്നുംപടി പാർക്ക് ചെയ്തിരിക്കുകയാണ് വാഹനങ്ങൾ.

ചിത്രക്കാഴ്ചയിൽ ഉള്ളിൽ പതിഞ്ഞുപോയ ക്ഷേത്രം എന്നതിനപ്പുറം ക്ഷേത്രത്തെക്കുറിച്ച് മറ്റൊരു ധാരണയുമില്ലാത്ത ഞങ്ങൾ ക്ഷേത്രത്തിലെത്തിയത് ഒരാഴ്ച്ച നീണ്ടുനിന്ന ക്ഷേത്രോത്സവം അവസാനിച്ചതിന്റെ തൊട്ടുമുന്നിലെ ദിവസമാണ്. ഉത്സവം കൊടിയിറങ്ങിയിട്ടും ആഘോഷാരവമടങ്ങാൻ വിസമ്മതിക്കുന്ന ഭക്തജനക്കൂട്ടമാണെങ്ങും.

സാധാരണഗതിയിൽ ജനബാഹുല്യമുള്ള ഒരിടം എന്നിൽ സൃഷ്ടിക്കുന്ന അസ്വസ്ഥതകൾ എന്നെ എത്രയും വേഗം അവിടെ നിന്ന് പുറന്തള്ളാറാണ് പതിവെങ്കിൽ മേലുകോട്ടയിൽ അതുണ്ടായില്ല എന്നതിനർത്ഥം അകളങ്കിതമായ അന്തരീക്ഷം അത്രമേൽ നമ്മളെ ചേർത്തുപിടിക്കുന്നു. എന്നതുതന്നെ.

യദുഗിരി കയറും മുൻപ് താഴെയുള്ള പുഷ്കരണി (ക്ഷേത്രക്കുളം) കാണാം എന്ന് കരുതി. പുഷ്കരണി കണ്ടമാത്രയിലനുഭവിച്ച വികാരത്തെ സൂചിപ്പിക്കാൻ 'ഞെട്ടിപ്പോയി' എന്ന വാക്ക് തീരേ ചെറുത്. പുഷ്കരണിയുടെ വിശാലതയ്ക്കുപരി അത് ഉൾക്കൊണ്ട ജനസാഗരത്തിന്റെവിശാലതയിലാണ്സ്തബ്ധയായത്.

ആയിരക്കണക്കിന് ജനങ്ങളെയാണ് പുഷ്കരണി തനിക്കുള്ളിൽ ഒട്ടും തിക്കിത്തിരക്കില്ലാതെ ഉൾക്കൊണ്ടിരിക്കുന്നതെന്ന് പറയുമ്പോൾ ഇവിടെ ഉദ്ദേശിക്കുന്ന 'വിശാലത' എന്ന വാക്കിന്റെ 'പരപ്പ്' ഊഹിക്കാനാവും.

കടുത്ത വേനലിലും ജലസമ്പന്നമാണ് നാലു പുറവും കരിങ്കൽ പടവുകളുള്ള പുഷ്കരണി. കരിങ്കൽ പടവുകൾ ആരംഭിക്കുന്നതിനുമുകളിൽ അതിവിശാല മണ്ഡപങ്ങളാണ് നാലുഭാഗവും. മണ്ഡപങ്ങളുടെ മേൽക്കൂരയായ ഘനഗംഭീര കരിങ്കൽ പാളികളെ താങ്ങി നിർത്തുന്നത് കൂറ്റൻ കരിങ്കൽത്തൂണുകൾ തന്നെ. മേൽക്കൂരയ്ക്ക് മുകളിൽ കൊത്തുപണി നിറഞ്ഞ മകുടഗോപുരങ്ങൾ.

നിർമ്മിതി സൗന്ദര്യത്താൽ കാഴ്ചയെ വിഭ്രമിപ്പിക്കുന്ന ഈ അതിസുന്ദര പുഷ്കരണി നിരവധി സിനിമകളുടെ ഷൂട്ടിംഗ് ലൊക്കേഷൻ ആയിരുന്നു എന്നതിൽ എന്തത്ഭുതം?!

—ഇന്ത്യയെന്ന വിസ്മയമേ എന്തെല്ലാമാണ് നിന്റെയുള്ളിൽ കണ്ടമ്പരക്കാൻ!!

മണ്ഡപത്തറ പായ വരിച്ചും തുണിവിരിച്ചും അതിർത്തി രേഖപ്പെടു ത്തി തീർത്ഥാടകസംഘങ്ങൾ സ്വന്തമാക്കിയിരിക്കുന്നു. ഭക്ഷണം പാകം ചെയ്യലും വസ്ത്രം മാറലും ഉറക്കവും ധ്യാനവും അതിനുള്ളിൽ നടക്കുന്നു. അതിന്റേതായ വൃത്തികേടുകളും ചപ്പുചവറുകളും ഉണ്ടെങ്കിലും ജനസംഖ്യ വെച്ചു നോക്കി യാൽ ഇത്ര ചവറുകണ്ടാൽ പോര. അതായത് പരിസര ശുചീകരണം കാര്യക്ഷമമായി നടത്തുന്നുണ്ടെന്ന് സാരം!

ക്ഷേത്രക്കുളത്തിന്റെ വിശാലമായ ജലോപരിതലത്തിൽ റബ്ബർട്യൂബുകളിൽ ഒഴുകി നടക്കുകയാണ് ചിലർ. സോപ്പുതേച്ച് വിശാലമായി കുളിക്കുന്നവരും, ആചാരാനുഷ്ഠാനത്തിന്റെ ഭാഗമായി കണ്ട് പാട്ടയിൽ വെള്ളം മുക്കിയെടുത്ത് ദേഹം നനയ്ക്കുന്നവരും, ആരാധന സാമഗ്രിക ളായ മണികൾ കെട്ടിയ വാദ്യോപകരണങ്ങളും പൂജാപാത്രങ്ങളും ക്ഷേ ത്രകുളത്തിൽ മുക്കി എടുക്കുന്നവരുമൊക്കെയായി ആകെ സജീവമാ ണിവിടെ.

പാലിന്റെയും പാലുത്പന്നങ്ങളുടേയും ഉപയോഗക്കൂടുതൽ കൊണ്ടാവാം പൊതുവെ മേദസ്സു നിറഞ്ഞ ശരീരപ്രകൃതമാണ് വൈഷ്ണ വർക്ക്.

ആൺപെൺ വ്യത്യാസമോ പ്രായഭേദമോ ഇല്ലാതെ ആഘോ ഷപൂർവ്വം നീരാടികയറുന്നവരെ വളഞ്ഞ് പിടിച്ച് വൈഷ്ണവമുദ്രയായ തിലകം ചാർത്തിക്കൊടുക്കാൻ കുങ്കുമവും ഭസ്മവുമായി കാത്തുനിൽ ക്കുന്നു അതൊരു ഉപജീവനമാർഗ്ഗമാക്കിയവർ. വൈഷ്ണവ ഗീതങ്ങൾ പാടിയാണ് യാചകരുടെ യാചന.

പുഷ്കരണിയ്ക്ക് ഓരം ചേർന്ന് അതിപുരാതനമായൊരാൽമരം നിറയെ കടവാവലുകൾ തൂങ്ങിനിൽക്കുന്നു. ആൽമരത്തിന്റെ ഗാംഭിര്യത പുഷ്കര ണിക്ക് കാലം ചാർത്തിയ തിലകക്കുറി!

ഒന്നു കണ്ടങ്ങു പോകാം എന്നു കരുതി ഞങ്ങൾ ഇറങ്ങിയ പുഷ്കരണി തന്റെ സമൃദ്ധമായ ജല സമ്പത്തുപോലെ നിറഞ്ഞ കാഴ്ച്ച സമൃദ്ധിയിൽ ഞങ്ങളെ ഏറെ നേരം കുടുക്കിയിട്ടു.

യദുഗിരി കുന്നിൽ മുകളിൽ യോഗനരസിംഹക്ഷേത്രം. എന്നാണോ നിർമ്മിച്ചത് അന്നത്തെ അതേ അവസ്ഥയിൽ തന്നെയാണ് ക്ഷേത്രവും യദുഗിരിക്കുന്ന് കോറാനുള്ള പ്രാകൃതമട്ടിൽ നിർമ്മിച്ച കൽപടവുകളും. പടവുകൾക്കിടയിൽ ഇടയ്ക്കിടെ ഗോപുരങ്ങൾ എണ്ണത്തിൽ കുറവായ മധ്യവർഗ്ഗത്തെക്കാൾ സമൂഹത്തിന്റെ താഴ്ന്ന തട്ടിലുള്ള ഭക്തരാണധി കവും എന്നതിനാൽ അകളങ്കിത ആരാധനാചേഷ്ടകളാണെങ്ങും. ഓരോ പടവുകളിലും ചന്ദനത്തിരിയും കർപ്പൂരവും കത്തിച്ചുവെച്ച്,

ചന്ദനവും ഭസ്മവും അർപ്പിച്ച് തൊട്ടുവണങ്ങിയാണ് ചിലഭക്തരുടെ പടികയറ്റം, ശ്രദ്ധിച്ചില്ലെങ്കിൽ ശുദ്ധമായ ആരാധനയുടെ പ്രാചീനത കാല്വ പൊള്ളിക്കും. ഇതൊന്നും നിയന്ത്രിക്കാൻ ക്ഷേത്രപാലകർ എന്നപേരിലൊരു കൂട്ടരെ എങ്ങും കണ്ടില്ല. ഭക്തനും ദൈവത്തിനുമി ടയിൽ ഇടനിലക്കാർ ഇല്ലാത്തതിന്റെ ആരാധനാസ്വാതന്ത്ര്യം പ്രകട മാണെങ്ങും.

ഗോവിന്ദ സ്തുതികളുമായി ഒറ്റയ്ക്കും കൂട്ടമായും ക്ഷേത്രത്തിലേക്ക് ആവേശഭരിതരായി ഇടതടവില്ലാതെ പടികയറിപോവുന്ന ഭക്തരെ കാണുമ്പോൾ ഉത്സവം തീർന്നിട്ടും ഇതാണവസ്ഥയെങ്കിൽ ഉത്സവ കാലം എന്തായിരിക്കുമെന്ന് ഓർത്തു. അതും ഭക്തനും ദൈവവും ഒന്നായി ഇഴുകി ചേരുന്ന തീവ്ര ആരാധനാ രീതികൾ പിന്തുടരുന്ന ഒരിടത്ത്. ജനകീയരായ ദൈവങ്ങളെല്ലാം സ്വർണ്ണഗോപുരവാസി കളായി മാറുകയോ മാറ്റിക്കൊണ്ടിരിക്കുകയോ ചെയ്യപ്പെട്ടുന്നൊരു കാലഘട്ടത്തിൽ മേലുകോട്ടപോലൊരു പ്രശസ്തക്ഷേത്രം ഇതുപോലെ നിലനിൽക്കുന്ന കാഴ്ചയാണ് ഏറെ ആനന്ദം!

പടികളിൽ നിറഞ്ഞിരിക്കുന്ന കച്ചവടക്കാരുടേയും ഏറെദൂരം ഭക്തരെ വിടാതെ പിന്തുടരുന്ന യാചകരുടേയും ബഹളങ്ങൾക്കിടയി ലൂടെ ദർശനം കഴിഞ്ഞിറങ്ങിവരുന്നവരെ തിക്കിതിരക്കി വേണം മുക ളിലോട്ട് കയറാൻ. ചിലർ തലയിൽ ചക്കയുമേറ്റിയാണ് വരുന്നത്. ചക്കയും നരസിംഹമൂർത്തിയും തമ്മിലെന്തു ബന്ധമാവോ? ഒരു പക്ഷേ നരസിംഹാവതാരം ഹിരണ്യകശ്യപുവിന്റെ വയർ പിളർന്നതുപോലെ ചക്കയും നെടുകെയാണ് വെട്ടി പിളർക്കുന്നതെന്തുകൊണ്ടാവാം!

നിറഞ്ഞ് കവിയുന്ന കാണിക്കപ്പെട്ടി ഉണ്ടായിട്ടും തന്റെ പ്രാകൃതരൂ പത്തിന് മാറ്റം വരുത്താത്ത ക്ഷേത്രത്തിലേക്ക് ഒരു വീടിനുള്ളിലേക്ക് എന്ന പോലെ പ്രവേശിക്കാം. കുമ്മായം പൂശിയ മൺ ച്ചവരുകൾ, ഇടുങ്ങിയ ഇടനാഴി മരജനാലകൾ. ആധുനികമെന്ന് പറയാവുന്നത് ഇടനാഴികളിൽ വായുസഞ്ചാരത്തിനായി സ്ഥാപിച്ച പങ്കകളും സി.സി. ടിവിയും മാത്രം. തന്റെ കടുത്ത ഭക്തനായിരുന്ന മൈസൂർ രാജാവ് സമർപ്പിച്ച തങ്കക്കിരീടവും ചാർത്തിയാണ് നരസിംഹമൂർത്തിയുടെ നിൽപ്പ്. ജില്ലാട്രഷറിയിൽ നിന്ന് തങ്കക്കിരീടം മൂർത്തിക്ക് കിട്ടുന്നത് ഉത്സവകാലത്ത് മാത്രം!

മൂർത്തിയെ ദർശിച്ച് തിരിച്ചിറങ്ങുന്ന വാതിലിനടുത്ത് വിവിധ കൂട്ട കത്തിൽ പഴുത്തചക്കച്ചുളയും നാളികേരവും പ്രസാദമായി കൂട്ടിക്കുഴയ്ക്കു കയാണ് ചില ഭക്തർ. ഭക്തർക്ക് ഒത്തുകൂടാനൊരിടം എന്ന മട്ടിലുള്ള

ക്ഷേത്രത്തിൽ ഭക്തർ നെഞ്ചേറ്റുന്ന ദൈവം ഭക്തർക്ക് അപ്രാപ്യമെന്ന തോന്നലുളവാക്കാതെ അവർക്കൊപ്പം നടക്കുന്ന പ്രതീതിയാണെങ്ങും.

യദുഗിരികുന്നിൽ മുകളിൽനിന്ന് നോക്കിയാൽ മേലുകോട്ട മുഴുവനായും കാണാം. പച്ചപ്പിലേറെ പാറക്കൂട്ടങ്ങളാണെങ്ങും. ഇവിടെ നിന്ന് ഒരാകാശക്കാഴ്ചപോലെ പുഷ്കരണിയെ കാണുമ്പോഴാണ് അതിന്റെ സൗന്ദര്യത്തിന്റെ യഥാർത്ഥ്യഗാംഭീര്യമറിയുന്നത്.

കരിങ്കൽ പടവുകൾ ഇറങ്ങി പ്രാക്തനഗോപുരങ്ങൾക്കിടയിലൂടെ തിരിച്ചുപോരുമ്പോൾ ഏതോ നൂറ്റാണ്ടിൽനിന്നും ഇന്നിലേക്ക് പടവിറങ്ങുന്നു. വിടാതെ ഏറെദൂരം പിന്തുടരുന്ന യാചകരുടേയും കച്ചവടക്കാരുടേയും കണ്ണുവെട്ടിച്ചിറങ്ങാൻ നല്ല വിരുത് വേണം.

സ്വന്തം ദേഹത്ത് ചാട്ടവാർകൊണ്ട് അടിച്ച് വേദനിപ്പിച്ച് നമ്മുടെ തെറ്റുകൾക്ക് ദൈവത്തോട് ക്ഷമ യാചിച്ച് അനുഗ്രഹം വാങ്ങിത്തരാം എന്നു പറയുന്ന ഒരാളേയും കണ്ടു. നമ്മുടെ നാട്ടിലെ വെളിച്ചപ്പാടിന് സമാനമായ വേഷം ധരിച്ച അയാളുടെ കയ്യിലെ തളികയിൽ ദക്ഷിണ ഇട്ടാൽ അരമണികൾ കിലുക്കി അയാൾ ചാട്ടവാർകൊണ്ട് സ്വശീരത്തിലേക്ക് ആഞ്ഞടിക്കും. തികച്ചും ഭീതിദമാണാകാഴ്ച്ച. നമ്മുടെ പാപങ്ങൾ തീർക്കാൻ അയാൾ സ്വയം പീഢിപ്പിക്കുന്നു.

അയാളുടെ കയ്യിലെ തളികയിൽ നിറയെ നാണയങ്ങൾ ഉണ്ട് എന്നത് കണ്ടാണെനിക്ക് വേദനിച്ചത്. മൃഗബലിക്ക് തുല്യമായ പ്രാകൃത ആരാധന!

പുളിയോഗ്രയ്ക്ക് പ്രസിദ്ധമാണ് മേലുകോട്ട. പ്രത്യേകതരം മസാലയും പുളിയും ചേർത്ത പൊങ്കൽ പോലുള്ള ഈ വിഭവം കൽപ്പടവിൽ കണ്ട ഒരു കച്ചവടക്കാരിൽ നിന്നും വാങ്ങി. സ്വാദ് അതിഗംഭീരം. ഒരു പുളിയോഗവിൽപനശാലയിൽ സ്വാദില്ലെങ്കിൽ പണം മടക്കിക്കിട്ടും എന്നെഴുതിവെച്ചത് കണ്ടു. അതാണ് ആത്മവിശ്വാസം!!

പന്ത്രണ്ടാം നൂറ്റാണ്ടിൽ ഇവിടെയെത്തി പതിനാലു വർഷം മേലുക്കോട്ടക്കാരനായി ജീവിച്ച പ്രമുഖ വൈഷ്ണവാചാര്യൻ രാമാനുജന്റെ സ്വാധീനം പ്രകടമാണെങ്ങും. സംസ്കൃത പഠന കേന്ദ്രങ്ങൾക്കും ലൈബ്രറികൾക്കും അപ്പുറം ഏതാണ്ടെല്ലാ സ്ഥാപനങ്ങൾക്കും പേര് രാമാനുജ നാമം തന്നെ! ഹൊയ്സാല ചക്രവർത്തി ബിട്ടിദേവ രാമാനുജസ്വാധീനത്താലാണ് ജൈനമതം ഉപേക്ഷിച്ച് വൈഷ്ണവനായി വിഷ്ണു വർദ്ധനൻ എന്ന നാമം സ്വീകരിച്ചതെന്ന് ചരിത്രം!

തൊട്ടടുത്ത് തന്നെയാണ് പുകൾപെറ്റ ചെലുവനാരായണസ്വാമിക്ഷേത്രം. മൈസൂർ രാജാവ് നൽകിയ അപൂർവ്വരത്നങ്ങൾ പതിച്ച

രാജമുടി എന്ന സ്വർണ്ണകിരീടത്തിനുടമയാണ് ചെലുവനാരായണമൂർത്തി. വൈരമുടി ചാർത്തൽ ഉത്സവകാലത്താണ് ചെലുവനാരായണനും ട്രഷറിയിൽനിന്ന് കിരീടം കിട്ടുന്നത്! വെള്ളിയും സ്വർണ്ണവുംകൊണ്ട് നിർമ്മിച്ച ക്ഷേത്ര പൂജാപാത്രങ്ങളിൽ മൈസൂർ രാജമുദ്രയുണ്ട്. ചെലുവനാരായണന്റെ കഠിന ഭക്തനായ മൈസൂർ രാജാവ് രാജവോഡയാർ മരണശേഷം ആത്മരൂപിയായി ഈ ക്ഷേത്രത്തിലേക്ക് വന്ന് ശ്രീകോവിൽ വിഗ്രഹത്തിലേക്ക് നടന്നുകയറി ലയിച്ചതായൊരു കഥ പഴന്തലമുറ മെനഞ്ഞുവെച്ചത് വിശ്വാസങ്ങൾക്ക് ഊക്ക് കൂട്ടുന്നു. ഈ ക്ഷേത്രത്തിനു ചുറ്റോടുചുറ്റുമുള്ള ഈ തറയും പുഷ്കരണിയിലെന്നപോലെ വിശ്വാസികൾ പങ്കിട്ടിരിക്കുന്നു.

ഈ രണ്ടു ക്ഷേത്രങ്ങൾക്കുമപ്പുറമാണ് പാതിവഴിയിൽ നിർമ്മാണം ഉപേക്ഷിച്ച് റായഗോപുരയെന്ന പ്രവേശനകവാടം ക്ഷേത്രഗോപുരത്തിനു മുകളിൽ ഉയരം വരുമെന്നതിനാൽ രാമാനുജൻ ഇടപെട്ട് നിർമ്മാണം നിർത്തിവെച്ച റായഗോപുരയുടെ ഇപ്പോൾ നമ്മൾ കാണുന്ന ഭാഗമത്രയും ഒറ്റരാത്രി കൊണ്ട് നിർമ്മിച്ചതെന്ന കഥ തികച്ചും അവിശ്വസനീയമെങ്കിലും കടുംവിശ്വാസിക്കതും വിശ്വസനീയം!

വിശാലമായ കരിങ്കൽത്തറയ്ക്ക് മുകളിൽ മേൽക്കൂരയില്ലാതെ നാലുകൂറ്റൻ കരിങ്കൽത്തൂണുകൾ പൂർണ്ണമാവാത്ത ചിത്രപ്പണികളുമായി നിൽക്കുന്നതാണ് റായ്ഗോപുര. രജനീകാന്തിന്റെ പടയപ്പയുടെ ഷൂട്ടിംഗ് ലൊക്കേഷൻ എന്ന കൗതുകത്തിലാണ് പലരും റായ്ഗോപുര കാണുന്നത്.

ക്ഷേത്രങ്ങളിൽ നിന്ന് റായ്ഗോപുരയിലേക്കുള്ള വഴി നീളേയും റായ്ഗോപുരയിൽ നിന്ന് ധനുഷ്ക്കോടി എന്ന സൈറ്റ് സീയിംഗ് മുനമ്പിലേക്കുള്ള വഴിനീളേയും പുഷ്കരണികളുടെ ആറാട്ടാണ്. ചെറുതും വലുതും സംരക്ഷിക്കപ്പെടുന്നതും അല്ലാത്തതുമായ നിരവധി പുഷ്കരണികൾ. ഓരോന്നും ശ്രദ്ധയോടും കലാമേന്മയോടും തന്നെയാണ് നിർമ്മിച്ചിരിക്കുന്നതെങ്കിലും ചിലതിനെ കാലം പരുക്കേൽപ്പിച്ചിട്ടുണ്ട്. ജല സംഭരണത്തിന് ഈ നാട് നൽകിയ പ്രാധാന്യം പുഷ്കരണികളുടെ എണ്ണക്കൂടുതൽ വിളിച്ചുപറയുന്നു.

ഒരേ രൂപഘടനയിൽ പരസ്പരം പുറംതിരിഞ്ഞുനിൽക്കുന്ന മട്ടിൽ ഒന്നിനോടൊന്നു ചേർന്നു നിൽക്കുന്ന രണ്ട് നീരാട്ട് കുളങ്ങൾ ശ്രദ്ധേയമാണ്. അക്ക—തങ്കി എന്ന പേരിലുള്ള ഈ കുളങ്ങൾ ഇരട്ടകളായ രണ്ട് രാജ സഹോദരിമാർക്ക് വേണ്ടി നിർമ്മിച്ചതെത്രെ.

പുഷ്കരണികളുടേയും അകളങ്കിത ഭക്തി ചേഷ്ടകളുടേയും നാടായ മേലുകോട്ടയിൽ നിന്നും മടങ്ങുമ്പോൾ വാഹനത്തിന്റെ ടയർ

പഞ്ചറായെങ്കിലും യാത്രയിലിതുവരെ ചതിക്കാത്ത വാഹനത്തെ അതർഹി ക്കുന്ന സ്നേഹാദരവോടെത്തന്നെ ഒരു മറുന്നാടൻ ടാക്സി ഡ്രൈവറുടെ സഹായത്താൽ പരിചരിച്ച് ഭേദമാക്കി.

മേലുക്കോട്ടയെന്ന വൈഷ്ണവാരാധനാ ഭൂമിയിലൂടെ മടങ്ങുമ്പോൾ ഉഗ്രമൂർത്തിയെന്ന് പൊതുവെ പറയപ്പെടുന്ന നരസിംഹാവതാരത്തി ന്റെ ഇവിടെയുള്ള മുഖഭാവം അത്യന്തം ശാന്തമാണല്ലോ എന്നോർത്തു. അതൊരു അപൂർവ്വതയാണ്.

അതിസാധാരണക്കാരായ ഭക്തരുടെ നിഷ്കളങ്കാരാധനയോ, സ്വർണ്ണഗോപുരവാസിയല്ലാതിരിക്കുമ്പോൾ ദൈവം അനുഭവിക്കുന്ന ദൈവീക ലാളിത്യത്തിന്റെ സ്വസ്ഥതയോ ഒക്കെ ആയിരിക്കാം അതിനു കാരണം.

അദ്വൈതം, ശങ്കരൻ, ശൃംഗേരി..

ആഗുംബെ മഴക്കാടുകളിലെ വിഭാണ്ഡക പർവ്വതത്തിന്റെയും ഋഷ്യശൃംഗ ഗിരിനിരകളുടേയും നിഴൽഛായത്തണുപ്പ് പറ്റിക്കിടക്കുന്ന ശൃംഗേരിയിലേക്കുള്ള പാതകൾ യാത്രയിലുടനീളം അനുഭവിപ്പിച്ച മനഃശാന്തിതന്നെയാണ് ഒടുവിൽ ചെന്നെത്തുമ്പോൾ ശൃംഗേരി.

ദക്ഷിണ ചിറാപുഞ്ചിയെന്ന വിളിപ്പേരിന്റെ അഭിമാനം കാത്ത് വേനൽത്തീയ്യിലും ഇലപ്പച്ചക്കുളിർ ക്കാറ്റു വീശിയാണ് ആഗുംബെയുടെ സ്വീകരണം. രാജവെമ്പാല നാഷണൽ പാർക്കാണിവിടം. ഇത്തരം മഴക്കാടുകളുടെ അടിത്തണുപ്പിന്റെ രാജകീയതകളിൽ കഴിയുന്ന നാഗചക്രവർത്തി നഗരത്തിൽ കാഴ്ചവസ്തുവായി എത്തുമ്പോൾ വെറുതെയല്ല ശീതികരിച്ച കൂടൊരുക്കുന്നത്.

വഴി ചോദിക്കാൻ അധികമാരേയും കാണാത്ത വിജനപാതകളാണ് ശൃംഗേരിയിലേക്കുള്ളതെങ്കിലും അധികം വഴിതെറ്റാനില്ലാത്ത പാതകളാണ് ശൃംഗേരിയിലേക്ക്. ഋഷ്യശൃംഗഗിരി എന്നതാണ് ശൃംഗഗിരിയായും പിന്നീട് ശൃംഗേരിയായും ലോപിക്കപ്പെട്ടത്.

കണ്ണുകളിർന്ന് ഹൃദയം നിറയുന്ന കാട്ടുപച്ചപ്പിന്റെയും നാട്ടുപച്ചപ്പിന്റെയും കാഴ്ചകളിലൂടെ, ഹൈബ്രിയിൽനിന്ന് ആംഗുബെയിലേക്കുള്ള വഴികളിലെ കൃത്യമാർന്ന അഴകളവുകളോടെ ഒടിഞ്ഞുമടങ്ങിയ ഹെയർപിൻവളവുകളും, കുത്തനെയുള്ള കയറ്റങ്ങളും കയറിമറിഞ്ഞ് ശൃംഗേരിയുടെ സ്വസ്ഥതയെ ചെന്നു തൊട്ടു.

ആദ്യകാഴ്ച്ചയിൽ അധികം ജനത്തിരക്കില്ലാത്തൊരിടം എന്ന തോന്നലുണ്ടായതിനെ വിദ്യാശങ്കര ക്ഷേത്രാങ്കണത്തിലെ അതിവിശാല പാർക്കിംഗ് ഗ്രൗണ്ട് നിറഞ്ഞു കിടന്ന വാഹനക്കാഴ്ച്ച മായ്ച്ചുതന്നു.

ഉത്സവകാലമോ എന്തെങ്കിലും പ്രത്യേക ദിനമോ അല്ലാഞ്ഞിട്ടും ആദിശങ്കരന്റെ നാലാം അദ്വൈതമഠമായ ശൃംഗേരി ജനനിബിഡം. എന്നാൽ വിദ്യാശങ്കരക്ഷേത്രം നിലനിൽക്കുന്ന പ്രകൃതിയുടെ അതിവിശാലത, ഈ ജനത്തിരക്കിലും ഓരോരുത്തർക്കും അവരാഗ്രഹിക്കുന്ന വ്യക്തിഗത ഏകാന്തത സമ്മാനിക്കുന്നതിനാൽ എല്ലാം ബഹളങ്ങൾക്കും മുകളിൽ ആത്മീയത അനുഭവിക്കാനാവുന്നു.

അക്ഷരമറിയാത്തവരെക്കാൾ അക്ഷരമറിയുന്നവനായിരുന്നു ശങ്കരന്റെ അദ്വൈതം വഴങ്ങിയിരുന്ന തെന്നതിനാൽ മധ്യവർഗ്ഗത്തിൽ പെട്ടതും അതിനും മുകളിലേക്കുള്ള തീർത്ഥാടകരാണധികവും.

തുംഗാനദിക്കരയിലാണ് വിദ്യാശങ്കരക്ഷേത്രവും ശാരദാമന്ദിരവും.

സർവ്വജ്ഞപീഠാരോഹണത്തിനുശേഷം വടക്കേ ഇന്ത്യയുടെ വിവിധ ഭാഗങ്ങളിൽ മൂന്നു മഠങ്ങൾ സ്ഥാപിച്ച ശങ്കരൻ അദ്വൈതപ്രചരണാർത്ഥം നാലാംമഠം തെക്കേ ഇന്ത്യയിൽ സ്ഥാപിക്കാനൊരു സ്ഥലം തേടിയലയുമ്പോൾ ആത്മപോഷണാർത്ഥം ധ്യാനത്തിലിരുന്നത് തുംഗാനദിക്കരയിലായിരുന്നു. ധ്യാനശേഷം കണ്ണുതുറന്ന ശങ്കരൻ കണ്ടത് അവിശ്വസനീയമായ കാഴ്ചയായിരുന്നു.

ഗർഭിണിയായ തവളയെ വെയിൽച്ചൂടിൽ നിന്ന് രക്ഷിക്കാൻ പത്തിവിടർത്തി നാഗം തവളയ്ക്ക് തണലാകുന്നു. പ്രകൃതിയിലെ നിതാന്ത വൈരികൾ എന്നു മുദ്രകുത്തപ്പെട്ടവർപോലും സഹജീവി സ്നേഹം പ്രകടിപ്പിക്കുന്ന ഇവിടമാകട്ടെ തന്റെ നാലാം മഠം എന്നു തീരുമാനിച്ച ശങ്കരൻ കാശ്മീരിൽ നിന്നും കൊണ്ടുവന്ന ശാരദാദേവിയുടെ ചന്ദനവിഗ്രഹം ശൃംഗേരിയിൽ സ്ഥാപിച്ചു. പിൽക്കാലത്തുണ്ടായ തീപിടുത്തത്തിൽ കത്തി നശിച്ച ആ ചന്ദന വിഗ്രഹത്തിനു പകരം ഇപ്പോഴുള്ളത് സുവർണ്ണ വിഗ്രഹമാണ്. പ്രൗഢമായ ആഢ്യത്വം പ്രകടമാണ് ക്ഷേത്രത്തിനകത്തും പുറത്തും ആചാരാനുഷ്ഠാനങ്ങളിലും ഭക്തരിലും. അതുകൊണ്ടു തന്നെ ശ്രീകോവിലും പരിസരവും മനുഷ്യനാൽ സമ്പന്നമാക്കപ്പെട്ടിട്ടുണ്ടാവും എന്നു മുൻവിധി തോന്നിയത് തെറ്റിയില്ല. ഗ്രാനൈറ്റിൽ പൊതിഞ്ഞ ശാരദാമന്ദിറും വിഘ്നേശ്വര ക്ഷേത്രവും സുവർണ്ണമയം. അതിസമ്പന്നത അനുഭവിപ്പിക്കുന്ന ദൈവീകമായ ഇടങ്ങളിൽ ഉള്ള ഭക്തിപോലും മറന്ന് ഞാനൊരു കാഴ്ച്ചക്കാരിയാവും.

ശൃംഗേരി മഠാധിപന്മാർ ഉപയോഗിക്കുന്ന സുവർണ്ണ പീഠവും സിംഹാസനങ്ങളും ചില്ലുകൂട്ടിൽ പ്രദർശനത്തിനുവച്ചിരിക്കുന്നു. സർവ്വവും പരിത്യജിച്ച് സന്യാസത്തിനിറങ്ങുന്ന മഹത്തുക്കൾക്ക് പോലും സ്വർണ്ണത്തിലുള്ള 'പിടി' അയയുന്നില്ലെങ്കിൽ ലൗകിക ജീവിതത്തിൽ അഭിരമിക്കുന്ന സാധാരണക്കാരുടെ സ്വർണ്ണമോഹത്തെ ന്യായീകരിക്കാവുന്നതേയുള്ളൂ.

സ്വർണ്ണമോഹികൾ എന്നു മുദ്രകുത്തപ്പെടുന്ന സ്ത്രീകൾ എത്ര പാവങ്ങൾ!!

ശാരദാമന്ദിറിനു തൊട്ടുതന്നെയാണ് പൗരാണികമായ വിദ്യാശങ്കര ക്ഷേത്രാങ്കണം. അതിപ്രഗത്ഭരും നിർമ്മരും നിഷ്കാമികളുമായ ഗുരുവര്യന്മാരുടെ ചരിത്രം ഉറങ്ങുന്ന ശൃംഗേരിയിൽ ഗുരു വിദ്യാശങ്കരന്റെ ഓർമ്മയ്ക്കായി വിജയനഗരരാജാക്കന്മാരുടെ സഹായത്താൻ പതിനാലാം നൂറ്റാണ്ടിൽ നിർമ്മിച്ചതാണ് വിദ്യാശങ്കരക്ഷേത്രം. ഹൊയ്സാലരുടേയും ദ്രാവിഡരുടേയും ശിൽപകലാമിശ്രണമാണ് ക്ഷേത്രം. സാധാരണ കാണാത്ത വേറിട്ടൊരു ആകൃതിയിൽ ഒരു രാജകീയ അരയന്നം ഭൂമിയിൽ പതിഞ്ഞിരിക്കുന്ന മാതൃകയാണ് ശിൽപ്പികൾ ക്ഷേത്രത്തിന് നൽകിയിരിക്കുന്നതെന്നത് കാഴ്ചയെ രാജകീയമാക്കുന്നു.

ശരദാമന്ദിറും അനുബന്ധക്ഷേത്രങ്ങളും ലൗകിക ജീവിതസമ്പന്നതകളുടെ ആർഭാടപൂർണ്ണകാഴ്ചയാവുമ്പോൾ വിദ്യാശങ്കര ക്ഷേത്രാങ്കണം പൗരാണികമായ ലാളിത്യഭക്തിയനുഭവമായി നമ്മളെ ദൈവസങ്കൽപ്പത്തോട് ചേർത്തുപിടിക്കുന്നു.

ആറു വാതിലുകളാണ് ക്ഷേത്രത്തിന്. ഉൾവശത്ത് പന്ത്രണ്ട് തൂണുകൾ സൂര്യമാസങ്ങളെ സൂചിപ്പിച്ചുനിൽക്കുന്നു. ഓരോ മാസവും ആ മാസത്തെ സൂചിപ്പിക്കുന്ന തൂണിൽ പ്രകാശം വീഴുംവിധമാണ് നിർമ്മാണം. തൂണുകളിൽ കാണുന്ന സിംഹരൂപങ്ങളുടെ വായിൽ എല്ലാം തുണി തിരുകിവെച്ചിരിക്കുന്നു. സിംഹവായിൽ തൊട്ടാൽ ഉരുളുന്ന ഒരു കല്ലുഗോളമുണ്ടത്രെ. കാഴ്ചക്കാർ കൗതുകമടക്കാനാവാതെ അത് ഉരുട്ടിഉരുട്ടി നശിപ്പിക്കുന്നതിനാലാവണം ഇപ്പോൾ തുണി തിരുകിവെച്ച് അടച്ചത്. ബുദ്ധനെ വിഷ്ണു അവതാരമായി അംഗീകരിക്കുന്ന ശിൽപ്പങ്ങൾ ക്ഷേത്രച്ചുവരുകളിൽ ധാരാളം കാണാം. പുരാണകഥാശിൽപ്പങ്ങളും ധാരാളം.

ക്ഷേത്രത്തിനു മുന്നിലെ പടവുകൾ ഇറങ്ങുന്നത് തുംഗാനദിയിലേക്കാണ്. തുംഗയിലെ മീനുകൾക്ക് കാഴ്ചക്കാർ തീറ്റനൽകുന്നു. തീറ്റ അവിടെ വാങ്ങാൻ കിട്ടും. അങ്ങേയറ്റം വൃത്തിയോടെയാണ് കൽപടവുകൾ പരിപാലിക്കുന്നത്. പടവുകളിലൊന്നും തീറ്റ ചിതറി കിടക്കുന്നില്ല. തീറ്റയുടെ ഊക്കു കൊണ്ടാണാവോ ചെറിയ കുട്ടികളെ വെട്ടി വിഴുങ്ങാൻ തക്ക വലുപ്പം തോന്നിക്കുന്ന കൂറ്റൻ മീനുകൾ തുംഗയുടെ ജലനിരപ്പിന് ഇരുൾ കാളിമ നൽകി പുളയ്ക്കുന്നു. കൂറ്റൻ മീനുകളുടെ ആ പുളച്ചിൽ കൗതുകത്തോടൊപ്പം ഭയവും ജനിപ്പിക്കുന്നതിനാൽ കാഴ്ചക്കാർ കരയിൽ നിന്നേ തീറ്റ എറിയുന്നുള്ളൂ. വെള്ളത്തോട് കടുത്ത ഇഷ്ടമുള്ള കുട്ടികൾ പോലും ഭയന്ന് പിന്നോക്കം വലിഞ്ഞാണ് നിൽപ്പ്. ചിലർ പടവിൽ നിന്ന് കാല് വെള്ളത്തിലേക്ക് ഇറക്കാൻ ആയുമ്പോഴേക്കും അരുതെന്ന വിലക്കുശബ്ദം എവിടെ നിന്നോ ഉയരുന്നുണ്ട് ഉച്ചഭാഷിണിയിലൂടെ

പർദ്ദയണിഞ്ഞ ഇസ്ലാം വിശ്വാസികൾ കൽപ്പടവുകളിൽ ഇരുന്ന് മീനുകളെ തീറ്റുന്നതും ക്ഷേത്രമുറ്റത്ത് കറങ്ങിനടക്കുന്നതും കലപിലാ സംസാരിച്ച് തുംഗയുടെ കുറുകെകെട്ടിയ തൂക്കുപാലത്തിലൂടെ ആചാര്യ സമാധി കാണാൻ പോവുന്നതും മനസ്സു നിറച്ചു. സ്വന്തം വിശ്വാസത്തിൽ അടിയുറച്ച് നിന്ന് ഞാൻ നീ എന്ന വിലക്കുകളില്ലാതെ അന്യന്റെ വിശ്വാസങ്ങളെ അറിയുന്നതും കാണുന്നതും ആദരിക്കുന്നതും യഥാർത്ഥ വിശ്വാസികളാണ്. സ്നേഹവും സാഹോദര്യവും മുഖമുദ്രയായ ഒരു മതവും മറ്റു മതങ്ങളെ വിലക്കുന്നുമില്ല. മതങ്ങളുടെ അന്തസത്ത ഉൾക്കൊള്ളാത്തവരുടെ വിലക്കുകളും സംരക്ഷണവുമൊക്കെയാണ് പലപ്പോഴും മതങ്ങളെ വികലമാക്കുന്നത്.

കൽപ്പടവിൽ പത്തിവിടർത്തിനിൽക്കുന്ന പാമ്പിന്റെ ശിൽപ്പവും ഗർഭിണിയായ തവളയും കൊത്തിവെച്ചിരിക്കുന്നു.

തൂക്കുപാലത്തിലൂടെ ഒരു കുട്ടിയാന ആചാര്യസമാധിയിൽ നിന്നും അമ്പലം ലക്ഷ്യമാക്കി നടന്നുവരുന്നു. കുട്ടിയാനയല്ലേ എന്നു നിസ്സാരമാക്കി പാലത്തിന്റെ വശങ്ങളിൽ ഒതുങ്ങി നിന്നവർ ശരിക്കുംപെട്ടു. തുമ്പിക്കൈ നീട്ടി സകലരേയും തോണ്ടിയും തൊട്ടുമാണ് കുസൃതിയുടെ നടപ്പ്. സന്ധ്യാസമയത്തെ ആചാരാനുഷ്ഠാനങ്ങൾക്ക് വേണ്ടി ഭസ്മവും കുങ്കുമവും അണിഞ്ഞ് നന്നായി അണിയിച്ചൊരുക്കിയിട്ടുണ്ട് കുട്ടിക്കുസൃതിയെ.

“ഗംഗാ സ്നാനം, തുംഗപാനം” എന്ന് പുരാണങ്ങളിൽ പവിത്രമാക്കപ്പെട്ട തുംഗയ്ക്ക് കുറുകെ കെട്ടിയ തൂക്കുപാലത്തിലൂടെ ആചാര്യസമാധി സ്ഥലിലേക്ക് നടന്നു. സന്ധ്യകുറുകിക്കുറുകി വരുന്നതിനൊപ്പം സൂര്യന്റെ ചുവപ്പുരാശിയും ഭാവം മാറി വരുന്നു. പ്രകൃതിയിൽ നിന്നും വേർതിരിച്ചെടുക്കാത്ത സ്വാഭാവിക രീതിയിൽ പ്രകൃതിയിൽ നിലനിർത്തി തന്നെയാണ് സമാധിസ്ഥലം ഒരുക്കിയിരിക്കുന്നത്. പാലം കടന്നാൽ ചെന്നുകയറുന്നത് വിവിധ ഔഷധസസ്യങ്ങളാലും കുറ്റൻ മരങ്ങളാലും നിബിഢമായ ഒരിടത്തേക്കാണ്. കല്ലുപാകിയ നടപ്പാതയിലൂടെ ഇലകൾക്കിടയിലൂടെ കാറ്റു പായുന്ന മർമ്മരങ്ങൾ കേട്ട് നടക്കുമ്പോൾ ഹൃദയം അപരിചതാളത്തിൽ മിടിക്കുന്നു. സന്ധ്യാനേരത്ത് ഇത്തരമൊരിടത്ത് അകപ്പെട്ടാൽ അതു നമ്മളെ അഭൗമതയിലേക്ക് തെറ്റിത്തെറിപ്പിക്കും. മരണത്തിനും ജീവിതത്തിനുമിടയിലെ ശൂന്യസ്ഥലിയിൽ നിസ്സംഗതയുടെ പരകോടിയിൽ എരിഞ്ഞുകത്തും മനസ്സ്

പക്ഷികളുടെ കൂജനത്തിൽ മുഖരിതമാണ് അന്തരീക്ഷം. ഓരോ മരവും സന്ധ്യയുടെ ചുവപ്പുരാശിയിൽ ഇലപ്പച്ചയുടെ ഇരുൾകാളിമയേന്തി വിഷാദാർദ്രമായി കിളിയൊച്ചയിൽ പാട്ടുംപോലെ! ഓരോ

മരത്തിലും ചേക്കേറിയ നാനാജാതി പക്ഷികൾ ഒന്നിനോടൊന്നു ചേർത്ത് ഏറ്റുപാടുകയാണ് അതീന്ദ്രിയ ഗാനം. കണ്ണടച്ചുകേട്ടാൽ ഇന്ദ്രിയാതീതനായ സ്രഷ്ടാവിന്റെ വിരലുകൾ പറവകളിലൂടെ സിംഫണി സൃഷ്ടി ക്കുന്ന വിസ്മയത്തിലലിഞ്ഞില്ലാതെയാവാം. ഏറെക്കാലത്തിനു ശേഷമാണ് സന്ധ്യാസമയത്തെ പ്രകൃതിയുടെ ഈ ബിജീയം കേൾക്കു ന്നത്. മനസ്സിൽ അഴിയാതെ കിടന്നിരുന്ന അവസാനകെട്ടുമഴിഞ്ഞ് സ്ഫടിക ശുദ്ധസുതാര്യതയിൽ മനസ്സുനിൽക്കുമ്പോഴുള്ള തൂവൽഭാരം അനുഭവമാകുന്നു.

ആത്മീയതയുടെ ഔന്നിത്യങ്ങളിലാണ് സമാധിസ്ഥലം. ആഴമുള്ള നിശബ്ദതതരുന്ന സുഖത്തിൽ മഠാധിപതികളുടെ സമാധികളിൽ ധ്യാന ത്തിലിരിക്കുന്ന ഭക്തർ. ഓരോ സമാധികളിലും ഗുരുവര്യന്മാരുടെ ചരിത്ര മെഴുതിവച്ചിരിക്കുന്നു. കോടികളുടെ ഒരു വമ്പൻ പ്രൊജക്റ്റ് ഏതോ ഭക്തർ ഓഫർ ചെയ്തതിന്റെ പരസ്യവും അവിടെ കണ്ടു. ആ പ്രൊജക്റ്റ് നടക്കും മുൻപ് ശൃംഗേരി സന്ദർശിക്കാനായത് ദൈവം അറിഞ്ഞു തന്ന ഭാഗ്യം!

ഇരുൾ കയറിക്കയറി വരുന്നത് കണ്ടപ്പോൾ പാലത്തിലൂടെ വീണ്ടും ക്ഷേത്രാങ്കണത്തിലേക്ക് നടന്നു. ചിലങ്കയിട്ട കുട്ടിയാന കളിച്ചു മദിക്കു കയാണ് ക്ഷേത്രമുറ്റത്ത്. കാലുകളിൽ ചങ്ങലക്കിലുക്കത്തിനുപകരം ചിലങ്കകിലുക്കം! സന്തോഷകരമായ കാഴ്ച്ച. അനാവശ്യമായി നിയ ന്ത്രിക്കപ്പെടാത്തതിന്റെ ആഹ്ലാദമുണ്ടവന്റെ ചലനങ്ങൾക്ക്. ഒറ്റമുറിപ്പാടു പോലും ദേഹത്തില്ലാത്ത. തടിച്ചുരുണ്ട ആ ആനച്ചെക്കനോട് വികൃതി ക്കുട്ടികളോടെന്നപോലൊയൊരു വാത്സല്യം ഉള്ളിലൂറിവന്നു.

രാത്രിയും പകലുമൊക്കെ നിശ്ചിത സമയത്ത് സൗജന്യ ഭക്ഷണ വിതരണമുണ്ട് ക്ഷേത്രത്തിൽ. ഇവിടുത്തെ രീതികൾ വച്ചുനോക്കിയാൽ അതു നിലവാരം പുലർത്തുന്നതു തന്നെയാവും. ക്ഷേത്രകവാടത്തിനോടു ചേർന്ന തെരുവിൽ ക്ഷേത്രം വക നല്ലൊരു ഗസ്റ്റ് ഹൗസുണ്ട്. തെരുവിൽ അത്യാവശ്യം തരക്കേടില്ലാത്ത നോർത്ത് സൗത്ത് ഭക്ഷണങ്ങൾ ലഭി ക്കുന്ന ഭോജനശാലയും ലഭ്യം. താമസത്തിന് മുന്തിയ പട്ടണത്തിലെ വിലതന്നെ ഈടാക്കുന്നുവെങ്കിലും സൗകര്യങ്ങൾ പരിമിതമാണ്.

പരിചിതമല്ലാത്ത രുചികളിലുള്ള ബ്രാഹ്മണീയ വിഭവങ്ങൾ വിൽ ക്കുന്ന കടയിൽ കയറി ഒരു പാക്കറ്റ് പപ്പടവും അമ്പഴങ്ങ അച്ചാറും കൊണ്ടാട്ടവും വാങ്ങി. സംവൃത സുനിലിനെ ഓർമ്മിപ്പിക്കുന്ന മുഖവും ആ മുടമ്പല്ലു ചിരിയുമുള്ള കടയുടമയോട് തർക്കിക്കുകയാണ് സാധനങ്ങൾ വാങ്ങുന്ന രണ്ട് സ്ത്രീകൾ. തൊട്ടപ്പുറത്തെ കടയിൽ ഇതിനെക്കാൾ വില കുറവാണെന്നും, ആ വിലയിൽ ഈ കടയിൽനിന്നും സാധനങ്ങൾ

ലഭിക്കണം എന്നുമാണവരുടെ ആവശ്യം. വില കുറഞ്ഞിടത്തു നിന്നും വാങ്ങാതെ നിങ്ങൾ എന്തിനു ഇങ്ങോട്ടുപോന്നു എന്ന് കുസൃതിക്കണ്ണു മിന്നിച്ച് കടയുടമസ്ഥന്റെ മറുചോദ്യം. ഒപ്പം "ഞാനാണെങ്കിൽ വില കുറവെന്നു കണ്ടാൽ അപ്പം അവിടുന്നു വാങ്ങിയേനെ" എന്നൊരു കൊട്ടും!

പിന്നെ 'ഞാനിതൊക്കെ എത്ര കണ്ടതാ' എന്ന മട്ടിൽ ഞങ്ങളോടു കണ്ണിറുക്കുമ്പോൾ കവിളിൽ ഒളിച്ചിരിക്കുന്ന നുണക്കുഴി പുറത്തുചാടി.

കാണാത്ത സാധനങ്ങളും അറിയാത്ത രുചികളും അവയുടെ പ്രത്യേകതകളും ചോദിച്ചന്വേഷിച്ച് വാങ്ങുന്ന ഞങ്ങളോട് അയാൾ സ്നേഹമായി. സാധനങ്ങൾ വാങ്ങി യാത്ര പറയുമ്പോൾ സംവൃതാസ്യനിൽ നുണക്കുഴിച്ചിരിയോടെ നക്ഷത്രക്കണ്ണു തിളക്കി യാത്രമൊഴി മടക്കി.

സമ്പന്നതയുടെയും ധാരാളിത്തത്തിന്റെയും നേർക്കുള്ള ചില ചോദ്യം ചെയ്യലുകൾ മാറ്റി നിർത്തിയാൽ ശൃംഗേരി ആത്മീയാനുഭവം തന്നെയാണ്. കാഴ്ചയെക്കാൾ അനുഭവമായി ഉള്ളിൽ പതിയുന്നൊരിടം. പ്രകൃതിയ്ക്ക് പരുക്കേൽപ്പിക്കാതെ പ്രകൃതിയോട് ചേർന്ന് നിന്ന് ധ്യാനിക്കാതെ ധ്യാനം അനുഭവിപ്പിക്കുന്ന ഒരിടം. നമുക്കുള്ളിലെ നമ്മളെ നമ്മൾ തിരിച്ചറിയുന്നൊരിടം!

കരിങ്കൽത്തണുപ്പിൽ തീർത്ഥങ്കരന്മാർ..

കുദ്രേമുഖ് നാഷണൽ പാർക്കിന്റെ ഓരം ചേർന്നായിരുന്നു യാത്ര. ഒരു നുള്ള് ഇടപോലുമില്ലാതെ റോഡിനിരുവശത്തും കനത്തു നിൽക്കുന്ന ഇരുൾപച്ച. കാടെന്നാൽ ഇങ്ങനെ വേണം കട്ടുംകാട്!

വഴിയോരത്ത് ഒരു മനുഷ്യമുഖക്കാഴ്ച പോയിട്ട് എതിരെ വാഹനങ്ങൾ വരുന്നത് തന്നെ അപൂർവ്വം. മഴയ്ക്കും കാടിനുമിടയിൽ പെടുന്നത് ഇഹപരങ്ങൾക്കിടയിലെ അതിർവരമ്പ് മായുന്ന അതീന്ദ്രിയാനുഭവം.

ഇതുവരെ സഞ്ചരിച്ചുപോന്ന ഒറ്റപാത രണ്ടായി പിരിയുന്നിടത്ത് ഇടതുവശ റോഡിൽ കണ്ട 'കുദ്രേ മുഖ് നാഷണൽ പാർക്ക് 34 കിമീ' എന്ന ദിശാസൂചകം കൊതിപ്പിച്ചു കളഞ്ഞതിനാൽ ആ വഴിക്ക് തിരിഞ്ഞു. അൽപ്പദൂരം പിന്നിട്ടപ്പോഴാണ് രാവിലെ വണ്ടിയിൽ പെട്രോളടിച്ചില്ലെന്ന ഇടിവാളോർമ്മ മിന്നിയത്. പാതിവഴിയിൽ വണ്ടി നിന്നാൽ ഇതുവരെ ഭംഗികൊണ്ട് വലച്ച ഈ അതിസുന്ദര വിജനകാനന പാത മറ്റൊരു രീതിയിലും അതിക്രൂരമായിത്തന്നെ വലച്ചുകളയും! പെട്രോളടിക്കണമെങ്കിൽ വലതുവശറോഡിലൂടെ ഏതെങ്കിലും നഗരം തേടണം. കുതിരമുഖം എന്നർത്ഥം വരുന്ന കുദ്രേമുഖിന്റെ പുൽമേട്ടുകുന്നുകളുടെ ഭംഗിയാസ്വദിക്കാനാവാത്ത കൊതിക്കെറുവു തീർക്കാൻ കുദ്രേമുഖിന്റെ പാതയിൽ മൂന്നുനാലു കിലോമീറ്റർ ഓടിയാണ് വണ്ടി തിരിച്ചുമടക്കി വലതുവശപാതയിലേക്ക് കയറിയത്.

ആദ്യം കാനനക്കാഴ്ചകളിലൂടെയും പിന്നെ നാട്ടുകാഴ്ചകളിലൂടെയും ഒഴുകി ആണ് പെട്രോൾ പമ്പിലേക്കുള്ള വഴിചോദിച്ചെത്തിയത് കാർക്കളയിൽ. ഉഡുപ്പി ജില്ലയിലെ കാർക്കളയിലെന്തുണ്ടു കാണാൻ എന്ന് ഗൂഗിളിൽ പരതും മുമ്പ് തന്നെ എന്തുണ്ടായാലും ഇല്ലെങ്കിലും ഇന്നിവിടെ

തങ്ങാം. എന്ന് നമ്മളറിയാതെ മനസ്സിനെക്കൊണ്ട പറയിപ്പിക്കും കാർക്കള.

-ആത്മാവുള്ള ഒരു നഗരത്തിനേ അതാവൂ.

ജൈനാനുയായികളായ രാജാക്കന്മാർ വാണകാലത്ത് പാണ്ഡ്യ നഗരം എന്നറിയപ്പെട്ട ഇവിടം പിൽക്കാലത്ത് കരിങ്കല്ല് എന്നർത്ഥം വരുന്ന കാർക്കള ആയതെങ്ങനെയെന്ന് ചോദിക്കാതെത്തന്നെ പറഞ്ഞുതരുന്ന എങ്ങും കാണുന്ന ചന്തമുള്ള കരിങ്കൾകുന്നുകൾ.

ഭൂമിക്കടിയിൽ ഒരു കിലോമീറ്ററോളം ആഴത്തിൽ കരിങ്കൽ പാളികൾ നിറഞ്ഞഭൂപ്രകൃതിയാണിവിടെ.

ഒറ്റക്കാഴ്ച്ചയിൽത്തന്നെ സുരക്ഷിതത്വം തോന്നിപ്പിക്കുന്ന ശാന്ത നഗരമായ കാർക്കളയുടെ വൃത്തിയും ഭംഗിയും ശ്രദ്ധേയം! എത്തിയത് ഉച്ചയൂണിന്റെ സമയമായതിനാൽ ആദ്യം അതിനുകയറി. കർണാടക യാത്രയിൽ ആദ്യമായാണ് ഇത്ര നല്ലൊരു വെജിറ്റേറിയൻ ഊണ്. അതും കുത്തരിച്ചോറിനൊപ്പം.

വെയിലൊന്നുതാണപ്പോൾ കാർക്കളയിലെ ഏറ്റവും പ്രധാന ജൈനക്ഷേത്രമായ ചതുർമുഖബസ്തി കാണാനിറങ്ങി. കുന്നിൽ മുകളിലെ ബസ്തി കാണാൻ ഒന്നോരണ്ടോ സന്ദർശകരേ ഉള്ളൂ. എന്നുകണ്ട് ഉള്ളു നിറഞ്ഞാണ് കയറാൻ ഒട്ടും പ്രയാസമില്ലാത്ത വീതിയുള്ള കൽപട വുകൾ കയറി ബസ്തിയിലെത്തിയത്. കയറി മുകളിലെത്തിയപ്പോൾ കുന്നിൽ മുകളിലെ കാറ്റിനെക്കാൾ അകം കുളിർപ്പിക്കുന്നത് കൺമു ന്നിലെ കാഴ്ച്ചകൾ. എക്കാലവും ഓർമ്മകളിൽ കുരുങ്ങിക്കിടക്കുന്ന ഒരിടമായി ഈ ചതുർമുഖ ജൈനബസ്തി മാറാൻ കാരണം അന്തരീക്ഷ ത്തിലിപ്പോഴും തങ്ങിനിൽക്കുന്ന പൗരാണികമായ ആത്മീയതയുടെ ഈർപ്പം തന്നെ. ചതുർമുഖബസ്തിക്ക് എതിരെയുള്ള വിശാലമായ കരി ങ്കൽകുന്നിൽ മുകളിൽ അങ്ങ് വിദൂരതയിൽ ബാഹുബലിയുടെ ഒറ്റക്കൽ പ്രതിമകാണാം.

1586 ൽ ജൈനവിശ്വാസിയായ ഭൈരവൻ രണ്ടാമൻ ആണ് മുപ്പ തുവർഷമെടുത്ത് ഈ ക്ഷേത്രം നിർമ്മിച്ചത്. ശുദ്ധമായ കരിങ്കല്ലാണ് ക്ഷേത്രനിർമ്മിതിയ്ക്ക് ഉപയോഗിച്ചിരിക്കുന്നതെന്നതിനാൽ ക്ഷേത്രനിർ മ്മാണം ശിൽപ്പിക്ക് കാഠിന്യം തന്നെയായിരുന്നിരിക്കണം.

പടികയറിച്ചെന്നാലുള്ള പടിപ്പുര കടന്നാൽ നേരെ ഗർഭഗൃഹത്തി ലേക്കുള്ള വാതിലാണ്. അതടഞ്ഞുകിടക്കുന്നു. ബസ്തി ഒന്നു വലംവെച്ചു. നാലുപുറവും വീതിയേറിയ വരാന്തകളും കുറ്റൻ കരിങ്കൽ തൂണുകളും പ്രവേശനവാതിലുകളും കരിങ്കൽ പടവുകളും ഉണ്ട്. തൂണുകളിൽ

ചിത്രപണികൾ ഉണ്ടെങ്കിലും അവയൊന്നും ചിത്രങ്ങൾക്ക് പ്രധാന്യം നൽകും വിധത്തിൽ മിഴിവേകി തെളിഞ്ഞു കാണുന്നവയല്ല. വലംവെച്ച് വന്നപ്പോഴേക്കും കാവൽക്കാരൻ വന്ന് മടിക്കുത്തിൽ നിന്നും ചാവിയെടുത്ത് ഗർഭഗൃഹവാതിൽ തുറന്നു. മധ്യപ്രായം കഴിഞ്ഞ അയാൾ ശാരീരിക അവശതകൾ കൊണ്ട് നന്നേ കഷ്ടപ്പെടുന്നുണ്ട്.

ഗർഭഗൃഹത്തിനകത്ത് അരിനാഥ്, മല്ലിനാഥ്, മുനിമ്സുവ്രതനാഥ്, എന്നീ തീർത്ഥങ്കരന്മാരുടെ എണ്ണക്കറുപ്പ് പ്രതിമകൾ നാലു പുറഭാഗത്തും ഒരുപോലെ നിർമ്മിച്ചിരിക്കുന്നു.

ഗർഭഗൃഹത്തിന്റെ മുന്നിലെപ്പോലത്തന്നെ നാലുഭാഗത്തേക്കും വാതിൽ ഉണ്ട്. നാലു വാതിലിൽ നിന്നുനോക്കിയാലും കാണാൻ പാകത്തിന് ഒരേ പ്രതിഷ്ഠകൾ നാലുഭാഗത്തും നിർമ്മിച്ചിരിക്കുന്നു. അതു രസമായി. നാലുഭാഗത്തു നിന്നും ഒരേദർശനം സാധ്യമാവുന്നതിനാൽ ചതുർമുഖ ബസ്തിയെന്ന പേര് തികച്ചും അനുയോജ്യം. ഗർഭഗൃഹവാതിലൊഴിച്ച് ബാക്കിയെല്ലാം അടച്ചിട്ട നിലയിലാണ്.

ഗർഭഗൃഹവാതിൽ തുറന്നാൽ കാണുന്ന രണ്ടാൾ പൊക്കമുള്ള തീർത്ഥങ്കര പ്രതിമകൾക്ക് മുന്നിൽ കൊളുത്തിയിട്ട കണ്ണാടിയിൽ അങ്ങു വിദൂരതയിലെ ബാഹുബലി ബേട്ട പ്രതിബിംബിക്കുന്നു കൂടെ ബാഹു ബലി പ്രതിമയുടെ ദൃശ്യവും.

ഇംഗ്ലീഷും ഹിന്ദിയും ഇടകലർത്തി കാവൽക്കാരൻ ക്ഷേത്രവിശേഷങ്ങൾ പങ്കുവെക്കുന്നത് അയാളുടെ മുഖപേശികളിലെ വൈകല്യം കാരണം ഇടയ്ക്കിടെ അവ്യക്തമാകുന്നു. ഗർഭഗൃഹത്തിനകത്ത് പ്രതിഷ്ഠകളെ ചുറ്റിയുള്ള ഇടനാഴിയിൽ രാവിലെ സൂര്യപ്രകാശം വലത്തുഭാഗത്തും വൈകീട്ട് ഇടത്തുഭാഗത്തും പതിയുംവിധമാണ് ക്ഷേത്രനിർമ്മാണം. അതായത് ഗർഭഗൃഹത്തിന്റെ ഒരുവശം പ്രകാശപൂരിതമാകുമ്പോൾ മറുവശം ഇരുൾമൂടിക്കിടക്കും. ഇതുകൊണ്ട് ശിൽപ്പി ഉദ്ദേശിച്ചതെന്താണെന്നറിയില്ലെങ്കിലും ജ്ഞാനവും അജ്ഞാനവും പങ്കുവെക്കുന്ന മനുഷ്യമനസ്സാണ് എന്റോർമ്മയിൽ വന്നത്.

നാലുഭാഗത്തേക്കും തിരിഞ്ഞുനിൽക്കുന്ന തീർത്ഥങ്കരന്മാരുടെ പ്രതിമയ്ക്കിടയിലെ ചെറിയൊരു വിടവുകാട്ടി അദ്ദേഹം കൗതുകകരമായ മറ്റൊരു കാര്യംകൂടെ പറഞ്ഞു. ഈ വിടവിലൂടെ ഉള്ളിലേക്ക് പ്രവേശിക്കുന്ന സൂര്യപ്രകാശം നാലുപുറത്തേക്കും തിരിഞ്ഞുനിൽക്കുന്ന തീർത്ഥങ്കരന്മാരുടെ പിന്നിൽ പ്രകാശം നൽകുമത്രെ. ഏതാണ്ട് ദിവ്യപ്രകാശം മാതിരി.

ഇരുപത്തിനാല് തീർത്ഥങ്കര പ്രതിമകളും യക്ഷി പാർവ്വതി എന്ന സ്ത്രീ പ്രതിമയും ക്ഷേത്രത്തിനകത്തുണ്ട്. കരിങ്കല്ലിന് ക്ഷാമമില്ലാത്തൊരിടത്ത്

മറ്റൊരു വസ്തുവിനെക്കുറിച്ച് ചിന്തിക്കേണ്ടതില്ലാത്തതിനാൽ ക്ഷേത്രമേൽക്കൂര കൂറ്റൻ കരിങ്കൽപ്പാളി തന്നെ. പുറമേയുള്ള യാതൊരു വസ്തുക്കളും ഉപയോഗിക്കാതെ കൂറ്റൻ ശിലാഖണ്ഡങ്ങൾ ചെറിയ ജോയിന്റുകളിൽ പരസ്പരം കൊളുത്തി നിർമ്മിച്ച കരിങ്കൽത്തൂ ണുകളുടെ വാസ്തുവിദ്യ അപാരം! ചതുർമുഖ ബസ്തിയിലെ കരിങ്കൽത്തൂണുകളുടെ നിർമ്മിതിയെ കുറിച്ച് കാവൽക്കാരൻ ഏറെ വാചാലനായി. പതിനാലു കിലോമീറ്റർ അപ്പുറമുള്ള മൂഡബിദ്രിയിലെ ജൈനക്ഷേത്രത്തിൽ ആയിരത്തിലധികം തൂണുകൾ ഉണ്ടെങ്കിലും അവയൊന്നും ഇത്ര മതിപ്പില്ലെന്നാണ് അയാളുടെ പക്ഷം.

താൻ കോളേജിലെ ലാബ് അസിസ്റ്റന്റായിരുന്നുവെന്നും ആസിഡ് ദേഹത്തു വീണാണ് ഇങ്ങനെ ആയിപ്പോയതെന്നും ഇനിയും ഉണങ്ങാത്ത കാലിലെ വ്രണം കാട്ടി അയാൾ പറഞ്ഞു. ചോദിക്കാതെത്തന്നെ എന്തെങ്കിലും കൊടുക്കണമെന്ന് ഞങ്ങൾ കരുതിയിരുന്നുവെങ്കിലും ഞങ്ങളത് കൊടുക്കും മുൻപ് തന്നെ അദ്ദേഹം കാശു ചോദിച്ച് കൈനീട്ടി. യാത്ര പറഞ്ഞ് തിരിച്ചുമടങ്ങുമ്പോൾ എന്റെ ഒരു ശീലം വച്ച് പിന്തിരിഞ്ഞു നോക്കിയപ്പോൾ കൊടുത്ത കാശ് എത്രയെന്നു പറഞ്ഞിട്ടും അത് കണ്ണുകൾക്ക് മുന്നിൽ പിടിച്ച് അയാൾ ഉറപ്പുവരുത്തുന്നുണ്ടായിരുന്നു.

ഇനി ബാഹുബലിബേട്ടയിലേക്ക്. നിറയെ കച്ചവടക്കാർ നിരന്നിരിക്കുന്ന കുന്നടിവാരത്തിൽ വണ്ടി നിർത്തി. കുന്നിൽ മുകളിൽവരെ വാഹനം പോവുന്ന വഴിയുണ്ട്. ഇത്തരമൊരു കുന്നിൽമുകളിൽ ജോലിഭാരം ലഘൂകരിക്കുന്ന സാങ്കേതികവിദ്യകളൊന്നുമില്ലാക്കാലത്ത് ഇങ്ങനെയൊരു പ്രതിമയും ക്ഷേത്രവും മനുഷ്യന് നിർമ്മിക്കാനായെങ്കിൽ ആ തലമുറയ്ക്കുള്ള ആദരമായി അതുകാണാൻ പടികൾ കയറി തന്നെ പോവണം.

വീതിയുള്ള ചവിട്ടു പടികളും നിരന്ന നടപ്പാതകളും കയറ്റം ആയാസരഹിതമാക്കുന്നു. ഇടയ്ക്കൊന്ന് കയറ്റം നിർത്തി നഗരത്തിനുനേരെ തിരിഞ്ഞപ്പോൾ അങ്ങകലെ തെങ്ങിൽ തലപ്പുകളാൽ ചുറ്റപ്പെട്ട ചതുർമുഖ ബസ്തിയുടെ വിദൂരമനോഹാരിത. ഒരു മണിക്കൂറിനു താഴെ മാത്രമേ ചതുർമുഖ ബസ്തിയുമായുള്ള ബന്ധമുള്ളൂ എങ്കിലും വിദൂരതയിലെ ചതുർമുഖബസ്തിക്കാഴ്ച്ച ഒരു വല്ലാത്ത ഗൃഹാതുരത്വം അനുഭവിപ്പിക്കുന്നു.

ക്ഷേത്രമതിൽക്കെട്ടിന് പുറത്തേക്ക് കാണാം ക്ഷേത്രസ്തംഭവും ബാഹുബലിയുടെ നിവർന്ന ശിരസ്സും. കാർക്കളെയുടെ പ്രശസ്തരാജൻ വീരഭൈരവന്റെ മകൻ വീരപാണ്ഡ്യനാണ് അദ്ദേഹത്തിന്റെ ഗുരുവായ ലളിത കീർത്തിയുടെ നിർദ്ദേശ പ്രകാശം 1432ൽ ബാഹുബലി പ്രതിമയും 1436ൽ ബ്രഹ്മസ്തംഭവും സ്ഥാപിക്കുന്നത്. അതിൽപ്പിന്നെ

അതിവിശാലക്ഷേത്രാങ്കണത്തിൽ കാലത്തിനിപ്പുറത്തെ തന്റെ ഭൗതികതയെ കാലത്തിനപ്പുറത്തേക്കും പറിച്ചുനട്ട് അനന്തതയിലേക്ക് മിഴിനീട്ടി നിൽക്കുകയാണ് നിസ്സംഗമായി ഏകാന്തനായി ബാഹുബലി!

ഏകശിലയിൽ കൊത്തിയെടുത്ത ശ്രാവണബെൽഗോളയിലെ ബാഹുബലി 57അടി ഉയരത്തിലാണ് നിൽപ്പെങ്കിൽ കാർക്കളയുടെ ഏക ശിലാശിൽപ്പമായ ബാഹുബലി 42 അടി ഉയരത്തിൽ രണ്ടാമനായാണ് നിൽപ്പ്. ശ്രാവണ ബെൽഗോളയിൽനിന്ന് വ്യത്യസ്തമായി മലകയറി വരുന്നവർക്ക് ആശ്വാസമായി ഇവിടെ ക്ഷേത്രത്തിനകത്ത് തണുത്തജലം വെച്ചതുകണ്ടു. ശാരീരികപീഡകൾ ആനന്ദവ്രതമായി അനുഷ്ഠിക്കുന്ന ജൈനർ പൊതുവെ ഇത്തരം മാഞ്ഞാളങ്ങൾക്ക് മുതിരാറില്ല.

സന്ധ്യയുടെ രക്താഭയിൽ മുങ്ങി നിൽക്കുന്ന ബാഹുബലി ബേട്ടയുടേയും ചതുർമുഖ ബസ്തിയുടേയും അപൂർവ്വ ഭംഗിയിൽ നിന്ന് കണ്ണെടുരുന്നില്ല.

ഇരുൾ പടികയറി വരുന്നത് കണ്ടപ്പോൾ ബാഹുബലിബേട്ടയുടെ പടികളിറങ്ങി. കാർക്കളയുടെ ശാന്തജനപഥങ്ങളിലൂടെ അലസം ചുറ്റിത്തിരിയുമ്പോഴാണ് സ്വാരസ്വത ബ്രാഹ്മണന്മാരുടെ ആരാധനാലയമായ വെങ്കിട്ടരമണക്ഷേത്രം കണ്ടത്. നഗരമധ്യത്തിൽത്തന്നെ സ്ഥിതി ചെയ്യുന്ന ഈ ക്ഷേത്രത്തിന്റെ അകക്കാഴ്ചയിൽ ഇവരുടെ ദൈവം സമ്പന്നനും ഗോപുരവാസിയും അപ്രാപ്യനും എന്ന തോന്നൽ. ക്ഷേത്ര ത്തിനു ചുറ്റും സമ്പന്ന ബ്രാഹ്മണ ഗൃഹങ്ങളാണ്. ചിലതിന്റെ പൂമുഖപ്പടി ഇറങ്ങുന്നത് ക്ഷേത്രത്തിന്റെ പുറം ചുറ്റുപാതയിലേക്ക്.

ക്ഷേത്രത്തിനകത്ത് വാദ്യോപകരണങ്ങൾ സഹിതം ഭക്തർ വെങ്കിട്ടരമണ സന്ധ്യാകീർത്തനങ്ങൾ പാടിത്തിമർക്കുമ്പോൾ ക്ഷേത്രത്തിന്റെ പുറം വരാന്തയിൽ തെരുവുകാഴ്ചയിലേക്ക് കൗതുകക്കണ്ണെറിഞ്ഞിരിക്കുന്ന ആഢ്യയായ ഒരു സാരസ്വതബ്രഹ്മണ വൃദ്ധയേയും കണ്ടു. അകത്തു മുഴങ്ങുന്ന കീർത്തനങ്ങൾക്കെതിരെ 'ഞാനിതൊക്കെ കുറെ കണ്ടിട്ടുണ്ട്' എന്ന ഇന്നസെന്റ് ഭാവം അവരുടെ കുസൃതിനിറഞ്ഞ മുഖത്ത് തെളിയുന്നു.

ഒരു തനികർണാടക ജ്വല്ലറിയിൽ കയറി ഏറെക്കാലമായി മനസ്സാഗ്രഹിച്ച മോഹാഭരണം സ്വന്തമാക്കി. തികച്ചും അപരിചിതരാണ് ഞങ്ങൾ അവർക്കെന്നിരുന്നിട്ടും വിലയൊക്കെ നന്നായി കുറച്ചുതന്നു. ആരു കണ്ടാലും നോക്കിപ്പോവുന്ന വെള്ളിയുടേയും സ്വർണ്ണത്തിന്റെയും ആഭരണം സ്വന്തമായ സന്തോഷത്തിലാണ് പുലർകാലത്ത് ആർക്കിയോളജിക്കൽ സർവ്വേയുടെ കീഴിലുള്ള അനന്തശയന ക്ഷേത്രം കാണാനിറങ്ങിയത്.

നഗരമധ്യത്തിൽ സ്ഥിതിചെയ്യുന്ന ഈ ക്ഷേത്രം ആദ്യമൊരു ജൈന ബസ്തി ആയിരുന്നുവെന്ന് ക്ഷേത്രത്തിന്റെ രൂപഘടന വ്യക്തമാക്കുന്നു. പതിനഞ്ചാം നൂറ്റാണ്ടിൽ ഇവിടെ സന്ദർശിച്ച ശൃംഗേരി മഠാധിപതി ജഗദ്ഗുരു നരസിംഹഭാരതി ഒരു ദൈവപ്രതിഷ്ഠയില്ലാത്തിടത്ത് തങ്ങാനുള്ള വിഷമം രാജാവിനെ അറിയിച്ചപ്പോൾ രാജാവ് ആദരപൂർവ്വം ബസ്തി ഗുരുവിന് സമർപ്പിച്ചു.

ഗുരു ഒറ്റക്കല്ലിൽ തീർത്തെടുത്ത അനന്തശായി വിഷ്ണു വിഗ്രഹം സ്ഥാപിച്ച് ബസ്തിയെ ക്ഷേത്രമാക്കിയെടുത്തു.

മൂന്നൂറുവർഷത്തെ ജൈനഭരണത്തിന്റെ സ്വാധീനം തലമുറ ഇപ്പോഴും കൈമാറിക്കൊണ്ടിരിക്കുന്നു. എന്ന പോലൊരു ശാന്തതയും സഹജീവിസ്നേഹവും കാർക്കള ജനതയിൽ പ്രകടമാണ്.

നാൽക്കവലയിൽ വെച്ച് ഒരു ബസ്സിന് ഞങ്ങളുടെ വാഹനം ദിശമാറി വിലങ്ങിട്ടപ്പോൾ ഹോൺ കൊണ്ടു പോലും ചോദ്യം ചെയ്യാതെ നേർത്ത ചിരിയോടെ ബസ് ചവിട്ടി നിർത്തി ഞങ്ങളെ സമാധാനമായി വാഹനം തിരിച്ചെടുക്കാൻ അനുവദിച്ച ബസ് ഡ്രൈവറും കിളിയും അതിനൊരു ഉദാഹരണം. പൊതുവെ ഒട്ടും ക്ഷമയില്ലാത്ത വെകിളി പിടിച്ച വർഗ്ഗമാണല്ലോ ബസ് ജീവനക്കാർ ഏത് നാട്ടിലായാലും.

നിർമ്മാണ വൈദഗ്ധ്യഭംഗിയാൽ കൗതുകകരമായ ജൈനബസ്തികളും ജലാശയങ്ങളും ഇനിയും കാർക്കളയിൽ മറ്റു പലഭാഗത്തുമായി ഉണ്ടെന്നറിഞ്ഞിട്ടും സമയമനുവദിക്കാതിരുന്നതിനാൽ മടക്കം.

അപ്രതീക്ഷിതമായ ഇടത്താവളമായിരുന്നിട്ടും ഒട്ടും അപരിചിതത്വം തോന്നിപ്പിക്കാതെ ആത്മീയ സൗന്ദര്യാനുഭൂതിത്തികവുള്ള പൗരാണിക കാഴ്ചകൾകൊണ്ടു കണ്ണിനേയും മനസ്സിനേയും ആനന്ദിപ്പിച്ച് ഞങ്ങളെ ചേർത്തുപിടിച്ച 'നിനക്ക് നിറയെ സ്നേഹം കാർക്കളെ!' എന്നാവട്ടെ യാത്രാമൊഴി.

ദക്ഷിണേന്ത്യയിലെ മരുഭ്രമി

നമ്മൾ ദക്ഷിണേന്ത്യക്കാർക്ക് ഒരു മരുഭ്രമിയുണ്ട്. ഇങ്ങ് കർണാടകയിൽ. അതും നിറഞ്ഞൊഴുകുന്ന കാവേരി നദിക്കരയിൽ!

പ്രൗഢഗാംഭീര്യ വരദായിനികളായി വാണരുളിയ ഒരുകൂട്ടം ദൈവങ്ങളെ നാരീശാപം മണലിനടിയിലാക്കിയ കഥയാണ് കർണാടകയുടെ ചെറുമരുഭ്രമി തലക്കാടിന് പറയാനുള്ളത്.

ചുറ്റുപ്രദേശങ്ങൾ കാവേരിക്കുളിർമയിൽ കടും പച്ചപ്പമേന്തി നിൽക്കുമ്പോൾ തലക്കാടിനെ മാത്രം മണൽ തിന്നതിനു പിന്നിൽ ആ ദേശം നേരിട്ട ഏതോ അതികഠിന പ്രകൃതിക്ഷോഭമോ, തന്റെ സംതുലനം തെറ്റി ച്ചതിന് പ്രകൃതിയിൽ നിന്നേറ്റ തിരിച്ചടിയോ കാരണങ്ങളായി പുതുതലമുറ കണ്ടെത്തുമ്പോൾ പഴന്തലമുറയുടെ ഓർമ്മകളിൽ വിറകൊള്ളുന്നത് റാണി അലമേലമ്മയുടെ ഉഗ്രശാപം!

വിജയനഗര സാമ്രാജ്യത്തെ പ്രതിനിധീകരിച്ച് ശ്രീരംഗപട്ടണം ഭരിച്ച തിരുമലരാജ രോഗബാധിതനായപ്പോൾ തന്റെ പ്രിയ രണ്ടാം ഭാര്യ അലമേലമ്മയ്ക്ക് താൽക്കാലികമായി ഭരണം കൈമാറി രോഗശമനത്തിനുള്ള അവസാന ആശ്രയമായി തലക്കാട് വൈദ്യനാഥേശ്വര ക്ഷേത്രത്തിലെത്തി.

തിരുമലരാജ തലക്കാട് വൈദ്യനാഥസന്നിധിയിലണയാൻ കാരണം ക്ഷേത്രോൽപ്പത്തിയുടെ ഐതീഹ്യം തന്നെ!

കാവേരിക്കരയിലെ നിബിഡവനത്തിൽ വസിച്ചിരുന്ന 'തല'യെന്നും 'കാഡു'എന്നും പേരുള്ള രണ്ട് കിരാതന്മാർ ഒരു വൃക്ഷത്തെ കാട്ടാനകൾ പതിവായി ആരാധിക്കുന്നത് കണ്ട് ആ രഹസ്യമറിയാൻ വൃക്ഷത്തിൽ

മഴ പതിപ്പിച്ചതും ചോര കുതിച്ചൊഴുകി. വൃക്ഷത്തിനുള്ളികൾ ധ്യാനനിമഗ്നനായ മഹേശ്വരനെ കണ്ട് സ്തബ്ദരായ കിരാതന്മാരും കാട്ടാനകളും തൽക്ഷണ മോക്ഷപ്രാപ്തി നേടിയത്രെ! പോയ ജന്മം മഹർഷികളായിരുന്ന കാട്ടാനകളാണ് ശിവചൈതന്യം തിരിച്ചറിഞ്ഞ് വൃക്ഷത്തെ ആരാധിച്ചത്.

വൃക്ഷത്തിനേറ്റ മുറിവ് സ്വയം ഭേദമായതിനാൽ വൃക്ഷം നിന്നിടത്ത് നിർമ്മിച്ച ക്ഷേത്രം ശിവന്റെ സർവ്വരോഗസംഹാരവൈദ്യനാഥഭാവം ഭൂമിയ്ക്ക് പ്രാപ്തമാക്കിയ കിരാതജന്മങ്ങളുമായി കൂട്ടിച്ചേർത്ത് തലക്കാട് വൈദ്യനാഥേശ്വര ക്ഷേത്രം എന്നറിയപ്പെട്ടു. പിൽക്കാലത്ത് മുപ്പതിൽപ്പരം അനുബന്ധക്ഷേത്രങ്ങളു ടെ കൂട്ടിച്ചേർക്കലോടെ തലക്കാട് ക്ഷേത്ര നഗരിയായി.

ശ്രീരംഗപട്ടണം അലമേലമ്മയുടെ മേൽനോട്ടത്തിലാക്കി രോഗബാധിതനായ തിരുമലരാജ തലക്കാട്ടേക്ക് തിരിച്ചതറിഞ്ഞ മൈസൂർ രാജാവ് എല്ലാ വർഷവും ഉത്സവനാളിൽ മധുരമീനാക്ഷിയ്ക്ക് ചാർത്തുന്ന റാണി അലമേലമ്മയുടെ അപൂർവ്വ ആഭരണശേഖരണത്തിൽ കണ്ണുനട്ട് ശ്രീരംഗപട്ടണത്തേക്ക് സൈന്യത്തെ അയക്കാനൊരുങ്ങി.

തലക്കാടെത്തിയ തന്റെ ഭർത്താവ് മരണാസന്നനാണെന്ന വിവരമറിഞ്ഞ അലമേലമ്മ വൊഡയാറിന്റെ പടയൊരുക്കം മണത്ത് തന്റെ ആഭരണ ശേഖരത്തിൽ നിന്ന് മൂക്കുത്തി മധുരൈ മീനാക്ഷിയ്ക്ക് ചാർ ത്തി ബാക്കിയുള്ളവയുമായി തലക്കാടെത്തി ഭർത്താവിന്റെ വിയോഗവാർത്തയും ശ്രീരംഗപട്ടണം നഷ്ടമായ വ്യഥയും സമനില തെറ്റിച്ച അലമേലമ്മ തന്റെ ഭർത്താവിന്റെ പ്രാണൻ കാക്കാതെ, തന്റെ നിസ്സാഹായതയെ സംരക്ഷിക്കാതെ മൗനത്തിലാണ്ട തലകാടിന്റെ പുകൾപെറ്റ ദൈവങ്ങളത്രയും മണലിനടിയിലാവട്ടെ എന്നറിഞ്ഞ് ശപിച്ചു. എന്നിട്ടും പകയുടെ കലിപ്പടങ്ങാതെ മൈസൂർ രാജസിംഹാസത്തിലേറുന്ന പരുഷന്മാർ ശിരസ്സിൽ മുടി നഷ്ടപ്പെട്ട് പൗരുഷത്തികവില്ലാത്തവരാവട്ടെ എന്നുകൂടെ ശപിച്ച് കാവേരിയിൽ ചാടി ആത്മാ ഹുതി ചെയ്തു.

ആ ശാപ ജീൻ കൈമാറി വന്നതിലാണാവോ എന്തോ മൈസൂർ രാജപരമ്പരയിൽ സിംഹാസനമേറിയ പിൽക്കാല പുരുഷന്മാരത്രയും കഷണ്ടിത്തലയന്മാരായിരുന്നത്?!!

തലക്കാട്ടേയ്ക്കുള്ള ശാന്തവും വിജനവുമായ കന്നഡിഗൻ നിരത്തുകളിലെ ദിശാസൂചകങ്ങളത്രയും കന്നടയിലായിപ്പോയത് വല്ലാത്തൊരടിയായിപ്പോയി! കാവേരിയെ തൊട്ടാൽ കർണാടക പുകയുന്നതെന്തെന്ന് വ്യക്തമാക്കി റോഡിനിരുവശവും കാവേരിക്കരുണയിൽ തഴച്ച മുറ്റി നിൽക്കുന്ന കൃഷിയിടങ്ങൾ. നദി അവനൊരു വികാരമല്ല മറിച്ച് ജീവന്റെ

ഭാഗമാണ്. അന്നദാതാവ്! സ്വന്തം അമ്മയെ അന്യനു വിട്ടു നൽകുന്ന മനോഭാവത്തിലാണ് അവൻ നദീജലപങ്കുവെക്കലിനെ കാണുന്നത്. നട്ടുച്ച കൊട്ടും ചൂടിലാണ് കർണാടകയുടെ ചെറുമരുഭൂമിയിൽ കാൽകുത്തുന്നത്. മണൽക്കാട്ടിലേക്ക് തുടക്കം കുറിക്കുന്നിടത്തു തന്നെയാണ് വൈദ്യനാ ഥേശ്വരക്ഷേത്രം. രാമൻ സീതാന്വേഷണത്തിനിടെ വിശ്രമിച്ച വൈദ്യനാഥേശ്വരക്ഷേത്രത്തിൽ കണ്ണിന് കൗതുകമാവുന്ന കൊത്തുപണികൾ നിരവധി. കൂട്ടിവിളക്കലുകളില്ലാതെ ഒറ്റക്കൊത്തിൽ പണിത കരിങ്കൽ വളയങ്ങൾ ഒന്നിനോടൊന്ന്കൂട്ടി ക്ഷേത്രത്തിന്റെ ഉത്തരത്തിൽ തൂക്കി ഏതോ ശിൽപി തന്റെ വൈദഗ്ദ്ധ്യം കാലത്തിനു മുന്നിൽ പ്രദർശിപ്പിച്ച് അനശ്വരനായിരിക്കുന്നു!

അടുത്തു കിടന്ന ക്ഷേത്രനടയിൽ നിന്നപ്പോൾ ഉള്ളുരുകിയൊരു പ്രാർത്ഥന ഉയർന്നു. 'നിന്റെ ക്ഷേത്രനടയിൽ കണ്ട ഭിക്ഷയാചിക്കുന്ന വികലാംഗ മന്ദബുദ്ധി യുവാവിന്റെ ദയനീയതയിൽ എന്നെങ്കിലും നിന്റെ കണ്ണു പതിയണേ വൈദ്യനാഥ മഹേശ്വരാ! അല്ലാതെന്തു പ്രാർത്ഥിക്കാൻ?!

ഏതോ കാലത്ത് മണലിനടിയിലായിപ്പോയ ക്ഷേത്രങ്ങളെ പുരാവസ്തുവകുപ്പ് മണൽമാറ്റി പുറത്തെടുത്തത് കാണാൻ തലയ്ക്കു മുകളിൽ റൂഫിംഗ് കൊടുത്ത ചെറിയ നടപ്പാതയിലൂടെ നടന്നു. റൂഫിംഗ് ഉള്ളത് നന്നായി അല്ലെങ്കിൽ ഉച്ചസൂര്യന്റെ തീക്കനൽ രശ്മിയേറ്റ് പഴുത്ത മണലിൽ വെന്തുപോയേനെ പാദങ്ങൾ. കാൽ പുതഞ്ഞുപോകുന്ന കടൽ മണലല്ല ഇവിടം, കാൽ കുഴഞ്ഞുപോവുന്ന കരമണൽ നടത്തം ശ്രമകരം!

മണൽ മാറ്റിയെടുത്ത അർക്കേശ്വര, പാതാളേശ്വര, മുരുളേശ്വര ക്ഷേത്രങ്ങൾ താരതമ്യേന ചെറുതാണ്. ക്ഷേത്രങ്ങൾ നിൽക്കുന്ന മണൽക്കുഴിയിലേക്ക് പടികൾ ഇറങ്ങിച്ചെന്നു വേണം ക്ഷേത്രദർശനം. ദക്ഷിണ പ്രതീക്ഷിച്ച് അപരിചിത സഞ്ചാരികളോട് പ്രത്യേക വാത്സല്യം കാണിക്കുന്നു പൂജാരികൾ.

നടപ്പാതയിൽ കുടിവെള്ള വിൽപ്പനയും മുറിച്ചുവെച്ച വിവിധഫലങ്ങളുടെ വിൽപ്പനയും തകൃതി! മണൽപ്പാതയിലൂടെ അൽപ്പദൂരം നടന്നു തന്നെ വേണം കണ്ടെടുത്ത ക്ഷേത്രങ്ങളിൽ ഏറ്റവും വലുതായ കീർ ത്തിനാരായണ ക്ഷേത്രത്തിലെത്താൻ, പാതയ്ക്ക് ഇരുപുറവുമുള്ള മണൽകുന്നുകളിൽ കർണ്ണാടക വനംവകുപ്പ് കൃത്രിമ മരങ്ങൾ വെച്ചുപിടിപ്പിച്ചിട്ടുണ്ട്. മണൽകുന്നിനെ അതിന്റേതായ രീതിയിൽ വിട്ടിരുന്നുവെങ്കിൽ ഇതൊരു ഗംഭീര ചെറുമരുഭൂമി തന്നെ! നമുക്ക് മരുഭൂമിക്കാഴ്ച

എന്നതിനപ്പുറം തലക്കാട്ടെ ജീവിതങ്ങൾക്ക് ചീറിയടിക്കുന്ന മണൽക്കാറ്റിനെ പ്രതിരോധിച്ച് പച്ചപിടിക്കാൻ ഈ വൃക്ഷകവചം അനിവാര്യം!

മൈലുകൾ ആഴത്തിൽ മണൽനീക്കി പുറത്തെടുത്ത കീർത്തി നാരായണ ക്ഷേത്രത്തിന്റെ ഉയരവും വിസ്തൃതിയും കാണുമ്പോൾ ക്ഷേത്രത്തെ മണൽ മൂടിയെന്ന പ്രയോഗത്തിന്റെ ആഴം അമ്പരപ്പിക്കും! പുരാവസ്തുവകുപ്പ് പുറത്തെടുത്ത അഞ്ചുക്ഷേത്രങ്ങളെ നോക്കി മനുഷ്യപ്രയത്നത്തിൽ വിശ്വാസമർപ്പിച്ച് ഇനി യുമെത്ര ദേവാലയങ്ങളീ മണലിനടിയിൽ!

പന്ത്രണ്ട് വർഷത്തിലൊരിക്കൽ ചില പ്രത്യേക നക്ഷത്രങ്ങൾ ഒരുമിക്കുന്ന ദിനത്തിൽ കൊണ്ടാടുന്ന കീർത്തിനാരായണ പഞ്ചലിംഗദർശനം അതിവിശിഷ്ടം. 2009ൽ ആയിരുന്നു അവസാന ദർശനം.

പഴങ്കഥകൾക്കും ശാസ്ത്രവിശദീകരണങ്ങൾക്കുമപ്പുറം നിറഞ്ഞൊഴുകുന്ന കാവേരിക്കരയിൽ ചുറ്റുപാടുമുള്ള പ്രദേശങ്ങൾ ചുവന്ന മണ്ണും പച്ചപ്പുമായി നിൽക്കുമ്പോൾ തലക്കാടിനെ മാത്രം മണൽ തിന്നത് വിചിത്രം. കാരണം എന്തുതന്നെ ആയാലും!

എടുത്ത മണലത്രയും തിരിച്ചിട്ട് ക്ഷേത്രങ്ങളെ വീണ്ടും മണൽ പുതപ്പാൽ പൊതിയുന്ന കാറ്റിനു തടയിടാൻ പുരാവസ്തു വകുപ്പ് നന്നായി വിയർക്കുന്നുണ്ട്. ഒരു പക്ഷേ കാവേരിയുടെ ആഴങ്ങളിൽ കൊട്ടം പകയോടെ മറഞ്ഞ അലമേലമ്മയുടെ ആത്മാവായിരിക്കാം നദിയിൽ നിന്നുയർന്ന് മണൽക്കാറ്റായി ചീറിയടിച്ച് തലക്കാടിനെ വിഴുങ്ങാൻ ശ്രമിച്ചുകൊണ്ടേയിരിക്കുന്നത്!

ക്ഷേത്ര നഗരിയിൽ നിന്നും വലത്തോട്ടുള്ള റോഡിലൂടെ അൽപ്പം സഞ്ചരിച്ചാൽ അൻപത് രൂപ പാർക്കിംഗ് ഫീ നൽകി കാവേരിയെ കാണാം. കണ്ടു മടങ്ങുന്നവർക്ക് ഈ തുക അധികവും കൊതി തീരുവോളം ജലകേളിയാടുന്നവർക്ക് തുച്ഛവും!

വൻജനാവലിയാണ് നദിക്കരയിൽ. പുഴ നിറയെ ജനം. കരനിറയെ കച്ചവടം. അലമേലമ്മയുടെ ആത്മാഭിമാനം കാത്ത കാവേരിയെ കണ്ട് നദിക്കരയിലെ ഒരു വൃക്ഷത്തറയിലിരുന്നു. വൃക്ഷത്തറയിലെമ്പാടും ചിതറിക്കിടക്കുന്ന നന്ദിയുടേയും ശിവലിംഗത്തിന്റെയും ചെറുമാതൃകകൾ.

രോഗശമനാർത്ഥം തന്നിൽ നിമജ്ജനം ചെയ്ത ആയിരക്കണക്കിന് ചെറുശിവലിംഗങ്ങൾക്ക് മുകളിലൂടെയാണ് ഈ ഭാഗത്ത് കാവേരിയൊഴുകുന്നത്.

ലോകത്തിലെ നൂറ് അതിമനോഹര വെള്ളച്ചാട്ട പട്ടികയിൽ ഇടം പിടിച്ച ശിവനസമുദ്രയിലേക്ക് ഇവിടെനിന്ന് ദൂരം വെറും ഇരുപത്

കിലോമീറ്ററേ ഉള്ളുവെങ്കിലും വേനൽ ദാര്യദ്ര്യത്തിൽ മെലിഞ്ഞൊട്ടി നിൽക്കുന്ന ശിവനസമുദ്രയെ കണ്ട് അപമാനിക്കേണ്ടെന്നു കരുതി.

ദൈവങ്ങൾക്ക് പോലും രക്ഷയില്ലാത്ത പെൺശാപം മണലിനടിയിലാക്കിയ തലക്കാടിൽ നിന്നും ചായുന്ന വെയിലിനൊപ്പം മടങ്ങുമ്പോൾ വന്യമായ മുറുമുറുപ്പോടെ ഒരു കാറ്റുവന്നുരസി

—ക്ഷമിക്കുക അലമേലു

നിന്റെ ശരി തെറ്റുകളുടെ വിചാരണയ്ക്ക് വന്നതല്ല.

നിന്റെ കൊടുംശാപമേറ്റ ഭൂമി ഒന്നുകണ്ടുമടങ്ങുകയെന്ന കൗതുകം മാത്രം!

www.ingramcontent.com/pod-product-compliance
Lightning Source LLC
LaVergne TN
LVHW090334051026
849518LV00005B/1955
* 9 7 8 9 3 5 5 1 7 2 2 0 4 *